போரிலக்கிய வாசிப்புகள்
விவரிப்புகள் – விவாதங்கள் – உணர்வுகள்

போரிலக்கிய வாசிப்புகள்
விவரிப்புகள் - விவாதங்கள் - உணர்வுகள்

அ. ராமசாமி

எழுத்து பிரசுரம்

Title: Porilakkiya Vaasippugal
Author's Name: A. Ramasamy
Copyright © A. Ramasamy 2024
Published by Ezutthu Prachuram

All rights reserved. No part of this publication may be reproduced, stored in a retrieval system, or transmitted, in any form or by any means, electronic, mechanical, photocopying, recording, psychic, or otherwise, without the prior permission of the publishers.

Ezutthu Prachuram
(An imprint of Zero Degree Publishing)
No. 55(7), R Block, 6th Avenue,
Anna Nagar,
Chennai - 600 040

Website: www.zerodegreepublishing.com
E Mail id: zerodegreepublishing@gmail.com
Phone : 89250 61999

Ezutthu Prachuram First Edition: January 2024
ISBN: 978-93-95511-54-4
TITLE NO EP: 495

Rs. 460/-

Layout: G.Selva Kumar
Cover Design: Vijayan, Creative Studio
Printed at Clictoprint, Chennai, India

நன்றி

ஈழத்தமிழ் எழுத்தாளர்களையும், புலம்பெயர் எழுத்தாளர்களையும் அழைத்து உரையாற்றும் வாய்ப்பை உருவாக்கத் தடை சொல்லாது அனுமதியளித்த மனோன்மணியம் சுந்தரனார் பல்கலைக்கழகம், கட்டுரை வாசிக்கும் வாய்ப்புகள் அளித்த தமிழியல், யார்க் பல்கலைக்கழகம், டொரண்டோ, மலேசிய பல்கலைக்கழகம், கோலாலம்பூர், மலேசியா, கிராமியப் பல்கலைக்கழகம், காந்திகிராமம், புலம்பெயர் இலக்கியம் சார்ந்த உரையாடல் வாய்ப்புகளை உருவாக்கித்தந்த பாரதிதாசன் பல்கலைக்கழகம் திருச்சி, புதுவைப் பல்கலைக்கழகம், புதுச்சேரி, பெரியார் பல்கலைக்கழகம், சேலம், தமிழ்ப் பல்கலைக்கழகம், தஞ்சாவூர், மதுரை காமராசர் பல்கலைக்கழகம், மதுரை, யாழ் பல்கலைக்கழகம், பேராதனை பல்கலைக்கழகம், விபுலானந்தர் அழகியல் கற்கை நிறுவனம், இலங்கை கட்டுரைகளை வெளியிட்ட அம்ருதா மாத இதழ், சென்னை, தீம்புனல் இதழ், யாழ்ப்பாணம், நடு இணைய இதழ், பிரான்சு, மெய்ப்புத்திருத்தம் செய்த மேகாகிட்டு, அணிந்துரை எழுதியுள்ள கவி. கருணாகரன

பல்துறை வாசிப்பினூடாக இந்தப் பயணம்...

- கருணாகரன்

இலக்கிய வாசிப்பும் விமர்சனமும் என்ற அடிப்படையில் தொடர்ந்து செயற்பட்டுக்கொண்டிருக்கும் சமகால ஆளுமையாளர்களில் முக்கியமானவர் பேராசிரியர் அ. ராமசாமி. அ.ரா, தொழில் மற்றும் கற்கை ரீதியாக நாடகம், மொழி, இலக்கியம் ஆகிய துறைகளைக் கொண்டவராக இருந்தாலும் அவருடைய ஈடுபாட்டுப் பரப்பானது சினிமா, அரசியல், சமூகவியல், பண்பாடு, இலக்கியம், வரலாறு, நாடகம், மொழி எனச் சமூகத்திலும் வரலாற்றிலும் கலந்து ஊடாடிச் செல்லும் துறைகளோடும் விரிந்தது. இன்னும் நுணுகிப் பார்த்தால் இந்த எல்லை மேலும் விரிந்து பெண்ணியம், தலித்தியம், திராவிடவியல், பெரியாரியல் எனவாகச் செல்வதையும் காணலாம். அடிப்படையில் இவை அனைத்தும் ஒன்றோடு ஒன்று இணைந்தவையே. ஒரு வட்டத்திலிருக்கும் பல்வேறு பகுதிகள். ஒன்றின் மீது ஈடுபாடும் ரசனையும் பரிச்சயமும் வந்து விட்டால், பிறகு அனைத்தின் மீதும் அது பரவிக் கொள்ளும்.

அ. ராவின் விமர்சனக் கட்டுரைகள் அவருடைய ஈடுபாட்டுப் பரப்பைப் போலப் பன்முகமுடையவை. இதில் கவனிக்க வேண்டிய சிறப்பான பக்கங்கள் உண்டு. அதிலொன்று, உலகளாவிய

தமிழிலக்கிய வரைபடத்தைப் பற்றிய சிந்தனைப் புள்ளிகள் இந்தக் கட்டுரைகளில் முன்வைக்கப்பட்டுள்ளன என்பதாகும். திணைக் கோட்பாடு பற்றிய புதிய சிந்தனையை இது கோருகிறது. இது தொடர்பாக மேலும் விவாதிக்கவும் விரிவாகப் பார்க்கவும் வேண்டிய அவசியமுண்டு. அதை நாம் உணருமாறும் அதை நோக்கிச் சிந்திக்குமாறும் செய்திருக்கிறார் அ.ரா.

'இரண்டாவது, இலக்கியமும் பண்பாட்டு நிலவியலும்' பற்றிய அறிவார்ந்த உரையாடலொன்று சிறிய அளவில் அ.ரா.வினால் நிகழ்த்தப்பட்டுள்ளது. மூன்றாவது, ஈழப்போராட்டம், அது உண்டாக்கிய போர், அதன் பின்னரான நிலைமைகள் என்பவற்றில் உருவாகிய இலக்கியப் பிரதிகளில் ஒரு தொகுதியை எடுத்து அவற்றின் குணவியல்புகளைப் பற்றிப் பேசப்பட்டிருக்கிறது. அதனூடே கற்பனைகளைப் புறமொதுக்கி நிற்கும் யதார்த்த நிலையையும் இவை மறைபொருளாகச் சுட்டுகின்றன.

அ.ரா, கடந்த பத்துப் பதினைந்து ஆண்டுகளாக ஈழ (புலம்பெயர்) எழுத்துகளையும் அதற்கப்பால் மலேசிய, சிங்கப்பூர் கலை, இலக்கிய வெளிப்பாடுகளையும கரிசனையோடு கவனித்து எழுதி வருகிறார். அதற்கு முன்பே அவருக்கு ஈழ அரசியலைப் பற்றிய, ஈழப்போராட்டத்தைப் பற்றிய அவதானமிருந்திருக்கிறது. இதனால் ஈழ அரசியலையும் அதன் வரலாற்றுப் போக்கையும் இலங்கை நிலவரத்தையும் ஆழமாகப் புரிந்தும் வைத்திருக்கிறார். ஈழம், புலம்பெயர் சூழல், தமிழகம் ஆகிய தமிழ்ப்பரப்பில் ஈழப்போராட்டத்தையும் இலங்கை அரசியலையும் ஆழமாகப் புரிந்திருப்போர் குறைவு. உணர்ச்சிகரமாகவும் அதீத கற்பனையோடும் இதை அணுகுவோரே அதிகம். ஆகவே, இத்தகைய நிலையில் நிதானமாக இதை அணுகும் அ.ராவுக்கு முக்கியத்துவமுண்டு. கூடவே, ஈழ நிலப்பரப்பில் தொடர்ச்சியாகப் பயணங்களைச் செய்திருக்கிறார். மட்டுமல்ல, ஈழ அரசியலும் ஈழ அரசியலின் நிமித்தமாகப் புலம்பெயர்ந்தவர்கள் வாழ்கின்ற நாடுகளிலும் பயணித்துக் கொண்டிருக்கிறார். அந்த மக்களின் வாழ்க்கையை அவதானித்து வருகிறார். இவற்றினடியாகவே அவர் உலகத் தமிழிலக்கிய வரைபடத்தைப் பற்றிச் சிந்திக்கிறார். ஆறாந்திணையாக கவிஞர் சேரன் உணர்ந்ததை விரித்து இந்த உலகத் தமிழிலக்கிய வரைபடச் சிந்தனையை அ.ரா.

முன்வைக்கிறார் போலும். அ.ராவின் பரந்த வாசிப்பின் வழியே, அறிதலின் வழியே உணர்ந்தது இதுவெனலாம்.

ஈழ அரசியல், ஈழப்போராட்டம், ஈழ இலக்கியம் ஆகியவற்றோடு அவரவருக்குரிய ஈடுபாடு, புரிதல், பரிச்சியம் போன்றவற்றின் அடிப்படையில் இவற்றை நோக்குவோரும் உண்டு. ஆதரிப்போரும் உண்டு. அதைப்போல எதிர்ப்போர், விமர்சிப்போரும் உண்டு. இதற்கேற்பத் தனித்தனியான அணிகளும் உண்டு. தனியன்களும் விலகிகளும் உண்டு. தனியன்கள் சிறப்புக் குணம் படைத்தவர்கள். பார்வையினாலும் நிலைப்பாட்டினாலும் அவர்கள் வேறுபட்டவர்கள். சுயாதீனமுடையோர். அ.ராவும் ஒரு தனியனே. அவர் எந்தச் சாய்வுக்கும் உள்ளாகாமல் அறிவார்ந்த தளத்தில், ஒரு இலக்கிய விமர்சகருக்குரிய அடிப்படைகளோடு தன்னுடைய தேடலை மேற்கொள்கிறார். பார்வையை முன்வைக்கிறார். தீர்மானங்களைச் சுயாதீனமாக எடுக்கிறார்.

இதற்கான அடிப்படையை உருவாக்கியது, உலக நாடகாசிரியர் பெர்டோல்ட் பிரெக்ட். இதை அ.ரா.வே குறிப்பிடுகிறார், "பொதுவாகவே எந்தப் பிரதியிலிருந்தும் விலகி நின்று வாசிப்பவன் நான். இந்த விலகலின் தேவையை என்னுள் உருவாக்கியவர் கவியும் நாடகாசிரியருமான பெர்டோல்ட் பிரெக்ட்" என்று. மேலும் அவர் குறிப்பிடும்போது, "அதன் நீட்சியாகவே போர்க்கால - போர்க்களப் பிரதிகளையும் வாசிக்க வேண்டும் என உணர்ந்தே இலங்கைத் தமிழ் எழுத்துகளை வாசித்து வருகிறேன்" என்கிறார். இந்த விலகல் மனநிலை ஏன் அவசியமாக இருக்கிறது என்பதை வேறிடங்களிலும் அழுத்தமாகக் குறிப்பிடுகிறார் அ.ரா. பார்க்க - தமிழினியின் கூர்வாளின் நிழலில் போர்க்களத்திலிருந்து எழுத்துக் களத்துக்கு என்ற கட்டுரையை.

இந்த மூன்றாவது கண்ணுடைய பார்வைதான் வரலாற்றுக்குத் தேவையானது. இந்தப் பார்வையின் அடிப்படையில் சமகால ஈழ இலக்கியத்தை ஆழ்ந்து நோக்கும் 33 கட்டுரைகள் உள்ளன. ஈழப்போரின் முடிவுக்குப் பிறகு, அந்த அனுபவங்களோடும் அதற்கு முன்னான காலச் சித்திரிப்புகளோடும் எழுதப்பட்ட இலக்கியப் பிரதிகளைப் பற்றிய விமர்சனங்களும் பார்வைகளும் இவை. இந்த விமர்சனங்கள் தனியே பிரதியை மட்டும் நோக்காமல், அவை எழுதப்பட்ட அல்லது உள்ளடக்கப்பட்டுள்ள

அல்லது மையம்கொண்டுள்ள வரலாற்றுப் பின்னணியையும் அதனுடைய உளவியற் கூறுகளையும் விரிந்த தளத்தில் சேர்த்துப் பார்க்கின்றன. சில இடங்களில் அவற்றை எழுதியோரையும் இணைத்துப் பார்க்கின்றன. இந்தப் பார்வை தவிர்க்க முடியாதது. ஏனென்றால் ஈழ இலக்கியம் பெரும்பாலும் அரசியல் சார்ந்ததாகவே இருக்கிறது. சில பிரதிகள் நேரடியான அரசியலைத் தீவிர நிலையில் முன்வைக்கின்றவை.

“என்னுடைய எழுத்து அரசியல் அறிக்கையே” என்று இதை வெளிப்படையாகவே ஷோபாசக்தி சொல்கிறார். இதை வெளிப்படையாகச் சொல்லாது விட்டாலும் குணா கவியழகன், தமிழ்நதி, தமிழ்க்கவி, தமிழினி, தீபச்செல்வன் போன்றோருடைய எழுத்தும் நிலைப்பாடும் கூட ஏறக்குறைய இதுதான். ஷோபாசக்தி புலிகளையும் இலங்கை அரசையும் கடுந்தொனியில் விசாரணைக்கும் விமர்சனத்துக்கும் உட்படுத்துகிறார். ஏனையவர்கள் இலங்கை அரசை மட்டும் குற்றவாளிக் கூண்டில் நிறுத்துகின்றனர்.

ஆகவே, ஈழ அரசியலையும் இலங்கை புலம்பெயர் தமிழரின் நிலவரத்தையும் புறமொதுக்கிவிட்டு இந்தப் பிரதிகளைப் பற்றிப் பேசவோ இவற்றைக் குறித்த விமர்சனங்களை முன்வைக்கவோ முடியாது. ஈழ அரசியலும் புலம்பெயர் சூழலும் மிக அதீத உணர்ச்சிகரமானவை. யுத்தம் முடிந்து 14 ஆண்டுகள் கடந்த பிறகும் இந்த உணர்ச்சிரமான நிலையில் மாற்றம் நிகழவில்லை. கடந்த காலத்தைப்பற்றிய மீள்பார்வையோ மறுபரிசீலனைகளோ நிகழாதிருக்கும் கொதிப்பரப்பிது. இதில் மூன்றாவது கண் கொண்டு விமர்சனத்தைச் செய்ய முற்படும்போது பெரும்பாலும் சாய்வுத்தன்மை ஏற்பட்டு விடும். தமிழ்ச் சமூகத்தைச் சேர்ந்த இலக்கிய வாசிப்பாளர் ஒருவர் இதிலிருந்து தப்புவது கடினம். பெரும்பாலான தமிழ் இலக்கிய வாசகர்களும் விமர்சகர்களும் சார்பு அல்லது எதிர்ப்பு என்ற ஏதாவதொரு நிலைப்பாட்டிலிருந்து கொண்டே பிரதிகளை அணுகுவதுண்டு. பிரதியின் வழியே பயணிப்பதற்குப் பதிலாகத் தம்மை நோக்கிப் பிரதியை இழுக்க முயற்சிப்பர். இது தமிழ்ச் சூழலில் உள்ள பொதுவான குணவியல்பு. ஒன்றில் விடுதலைப்புலிகளுக்கு ஆதரவான நிலைப்பாட்டை எடுக்க வேண்டும். அல்லது புலிகளுக்கு எதிரான நிலைப்பாட்டில் நிற்க வேண்டும் என. ஈழ ஆதரவு ஈழ

எதிர்ப்பு என்ற வகையாகவும் இதிருக்கும். இதேவேளை ஈழ ஆதரவு எல்லாம் புலிகளுக்கு ஆதரவு என்றாகியும் விடாது. அதைப்போல ஈழ எதிர்ப்பு என்பது புலி எதிர்ப்பு என்றும் பொருள் கொள்ள வேண்டியதில்லை. இவற்றுக்கிடையில் வேறுபாடுகளுண்டு. ஆனால், அ. ரா, தனியே இலக்கிய வாசிப்பாளராக மட்டுமல்லாமல் இங்கே ஒரு விமர்சகராகவும் செயற்படுவதால் இவற்றைத் தெளிவாகப் புரிந்து கொண்டு இந்தப் பிரதிகளை அணுக முற்படுகிறார். இதனால் தவறியும் அ.ரா எந்தச் சாய்வையும் கொள்ளவில்லை. வரலாற்று நிகழ்வுகளையும் அதன் போக்கையும் விளைவுகளையும் விலகிநின்று, மூன்றாவது பார்வையாளராகச் சுட்டிச் செல்கிறார். இந்த மூன்றாவது பார்வை நெற்றிக் கண்ணாகக் கொள்ளக் கூடியது. அறிவின் நோக்கென.

பேராசிரியர்கள் க.கைலாசபதி, கா.சிவத்தம்பி, எம்.ஏ. நுஃமான் போன்றோர், இலக்கிய விமர்சனத்தை சமூக அரசியல், பண்பாட்டு, வரலாற்றுப் பின்புலத்தில் வைத்து உணர்ந்து அறிவுபூர்வமான ஒரு ஆய்வுச் செயற்பாடாக மேற்கொண்டனர். இவர்கள் கல்வித்துறையைச் சேர்ந்த கலை, இலக்கிய விமர்சகர்கள் என்பதால் தமது ரசனை, பார்வை, திறனாய்வு போன்றவற்றைத் தம்முடைய மாணவர்களிடத்திலும் பகிர்ந்து வந்தனர். அ.ரா வும் தன்னுடைய மாணவர்களுக்கு எழுத்தாளர்களையும் இலக்கிய எழுத்துகளையும் அறிமுகம் செய்யும் தொடர்ச்சியைப் பேணுகிறார். இன்றைய தமிழ்க் கல்விச் சூழலில் இது அபூர்வமானது. ஆக தனக்கு அடுத்த தலைமுறையிடத்திலும் இந்த ஊடாட்டப் பணி நிகழ்த்தப்படுகிறது. அத்தகைய பார்வையை, செயல்முறையை ஒத்ததாக, அதன் புதிய பரிமாணத் தொடர்ச்சியாக பேராசிரியர் அ.ராமசாமி தன்னைச் செயற்படுத்தி வருகிறார்.

இதனால், இவை தனியே இந்தப் பிரதியாக்குநர்களான தனி ஆளுமைகளின் வெளிப்பாடுகள், உளக் கூறுகள் என்பவற்றுக்கு அப்பால் அவர்களுடைய சமூக, அரசியல், வரலாற்றுப் பிரதிகளாக இருக்கின்றன என்பது அ.ராவினால் சுட்டிக் காட்டப்படுகிறது. உண்மையும் அதுதான். என்பதால், இந்த விமர்சனங்கள் தனியே பிரதிகளுக்குள் மட்டும் நின்றுவிடாமல், அவை சுட்ட முயற்சிக்கின்ற அல்லது உள்ளடக்க முனைகின்ற காலவெளி, சமூகவெளி, நிலவெளி போன்றவற்றையும் இணைத்துப்

பேசுகின்றன. இப்படிப் பேசுவதால் இங்கே பேசப்படும் பிரதிகளுக்கு அப்பால், இந்த விமர்சனங்களே தனித்து ஈழப் போராட்டத்தையும், அதனுடைய வரலாற்றுப் பின்புலம், ஈழப்போர், அதன் பரிமாண நிலை போன்றவற்றையும் அறியச் செய்கின்றன. சற்று விரிவாகச் சொன்னால், இலங்கை அரசியலின் தன்மை என்ன? ஈழப்போராட்டம் உருவாக்கிய சமனிலைக் குலைப்புகள் எவ்வாறிருந்தன? அவற்றின் பின்னணியில் எத்தகைய சக்திகளின் செல்வாக்கிருந்தது? மக்களின் வாழ்க்கை எப்படியிருந்தது? போருக்குப் பின்னர் எப்படியான சூழல் நிலவுகிறது என்பதையெல்லாம் இலக்கியப் பிரதிகளின் வழியே உன்னிப்பாகக் கவனித்துத் தொடர்ந்து தன்னுடைய விமர்சனங்களை எழுத்துச் செயற்பாடுகளை மேற்கொண்டு வருகிறார்.

இந்த விமர்சனங்களில் எழுத்தாளப்படுகின்ற பிரதிகளை இதுவரையில் வாசிக்காதவர்களும் கூட ஈழப்போராட்டத்தையும் போரையும் போருக்குப் பிந்திய சூழலையும் புலம்பெயர் தமிழர்களின் வரலாற்றையும் வாழ்க்கையையும் அறிய முடியும். மேலும் இந்தப் போராட்டத்திலும் போரிலும் ஈடுபட்ட தரப்புகளான விடுதலைப்புலிகள் தொடக்கம் ஏனைய இயக்கங்கள் மற்றும் இலங்கை, இந்திய அரசுகள் எனச் சகலவற்றினதும் அரசியலையும் பேசுகின்றன. அப்படிப் பேசும்போது குறித்த பிரதிகளை பனுவல்களைத் தேடத் தொடங்குகிறது நம்முடைய மனம். ஏற்கனவே பிரதிகளை வாசித்திருந்தால் அவற்றை மீளாய்வு செய்யக் கோருகிறது.

ஈழ இலக்கியத்தையும் ஈழப்போராட்டத்தையும் அ.ரா வைப் போல சுந்தர ராமசாமி, பேராசிரியர் அ. மாக்ஸ், ஜெயமோகன், யமுனா ராஜேந்திரன், எஸ்.ராமகிருஸ்ணன், இந்திரன் போன்றோர் தொடர்ச்சியாகக் கவனித்து எழுதியுள்ளனர். உலகளாவிய இலக்கிய அறிதலோடும் அனுபவங்களோடும் ஈழ இலக்கியத்தையும் இணைத்துப் பார்க்கின்ற போக்கு இவர்களுடையது. ஈழத்துக்கு அப்பாலான வாழ்களத்திலிருந்து நோக்குகின்றவர்கள் என்ற அடிப்படையில் இவர்களுடைய விமர்சனங்களுக்கு ஒரு முக்கியத்துவம் உண்டு. ஆனால் இதில் சிலரிடம் சாய்வுத்தன்மையுண்டு. குறிப்பாக யமுனா ராஜேந்திரனிடம். இன்னொரு எல்லையில் ஜெயமோகன். பிரதி

முன்வைக்கின்ற அரசியலை மட்டும் கணக்கிற்கொள்ளாமல், அந்தப் பிரதியின் இலக்கியத் தன்மை, அதனுடைய கலைப்பெறுமானம் போன்றவற்றையும் நோக்குவது அவசியம். இத்தகைய நோக்கையே சுந்தர ராமசாமி, அ. ராமசாமி போன்றவர்கள் கொள்கின்றனர் என்பதால் இந்த விமர்சனங்கள், இலக்கியக் கோட்பாட்டின் அடிப்படையில் எழுதப்பட்டுள்ளன எனலாம்.

இங்கே முன்வைக்கப்பட்டுள்ள ஒவ்வொரு பிரதியைக் குறித்த பார்வையும் அதன் பின்னணியும் தனியே பிரதிகளிலிருந்து உருவாக்கப்பட்டவை அல்ல. பிரதிகளிலிருந்து உருவாகியவையும் உண்டு. அதற்கப்பால் பிரதியாக்குநருடனான உறவாடலில் இருந்தும் உருவாகியிருக்கிறது. குறிப்பாக தமிழினி ஜெயக்குமாரனின் 'கூர் வாளின் நிழலிலிருந்து' என்ற பிரதியைக் குறித்த விமர்சனத்தோடு, தமிழினிக்கும் அ.ராவுக்கும் இடையில் ஏற்பட்ட அறிமுகமும் உறவும் அதன் மூலம் ஏற்பட்ட உரையாடலும் இணைந்திருப்பது உதாரணமாகும். இந்த உரையாடல் முக்கியமான ஒன்று. ஏனென்றால், இதொரு முக்கியமான சாட்சியம்.

'கூர்வாளின் நிழலிலிருந்து' நூல் வெளியான பிறகு, அது முன்வைத்த விமர்சனங்களால் தமிழினியைப் பற்றிய பார்வையைப் பலரும் மாற்றிக் கொண்டனர். அதற்கு முன்பு விடுதலைப் புலிகள் இயக்கத்தின் பெண்போராளித் தலைவர்களில் ஒருவராகத் தமிழினியைக் கொண்டாடியவர்கள், தமிழினியைச் சந்தேகிக்கவும் எதிர்க்கவும் தொடங்கினர். சிலர் இன்னும் அதற்கும் மேலே சென்று அந்தப் பிரதி, தமிழினியோடு அவருடைய கணவர் ஜெயக்குமாரனும் இணைந்து எழுதப்பட்டது என்றனர். இந்த இருவரோடும் வேறு சிலருடைய கைகளும் சம்மந்தப்பட்டது என்று கூறியவர்களும் உண்டு. தமிழினி எழுதிய பிரதியை அவருடைய மரணத்துக்குப் பிறகு உருமாற்றி வெளியிட்டிருக்கிறார்கள் என்று குற்றம் சாட்டப்பட்டதும் உண்டு. இவையெல்லாவற்றையும் மறுக்கக் கூடிய மெய்ச் சாட்சியங்கள் உண்டு. அதிலொன்று அ. ரா வினுடையது. அதை அவர் இங்கே துணிவுடன் நேர்மையாகப் பதிவு செய்திருக்கிறார். அந்தச் சந்தர்ப்பத்தில் இவற்றோடு தொடர்புபட்ட ஓவியர் ஞானப்பிரகாசம் ஸ்தபதி, பதிப்பாளரும் இலக்கியச் செயற்பாட்டாளருமான எம். பௌசர் ஆகியோரையும் ஆதாரங்களோடு அ.ரா. முன்னிறுத்துகிறார்.

இத்தகைய அடிப்படைகளைப் பின்பற்றுவது இலக்கிய விமர்சனத்துக்குப் பொருத்தமாக இருக்குமா? என்று யாரும் கேட்கக் கூடும். ஆனால், தவறான அபிப்பிராயங்களும் பொய்களும் கட்டமைக்கப்படும்போது தானறிந்த உண்மையைச் சொல்லாதிருப்பது தவறாகுமல்லவா. அந்தத் தவறைச் செய்ய அ.ரா விரும்பவில்லை. அதனால் தன்னுடைய சாட்சியத்தை முன்வைக்கிறார். அது தன்னுடைய பொறுப்பு என்பதே அ. ரா வின் நிலைப்பாடு.

அடுத்தது, உலகம் முழுவதும் சிதறிப் பரவியிருக்கும் ஈழத்தமிழர்கள் உள்ளிட்ட தமிழ்ச் சமூகத்தின் அடையாளங்களை இந்த விமர்சனங்களின் வழியாகவும் தன்னனுபவங்களின் வழியாகவும் எழுதிச் செல்கிறார். அதிலொன்று ஆ.சி.கந்தராஜாவின் 'ஓர் அகதியின் பெர்ளின் வாசல்' நாவலைப் பற்றியது. இன்னொன்று செல்வம் அருளானந்தத்தின் 'எழுதித்தீராப் பக்கங்களை' க் குறித்தது.

மற்றொன்று சற்று வேறான முறையில், தெய்வீகனின் கதைகளைப் பற்றியது. புலம்பெயர்ந்து வாழ நேர்ந்த தமிழரின் வாழ்க்கைப் பரப்பிற்கு வெளியே உலகளாவிய ரீதியில் உற்பத்தியாக்கப்படும் பல்வேறு நாட்டு அகதிகளைப் பற்றிய தெய்வீகனின் கதைகளை அதன் அரசியல் பார்வையோடு கலையாக்கத்தைக் கவனித்துப் பேசுவதாகும். 'ரம்போ' கதையைக் குறித்த விமர்சனம் இதற்குச் சான்று. மேலும் கலாமோகன், அனோஜன் பாலகிருஸ்ணன், மாஜிதா, தாமரைச்செல்வி, உமையாழ், சயந்தன் எனச் சமகாலத்தில் எழுதிக் கொண்டிருக்கும் பலருடைய புனைவுகளைப் பற்றியும் எழுதிக் கவனப்படுத்தியுள்ளார். இதில் அநேகர் இளையோர். சிலருடைய முதற்படைப்புகளையே அ.ரா கவனித்து வாசித்துக் கவனத்திற்குள்ளாக்கியிருக்கிறார். ஒரு விமர்சகர் என்ற வகையில் இத்தகைய பன்முக வாசிப்பும் தொடரியக்கமும் உண்டாக்கும் பயன்கள் மொழிக்கும் சமூகத்துக்கும் கூடிய பயனைத்தருபவை.

புனைவு, அபுனைவு மட்டுமல்ல, கவிதைகளைக் குறித்த அ.ராவின் அவதானிப்பும் விமர்சனங்களும் கவனித்து உரையாடப்பட வேண்டியவை. என்னுடைய மத்தியூ கவிதைகள் (மத்தேயு கவிதைகள் என்றே அ.ரா. இவற்றைக் குறிப்பிட்டுள்ளார்)

மருத்துவமனைக்குறிப்புகள், தூக்கமில்லாதவனின் இரவு போன்றவற்றின் மீதான அவருடைய வாசிப்பு அந்தக் கவிதைகளை எழுதிய எனக்கே வேறான திறப்புகளை உண்டாக்கியவை. அவருடைய அவதானம், அணுகுமுறைகளுக்குப் பின்னர் என்னுடைய பார்வையிலும் உணர்தலிலும் மாற்றங்கள் நிகழ்ந்துள்ளன.

இலக்கியப் பிரதியாக்குநர்களைப்போல, இலக்கிய விமர்சன முறையியலையும் ஒவ்வொரு விமர்சகரும் உருவாக்குகிறார்கள். அ.ரா வின் விமரிசன முறையியல் தனியான ஒன்று. இலக்கியத்தை வரலாற்றியல், பண்பாட்டியல், சமூகவியல், மொழியியல், புவியியல், அரசியல், அறிவியல், மானுடவியல் போன்றவற்றுடன் இணைத்துப் பார்ப்பதே அதுவாகும். இத்தகைய அணுகுமுறையைப் பெரும்பாலும் மாக்ஸிஸ இலக்கியத் திறனாய்வாளர்கள் செய்வதுண்டு. ஆனால், அ.ரா. அவர்களிலிருந்து வேறுபடுகிறார். இங்கே அ.ரா. பல நிலைப்பட்ட பிரதிகளையும் வாசிக்கிறார். அவற்றின் மீது தன்னுடைய பார்வைகளை முன்வைக்கிறார். அந்தப் பார்வைகள் கவனித்துப் பேச வேண்டியவையாக உள்ளன. அவை எந்த வரையறைகளுக்குள்ளும் நிற்காத படியால்.

சமகாலத்தில் ஈழ இலக்கியத்தை இத்தனை கூர்மையோடு, தொடர்ச்சியாக அவதானித்துப் பேசும் ஈழத்துக்கப்பாலான விமர்சகர்கள் குறைவு. அவருடைய இணையத்தளத்தில் *https://ramasamywritings.blogspot.com/* மாதம் இரண்டு கட்டுரைகளேனும் ஈழ இலக்கியத்தைப்பற்றியதாக இருக்கும். இதற்கப்பால் சரவணன் மாணிக்கவாசகம் போன்ற சிலர் இப்பொழுது கவனித்து வாசிக்கிறார்கள். அவர்கள் பரிந்துரைகளையே அதிகமும் செய்கின்றனர். ஆனாலும் அது பாராட்டப்பட வேண்டியதே. விமர்சனங்களாக முன்வைப்பவர்கள் குறைவு. அ.ரா அந்தக் குறையை நீக்கும் ஒருவர்.

பொருளடக்கம்

நன்றி 5

பல்துறை வாசிப்பினூடாக இந்தப் பயணம்...
கருணாகரன் 7

முன்னுரையாகச் சில குறிப்புகள்
உலகத்தமிழ் இலக்கியம் - ஈழப்போரிலக்கியம் 19

பகுதி - அ: புனை கதைகளின் விவரிப்புகள்

1. ஈழம் : போரும் போருக்குப் பின்னும் -
   அண்மைப் புனைகதைகளை முன்வைத்து........................... 31

2. ஈழப்போர்க்கால நாவல்களில் பயங்கரவாதியின் இடம்............. 59

3. வெட்டியெடுக்கப்பட்ட சதைத்துண்டு:
   லதா உதயனின் அக்கினிக்குஞ்சுகள்................................. 71

4. தமிழினி : ஒரு கூர்வாளின் நிழலில்போர்க்களத்திலிருந்து எழுத்துக்க
   ளத்திற்கு 79

5. ஆ.சி.கந்தராஜாவின் ஓர் அகதியின் பேர்ளின் வாசல்:
   புதிய வெளிகளில் விரியும் விவாதங்கள்........................... 99

6. எழுதித்தீராத பக்கங்கள் :
   செல்வம் அருளானந்தத்தில் புதுவகைப் புனைவுகள் 111

7. மாஜிதாவின் பர்தா:
   பண்பாட்டுச் சிக்கலை எழுதிய புனைவு................................ 118

பகுதி - ஆ: சிறுகதைகளின் விவாதங்கள்

1. தொகை நூல்கள் தரும் வாசிப்பு அனுபவம் 127

2. வீடற்றவர்களின் கதைகள் -
   தாமரைச்செல்வியின் வன்னியாச்சி................................ 135

3. 27 யாழ்தேவி- குறிப்புகள் வழி அலைவுநிலை பேசும் கதைகள் 141

4. போர்க்காலச் சுமைகள் 146

5. காண்மதி நீவிர் கண்டா வரச்சொல்லுங்க........................ 152

6. தமிழினி ஜெயக்குமரனின் வைகறைக்கனவு – அனுபவத்திலிருந்து
   பாத்திரமாக்கல் 169

7. மரத்தில் மறையும் யானை:
   அ.முத்துலிங்கத்தின் சிப்பாயும் போராளியும் 175
8. வாழ்தலின் விருப்பந்தேங்கிய சாவின் நெருக்கம்:
   ராகவனின் இரண்டு கதைகள் 179
9. இன்னுமொரு போரை நினைத்தல்:
   ஆ.சி.கந்தராஜாவின் நரசிம்மம் 185
10. தன்மைக்கூற்றின் பலவீனம்: நோயல் நடேசனின் சிறுகதைகள் 191
11. போர்க்கால நினைவுகளும் புலம்பெயர் எதிர்வுகளும் 198
12. சந்திக்கும் கணங்களின் அதிர்ச்சிகள்:
    புலப்பெயர்வு எழுத்துகளின் நகர்வுகள் 210
13. வீரத்திலிருந்து காமம் நோக்கி :
    புலம்பெயர்ப்புனைவுகளின் நகர்வுகள் 222
14. புலம்பெயர் எழுத்துகள்: வரலாறாக்கப்படும் புனைவுகள் 229
15. தெய்வீகனின் கதைகளுக்குள் போர்நிலை உளவியல்: 238
16. அனோஜனின் புனைவுலகில் பெண்கள் 250
17. க.கலாமோகனின் விலகல் மனம் 256
18. கடவுளும் காமமும்- உமையாழின் மூன்று கதைகள் 265

பகுதி - இ: கவிதைகளின் உணர்வுகள்

1. உணர்வுகளை எழுதும் தர்க்கம்: சேரனின் கவிதைகள் 285
2. சேரன்: கவியின் பகுப்பாய்வு மனம் 295
3. புறமாகவும் அகப்புறமாகவும் கருணாகரனின் கவிதைகளுக்குள்
   ஒரு பயணம் 300
4. விரித்தலின் அழகியல்: கருணாகரனின் கவிதை மையங்கள் 327
5. மத்தேயு என்னும் தன்மை, முன்னிலை, படர்க்கை 337
6. தில்லையின் விடாய்: உடலரசியலின் வெளிப்பாடுகள் 342
7. தன்னை முன்வைக்கும் நவீனத்துவம் -
   கவிதா லட்சுமியின் சிகண்டி 350
8. கையறு நிலையின் கணங்கள் 362

அடைவுகள் 369

முன்னுரையாகச் சில குறிப்புகள்

உலகத்தமிழ் இலக்கியம் – ஈழப்போரிலக்கியம்

இலங்கைத் தீவிலும் இந்தியத்துணைக் கண்டத்திலும் வரலாற்றுக்கு முற்பட்ட காலத்திலிருந்தே தமிழர்கள் வாழ்கிறார்கள். கலை, இலக்கியப் பனுவல்களை உருவாக்கியிருக்கிறார்கள். தமிழ்மொழியின் ஆரம்பகால நிலப்பகுதி இன்று இரண்டு நாடுகளுக்குள் இருக்கும் பகுதிகளாக இருக்கின்றன. தமிழ்நாடு இந்தியாவின் பகுதியாக ஒரு மாநிலமாக அறியப்படுகிறது. இலங்கையில் ஈழமாக அறியப்படுகிறது. இவ்விரு பகுதியும் இணைந்த நிலப்பரப்பே தமிழின் தொன்மை இலக்கியங்களான சங்கச் செவ்வியல் இலக்கியத்தின் பரப்பு. செவ்வியல் இலக்கியங்களில் தொடங்கிப் பின்னிடைக்காலமான சிற்றிலக்கியங்களின் காலம் வரை தமிழ் இலக்கியப்பரப்பு என்பது ஈழத்தமிழ்ப் பகுதிகளையும் உள்ளடக்கியதாகவே இருந்துள்ளது. 'ஈழத்து...'என்னும் முன்னொட்டோடு கூடிய கவிகளின் பெயர்களையும் கவிதைகளையும் தமிழ்க்கவிதைத் தொகைகளுக்குள் வாசிக்க முடியும்.

இடவேறுபாடுகளற்று, மொழியால் பிணைக்கப்பட்ட இந்தத் தொடர்பை அறுத்ததில் காலனி ஆதிக்க நாடுகளின் பங்குண்டு. 16 ஆம் நூற்றாண்டிற்குப் பிறகு ஐரோப்பியர்கள் வருகையைச்

சந்தித்தன தூரகிழக்கு நாடுகளும் ஆப்பிரிக்க நாடுகளும். வணிகம், சமயப்பரப்பல் ஆகியவற்றின் தொடர்ச்சியில் ஆட்சி அதிகாரத்திற்குள் செல்வாக்குச் செலுத்தத் தொடங்கினார்கள் அவர்கள். ஐரோப்பா தவிர்த்துத் தங்களின் ஆளுகைக்குட்பட்ட காலனித்துவ நாடுகளின் மனிதர்களை அவர்களின் உற்பத்தி மற்றும் வணிகப்பிரிவுப் பணிகளில் கூலிகளாக மாற்றினார்கள். மாற்றப்பட்ட கூலிகள் புலம்பெயர்க்கப்பட்டார்கள். தமிழ்நாட்டுத் தமிழர்கள் மலேசியா, சிங்கப்பூர், பர்மா, இலங்கையின் மலையகம், மொரீசியஸ் போன்ற நாடுகளுக்குப் பெயர்ந்து அந்நாட்டின் குடிகளாகவே மாறியது முதல் புலப்பெயர்வுக் காலகட்டம். அக்காலகட்டத்தில் புலம் பெயர்ந்தவர்கள் தங்களுக்குள் பேச்சுமொழியாகத் தமிழைத் தொடர்ந்து கொண்டே, எழுத்து மொழியாகவும் - கற்றல் மொழியாகவும் - அந்தந்த நாட்டு மொழிகளுக்குள் இயங்கியிருக்கிறார்கள். தாய்லாந்து, மொரீசியஸ் நாட்டுத் தமிழர்களிடம் தமிழ் இப்படித்தான் இருக்கிறது.

தமிழ்மொழி பேசும் மனிதர்களின் வாழ்க்கையில் காலனியம் ஏற்படுத்திய பெருந்தாக்கத்தைப் போலவே இலங்கையின் தனி ஈழப்போராட்டமும் பெருந்தாக்கத்தை உண்டாக்கியிருக்கிறது. போராட்டக் காலமும் போருக்குப் பிந்திய காலகட்டமும் அகதிகளாகப் பல நாடுகளுக்குப் பெயர்ந்து வாழச்செய்திருக்கின்றன. தனி ஈழப்போராட்டக் காலகட்டத்தில் உலகப் பொருளாதார உறவிலும் பெரும் மாற்றங்கள் நிகழ்ந்தன. முதலாளித்துவம் புதுவகைக் காலனிய நடைமுறையொன்றை உருவாக்கியது. தாராளமயம், தனியார் மயம், உலகமயம் என்னும் நடைமுறைகளுக்குள் உலக மனிதர்களைக் கொண்டுபோய்ச் சேர்த்தது. அதன் விளைவாக மொழி, இனம், சமயம் போன்ற அடையாளங்களை மறந்ததோடு நாட்டெல்லைகளையும் கடந்து பயணிக்க வேண்டிய நெருக்கடிகள் ஏற்பட்டன.

ஈழப்போர் காரணமான புலப்பெயர்வுக்கு முன்பே தொழில் வாய்ப்பு காரணமாகவும் புலப்பெயர்வுகள் நிகழ்ந்தன. இலங்கையிலிருந்தும் இந்தியாவிலிருந்தும் கல்விகற்று, அதன் வழியாகக் கிடைத்த வேலை வாய்ப்பினால் இங்கிலாந்திற்கும், ஆங்கிலேயர்களின் குடியேற்ற நாடான ஆஸ்திரேலியாவிற்கும் ஈழத்தமிழர்கள் புலம்பெயர்ந்ததைப்போலவே இந்தியத் தமிழர்களும் பெயர்ந்தார்கள். அவர்களின் புலப்பெயர்வு ஆஸ்திரேலியாவில்

அதிகம் இல்லை. அதற்கு மாறாகச் சிங்கப்பூர், வளைகுடா நாடுகள் போன்றவற்றிற்கு அதிகம் இருந்தன. அப்புலப்பெயர்வுகளைத் தாண்டி *1990* களுக்குப் பிறகு உருவான தகவல் தொழில்நுட்பப் பெருக்கம் - இன்னும் கூடுதலான புலப்பெயர்வுகளைச் சாத்தியமாக்கியிருக்கின்றன. இப்புலப்பெயர்வுகள் எல்லாம் தமிழை, தமிழ்ப்பண்பாட்டை, தமிழ் இலக்கியத்தைப் பன்னாட்டு அடையாளத்திற்குரியதாக ஆக்கியிருக்கின்றன என்பதை நேர்மறைப் பார்வையோடு அணுக வேண்டிய காலகட்டத்தில் இருக்கிறோம்.

குறிப்பிட்ட ஒரு மொழியைப் பேச்சுமொழியாகக் கொண்ட மனிதர்கள் புலம்பெயர்ந்து, வெவ்வேறு நிலவியல் பின்னணியில் வாழ நேர்வதில் மகிழ்ச்சிகளும் உண்டு; துயரங்களும் உண்டு. 'இது என்நாடு' என்ற எண்ணம் உண்டாக்கும் மகிழ்ச்சிக்குள்ளேயேகூட, எனது ஊரில் சுற்றமும் பந்துக்களும் சூழ வாழமுடியவில்லையே என்ற எண்ணங்களும் உருவாவதைத் தவிர்க்க முடியாது. புலப்பெயர்வுகள் மட்டுமல்லாமல் ஒரே நாட்டுக்குள்ளேயே இடம்பெயர்ந்து வாழ்பவர்களுக்கும் இவ்வகையான இழந்ததின் நினைவுகள் *(NOSTALGIA)* இலக்கிய உரிப்பொருள்களே.

இடப்பெயர்வுகள் உருவாக்கும் துயரங்களுக்கு முதன்மையாக இருப்பன பொருளாதாரக் காரணங்களே. வேலைதேடியும் தொழில் செய்வதற்காகவும் அலையும் அல்லது இடம்பெயரும் மனிதர்களின் துயரங்களை உணர்வுகளைத் தமிழ் உள்ளிட்ட இந்திய மொழிகள் பலவற்றின் இலக்கியங்களும் பதிவு செய்துள்ளன. இந்திய மொழிகளில் இங்கிலாந்திற்கும் ஐரோப்பாவிற்கும் அமெரிக்காவிற்கும் தனியார் நிறுவனக் கூலிகளாகவும் சிறுகுறு வியாபாரிகளாகவும், தொழில் ஆர்வலர்களாகவும் புலம்பெயர்ந்தவர்களின் இலக்கியங்கள் அதிகம் கிடைக்கின்றன. குறிப்பாகக் குஜராத்திகளும் ராஜஸ்தானிகளும் அதிகமாக மேற்கு நாடுகளில் சிறுவியாபாரிகளாகப் புலம் பெயர்ந்திருக்கிறார்கள். புலம்பெயர்ந்த நிலையில் குடும்ப வாழ்க்கையில் ஏற்படும் பண்பாட்டு நெருக்கடிகளைப் புனைவுகளாக்கியுள்ளனர்.

தமிழ்நாட்டுத் தமிழர்களில் உயர் மத்தியதர வர்க்கம் இங்கிலாந்து, அமெரிக்கா போன்ற நாடுகளில் உயர் சம்பளக்காரர்களாகப் பெயர்ந்து அங்கேயே நிலைபெற்றுவிட்ட வாழ்க்கையில் சந்தித்த பண்பாட்டுச் சிக்கல்கள் அதிகம் பேசப்பட்டுள்ளன.

அதன் மறுதலையாக வளைகுடா நாடுகளுக்குக் கூலிகளாகச் சென்றவர்களின் பாடுகளைத் தமிழின் புனைவுகளும் மலையாளப் புனைவுகளும் எழுதிக்காட்டுகின்றன. இந்தப் பெயர்வுகளை இலங்கையின் முஸ்லீம்கள் வாழும் கிழக்குப் பகுதி எழுத்துகளிலும் வாசிக்கமுடிகிறது.

இந்திய மொழிகளில் இடம்பெற்றுள்ள புலம்பெயர் எழுத்துகளுக்கு மாறாகத் தமிழின் -குறிப்பாக ஈழத்தமிழின் புலப்பெயர்வு அமைந்துள்ளது. உற்றாரையும் ஊரையும் நாட்டையும் இழந்து ஏதுமில்லாத ஏதிலிகளாகப் பல நாடுகளுக்கும் செல்ல நேர்ந்தது பெரும் துயரம். இந்த அனுபவம் இந்தியத்துணைக் கண்டத்தில் வாழும் பிற தேசிய இனங்களுக்குக் கிடைக்காத அனுபவம். தமிழ்மொழி பேசும் ஒரு தேசிய இனம் அவற்றைத் தனது மொழியின் வளமான இலக்கியமாக மாற்றிக்கொண்டதின் மூலம் இலக்கியச்செல்வமாக மாற்றியிருக்கிறது. இதனைத் துயரத்தின் பகுதியாகப் பார்க்காமல், நேர்மறைப் பலனாகப் பார்க்கவும் முடியும்.

ஈழநாட்டுக்கோரிக்கையின் விளைவாக நடந்த போர்கள் தமிழ்பேசும் மனிதர்களை உலகின் பலநாடுகளுக்கும் கொண்டுபோய்ச் சேர்த்திருக்கிறது. அகதிகளாகப் போனவர்கள், அந்தந்த நாட்டுக் குடியேற்றச் சட்டங்களுக்கேற்ப இரண்டாம் நிலை, மூன்றாம் நிலைக் குடிமக்களாக ஆகியிருக்கின்றனர். அங்கு வாழநேர்ந்தபோது குடியேற்றப் பிரச்சினைகளோடு தனிமனித, குடும்பச்சிக்கல்களும், பண்பாட்டு நெருக்கடிகளும் ஏற்படுவது தவிர்க்கமுடியாதவை. அவற்றைப் பதிவுசெய்து எழுதப் பெற்ற தமிழ் இலக்கியம் உலகத்தமிழ் இலக்கிய வரைபடத்தை உருவாக்கும் எண்ணத்தைக் கல்வியுலகத்திற்கு உருவாக்கியிருக்கிறது.

காலனிய அதிகாரத்தை உருவாக்கிக் கொண்ட ஐரோப்பிய நாடுகள், தங்கள் நாட்டு மனிதர்களை அதிகாரிகளாகவும் அலுவலர்களாகவும் அனுப்பிவைத்ததையே கதைகளாகவும் கவிதைகளாகவும் எழுதிவைத்த இலக்கியங்களைக் கொண்டு உலக இலக்கிய வரைபடங்களை உருவாக்கியிருக்கின்றன. உலகின் பல நாடுகளில் பேசப்படும் மொழியாகவும் அதிகாரத்துவ மொழியாகவும் இருக்கும் ஆங்கிலத்தின் உலக இலக்கிய வரைபடத்திற்குள் அமெரிக்க ஆங்கில இலக்கியம் தனித்துவத்தோடு

இருக்கிறது. அதற்கிணையாக ஆப்பிரிக்க ஆங்கில இலக்கியம், ஆஸ்திரேலிய ஆங்கில இலக்கியம் போன்றனவும் இருக்கின்றன. இந்தியப் பல்கலைக் கழகங்களில் கூட இந்திய ஆங்கில இலக்கியம் தனித்ததொரு துறையாக வளர்ச்சி பெற்றுள்ளது. இதற்கிணையாக உலக வரைபடத்தைக்கொண்ட இன்னொரு மொழியாக பிரெஞ்சு மொழி இருக்கிறது. லத்தீன் அமெரிக்காவிலும் கனடாவிலும் ஆப்பிரிக்காவிலும் பிரெஞ்சு இலக்கியம் தனி அடையாளத்தைக் கொண்டு வளர்ந்துள்ளது. அவ்விரண்டிற்கும் அடுத்ததாக ஸ்பானிய மொழியின் இலக்கியங்கள் தென்னமெரிக்கப் பரப்பிலிருந்தும் ஆப்பிரிக்க நாடுகளிலிருந்தும் கிடைக்கின்றன. உடைபடாத சோவியத் யூனியன் இருந்த காலத்து ருஷ்ய இலக்கியம் அதன் நட்பு நாடுகளான போலந்து, செக், ஹங்கேரி போன்ற நாட்டுப்பரப்பிலிருந்தும் கிடைத்தன.

19- ஆம் நூற்றாண்டு வரை தமிழ் இலக்கியப்பனுவல்கள் இந்தியா, இலங்கை என இருநிலப்பரப்பிலிருந்து மட்டுமே கிடைத்து வந்தன. இப்போது தமிழ் இலக்கியப்பனுவல்கள் அனைத்துக் கண்டங்களிலிருந்தும் கிடைக்கின்றன. பூர்வீகத் தமிழ் நிலங்களைத் தாண்டி 20- ஆம் நூற்றாண்டின் தொடக்கத்தில் மலேசியத் தமிழர்களும் அவர்களைத் தொடர்ந்து சிங்கப்பூர்த் தமிழர்களும் தங்களின் இருப்பை இலக்கியப்பனுவல்களில் பதிவுசெய்யத் தொடங்கினர். இவ்விரு நிலப்பரப்பிலிருந்து கிடைக்கும் தமிழ்ப்பனுவல்களில் தமிழ்நாட்டிலிருந்து புலப்பெயர்ந்த மன அலைவுகளும், புலம் பெயர்ந்த இடங்களில் இருப்புக் கொள்ள முடியாமல் தவித்த தவிப்புகளும் பதிவாகிக் கொண்டிருக்கின்றன. இரண்டாம் தலைமுறை மூன்றாம் தலைமுறைத் தமிழர்களின் இலக்கியப்பனுவல்களில் அந்த மனம் காணாமல் போக, இப்போதுள்ள நாட்டின் பண்பாட்டு நடவடிக்கைகளில் தங்களின் இடத்தை உறுதிசெய்யும் நோக்கங்கள் நிறைவேற்றப்படுகின்றன. அந்த முனைப்பை மலேசிய, சிங்கப்பூர்த் தமிழர்களின் புதிய தலைமுறை எழுத்துகளில் அதிகம் காணமுடிகிறது.

2000 -க்குப் பின்னான தமிழ் இலக்கியப்பரப்பு, ஈழத்தமிழர்களின் புலம்பெயர் தமிழ் இலக்கியப்பனுவல்களால் நிரம்பத்தொடங்கியது. இலக்கிய உருவாக்கத்திற்குத் தூண்டுகோலாக இருக்கும் பாதிக்கப்பட்ட - விளிம்புநிலை நிலை மக்களின் தொகுதியின் குரலாக அவை வெளிப்படுகின்றன. வெளிப்பாடுகள் பெரும்

தொகுப்புகளாகக் கிடைக்கின்றன. லண்டன், பாரிஸ், கனடாவின் டொரண்டோ, ஆஸ்திரேலியா, நார்வே போன்ற இடங்களிலிருந்து இயங்கும் ஈழத்தமிழ் குழுக்களின் தொகுப்புகள் பற்றிய அறிமுகங்களும் விவாதங்களும் முன்னெடுக்கப்பட வேண்டும். சேரன், அ.முத்துலிங்கம், ராஜேஸ்வரி பாலசுப்பிரமணியம், ஷோபாசக்தி, குணா கவியழகன், நோயல் நடேசன் போன்ற தனித்த ஆளுமைகளின் எழுத்துகள் தொடர்ந்து வாசிக்கக் கிடைக்கின்றன. புதிதாகத் தொடங்கப்பட்டுள்ள இணைய இதழ்களின் தொகுப்புகளும் தொடர்ந்து இணையத்தில் கிடைக்கின்றன.

இலங்கைத் தமிழர்களின் இருபத்தைந்தாண்டு (1983-2009) க் காலப் போராட்டத்தை, வரலாற்றின் பக்கங்களில் எவ்வாறு எழுதுவீர்கள்? என ஒரு வரலாற்று ஆசிரியரிடம் கேட்டுப் பாருங்கள். உடனடியாக எந்தப் பதிலையும் அவர் சொல்லிவிட மாட்டார். காரணம் ஈழத்தமிழர்களின் கனவான ஈழத்தனிநாடு கிடைக்குமா? கிடைக்காதா? என்ற முடிவு தெரியாமல் வரலாற்றை எப்படி எழுதுவது என்ற குழப்பம் தான். எந்த ஒரு நிகழ்வையும் வெற்றி- தோல்வியைக் கொண்டே முடிவு செய்யும் அடிப்படைப் பார்வை கொண்டது வரலாறு. அதனால் அது நிகழ்காலத்தைப் பற்றிய கருத்துரைப்பை எப்போதும் தள்ளிப் போடவே செய்கிறது. ஆனால் இந்தக் கேள்விக்கு இலக்கிய ஆசிரியர் கூடத் தேவை இல்லை. இலக்கிய மாணவனே உடனடியாகப் பதில் சொல்லத் தொடங்கி விடுவான். ஏனென்றால் இலக்கியம் முடிவுகளுக்காகக் காத்திருப்பதில்லை. எல்லா நிகழ்வுகளையும் நடந்து கொண்டிருக்கும் போதே பதிவு செய்வதும், அவை பற்றிக் கருத்துரைப்பதும், விமரிசிப்பதும் தன்னுடைய வேலை என்று கருதுகிறது இலக்கியம்.

ஒவ்வொரு நிகழ்வையும் நேர்மறையாகவும் எதிர்மறையாகவும் சொல்லி வைத்துக் கட்டியங்கூறும் வேலையை இலக்கியம் தன்னுடைய குணமாகக் கொண்டிருக்கிறது. கூறும் கட்டியம் நடக்காமல் போய்விடுமோ என்ற தயக்கம் எல்லாம் இலக்கியத்திற்குக் கிடையாது. ஒரு நிகழ்வின் தொடக்க அசைவையே கண்டறிந்து கருக்கொள்ளும் நிலையில் முன்னறிவித்து விடுவது இலக்கியவாதிகளின் வேலை. காத்திரமான நிகழ்வுகள் பலவற்றிற்கு முன்னறிவிப்பாக இலக்கியம் விளங்கியதற்கு உலக இலக்கியங்களில்

பல உதாரணங்கள் உண்டு என்றாலும் பாரதியின் வரிகளை ஆகச் சிறந்த உதாரணம் எனச் சொல்லலாம். இந்தியா விடுதலை அடைந்த ஆண்டு 1947. ஆனால் பாரதி "ஆடுவோமே...பள்ளுப் பாடுவோமே.. ஆனந்த சுதந்திரம் அடைந்து விட்டோமென்று" என்று எழுதிய காலம் 1920-க்கும் முன் என்பதை நாம் அறிவோம்.

விடுதலை வேட்கை கொண்டு போராட்டங்கள் தொடங்கும் ஒரு கூட்டத்திற்குப் பல்வேறு விதமான வாழ்க்கை முறைகளின் அறிமுகம் தானாகவே வந்து சேரும். சொந்த ஊரை விட்டு வெளியேறி வேற்றிடத்திற்குப் பெயர வேண்டிய கட்டாயங்கள் தவிர்க்க முடியாதவை. போராட்டம், கலவரமாக மாறிப் பின்னர் போராக வடிவம் கொள்ளுதல் தேச விடுதலையின் பரிமாணங்கள். சிறைவாழ்க்கை என்ற நிலையிலிருந்து உடல் சிதைத்தல், வன்புணர்ச்சி எனத் தொடங்கிய துயரம் உயிரிழப்புகள், ஊரழிப்புகள் என மாறிய போதும் ஈழத்தமிழர்களின் குரல்கள் ஓயாது ஒழித்தன.

போரின் தாக்குதலை அதன் வலியோடும் வாதனையோடும் பதிவு செய்யும் விதமாக ஒரு கவிதைத் தொகுப்பு வெளி வந்தது. மரணத்துள் வாழ்வோம் (1985) என்ற படிமத்தின் வழியே போரின் காட்சிகளை அந்தத் தொகுப்பில் 31 கவிஞர்கள் பதிவு செய்திருந்தனர். 1996 - இல் கோவை, விடியல் பதிப்பக வெளியீடாக அந்தத் தொகுப்பு தமிழ்நாட்டில் மறுபதிப்புச் செய்யப்பட்ட போது பெரும் வாசகத்தளத்திற்குள் ஈழப்போர்க்காட்சிகளைக் கொண்டு வந்து சேர்த்தது. தமிழ் நாட்டில் மரணத்துள் வாழ்வோம் தொகுப்பு வெளி வந்த அந்தக் காலகட்டத்தில் ஈழப் போரின் முகமே மாறி இருந்தது.

சொந்த ஊரை விட்டு வெளியேறும்படி நிர்ப்பந்திக்கப்பட்ட தமிழர்களில் ஏராளமானோர் சொந்த நாட்டை விட்டே இடம் பெயர வேண்டிய கட்டாயத்திற்கு ஆளானார்கள். அந்தக் கட்டாயத்தை ஏற்படுத்தியவர்கள் சிங்கள அரசும் சிங்களப் படைகளும் மட்டும் அல்ல என்பதை எழுத வேண்டியது வரலாற்றின் பக்கங்கள். வரலாறு பதிவு செய்யாமல் போய்விடும் என்பதால் இலக்கியங்கள் தொடர்ந்து பதிவு செய்து கொண்டே இருந்தன. மரணத்துள் வாழ்வோம் என்ற வைராக்கிய மனம் தளர்ச்சியடைந்து அகதிகளின் முகங்களாக மாறிவிட்டன.

எங்கள் மண்ணும் வீதிகளும் அந்நியப் பதிவுகளாகி விட்டன. யுத்தத்தின் ரத்த சாட்சியங்களை எழுதித் தீர்ந்து விட்டன எங்கள் பேனாக்கள். உயிர்த்தெழும் காலத்திற்காகக் காத்திருக்கிறோம். எங்கள் தெருக்களைக் கனவிலும் காண முடியாத இந்தத் தலைமுறைக்கு எந்த வெளியை எங்கள் பூமியாகச் சொல்லுவோம். எங்கள் வெளி வேறாகி நின்றதின் காரணங்களை யார் சொல்லுவார் என்று பேசிய ஈழத்து இலக்கியம் இப்போது யுத்தத்தைத் தின்போம் என்ற நிலைக்கு வந்திருக்கிறது. ஈழத்தின் 25 ஆண்டு இலக்கியப்பதிவுகளையும் ஒருசேரத் தொகுத்துப் பேசும் சொல்லாகப் புலம் பெயர் இலக்கியம் என்னும் வகைப்பாடு அமைகிறது.

ஆங்கிலத்தில் டையோஸ்போரா இலக்கியம் *(Diaspora literature)* என்னும் வகைப்பாடு ஏற்கெனவே இருக்கும் ஒன்று. இரண்டாம் உலகப் போருக்குப் பின் உலக நாடுகள் பலவற்றில் சிதறிக் கிடந்த யூதர்கள் தங்களின் அடையாளத்தை மீட்கவும் தங்களுக்கென ஒரு தேசம் இல்லையென்றும் பேசிய அந்தப் பின்னணியைக் குறிக்கும் சொல்லாக டையோஸ்போரா என்னும் சொல் இலக்கிய விவாதங்களில் இடம் பெற்றுள்ளது. சிதறடித்தல், தேச அடையாளம் வேண்டல் என்ற அந்த மனநிலை ஈழத்தமிழர்களின் இன்றைய நிலைக்கு ஏறத்தாழப் பொருந்திப் போகும் என்ற அளவில் புலம்பெயர் இலக்கியம் என்ற சொல்லை ஆங்கில டையோஸ்போராவின் மொழிபெயர்ப்பாகக் கொள்ளலாம்.

புலம்பெயர் இலக்கியம் என்பதைப் புலம் பெயர்ந்தோரின் இலக்கியம் எனக் குறுக்கிப் பார்த்து, புலம்பெயர்வினால் ஏற்பட்டுள்ள பொருளாதார, பண்பாட்டு மாற்றங்களையும், அடையாளமிழப்பையும் பேசும் நிலைக்குப் பல விவாதங்கள் சென்றுள்ளன. அதற்குப் பதிலாகப் புலம் பெயர்வதற்கான காரணம் என்ற மூலத்திலிருந்து தொடங்கினால், ஒட்டு மொத்தப் போராட்ட வரலாற்றையும் பேச வேண்டிய தேவை அதில் உள்ளது என்பது புரியலாம். அவ்வாறு பேச வில்லையென்றால் சொந்த ஊரையும் நாட்டையும் நினைத்து ஏங்கும் இழப்பின் துயரப் பதிவுகளாக*(Nostalgia)* மட்டும் புலம்பெயர் இலக்கியம் நின்று போகும் வாய்ப்புண்டு. புலம் பெயர்ந்த தமிழர்கள் அதிகம் வாழ்கின்ற நாடுகளுள் ஒன்று கனடா. அந்நாட்டின் டொரண்டோ நகரில் மட்டும் சில லட்சம் தமிழர்கள் வாழ்கின்றனர். தமிழ்ப்

பள்ளிகளும், கலை இலக்கிய அமைப்புக்களும் செயல்படுகின்றன. நேரில் பார்த்திருக்கிறேன்; பங்கேற்றிருக்கிறேன்.

கனடாவின் டொரண்டோ பல்கலைக்கழகத்தில் 2016 -இல் புலம் பெயர்ந்தோர் இலக்கியம் பற்றி ஒரு கருத்தரங்கம் நடைபெற்றது. அதே போல் தமிழ் நாட்டில் காந்தி கிராமப் பல்கலைக்கழகம், தமிழ் இலக்கியத்தில் புலம் பெயர்ந்தோர் இலக்கியப் பதிவுகள் என்ற பொருளில் ஒரு கருத்தரங்கத்தை நடத்தியது. அந்தக் கருத்தரங்கில் கலந்து கொள்வதற்காக நான் நமது வெகுமக்கள் ஊடகங்களான பத்திரிகைகளையும் திரைப்பட ஊடகங்களையும் மறுவாசிப்பாகத் திரும்பிப் பார்த்தேன். ஈழத்து வாழ்க்கையை ஊடகங்கள் மூன்று சொற்களின் வழியாகத் தந்துள்ளன.

இந்திய அமைதி காக்கும் படை எனப் பெயரிட்டுக் கொண்டு இந்திய ராணுவம் இலங்கைக்குச் செல்லுவதற்கு முன்பு நமது பத்திரிகைகள் பயன்படுத்திய சொல் போராளிகள். இந்திய ராணுவம் அங்கு போய்த் திரும்பிய பின் பயன்படுத்திய சொல் அகதிகள். அமைதிப் படையை அனுப்புவதற்குக் காரணமான இந்தியப் பிரதமர் ராஜீவ் காந்தி கொலை செய்யப்பட்ட பின் பயன்படுத்திய சொல் புலிகள். விடுதலைக்காகப் போராடிய போராளிகள் இன்று அச்சமூட்டும் புலிகள் என்ற விலங்கின் குறியீடாக ஆக்கப்பட்டதின் பின்னணியில் ஊடகங்களின் பங்கு உண்டு என்பதும், அவ்வாறு கட்டமைக்கப்படும்படி ஊடகங்கள் நமது அரசு இயந்திரத்தின் கண்ணிகளால் பயிற்றுவிக்கப்பட்டன என்பதை விரிவான ஆய்வுகளால் சொல்ல முடியும். பத்திரிகைகள் மட்டும் அல்ல திரைப்படங்களும் கூட அப்படியான சித்திரங்களைத் தான் தந்துள்ளன.

சந்தோஷ் சிவன் இயக்கிய மல்லி, கமல்ஹாசன் நடித்த தெனாலி, பாலா இயக்கிச் சூர்யா நடித்த நந்தா, மணிரத்னத்தின் கன்னத்தை முத்தமிட்டால், சமீபத்தில் வந்த ராமேஸ்வரம் போன்ற படங்களைப் போட்டுப் பாருங்கள். பார்க்கும் போது முடிந்தவரை நான் இந்தியன் என்ற அடையாளத்தைக் கொஞ்சம் கழற்றிவைத்து விட்டு பார்க்கும்படிக் கேட்டுக் கொள்கிறேன். அப்படிப் பார்த்தால் நமது ஊடகங்களின் நோக்கம் புரியக்கூடும்.

★★★

மலேசியாவிற்கும் சிங்கப்பூருக்கும் தமிழர்கள் இடம்பெயர்ந்த சூழல்களும் பாடுகளும் எழுதப்பட்டுள்ளன. மொரீசியஸ், அரபுநாடுகள், ஆப்பிரிக்க நாடுகள் போன்றவற்றிற்குப் போய் அடையாளமிழக்கும் மனிதர்களாகவும் தமிழ் மக்கள் வாழ்கிறார்கள். அவற்றை இலக்கியம் பதிவுசெய்யவில்லை. ஆனால் வாய்மொழி இலக்கியப்பதிவுகளாகப் பதிவுசெய்யமுடியும். மலேசியாவின் ஆரம்பக்கட்டத் தமிழ்ப் பதிவுகள் கூட வாய்மொழித்தன்மைகள் தான். அவையெல்லாமும் தொகுக்கப்படவேண்டும். அவற்றிலிருந்து உலகத் தமிழ் இலக்கிய வரைபடத்தை உருவாக்க முடியும். இந்த வரைபடத்தில் தமிழ் நாட்டுத் தமிழ் இலக்கியத்தின் பங்கையும் இடத்தையும் மதிப்பிட வேண்டும்.

இப்படியான பெருந்திட்டத்தைத் தனிநபர்களால் நிறைவேற்றிட இயலாது. பல்கலைக்கழக ஆய்வுகளின் வழியாகவே இந்த இலக்கை அடையமுடியும். அதுவும் கூட ஒரேயொரு பல்கலைக்கழகத்தின் ஒரு துறை வழியாக நிறைவேற்றுதல் சாத்தியமில்லை. தமிழ்நாடு, இலங்கை, மலேசியா, சிங்கப்பூர் பல்கலைக்கழகங்களின் ஒருங்கிணைப்போடு ஐரோப்பியாவிலும் கனடாவிலும் இயங்கும் தமிழ் இருக்கைகளும் இணைந்தால் இந்தத்திட்டம் முழுமையாக நிறைவேறும். அதன் முடிவில் உலகத்தமிழ் இலக்கிய வரைபடமும் அதன் பெருந்தொகைகளும் தமிழ்மொழியின் வளமான எதிர்காலத்திற்குக் கையளிக்கப்படும்.

பகுதி - அ

புனைகதைகளின் விவரிப்புகள்

1. ஈழம்: போரும் போருக்குப் பின்னும் – அண்மைப் புனைகதைகளை முன்வைத்து

இலக்கிய உருவாக்கத்தில் உள்ளடக்கத்திற்கும் வடிவத்திற்குமான உறவுபற்றிய சொல்லாடல்கள் முடிவிலியாகத் தொடர்பவை. எழுதப்படும் நிகழ்வு ஒன்றே ஆயினும், வெளிப்பாட்டுத்தன்மையையும் எழுப்பும் விவாதங்கள் அல்லது விசாரணைகளையும் இலக்கியத்தின் வடிவமே தீர்மானிக்கிறது. அடிப்படை இலக்கிய வடிவங்களான கவிதை, நாடகம், கதைகள் என்ற மூன்றிலும் எல்லாவற்றையும் எழுதிக் காட்டமுடியும் என்றாலும், வெளிப்படும்போது வேறுபாடுகள் தவிர்க்க முடியாதவைகளாக இருக்கின்றன. என்றாலும் ஒவ்வொரு வடிவத்திற்கும் பொருத்தமான சம்பவங்களும் சொல்முறையும் இருக்கவே செய்கின்றன. இலக்கியப் பிரதிகள் அடிப்படையில் மனிதர்களின் உணர்வுகளையும், உறவுகளையும் பதிவுசெய்யும் வெளிப்பாட்டு வடிவங்கள். உணர்வுகளும்சரி, உறவுகளும்சரி மனிதர்களுக்கிடையேயானதாகவும், மனிதர்களுக்கும் இயற்கைக்கு மிடையேயானதாகவும் இருக்கின்றன.

இந்தக் கட்டுரை இலங்கைத் தீவில், ஈழம் என்றொரு தனிநாட்டுக் கருத்தியலை முன்வைத்து நடந்த போரின் பின்னணியில் எழுதப்பட்ட 12 புனைகதைகளை (நாவல்கள்) பண்பாட்டு நிலவியல் [CULTURAL GEOGRAPHY] என்னும் திறனாய்வு அணுகுமுறையை முன்வைத்து வாசித்துள்ளது. இப்புனைகதைகளின் இலக்குகளையும்

நோக்கங்களையும் விவாதிப்பதே கட்டுரையின் நோக்கம் என்றாலும், அதனைப் பண்பாட்டு நிலவியல் பின்னணியை முதன்மைப்படுத்தி வாசிக்க இரண்டு காரணங்கள் உண்டு.

நாம் வாழும் இந்தச் சமகாலம் -21 ஆம் நூற்றாண்டின் இலக்கியவகையான புனைகதைகளை வாசிக்க மிகப்பொருத்தமான அணுகுமுறை அது என்பதை ஏற்றுக்கொண்டது. பல்வேறு காரணங்களால் இடப் பெயர்ச்சிகளும் புலப் பெயர்ச்சிகளும் அதிகமாகிக் கொண்டிருக்கும் காலம் நமது சமகாலம். இடப்பெயர்வு அல்லது புலம்பெயர்வு போன்ற பெருநிகழ்வுகளை எழுதும்போது பெருவெளிப் பரப்பையும், நீண்ட காலப் பின்னணியையும், எண்ணிக்கையில் கூடுதலான பாத்திரங்களையும் அனுமதிக்கும் இலக்கியவகைமையே அதற்குத் தேவை. அத்தகையதொரு இலக்கியவகைமையாக இருப்பது புனைகதைகள். தமிழில் மட்டுமல்ல வளர்ச்சியடைந்த உலகமொழிகள் பலவற்றிலும் சமகால இலக்கிய வடிவமாக நாவல் கருதப்படுகிறது. நம் காலத்தின் முதன்மை இலக்கிய வடிவமாகக் கருதப்படும் நாவல் இலக்கியங்களை அவற்றின் உருவாக்கக் காரணிகளோடு இணைத்துப் பேசும் இலக்கியத்திறனாய்வு - அணுகுமுறையாகக் கருதப்படுகிறது பண்பாட்டு நிலவியல். இப்புதிய திறனாய்வு அணுகுமுறையின் பின்னணியில் புனைகதைகளை வாசிப்பதன் மூலம், அவை உருவாக அல்லது எழுதப்படக் காரணமாக இருந்த உரிப்பொருளை விவாதத்திற்குள்ளாக்கி முடிவுகளை முன் வைக்கமுடியும். இது முதல் காரணம். பண்பாட்டு நிலவியல் என்னும் திறனாய்வு அணுகுமுறை, தமிழின் தொடக்கநிலை இலக்கியவியலான தொல்காப்பியரின் திணைசார் பொருள்கோட்பாட்டோடு நெருங்கிய உறவுடையது எனக் கருதுவது இரண்டாவது காரணம்.

இலக்கியமும் பண்பாட்டு நிலவியலும்:

மனிதர்களை, மனிதர்களின் வாழ்வெளியால் உருவாக்கப்படும் பண்பாட்டுக் கூறுகளோடு இணைத்து ஆய்வு செய்யவேண்டும் என வலியுறுத்தும் பண்பாட்டு நிலவியல் அதனளவில் இலக்கியத்தோடு நேரடித் தொடர்பு கொண்டது அல்ல. ஆனால் மனிதர்களின் வாழ்க்கை மற்றும் மன அமைப்புகளே இலக்கிய உருவாக்கத்திற்குக் காரணம் என்னும் பொது அடிப்படையில் பண்பாட்டு நிலவியல் இலக்கியத்தோடு உறவுடையதாக

இருக்கிறது. எனவே பண்பாட்டு நிலவியல் எவற்றையெல்லாம் தன்னுடைய ஆய்வுக்கருவியாகவும் வெளியாகவும் கருதுகின்றதோ, அவற்றையெல்லாம் இலக்கியத்திறனாய்வு தனக்கான கருவியாகக் கொள்ளமுடியும். நிலப்பரப்பிற்குப் பதிலாக இலக்கியப் பிரதி/ பனுவல் என்னும் பரப்பிற்குள் தேடித் தொகுத்துக்கொண்டு பண்பாட்டு நிலவியல் இலக்கிய அணுகுமுறையாக - புதுவகை அணுகுமுறையாக மாற்றம் பெற்றுள்ளது

பண்பாட்டு நிலவியல் என்பது பண்பாட்டு உற்பத்தி, அதற்கான விதிகள் ஆகியவற்றைப் பற்றிக் கவனம் செலுத்துவதோடு, அவற்றின் வெளியைக் குறுக்கும்நெடுக்குமாக நிறுத்திக்காட்டி அவற்றிற்கு இடையேயுள்ள உறவுகளையும் விளக்க முனைகிறது. பொருளாதார உற்பத்தி முறைகள், அரசின் கட்டமைப்புகள், கலை, இசை, கல்வி, மொழி, சமயம் போன்றனவற்றை முக்கியமான பண்பாட்டு நடவடிக்கைக் கூறுகளாகக் கருதுகிறது. இவை எவ்வாறு? அல்லது ஏன்? மக்களுக்குத் தேவையாக இருக்கின்றன. அந்தத் தேவை குறிப்பிட்ட வெளி சார்ந்த தேவையாக இருக்கின்றனவா? நிரந்தரத் தேவைகளாக இருக்கின்றனவா? எனப் பேசுகிறது. இந்தப் பின்னணியில் உலகமயமும் இதன் கவனத்திற்குரிய பொருளாக ஆகியிருக்கிறது. ஏனென்றால் இவ்வம்சங்கள் அனைத்தும் உலகமயத்தின் பின்னணியில் ஓரிடம் விட்டு இன்னோர் இடத்திற்குப் பயணம் செய்யும் நெருக்கடிகளைச் சந்திக்கின்றன.

முதன்மைத் தரவுகள்: சில குறிப்புகள்

இந்தக் கட்டுரைக்காக வாசிக்கப்பட்ட புனைகதைகள் பன்னிரண்டு. இப்பன்னிரண்டும் 2009 முள்ளிவாய்க்கால் பேரழிவுக்குப் பிந்தி வெளியாகியுள்ளன. இப்பன்னிரண்டைத் தாண்டிக் கூடுதலாகச் சில புனைகதைகள் வந்திருக்கக்கூடும்.

1. விமல் குழந்தைவேல்-கசகறணம்(2011)
2. சயந்தன் - ஆறாம்வடு (2012) தமிழினி, சென்னை.
3. தமிழ்க்கவி - ஊழிக்காலம் (2013) ,தமிழினி, சென்னை.
4. ஸர்மிளா ஸெய்யித் - உம்மத், காலச்சுவடு, நாகர்கோவில் (2013, 2015)
5. குணா கவியழகன்-நஞ்சுண்ட காடு (2014) அகம், சென்னை.

6. தேவகாந்தன் - கனவுச்சிறை (2014) காலச்சுவடு, நாகர்கோவில்.

7. சயந்தன் - ஆதிரை (2015) தமிழினி, சென்னை.

8. சாத்திரி - ஆயுத எழுத்து (2015)

9. குணா கவியழகன்-விடமேறிய கனவு (2015) அகம், சென்னை.

10. ஷோபா சக்தி - Box கதைப்புத்தகம் (2015), கருப்புப் பிரதிகள், சென்னை.

11. சேனன் - லண்டன்காரர் (2015) கட்டுமரம் பதிப்பகம், லண்டன்

12. குணா கவியழகன் - அப்பால் ஒரு நிலம் (2016) தமிழினி, சென்னை.

புனைகதை வாசிப்பு பற்றிச் சில குறிப்புகள்:

புனைகதைகள் ஐரோப்பியரின் வருகைக்குப்பின் உருவான இலக்கிய வகைமை. எனவே அவற்றைப் பற்றிய விவாதங்களைப் பேச ஐரோப்பியத் திறனாய்வுக் கலைச்சொற்களே பொருத்தமானவை என்றொரு கருத்து உள்ளது. அக்கருத்தாளர்கள் தமிழின் முதன்மை இலக்கியவியல் பனுவலான தொல்காப்பியத்தின் அடிப்படை நோக்கத்தைச் சரியாகப் புரிந்துகொள்ளாதவர்கள். அப்பனுவல் கவிதைக்கான கலைச் சொற்களைத் தரும் பனுவலன்று. இலக்கியமென்னும் பொதுநிலைக்கான கலைச் சொற்களை முன்வைக்கும் பனுவல்.

தொடக்கநிலைக் கவிதைகளை அகம், புறமெனப் பிரித்துப் பேசிய தமிழின் இலக்கியவியல் பனுவலின் மையநோக்கத்தை உரிப்பொருள் எனச் சொன்னது. நவீன இலக்கியவியலில் உரிப்பொருளாகக்(theme) கருதப்படும். உரிப்பொருள் வெளிப்பட நிலமும் பொழுதுமான முதல் பொருளும், அவற்றிற்குரிய கருப்பொருளும் பின்னணியாக அமையும் என்பது அதன் அடிப்படை வரையறை. இவையே மேற்கத்திய இலக்கியவியலைப் பின்பற்றும் நவீனத்திறனாய்வில் காலப்பின்னணியாகவும் இடப் பின்னணியாகவும் கருதப்படுகின்றன.

ஒன்பது எழுத்தாளர்களின் பன்னிரண்டு நாவல்களும் அச்சாகி வாசிப்புக்குக் கிடைத்த காலம் இலங்கைத் தமிழர் போராட்ட வரலாற்றில் 'போருக்குப் பிந்திய காலம்'. ஆனால் நாவல்களுக்குள்

விவாதமாகும் காலம் பெரும்பாலும் போர்க்காலகட்டம். 12 பிரதிகளில் லண்டன்காரார் தவிர்த்து மீதமுள்ள 11 நாவல்களின் கதைவெளி, கதைநிகழும் காலம், நிகழ்வுகளில் இடம்பெறும் பாத்திரங்கள் ஆகியன சார்ந்து முழுமையும் போர்க்கால நாவல்கள் என வகைப்படுத்தத்தக்கன. நாவல் இலக்கிய வடிவத்தின் வழமையான நேர்கோட்டுக் கதைகூறல் உத்தி 10 நாவல்களில் வெளிப்பட்டுள்ளன. நேர்கோட்டுக் கதைசொல்லலில் நேரடிக்கூற்று, மனப்பதிவு, நினைவோடைக்குள் பயணம், அதன் வழியாகக் கடந்த காலத்திற்குள் சென்று வருதல் போன்றன கூற்றுமுறைகளாக உள்ளன. ஆனால் ஷோபா சக்தியின் Box (பாக்ஸ்) கதைப்புத்தகம் நாவலை அத்தகைய கூற்றுமுறையில் அமைந்துள்ள நாவல் என்று சொல்ல முடியாது. நேர்கோட்டுக் கதை சொல்லலைத் தவிர்ப்பதற்காகக் கேட்டுச் சொல்லும் புராணிகத்தன்மையைக் கொண்டுள்ளது.

தமிழின் இலக்கியவியல் அடிப்படையில் சொல்வதானால் போரும் போரின் நிமித்தமுமே இப்பதினொரு நாவல்களின் உரிப்பொருள். அவைகளில் விவரிக்கப்படும் தொடர்ச்சியான, தொடர்ச்சியற்ற நீண்டகாலப் போர்நிகழ்வுகள் சார்ந்தும், போர்க் காரணங்கள் அடிப்படையிலும் வெட்சிப் போர், வஞ்சிப்போர், உழிஞைப்போர், தும்பைப்போர் எனப்பிரித்துக்கூடச் சொல்ல முடியும். அப்போர்க்காலத்திய இலக்கியப் பனுவல்களில் இடம்பெற வேண்டிய கருப்பொருட்களும் முதல் பொருட்களும் கூடப் பதிவுசெய்யப்பட்டுள்ளன என்பதையும் பொருத்திக் காட்டலாம். அதேபோல் போருக்குப் பிந்திய நிகழ்வுகளைப் பாடும் திணைகளான வாகை, பாடாண், காஞ்சி, ஆகியனவற்றின் தன்மைகொண்ட நிகழ்வுகள் போர்களுக்கிடையே ஏற்பட்ட சமாதான காலத்தில் நிகழ்ந்தன என்பதை ஆசிரியர்கள் எழுதியுள்ளனர் என்பதும் கவனிக்கத் தக்கனவாக இருக்கின்றன. 2009, முள்ளிவாய்க்கால் பேரழிவுக்குப் பிந்திய புலம்பல்களும் கதியற்ற தன்மையும் காஞ்சித் திணையின் உரிப்பொருளான நிலையாமையோடு தொடர்புகொண்டன என்பதையும் விளக்க முடியும். ஆனால் கட்டுரையின் நோக்கம் அதுவல்ல.

பண்டைத்தமிழர்களின் போர்த்தன்மைகளையும் பெருமிதங்களையும் உள்வாங்கிய ஈழப்போர் பேரழிவாய் முடிந்து 6 ஆண்டுகள் முடிந்து விட்டன. இந்த 6 ஆண்டு காலத்தில் தான் இந்தப் புனைகதைப்

பனுவல்கள் எழுதப்பட்டு வாசிப்புக்குக் கிடைக்கின்றன.

லட்சக்கணக்கான மனித உயிர்களைக் காவு கொண்டதோடு, அதற்கிணையான எண்ணிக்கையில் சொந்த நிலத்திலிருந்து அகதிகளாய் வெளியேற நேர்ந்த மனிதர்கள் இந்தப் பூமிப்பரப்பின் பல இடங்களிலும் அலைந்துகொண்டிருக்கிறார்கள். அவர்களைத் தாங்க வேண்டியதும், தக்க வாழ்க்கையை வழங்க வேண்டியதும் மனிதாய குணம்கொண்ட உலக மனிதர்களின் கடமை. இந்தக் கடமை உணர்வை/ உலகத்தின் பொறுப்பை உணர்த்தும் வேலையை இந்தப் புனைகதைப்பிரதிகள் எவ்வளவுதூரம் செய்துள்ளன என்பதைச் சொல்வதே இக்கட்டுரையின் நோக்கம் என்பதால் அந்த விவாதத்திற்குள் நுழைவதற்கான அடிப்படைகளை முன்வைக்கிறது.

போர்களும் போர்களின் நிமித்தங்களும்

“மொழி மற்றும் பண்பாட்டு ரீதியாக ஒதுக்குதல் நிலவுகிறது” என்ற உணர்தலின் அடிப்படையில் உருவான உரிமைப்போராட்டங்கள், ஆயுதப்போராட்டமாக மாறிய வரலாற்று நிகழ்வு ஈழப்போர். பல பரிமாணங்கள் கொண்ட அப்போரின் கால அளவு கால் நூற்றாண்டு *(1983-2009)*. அதன் போர் நிகழ்வுகள் ஒற்றைத் தன்மையும் ஓரடையாளம் கொண்ட பகைமுரணாக எப்போதும் இருந்ததில்லை. தொடக்கத்தில் இலங்கை அரசுக்கும் விடுதலைப் போராட்டக் குழுக்களுக்கும் இடையிலான யுத்தமாக ஆரம்பித்தது. விடுதலையை வேண்டியவர்கள் இலங்கை அரசை பேரினவாதத்தை ஆதரிக்கும் சிங்களப் பௌத்த அரசாக உணர்ந்தனர். தங்களை மொழிச் சிறுபான்மையினராக முன்வைத்தனர். அதற்குள் இருந்த சமயச் சொல்லாடல்களைப் பண்பாட்டு அடையாளங்களென முன்வைத்து, அவற்றைத் தக்கவைப்பதற்கான போராட்டமாக முன்வைத்தனர்.

விடுதலைப் போராட்டக்குழுக்கிடையேயான அழித்தொழிப்புப் போராக மாறிய காலகட்டம் இரண்டாவது கட்டம். அதற்கான காரணங்களும் ஒருபடித்தானவையல்ல. போருக்குப் பிந்திய தனிநாட்டில் யாருடைய அதிகாரம் முன்வைக்கப்பட வேண்டும் என்பது உள்நோக்கமாக இருந்தாலும், போராடிய குழுக்களின் கொள்கைகள், நம்பிக்கைகள், பிரசார உத்திகள், அதன்வழியாக சேர்க்கப்படும் ஆள் எண்ணிக்கைகள் வெளிப்படையாகத் தெரிந்தவை.

மூன்றாவது கட்டப்போராக அமைதிகாக்கும் படையாகச் சென்ற இந்திய ராணுவத்தோடு நடந்த போர் இருந்தது. இந்திய / தமிழகத்தொடர்புகள் ஏற்படுத்திய நம்பிக்கை மட்டும் எதிர்பார்ப்பு காரணமாக இந்தியப் படையை அனுமதித்ததும், அவை பொய்யாகப் போனபோது எதிர்த்ததும் பின்னணிக்காரணங்கள். இப்போரின் பின்விளைவு, ஈழப்போர்க்களத்தில் ஒற்றைப் போராளிக்குழுவாகத் தமிழீழ விடுதலைப்புலிகள் அமைப்பு தன்னை நிலைநிறுத்திக் கொண்டது.

இந்திய ராணுவம் திரும்பியபின் முழுமையாகத் தமிழீழ விடுதலைப்புலிகள் மட்டுமே களத்தில் நின்று அரசையும், அதன் ஆதரவு சக்திகளான அண்டை நாட்டு ராணுவ உதவிகளையும் ஒரேசேர எதிர்த்ததைக் கடைசிக் கட்டப்போராகக் கூறலாம். தமிழக மக்கள் மற்றும் அரசியல்வாதிகளின் போராட்டங்கள் வழியாகப் பின்வாங்கிக்கொண்டு இந்திய அமைதிகாக்கும்படை நாடு திரும்பிய நடந்த நான்காம் கட்டப் போர் முழுமையும் தமிழீழ விடுதலைப்புலிகளுக்கும் இலங்கையின் பேரினவாத அரசுக்குமிடையில் நடந்தபோராக மாறியது. அப்போரில் பலவெற்றிகளை அடைந்ததோடு குறிப்பிட்ட பகுதிகளில் ஆட்சி நிர்வாகமொன்றை நடத்திக்கொண்டே தொடர்ச்சியாகப் போரையும் நடத்தினர் பிரபாகரன் தலைமையிலான விடுதலைப்புலிகள்.

போர்க்காலத்தோடும் போர்நிறுத்தக்காலங்களும் இடையிடையே உருவானது. தனி ஈழத்துக்கான உள்நாட்டுப் போர் முழுமையாக உள்நாட்டுப் போர் என்பதைத் தாண்டி அண்டைநாடுகளின் பார்வையோடும் பரிவோடும் வேறு தளங்களுக்கு மாற்றப்பட்டது. இலங்கைத் தீவின் இருப்பு உலகப்புவிசார் கேந்திர இடத்தில் இருப்பதால், பல்வேறு நாடுகளும் பின்னணியிலிருந்து இயக்கிய போர்க்களமாக மாறியது. உலகமய வர்த்தகப்பின்னணியில் போரில்லா புவிசார் மையமாக இலங்கைத் தீவு மாறவேண்டிய தேவையும் உணரப்பட்டது. இந்தப் பின்னணியில் 2009 இல் முள்ளிவாய்க்கால் பேரழிவு நிகழ்த்தப் பெற்றது.

புனைகதை வடிவத்தின் சாத்தியங்கள்

நான்குகட்டப் போர்க்காலத்தை இலங்கைத் தமிழ் எழுத்தாளர்கள்

பலவிதமாகப் பதிவு செய்துள்ளனர். உணர்ச்சியின் வடிவமான கவிதையே போரின் தேவையையும் போர்க் களக்காட்சிகளையும் பேசுவதற்கேற்ற வடிவமாக நீண்ட காலம் இருந்தது. சகோதர யுத்தமும் அகதி வாழ்வும் புலம்பெயர்வும் என இலங்கைத் தமிழரின் வாழ்க்கை மாற்றம் கண்டபோது கவிதைகளைத் தாண்டிப் புனைகதைகளும் - குறிப்பாகச் சிறுகதைகளும் அதைப் பேசின. ஆனால் போருக்குப் பிந்திய நிதான மனநிலையைப் பேசக் கவிதைகளும் சிறுகதைகளும் போதாமை கொண்ட வடிவங்கள் என்பது உணரப்பட்டது. கால் நூற்றாண்டென்னும் நீண்ட காலப்பரப்பை விசாரித்துக் கொள்ள நாவல் இலக்கியவடிவம் ஏற்றது என்பது உணரப்பட்டுள்ளது. காலத்தையும் வாழ்க்கையையும் குறிப்பிட்ட இடப்பின்னணியில் விசாரணை செய்யும் வடிவமாக நாவல் உலக இலக்கியப்பரப்பில் அறியப்படுகிறது. இதனையே கார்ல் சாசர் முன்வைத்த பண்பாட்டு நிலவியல் என்னும் அறிவிப்புலத்தை உள்வாங்கிய திறனாய்வுக்கோட்பாடும் வலியுறுத்துகிறது. இதனை நிரூபிக்கும் விதமாகவே ஈழப்போரைப் பின்னணியாகக் கொண்ட நாவல்களும் வந்துகொண்டிருக்கின்றன என்பதை இந்தக் கட்டுரை முன்வைக்கிறது.

போரையும் போர்க்காலத்தையும் நாவலாசிரியர்கள் எழுதியுள்ள தன்மையை முன்வைத்து மூன்று வகைப்பட்ட நாவல்களாக இப்பதினொன்றையும் பிரிக்க முடிகிறது.

1. போரில் பங்கேற்று நேரடி அனுபவம் பெற்றவர்களின் எழுத்து என உணரத்தக்கதாக ஐந்து நாவல்கள் இருக்கின்றன. தமிழ்க்கவியின் ஊழிக்காலம், சாத்திரியின் ஆயுத எழுத்து, குணாகவியழகனின் நஞ்சுண்ட காடு, விடமேறிய கனவு, அப்பால் ஒரு நிலம் ஆகியன இம்முதல்வகை. இவ்வைந்து நாவல்களின் மொழிதல் முறையை தன்மைக்கூற்றுநிலை எனச் சொல்லலாம். அதற்கான கூறுகள் அதிகம்கொண்ட பிரதிகள் இவை.

2. இரண்டாவது வகை நாவல்களாக சயந்தனின் ஆறாவடு, ஆதிரை, தேவகாந்தனின் கனவுச்சிறை ஆகிய மூன்றையும் கூறலாம். போர்க்காலத்தையும் போர் நிகழ்வுகளையும் அண்மையிலிருந்து பார்த்து அல்லது பங்கேற்று விலகிவந்து, தொடரும் நினைவுகளாக முன்வைப்பது இம்மொழிதலின் தன்மை. போர் நிகழ்வுகளையும் புலம்பெயர் வாழ்க்கையையும் விவரிக்கும் முன்னிலைக் கூற்றுத் தன்மையை இந்நாவல்களில் வாசிக்கலாம்.

3. முழுமையாகப் போரைப் படர்க்கை நிலையில் சொல்லும் விலகல் தன்மை கொண்ட நாவல்களை மூன்றாவது வகையாகச் சொல்லலாம்.

இத்தன்மையில் 1. விமல் குழந்தைவேலின் கசகறணம் 2. ஸர்மிளா ஸெய்யத்தின் உம்மத். 3. ஷோபா சக்தியின் Box - கதைப்புத்தகம்.

ஒரு பனுவலின் மொழிதல் முறைக்கேற்ப அதன் வாசகத்தளம் உருவாகும். அவ்வாசகத்தளத்தின் இருப்புக்கும் தன்னிலைக்குமேற்ப பனுவல் உண்டாக்கும் எதிர்வினைகளும் மாறுபடும். மூன்று வகைப்பட்ட நாவல்களின் காலம், வெளி, பாத்திரங்கள், அவற்றிற்கிடையே ஏற்பட்ட அக, புற முரண்பாடுகள் ஆகியனவற்றைப் பிரதிக்குள் கிடைக்கும் போர் நிகழ்வுகளோடும், புனைவல்லாத வரலாற்றுத் தரவுகளோடும் பொருத்தி விவாதிக்கலாம். அந்த விவாதம் நாவல்கலையின் நுட்பங்களுக்குள் விரியும் தன்மைகொண்டது. அதன் வழியாக ஒவ்வொரு பனுவலின் தனித்திறன்களைக் கண்டறியும் திறனாய்வுச் சொல்லாடலுக்குள் நுழையலாம். இக்கட்டுரையின் மையநோக்கத்திற்கு அச்சொல்லாடல்கள் தேவையற்றது என்பதால் சாராம்சமான விவாதம் மட்டுமே முன்வைக்கப்படுகிறது. சாராம்ச விவாதத்திற்குத் தேவையான அளவில் நாவலில் இடம் பெற்றுள்ள காலம், நிகழ்வெளிகள், இங்கே தரப்பட்டுள்ளன.

இப்பன்னிரண்டு நாவல்களில் காலத்தில் முந்திய நாவலான விமல் குழந்தைவேலின் கசகறணம், போரை எழுதிய நாவல் அல்ல; போர்க்காலத்தை எழுதிய நாவல் எனலாம். இலங்கையில் நடந்த போரைச் சாதாரண மனிதர்களின் பார்வையிலிருந்து காட்டுகிறது. அதன் கதைவெளி மட்டக்களப்பு. வட்டாரமொழியின் வழியாகப் பாத்திரங்களின் உண்மைத் தன்மையைக் கடத்தும் நாவலை வாசிக்கும்போது கிடைப்பன சாதாரண மனிதர்களிடையே நிலவும் சுமுகமான உறவுகளும் அந்நியோன்யமும். அன்றாட வாழ்க்கையிலும், சிறப்பான நிகழ்வுகளிலும் வெளிப்பட்ட பகையற்ற போக்கை லாவகமாக எழுதிக்காட்டும் நாவலாசிரியர், நாட்டிற்குள் தலையெடுத்த போரால் அந்த வாழ்க்கை சிதைந்துபோனது என விரிப்பதைத் தனது பணியாகக் கருதியிருக்கிறார். மனிதர்களின் வாழ்க்கையில் குடும்பவெளி தனித்த அடையாளங்களைப் பேணவேண்டிய வெளியாகவும், பொதுவெளி

அவ்வடையாளங்களைத் துறக்க வேண்டிய வெளிகளாகவும்- (சந்தை, வீதி, சினிமாத் தியேட்டர், கொண்டாட்ட நிகழ்வுகள் போன்றன) இருப்பதை உணர்ந்தவர்களாக இருந்த காலகட்ட வாழ்க்கையை விரிவாகச் சொல்கிறது. பின்னர் இவ்விருவெளிகளின் எல்லைகளை அழிப்பதாகப் போர் வந்தது மெல்லமெல்லக் காட்டுகிறது. இந்நாவலின் பாத்திரங்களும், பாத்திரங்களால் உருவாகும் சம்பவங்களும் எழுதப்படும்போது விரிவாக விரிவன நாவலின் களமான மட்டக்களப்பின் கருப்பொருள் தகவல்கள் என்பது கவனித்துக்கொள்ள வேண்டிய ஒன்று. தமிழர்கள், சிங்களர்கள், இசுலாமியர்கள் எனத் தனித்த அடையாளங்களோடு - பண்பாட்டு அலகுகளோடு - உலவும் மனிதர்கள் வாழும் பிரதேசம் காணாமல் போன தொடர்ச்சியைக் காட்டுவதாக நாவல் எழுதப்பட்டுள்ளது.

இதே நோக்கம் கொண்டதே சயந்தனின் ஆறாவடுவும் ஆதிரையும் என்றாலும் அவை சாதாரண மனிதர்களின் பார்வையில் அல்லாமல் போரில் ஈடுபட்டவர்களின் பார்வையில் விரிவனவாக உள்ளன. குறிப்பாக ஆறாவடு இந்திய அமைதி காக்கும்படை இலங்கைக்குச் சென்ற காலத்தை மையமிட்ட பின்னணியைக் கொண்டது. இந்திய ராணுவத்தின் வரவுபற்றிய எதிர்பார்ப்பு, எதிர்பார்ப்பு தவறாகிப் போனதின் குமுறல், அதன் பின் விளைவுகள் ஏற்படுத்திய வலியும் வடுக்களும் எனப் போரின் உக்கிரமான காலகட்டத்தைப் பேசுகிறது. அதன் தொடர்ச்சியாக இலங்கைத் தீவைவிட்டுத் தமிழர்கள் பலதேசங்களையும் நோக்கி நகரவேண்டிய நெருக்கடிகளையும் விரிக்கிறது.

1987 தொடங்கி 2003 வரையிலான காலகட்டத்தில் அமுதன் என்னும் மனிதன் அடைந்த தன்னிலை மாற்றங்களையும் அதனால் அவனது மனதில் உண்டான வடுவையும் முன்வைக்கிறது நாவல். கொழும்பு கடற்கரை யிலிருந்து இத்தாலிக்குக் கடற்பயணமாகச் செல்லும்போது உண்டாகும் நினைவோட்டமே நாவலின் நிகழ்வுகள். தனிமனிதனொருவன் போராளியாக மாறியதும், இலங்கைக்குள் வந்த இந்திய அமைதிகாக்கும் படைக்கு உதவும் மனிதனாக மாறியதும், பின்னர் விடுதலைப்போராட்ட இயக்க உறுப்பினராக மாறியதும், காதலுக்காக இயக்கத்தைவிட்டு வெளியேறுவதுமான நகர்வுகள் விரிகின்றன. இந்திய அமைதிகாக்கும்

படை நிகழ்த்திய பாலியல் வல்லுறவுகளையும் போரினால் இடம்பெயரும் நெருக்கடிகளையும் சொல்கிறது. இந்நாவலில் வரும் மையப்பாத்திரமான அமுதன் போராட்டம், விடுதலை, தனிநாடு, போராளி என்ற புரிதலோடு இயங்கியவனாக இல்லாமல் சந்தர்ப்ப சூழல், பிறர்தரும் நெருக்கடி, தனிமனிதர்களுக்குண்டாகும் காதல், வாழ்க்கைக்காகப் போராளி அடையாளத்தைத் துறக்கும் ஒருவனாக இடம் பெறுகிறான். வெளியேற்றத்திற்கான முனைப்புகள், அதில் இருக்கும் ஆபத்துகள், புலம்பெயர் தேசத்து வெளிகள் என நாவல் களத்தை விரித்துள்ளார்.

யாழ்ப்பாணம், அனுராதபுரம், முல்லைத்தீவு போன்ற இலங்கைத் தீவின் வெளிகளில் இயங்கிய போராளிக்குழுக்களின் உறுப்பினர்களையும் சாதாரண மனிதர்களையும் பாத்திரங்களாகக் கொண்ட இந்த நாவல், புலம்பெயர வேண்டிய நெருக்கடிகளை உருவாக்கியதாக இருதரப்பையும் முன்வைக்கிறது. அரசின் படைகளும், படைகளை எதிர்கொண்ட போராளிக்குழுக்களின் தேவைகளும் முனைப்பும் சாதாரண மனிதர்களுக்கு ஏற்படுத்திய வலிகளும் வேதனையும் சம்பவங்களாக விரிக்கப்பட்டுள்ளன.

சயந்தனின் இன்னொரு நாவலான ஆதிரை, கதை சொல்லல், சம்பவங்களை முன்வைத்தல், மொழிப்பயன்பாடு ஆகியவற்றில் பெரிதும் வேறுபாடு இல்லை. ஆனால் அதன் காலப்பரப்பும் பாத்திரங்களும் அதிகம். நாவலின் தொடக்கம் *1991* என்பதாக இருந்தாலும், *1978*க்குச் செல்வதோடு மலையகத்தமிழர்களின் இருப்பைக் கண்டுகொள்ளாத - மறுக்கிற யாழ்ப்பாணத்தமிழர்களின் நிலையையும் முன்வைக்கிறது. புலிகள் முன்நின்று நடத்திய முக்கியமான போர்நிகழ்வுகள் பலவற்றை முன்வைத்துச் சம்பவங்களை விரிக்கும் நாவலில் தொடர்ந்து இடம்பெறுவது இடப்பெயர்வுகளும் புலம்பெயர நினைக்கும் மனங்களும்.

போரை எதிர்மனநிலையிலிருந்து விமரிசிக்காத தொனிக்குக் காரணம், தமிழர்கள் மீதான போர் அரசதிகாரத்தாலும், அதற்கு உதவ வேண்டுமென்ற நோக்கத்தோடு நுழைந்த இந்திய அமைதிப்படையாலும் திணிக்கப்பட்ட போர் என்பதைச் சயந்தனின் விவரணைகள் காட்டுகின்றன. போரில் ஈடுபடப் பெண்களும் இளைஞர்களும் பெரிதும் ஆர்வத்தோடு வந்ததை மறுக்கவில்லை. வலி மற்றும் இழப்புகளை ஏற்கும் மனநிலைத்

தொடர்ந்ததையும், இறுதிப்போரில் திட்டமிடலும், எதிரிகளின் தந்திரங்களும் அறியாமல் தோற்க நேர்ந்ததை விவரிப்பதோடு, போருக்குப் பின்னான புனர் நிர்மானம் பற்றிய பார்வையும் தரும் புனைவாகச் சயந்தனின் இப்பெருநாவல் விரிந்துள்ளது. ஆதிரையின் கதைசொல்லலில் போர்க்காலம் முழுவதுமாக இருந்தாலும், நீண்ட கால நிகழ்வுகளைச் சொல்லிவிடும் முனைப்பு வெளிப்பட்டுள்ளது. 14 அத்தியாயங்களைக் கொண்ட ஆதிரை 1977 இல் மலையகத்தில் நடந்த இடப்பெயர்வை முன்வைத்துக் கதையைத் தொடங்குகிறது.

தமிழ்க்கவியின் ஊழிக்காலம் முழுமையும் போர்க்காலத்தையும் போர் வெளியையும் எழுதிய புனைகதை. கிளிநொச்சியிலிருந்து பார்வதியின் குடும்பம் அக்டோபர் 8 ஆம்தேதி இடம் பெயர்வது தொடங்கி, மே 16 ஆம் தேதி வட்டவாசலில் முடிவதாக அமைந்துள்ளது. வட்டக்கண்டல், ஆண்டான்குளம், முருங்கன் பகுதி,பளை, முழங்கா நாச்சிக்குடா, கிராஞ்சி போன்ற கடற்கரைக் கிராமங்களிலும் வன்னிவீதி, கோட்டைகட்டி, கோணா, கட்டைக்காடு, மயில்வாகனபுரம், நாதன் குடியிருப்பு, உடையார் கட்டு, புதுக்குடியிருப்பு, ஆனந்தபுரம், இரணைப்பாலை, முள்ளிவாய்க்கால் உண்டியற்பிள்ளையார் கோவில்வீதி, சுதந்திரபுரம், தேவிபுரம்,விசுவமடு, மல்லாவி ஒட்டங்குளம், மூங்கிலாறு, வட்டக்கச்சி, பொக்கனை வீதி, வட்டவாசல் எனப் பலக் கிராமங்களைக் கதைவெளியாகக் கொண்டிருக்கும் இப்புனைகதையில் 100க்கும் மேற்பட்ட பாத்திரங்கள் வந்துபோகின்றனர். பார்வதி என்ற பாத்திரமாக மாறி ஆசிரியரே சொந்த அனுபவங்களை எழுதுவதுபோல எழுதப்பெற்ற இந்நாவலின் தலைப்பின் வழி முள்ளிவாய்க்கால் பெருநிகழ்வுக்கு முன்பான ஓராண்டுக்காலத்தை பேரழிவின் காலமாக - ஊழியின் காலமாகச் சொல்வதாகக் கொள்ளலாம். அவ்வூழிக்காலத்தை உருவாக்கியவர்களாக இருதரப்பாரையும் சம அளவில் விமரிசிக்கும் தொனியை நாவலில் காணமுடிகிறது, புலிகளால் தலைமையேற்று நடத்தப்பெற்ற போர்முறைகள் மீது விமரிசனங்களை வைக்கும் விதமாகச் சம்பவங்கள் விரித்துள்ளன. ஊழிக்காலத்தின் வலியாக ஆயுதங்கள் உண்டாக்கிய வடுக்களோடு இயற்கையால் ஏற்படும், வெயில், மழை போன்றனவும்

நோயும் பசியும் உண்டாக்கிய அழிவுக்காலமாகக் காட்டுகிறது. போராளிகளுக்குள் துரோகிகளும் காட்டுக்கொடுத்தவர்களும் பற்றிய வெளிப்படையான தகவல்களைக் கொண்டுள்ள இப்புனைகதை முழுமையும் போர்க்கால எழுத்து.

தமிழ்க்கவியின் ஊழிக்காலத்தின் இன்னொரு பிரதியாக சாத்திரியின் ஆயுத எழுத்தை வாசிக்கலாம் எனச் சிலர் நினைக்கக்கூடும். ஆனால் சாத்திரியின் ஆயுத எழுத்து சொல்லும் கதை கூறல் முறை, கதைவெளிகளின் பரப்பு, போரை நடத்தும் அமைப்பின் மீதும், அமைப்பின் உறுப்பினராக இருக்கும், தன்னையும் தன்னையொத்த போராளிகளின் குற்றவுணர்வற்ற மனங்களையும், எழுதிக் காட்டியுள்ள வகையில் முக்கியமான இலக்கியப்பனுவலாக மாறியிருக்கிறது. போரைத் தின்று வளர்ந்த இளைஞர்களுக்குள் தொலைந்துபோன ஆதார மனித உணர்வுகளும் அப்படி ஆக்கிய தன் அமைப்பையும் எதிர் அமைப்புகளையும் முரணிலைப்படுத்தி எழுதியுள்ள சாத்திரியின் எழுத்துமுறை, அனுபவங்களைக் கலையாக்கும் கலைஞனின் எழுத்தாக மாறியிருக்கிறது.

பெயரிலியான அவனை மையமாக்கிக் கொண்டு பல்வேறு சம்பவங்களையும் அதில் ஈடுபட்ட பல்வேறு மனிதர்களையும் பாத்திரங்களாக்கிக் கலைத்துப் போட்டுள்ள சாத்திரி, 1983 தொடங்கி 1990 வரையிலான காலப் பகுதியைக் கதையின் காலமாக்கியுள்ளார். ஈழத்தின் கிராமங்கள், சிறுநகரங்கள், நகரங்கள் சார்ந்த போர் நிகழ்வுகளை விவரிக்கும் நாவல் இந்தோனேசியா, சிங்கப்பூர், தாய்லாந்து, ஜெர்மனி, கம்போடியா, ஜோகன்ஸ்பர்க், குரேசியா, ரஷ்யா எனப் பரந்த எல்லைக்குள் ஈழப்போராளி இயக்கம் என்னென்ன வேலைகளை - நிதி திரட்டல், ஆயுதம் வாங்குதல், ஆதரவுத்தளத்தை உருவாக்கல் - போன்ற வேலைகளைச் செய்து இயங்கியது என்பதோடு இந்தியாவின் சில மாநிலங்களில் நடந்த பயிற்சிகளையும் மருத்துவ உதவிகள் பற்றியும் விவரிக்கிறது. யாழ்ப்பாணத்தில் 32 போராளி இயக்கங்கள் இருந்தன என்ற தகவலைத் தரும் ஆயுத எழுத்து, முக்கிய இயக்கங்கள் எவ்வாறு ஒழிக்கப்பட்டன என்பதையும், விடுதலைப்புலிகள் அமைப்புக்குள் என்ன மாதிரியான கெடுபிடிகள் மற்றும் அதிகார இறுக்கம் இருந்தது என்பதை நேர்மையாகச் சொல்கிறது. நாவலை வாசிக்கும்போது விடுதலைப்போராட்ட அரசியல் நாவலை

வாசிக்கும் தொனியிலிருந்து விலக்கம் செய்யும் பல இடங்கள் உள்ளன. அந்த விலக்கம் போராளிகளின் நியாயமற்ற செயல்களை விமரிசனப் பார்வையோடு வாசிக்கவேண்டும் என்பதற்கான இடைவெளி உருவாக்கம் என்று கூடச் சொல்லலாம்.

ஸர்மிளா ஸெய்யித்தின் உம்மத் போரின் மீது வேறொரு கோணத்திலிருந்து வெளிச்சம் காட்டும் புனைகதை. போராளிகளாக மாறும் பெண்களின் பின்னணிகளையும், போரில் அவர்களின் பங்களிப்பும், போரினால் பாதிக்கப்பட்ட பின்னர் அவர்களின் வாழ்க்கையின் போக்கும் என்பதான களத்தில் இயங்கும் புனைகதைக்குள், புலிகளின் தவறான முடிவுகளால் அங்கிருந்த இசுலாமிய சமூகத்து மனிதர்களின் வாழ்க்கையில் துயரம் படிந்த கதை விவரிக்கப்படுகிறது. யோகா, தெய்வானை, தவக்குல் என்னும் மூன்று பெண்களின் உறவு சார்ந்து நகரும் நாவலில் யோகா, தெய்வானை ஆகிய இருவரும் போராளிகள். தவக்குல் போரினால் பாதிக்கப்பெற்ற பெண்களுக்கு சேவை செய்ய வந்த இசுலாமியப் பெண். இருபெண் போராளிகளையும் வெவ்வேறு பின்னணியில் போராளியாக மாறியவர்கள் எனச் சித்திரிக்கிறார் ஸெய்யித், தெய்வானை 1987 தொடங்கி நடந்த தாக்குதல்களைக் கண்ணுற்று இயக்கத்தின் செயல்பாடு, அரசியல் தெரிந்து போராளியானவள், ஆனால் யோகா இதற்கு மாறாக உள்ளே வந்தவள். இயக்கத்தின் பரப்புரையையும் தமிழீழம் என்னும் தனிநாட்டுக் கொள்கையின் மீது ஈடுபாடுகொண்டு இயக்கத்திற்கு வந்தவளல்ல யோகா. வறுமையும் அடிக்கும் காற்றில் அசையும் வாழ்க்கையும் அவளை இயக்கத்திற்குள் கொண்டு வந்து சேர்க்கிறது. தவக்குல் சமூகசேவையை விரும்பி ஏற்றுக்கொண்ட இசுலாமியப்பெண். இம்மூன்று பெண்களின் உறவு,உரையாடல் வழியாக விரியும் போர்க்கால நிகழ்வுகளாக நாவல் அமைந்துள்ளது. நெருக்கடியான போர்க்காலத்திலும் செயல்படும் பாலின பேதம், மதம் சார்ந்த எண்ணங்களை விவாதப்புள்ளிகளாக ஆக்கியிருக்கிறது. போரினால் உண்டாகும் பாதிப்புகள் பெண்களுக்குக் கூடுதல் இழப்பையும் மனச் சிக்கலையும் உண்டாக்கும் சூழல் இருப்பதாக முன்வைக்கிறார் ஸர்மிளா ஸெய்யித். தேசவிடுதலையின் பின்னணியில் கட்டுப்பாடுகளை மீறிப் புதுவெளிக்குள் நுழையும் பெண்கள்

சந்திக்கும் சிக்கல்களையும் அவர்களை ஆண்மையச் சமூகம் நடத்தும் விதங்களையும் முன்வைக்கிறார் ஸர்மிளா.

தேவகாந்தனின் கனவுச்சிறை விரிவான கதைவெளிகளைக் கொண்ட நாவல். இலங்கையின் நயினா தீவில் தொடங்குகிறது. அங்கிருந்து சுன்னாகம், கம்பஹாவி,கச்சாயி, திரிகோணமலை என நகர்ந்து இந்தியாவிற்குள் அகதிவாழ்க்கையைப் பேசும் நிலைக்குள் நகர்கிறது. தமிழ்நாட்டின் கிழக்குக் கடற்கரைச்சாலையில் இருக்கும் அகதிமுகாம் வாழ்க்கையை விவரிக்கிறது. பின்னர் பம்பாய், ஜெர்மனி, ப்ரான்ஸ் என்னும் சர்வதேச வெளிகளை நாவலின் வெளியாக மாற்றுகிறது. இந்தியாவின்போரால் துரத்தப்பட்ட வாழ்க்கையாக ஈழத்தமிழர்களின் வாழ்க்கை மாறிவிட்டதைச் சொல்லும் தேவகாந்தனின் கனவுச்சிறை ஒருவிதச் செவ்வியல் தன்மைகொண்ட நாவல் வடிவமாக உருவாக்கப்பெற்றிருக்கிறது. இழந்ததை நினைவில் கொண்டு வருவதின் மூலம் நிகழ்வுகளையும் இழப்புகளையும் - காரணிகளையும் - காரணங்களையும் வாசிப்பவர்களுக்குக் கடத்தும் படர்க்கை நிலையில் தேவகாந்தன் பயணம் செய்கிறார்.

ஷோபா சக்தியின் பாக்ஸ் கதைப்புத்தகம் வரிசைக்கிரமமான கதைசொல்லலைக் கைவிட்டுப் போர்க்கால நிகழ்வுகளுக்குள் இருந்த குரூரம், மனிதர்களை உயிரியாகப் பார்க்காமல் உடமைப்பொருட்களாகப் பார்த்த மனநிலையைத் தனித்தனிக் காட்சிகளாக முன்வைக்கிறது. போர் விருப்பம் நிறைந்த போராளிகளின் தலைமையின் மீது கூடுதல் கவனிப்பை வைப்பதின் மூலம் தனது விமரிசனப் பார்வையை முன்வைக்கிறார்.

குணா கவியழகனின் முதல் நாவல் நஞ்சுண்ட காடு, இயக்கத்திற்குள் இழுத்துவரப்பட்ட ஒருவனின் பயிற்சிக்கால அனுபவம். விருப்பமில்லாமல் பயிற்சியில் ஈடுபட்டு முழு ஈடுபாடில்லாமல் பயிற்சியை ஏற்றுக் கொண்ட மனநிலை. கடுமையான பயிற்சிகள், காடு, அரசியல் வகுப்புகள், முக்கியமானோர் வருகை என விரியும் நாவலில் இனியனின் மனப்பதிவுகளாகவே காட்சிகள் விரிகின்றன. ஈழவிடுதலைப் போராட்டத்தை முன்னெடுத்த தமிழீழ விடுதலைப்புலிகளின் ராணுவக் கட்டமைப்பு உருவாக்கம் பற்றிய விமரிசனங்களுக்குப் பதிலாகவும் இன்னொரு விதத்தில் அரசியல் அமைப்பாக அது உருவாகவில்லை என்ற விமரிசனமாகவும்

அமைகின்றன அம்மனப்பதிவுகள். தேசவிடுதலையென்னும் பொது வெளியைவிடக் காதல், குடும்ப உறவுகள் உண்டாக்கும் எண்ணங்களே மனிதர்களைப் போராட்ட வாழ்க்கையிலிருந்து வெளியேற்றுகிறது என்பதை விவரிக்கும் எழுத்து அது.

இரண்டாவது நாவலான விடமேறிய கனவு போருக்குப் பின் சரணடைதல், சிறை வாழ்வு, விசாரணை, புனர்வாழ்வுமான காலகட்டப்பதிவு. விசாரித்தலின் அபாயகரமான முறைகள். விஷத்தை வாயிலும் குதத்திலும் மறைத்துக் கொண்டு வாழும் ஒருவனின் தந்திரம். இயக்கத்தின் படையணிகளில் இருந்தவர்கள் தங்களை மறைத்துக் கொண்டு புனர்வாழ்வில் வாழ்தல். அங்கிருந்து தப்பி நண்பர் உதவியால் நாட்டைவிட்டு வெளியேறிவிட நினைப்பவனின் மனப்பதிவு. போருக்குப் பின் சரணடைந்த போராளிகளின் மனநிலையை விவரிக்கும் இந்நாவல், உள்முகமாக புலிகளின் அமைப்பு செயல்பட்ட விதத்தைத் திரும்பிப் பார்த்து விமரிசனங்களை முன்வைக்கிறது. ராணுவச்சிறை, ஜோசப்கேம்ப், செட்டிகுளம் மிலிட்டரி காம்ப்ளக்ஸ், முள்ளிவாய்க்கால், ஓமந்தை, சுதந்திரபுரம், இரணைப்பாலை, மாத்தளன், புதுக்குடியிருப்பு, மன்னார், நந்திக்கடல், விசுவமடு, மட்டக்களப்பு, யாழ்ப்பாணம், கொழும்பு, ரகசிய சிறைமுகம் எனப் பலவெளிகளுக்குள் சென்று திரும்பும் நினைவுப்பாதையில் போராளிகளும் அவர்களின் தலைவர்களாக இருந்த மனிதர்களின் வீரமும், அறிவும் விசாரணைக் காலத்தில் எங்ஙனம் மறைக்கப்பட்டது என்பதைச் சொல்லும் கவியழகனின் மொழிநடை இந்நாவலில் கவனிக்கத்தக்க ஒன்றாக இருக்கிறது. விசாரணைக்காலத்திலும் புனர்வாழ்வு வெளியிலும் குடிநீர், உணவு கிடைக்காததோடு கழிப்பிட வசதி, படுக்கை வசதி, மருத்துவவசதி என அடிப்படைத் தேவைகளின்றி அடியையும் உதையையும் தாங்கிக் கொண்டு பொறுமை காக்கும் போராளிகளின் மனநிலையைச் சொல்லும் நாவல், முழுவதும் அதற்கான காரணமாகத் தங்களின் லட்சியமான - கனவான தனிநாடுக் கோரிக்கையே - விடமேறிய கனவே இருந்தது என நினைவூட்டுகிறது.

மூன்றாவது நாவல் அப்பால் ஒரு நிலம் கண்காணிப்பு மனநிலைக்குள் இயங்கும் போராளிகளின் மனம் பற்றியது. மக்களுக்காக ஒரு நாட்டை உருவாக்க நினைக்கும் தன்

மகனுக்காக ஒரு வீட்டிற்கான நிலத்தைக் காப்பாற்ற நினைக்கும் தாயின் மனம் என வாசகர்களைப் பயணிக்கச் செய்கிறது. இந்நாவலில் உணர்ச்சிகரமான நிகழ்வுகளையும் பாத்திரங்களையும் எழுதிக்காட்டும் குணாகவியழகன், ஈழப்போராட்டம் உணர்வுகளைத் தவிர்த்துத் தேசம் பற்றிய பொதுவெளிக்குள் வாழும் மனிதர்களையே உருவாக்க நினைத்ததைப் பேசுகிறார். ஆனால் மனிதர்கள் இரண்டுமாகவே - உணர்வு அறிவு - என இணைந்து செய்யும் பயணத்தையே கொண்டிருக்கின்றனர் என்பதை முன்வைக்கிறார். கிளிநொச்சி, வன்னிப் பின்னணியில் போருக்கான தயாரிப்பாக உளவுப் பணி செய்யும் போராளியின் மனநிலைக்குள் கடமையுணர்வும் அமைப்பின் மீதான விமரிசனப்பார்வையும் இணைந்தே பயணிக்கின்றன.

சேனனின் லண்டன்காரர் முழுமையும் லண்டனுக்கு அகதியாகச் சென்ற இலங்கைத் தமிழர் ஒருவர் எதிர்கொள்ளும் சிக்கலைப் பேசும் பிரதி. அதன் கதைவெளி போரின் களம் என்பதிலிருந்து விலகலாக இருக்கிறது. மையப் பாத்திரத்தின் இயங்குவெளியாக இருப்பது புலம்பெயர் தேசம்; குறிப்பாக இங்கிலாந்தின் லண்டன். நினைவுவெளியாக மட்டுமே இலங்கைத் தீவின் தமிழர் வாழ்விடமும் அங்கு நடக்கும் போரும் வந்துபோகின்றன. போரினால் பெயர்க்கப்பட்ட ஒருவரின் அகதி நிலையை முன்வைப்பதன் மூலம் அதன் வாசகத்தளம் ஒற்றைப் பரிமாணத்தில் நிலைகொள்கிறது. போரினால் புலம்பெயர்ந்தவர்கள் எதிர்கொள்ளும் பொருளாதார நெருக்கடியையும், பண்பாட்டுச் சிக்கல்களையும் முன்வைப்பதைத் தாண்டி அதன் கேள்விகள் போரின் உக்கிரமான பகுதிகளுக்குள் நுழையவில்லை.

புனைவு வெளியின் அடையாளங்கள்

வாசிக்கப்பட்ட மூன்று வகைப்பட்ட புனைகதைகளிலுமே இலங்கையின் தமிழர் பகுதிகள் அவற்றின் பண்பாட்டு அடையாளங்களோடு பதிவு செய்யப்பட்டுள்ளன. போருக்கு முந்திய வாழ்க்கையாகவும் போர்க்கள நிகழ்வுகள் நடந்த வெளிகளாகவும், அமைதிக்கால நடவடிக்கையின் போது நடந்த தயாரிப்புக்களாகவும், போருக்கான தயாரிப்புப் பாசறைகளாகவும், அவற்றிற்குச் செல்லும் பாதைகளாகவும், உக்கிரமான போர்களால்

இடம்பெயர்ந்த மனிதர்களுக்கு அச்சமூட்டிய வெளிகளாகவும், போரின் விளைவால் நடந்த அழிவுகளாகவும், புனர்வாழ்வாகவும் இலங்கைத் தமிழர் வாழ்விடங்கள் புனைவுவெளிகளாக அதிகம் எழுதப்பட்டுள்ளன. எழுதப்பெற்றுள்ள வெளிகள் வெறும் இடங்களாக எழுதப்படாமல் கொண்டாட்டமான - அமைதியான வாழ்க்கையைக் கொண்ட பண்பாட்டு வெளிகளாக எழுதப்பெற்று அவை தொலைந்து போய்விட்டன எனக் கசிந்துருகும் மனநிலையைப் பாத்திரங்களின் நினைவுகளாகவும் ஆசிரியர்களின் கூற்றுகளாகவும் வாசிக்க முடிகிறது.

பேரினவாத அரசுக்கும் மொழிச்சிறுபான்மை மக்கள் கூட்டத்தைப் பிரதிநிதித்துவப்படுத்திப் போராட்டங்களையும், பின்னர் ஆயுதந்தாங்கிய போரையும் நடத்திய போராளிக்குழுக்கள் - பின்னர் ஒற்றைப் போராளிக்குழுவாக மாறிய விடுதலைப்புலிகளின் போர்க்களம் பற்றிய நினைவுகளினூடாக நாவலாசிரியர்கள், இலங்கைத் தீவின் தமிழர் பிரச்சினையின் அனைத்து உட்கூறுகளுக்கும் முகம் கொடுத்துள்ளனர். ஈழமையவாதம், கிழக்கு மாகாணத்தை இணைத்து உருவாக்கக் கூடிய தமிழ்நிலப்பரப்பு, மலையகத்தமிழர் வாழ்வுரிமை, சமய அடிப்படையில் தங்களைத் தனியான இனமாக நினைக்கும் இசுலாமியர்கள் வாழ்வுரிமை என அனைத்தும் இந்நாவல்களின் சொல்லாடல்களாக மாறியிருக்கின்றன. அச்சொல்லாடல்களின் கவனம் அந்நிய தேசங்களுக்குப் புலம்பெயர்ந்தவர்களின் உழல்தல் வாழ்வாகவும், தேசந்தொலைத்த மனமாகவும் வாசிப்பவர்களிடம் வந்துசேர்கின்றன.

மொழிப்பயன்பாடு இலக்கு நிறைவேற்றமும்

சொந்த நிலத்தைத் தொலைத்து அச்சமும் புதிர்த்தன்மையும் நிரம்பிய அந்நிய வெளி வாழ்க்கையைத் தந்த போர்க்காலத்தை எழுதும் நாவலாசியர்களின் பனுவல்களுக்குப் பலவிதமான நோக்கங்கள் உண்டு. அவற்றையும் மூன்று விதமாகப் பகுத்துக் கூறலாம். அப்பகுப்பு பனுவலாசிரியர்களின் மொழிப்பயன்பாட்டோடு தொடர்புடையது.

எந்தவொரு மொழியிலும் வணிகம் மற்றும் மிகையுணர்ச்சி எழுத்திலிருந்து தீவிர எழுத்து விலகும் முக்கியமான ஓரிடத்தை,

வாசகப்பரப்பைப் பற்றிய கவனம் அல்லது கவனமின்மை என்ற சொல்லால் குறிப்பிடலாம். வணிக எழுத்தாளர் ஒவ்வொரு வாக்கியத்தை எழுதி முடிக்கும்போதும் அதன் இலக்குவாசகர்களின் *(Target readers)* வாசிப்புத்திறன் அல்லது திளைப்பிலாழ்த்தும் உத்தி பற்றிய கவனத்துடன் எழுதுகிறார். ஆனால் தீவிர எழுத்தாகத் தனது எழுத்தை நினைக்கும் ஒருவர் அப்படியான கவனத்தை வைத்துக்கொள்வதில்லை. ஒருவிதத்தில் தீவிர எழுத்து வாசகப்பரப்பை மறந்துவிட்டு எழுதும் எழுத்து. வணிக எழுத்தாளரைப் போல ஒவ்வொரு வாக்கியத்தையும் வாசகர்களை நினைத்துக்கொண்டு எழுதுவதில்லை. அந்தவகையில் வாசகக் கவனமின்மை எழுத்தாக இருந்தாலும், அந்த எழுத்து உருவாக்கும் அடிப்படைக் கட்டுமானங்கள் வாசகப்பரப்பையும் வாசகத் தளத்தையும் உருவாக்க மறப்பதில்லை. எழுதப்படும் மொழிப் பயன்பாட்டின்வழியே தீவிர எழுத்து வாசகத் தளத்தைப் பலபடித்தானதாக உருவாக்கிக்கொள்ளும்.

இங்கே வாசிக்கப்பட்டுத் தொகுத்துக்கொள்ளப்பட்ட 12 பிரதிகளிலும் ஒரேவிதமான வாசக இலக்கு இருப்பதாகச் சொல்ல முடியவில்லை. இருக்கவும் முடியாது. இந்நாவல்களின் மொழி பெரும்பாலும் இலங்கைத் தமிழர்களின் பொதுமொழியாகவும் பேச்சுமொழியாகவும் இருக்கிறது. பேச்சு மொழிக்குள்ளும் இலங்கையின் பிரதேச வேறுபாடுகள் - யாழ்ப்பாணத் தமிழ், மட்டக்களப்புத் தமிழ், மலையகத்தமிழ் போன்றவைகளும் அவற்றுக்குள்ளிருக்கும் வட்டார வேறுபாடுகளும் - இருக்கின்றன என்பதை இலங்கைக்கு வெளியிலிருக்கும் ஒரு தமிழ் வாசகனாக உணரமுடிகிறது.

பொதுமொழி, பேச்சுமொழி என்ற இரண்டுநிலை கொண்ட தமிழ் போன்ற மொழிகளில் எழுதும் எழுத்தாளர்கள் பேச்சுமொழியைப் பயன்படுத்துவதன் மூலம் தங்கள் எழுத்துகளுக்கு நம்பகத்தன்மையை உருவாக்க முயல்கிறார்கள். உருவாக்கப்படும் பாத்திரங்கள் உண்மையின் சாயல் கொண்டவை; இந்தக் காலகட்டத்தில், இந்தவெளியில் வாழ்ந்தவர்கள்; இவர்கள் இத்தகைய போர்க்களத்தில் இப்படியான நெருக்கடியான வாழ்க்கையை வாழ்ந்தார்கள்; அழிந்தார்கள்; அகன்றார்கள் எனச் சொல்வதோடு இன்னும் தொடர்கிறது அந்தத் துயரம்

என்பதை நம்பும்படிச் செய்வது அதன் முதன்மையான நோக்கம். அதைக் கச்சிதமாகச்செய்வதற்கு நாவலாசிரியர்கள் கையாண்டுள்ள கருவி பேச்சுமொழி. மூன்றுவகைப்பட்ட நாவல்களிலும் பேச்சுமொழியைக் கையாண்டுள்ள நாவலாசிரியர்கள் அதன் மூலம் தங்கள் பனுவல்களை ஆவணப்பதிவுகளாக ஆக்கமுயன்றுள்ளனர். பேச்சுமொழியை இணைக்கும் பொதுமொழிக்கு ஆசிரியரின் பார்வையையும் விமரிசனத்தையும் முன்வைக்கும் ஆற்றல் உண்டு. இப்பன்னிரண்டு பனுவலின் ஆசிரியர்களும் வேறுபட்ட இவ்விரு மொழிக்கூறுகளையும் பயன்படுத்தத் தவறவில்லை.

இந்த ஆவணப்பதிவுகளை நேரடியாக வாசிக்கும் வாசகர்கூட்டம் மூன்று வகைப்பட்ட தமிழ்க்கூட்டம். முதல் வகைக்கூட்டத்தினர் இன்னும் இலங்கைத் தீவில் வாழும் தமிழ்மக்கள். இரண்டாம் வகையினர் இலங்கையிலிருந்து வெளியேறி உலகநாடுகள் பலவற்றிலும் புலம்பெயர்ந்து வாழும் இலங்கையர்கள். மூன்றாம் வகையினர் பேசும் மொழியால் உறவுநிலை பேணும் இந்தியத்தமிழர்களும், இந்தியாவிலிருந்து புலம்பெயர்ந்து குடியேறி மலேசியத் தமிழர்களாகவும், சிங்கப்பூர்த் தமிழர்களாகவும் ஆகிவிட்ட கூட்டம். இம்மூவகைத் தமிழ்க் கூட்டத்தினரும் இந்தப் போர்க்காலத் தமிழ்ப் புனைகதைகளின் நேரடிவாசகர்கள்/ இலக்குவாசகர்கள் என்றாலும் அவர்களிடம் இப்புனைகதைகள் உருவாக்கும் உணர்வும் மனநிலையும் ஒன்றாக இருக்கமுடியாது.

முதல் வகையினரான இலங்கையில் வாழும் தமிழர்கள் இந்நாவல்களின் நிகழ்வுகளைத் தாங்கள் பங்கேற்ற நிகழ்வுகளின் தகவல்களாக வாசித்துத் திரும்பவும் அத்தகைய நிகழ்வுகள் வேண்டுமென்றோ! வேண்டாமென்றோ முடிவு எடுக்கக் கூடும். தனிநாடு கோரிக்கையின் நியாயங்களும் அதன் வழி கிடைக்கக் கூடிய விடுதலையின் சாத்தியங்களும் திரும்பவும் உணரப்படும் நிலையில் போர்க்காலத்தை உருவாக்கும் வேலையை இந்நாவல்கள் செய்யக்கூடும். ஆனால் 11 நாவல்களிலும் போர்க்கால நிகழ்வுகள் விவரிக்கப்பட்ட விதமும் விசாரணைகளும் இன்னொரு போரை இலங்கைத் தமிழர்கள் விரும்புவதற்குத் தூண்டக்கூடியன அல்ல என உறுதியாகக் கூறலாம். போரின் தேவைகள் இருந்தபோதிலும் ஏற்பட்ட அழிவின் கணமும், அலைக்கழிப்பின் ஆழமும் எல்லாருடைய எழுத்திலும் தூக்கலாகவே நிற்கின்றன.

இரண்டாவது வகையினரான புலம்பெயர் இலங்கைத்தமிழர்களை, நேரடியாக யுத்த களத்தில் நிற்காமல் ஓடிவந்தவர்கள் என்ற குற்றவுணர்வுக்குள் தள்ளக்கூடும். அதன் காரணமாகவும், புலம்பெயர் தேசங்களில் உருவாகும் அச்சவுணர்வும் அந்நிய வாழ்க்கையும் தங்களுக்கான நாடொன்று இருந்தால் சொந்த நாட்டுக்குத் திரும்பலாம் என்ற நினைப்பை உருவாக்கலாம். ஆனால் அந்த நினைப்பை உருவாக்கும் கூறுகளையும் இப்புனைவுகள் தன்னகத்தோ கொண்டிருக்கவில்லை. பாதுகாப்பற்ற வாழ்க்கையும் பொருளாதார நிலையில் குறைந்தபட்ச வாழ்க்கைக்கான உத்தரவாதமும் இலங்கையென்னும் நாட்டிற்குள் இல்லை; அது உருவாகும் சூழலும் இல்லை என்பதை உறுதியாகக் கூறியுள்ளன விவரிப்புகள். போருக்கு முந்திய வாழ்க்கையைவிடக் கூடுதலான ஆதிக்க உணர்வும் உரிமை மறுப்புகளும் இலங்கைக்குள் தொடர்கின்றன என்பதை இந்நாவல்கள் விவரித்துள்ளன. இதனால் புலம்பெயர் இலங்கையர்கள், அந்நிய நிலங்களில் கிடைக்கும் பொருளாதார நலவாழ்வை ஏற்றுக் கொண்டுச் சொந்த நாட்டுக்குத் திரும்புதலைத் தள்ளிப்போடும் மனநிலையை அதிகப்படுத்தக் கூடும். இந்தப் பொதுப்போக்கிலிருந்து சிறிது விலகலைச் ஷோபா சக்தியின் புனைவில் காணமுடிகிறது. முந்திய நிலையிலிருந்து மாறுதல் தெரிகிறது என்பதான நிலைப்பாட்டை முன்வைக்க முனைகிறார்.

மூன்றாவது வகைத் தமிழ் வாசகர்களான இந்தியத் தமிழர்கள் வழக்கம்போல இவ்வளவு குரூரமான கொலைகளையும் வன்முறையையும் பக்கத்து நாட்டில் தம் மொழிபேசும் மக்கள் அனுபவித்துள்ளார்கள். ஆனால் அதைத் தட்டிக்கேட்கும் வகையற்றவர்களாக நாம் இருந்துள்ளோம் என்ற இரக்கவுணர்வோடும், குற்றவுணர்வோடும் வாசிப்பார்கள். தனிமனிதர்களாக அவர்களால் எதுவும் செய்ய இயலாது என்பதால், அவர்களின் உரிமைகளைக் காக்கும் அமைப்பாக விளங்கும் அரசுகளிடம் கோரிக்கை எழுப்புவார்கள். இது நீண்டகாலமாக நடந்த நிகழ்வுகள் என்பதால், இப்பிரதிகள் வெறும் வாசிப்புக்கான பிரதிகளாக மட்டுமே கருதப்படும் வாய்ப்புகளும் உண்டு. மலேசிய, சிங்கப்பூர்த் தமிழர்களின் வாழ்க்கைக்குள் இப்பிரதிகள் விவரிக்கும் வாழ்க்கைக்கு எவ்வகையான அர்த்தங்கள் இருக்கும்

என்பதை அச்சூழலில் வாழும் ஒருவர்தான் சொல்ல முடியும். இதுவரையிலான எனது அனுபவத்தில் அந்நிலப்பகுதியில் வாழும் தமிழர்கள் தங்களைப் புறமொதுங்கிய தமிழர்களாக நினைக்கும் மனநிலையில் இருப்பவர்கள் என்றே கணக்கிட்டுள்ளேன். இந்தப் பிரதிகள் அவர்களால் வாசிக்கப்பட்டால், அதில் சிறிய மாற்றங்கள் உருவாகலாம். நலவாழ்வுக்கான நிதியுதவி போன்றன கிடைக்கும் சாத்தியங்களைக் கூடுதலாக்கலாம்.

இம்மூவகைத் தமிழ் வாசகக்கூட்டத்தைத் தாண்டி, இந்நாவல்கள் மொழிபெயர்ப்புகளின் வழியாகச் சர்வதேச வாசகர்களிடம் செல்லவேண்டியன என்பதையும் நாவலாசிரியர்கள் உணர்ந்துள்ளனர். அவ்வுணர்தல் காரணமாகவே போர்க்காலத்தில் போரை விரும்பிய இருதரப்பார் மீதும் விமரிசனங்களை முன்வைத்துள்ளனர். அரசதிகாரம் சிறுபான்மைத் தமிழர்கள் மீது - சொந்த நாட்டு மக்கள்மீது போரைத் திணித்தது என்பது தொடங்கி, சமாதானத்தை விரும்பாது நீண்ட காலம் போரை நீட்டித்ததில் அரசதிகாரத்தின் இனவாதத்தன்மைக்கு முக்கியப் பங்குண்டு என்பதை நாவல்களின் உரையாடல்களும் ஆசிரிய கூற்றுகளும் உறுதி செய்கின்றன. அதே போல் சர்வதேச அளவில் ஆயுதந்தாங்கிப் போராடிய விடுதலைக் குழுக்களின் அனுபவங்கள் எதையும் உள்வாங்காமல், எந்த மக்களுக்காகப் போராடுகிறார்களோ அவர்களை அரசியல் மயப்படுத்தாமல், போராளிகளை மட்டுமே தயாரித்த அமைப்பாக விடுதலைப்புலிகளை விமரிசிக்க நாவலாசிரியர்கள் தவறவில்லை. அப்பாவிகளும் பெண்களும் சிறார்களும் வன்மையாகப் போரில் ஈடுபடுத்தப்பட்ட நிலைப்பாடுகள் தொடங்கி, எல்லாவற்றையும் ஆயுதத்தால் முடிவு செய்யலாம் என்ற நம்பிக்கையையும், அமைப்பிற்குள் மாற்றுக்குரல்களை அனுமதிக்காமல், எதிரிகளாக மாற்றுதல் அல்லது தீர்த்துக்கட்டுதல் போன்ற நடவடிக்கைகளும் விவாதப்பொருளாக மாறியிருக்கின்றன. மாறிவிட்ட போர்ச்சூழல், அண்டைநாடுகளின் ஒன்றிணைவு, சர்வதேச அமைப்புகளின் வழிகாட்டுதலைத் திசைதிருப்பிவிடுதல் போன்றன நடந்தன என்ற விவாதங்களையெல்லாம் இந்தப் புனைகதைகளின் பிரதிகள் அதனதன் கட்டமைப்புக்கும் இயங்குவெளிக்கும் ஏற்ப உள்ளடக்கியுள்ளன.

இத்தகைய உள்ளடக்கத்தில் யாருடைய பிரதி வலிமையாகச் செய்திருக்கிறது; யாருடைய பிரதி நீக்குப்போக்கோடு எழுதப்பட்டிருக்கிறது; யாருடைய அனுபவங்கள் வெறும் போர்க்கள அனுபவங்கள்; யாருடைய அனுபவங்கள் இலக்கியவியலைப் புரிந்துகொண்டு உருவாக்கப்பட்ட அனுபவங்களைச் சொல்லும் கதையாடலாக இருக்கிறது என்பதெல்லாம் தனியொரு ஆய்வு. அந்த ஆய்வின் வழி இப்புனைகதையாசிரியர்களின் இலக்கியத்திறனை மதிப்பிடலாம். அதற்கு மாறாக விடுதலைப்போராட்டத்தின் ஆதரவாளர் அல்லது எதிரி அல்லது துரோகி என்ற முத்திரைகளுக்குள் செல்லவேண்டியதில்லை. அப்படிச் செல்வது இலக்கியப் பிரதியை வாசிக்கும் முறைக்கு மாறான மனநிலை. அதிலும் புனைகதை போன்ற நம் காலத்தின் இலக்கிய வடிவத்தை வாசிக்க உதவும் நவீனத்துவ மனநிலைக்கு முற்றிலும் மாறானது. அப்படியான ஒரு ஆய்வு நடத்தப்படவேண்டும். அந்த ஆய்வு, இந்த நாவல்களில் யாருடைய பிரதிகளெல்லாம் சர்வதேச சமூகத்தின் மனச்சாட்சியைத் தட்டிப் பார்த்து, ஈழத்திற்கான யுத்தகாலத்தையும் அதன் நியாயப்பாடுகளையும் சொல்லக்கூடியன என்பதையும் கண்டு சொல்லும். அப்படிச் சொல்வதற்கான அனைத்துக் கூறுகளும் இந்த நாவல்களின் உள்ளடக்கத்திலும் வெளிப்பாட்டு வடிவத்திலும் சொல்முறையிலும் இருக்கின்றன என்பது மட்டுமே இந்தக் கட்டுரை இப்போது சொல்லும் முடிவு.

★★★★★★★★★

உதவிய நூல்கள்:

★ Barry Peter, *Beginning Theory-An Introduction to Literary and Cultural theory*, First Indian edition, 1999, Manchester University Press, Manchester and Newyork (1995)

★ DON MITCHEL, *CULTURAL GEOGRAPHY A CRITICAL INTRODUCTION*, Blackwell Publishing, 350 Main Street, Malden, MA 48-5020, USA.021, 2000

★ I.B.TAURIS&C *CULTURAL GEOGRAPHY A CRITICAL DICTIONARY OF KEY CONCEPTS*, Edited by DAVID ATKINSON, PETER JACKSON, DAVID SIBLEY & NEIL WASHBOURNE

குறிப்புகள்: *Carl Sauer's Legacy*

During his 30 years at U.C. Berkeley, Carl Sauer oversaw the work of many graduate students who became leaders in the field and worked to spread his ideas throughout the discipline. More importantly, Sauer was able to make geography prominent on the West Coast and initiate new ways of studying it. The Berkeley School's approach differed significantly from the traditional physical and spatially oriented approaches and though it is not actively studied today, it provided the foundation for cultural geography, cementing Sauer's name in geographic history.

[http://geography.about.com/od/historyofgeography/a/carlsauer.htm]

Carl Ortwin Sauer (December 24, 1889 – July 18, 1975) was an American geographer. Sauer was a professor of geography at the University of California at Berkeley from 1923 until becoming professor emeritus in 1957 and was instrumental in the early development of the geography graduate school at Berkeley. One of his best known works was Agricultural Origins and Dispersals (1952). In 1927, Carl Sauer wrote the article "Recent Developments in Cultural Geography," which considered how cultural landscapes are made up of "the forms superimposed on the physical landscape."

பண்பாட்டு நிலவியல்: சில குறிப்புகள்

பண்பாட்டு நிலவியல் புலம்,

அமெரிக்காவிலுள்ள பெர்க்லி நகரத்துக் கலிபோர்னியா பல்கலைக்கழகத்தில் பேராசிரியர் கார்ல் சாசரின் பொறுப்பில் முக்கியத் துறையாக வளர்த்தெடுக்கப்பட்டது. அவர் நிலவெளிகளைப் பண்பாட்டின் அலகுகளாகப் பார்க்கும் பார்வையை அதிக முக்கியத்துவம் வாய்ந்த ஒன்றாகக் கருதி, "பண்பாடு, நிலவெளிகளால் வளர்த்தெடுக்கப்படுகிறது என்பது எவ்வளவு உண்மையோ, அவ்வளவு தூரம் உண்மையானது நிலவெளிகள் பண்பாடுகளால் உருவாக்கப்படுகிறது என்பதும்"

எனக்கூறியுள்ளார். இயல்பியல் நிலவியலில் முக்கிய நபராகக் கருதப்படும் அவரது கூற்றும், பணிகளும் பண்பாட்டு நிலவியலை எண்ணிக்கை அளவில் முக்கியத்துவம் வாய்ந்த படிப்புத் துறையாகக் கருதாமல் தரம்சார்ந்த படிப்புத் துறையாக ஆக்கி இருக்கிறது. அவரது நூலில் இடம்பெற்றுள்ள இயல்களின் தலைப்புகளை இங்கே தருகிறேன். அவற்றை வாசிக்கும்போது அவர் நிலவியலைப் பண்பாடு, கலை இலக்கியப் பிரதிகளோடு இணைத்துப் பேசுபவர் என்பது புரிய வரலாம்.

1. பண்பாடு : வரையறைகளை உருவாக்குதலின் பிரச்சினைப்பாடுகள்
2. பூமியின் முகத்தை மாற்றுதல் பற்றி
3. குறியீட்டு நிலவெளி
4. இலக்கிய நிலவெளி
5. தன்னிலையும் பிறவும்
6. உருவாக்கப்படும் பன்முகச் சூழல்கள் - (திரைப்படம், தொலைக்காட்சி, இசை)
7. இடமா? அல்லது வெளியா?
8. நுகர்பொருள் மற்றும் நுகருதலின் நிலவியல்கள்
9. உற்பத்திகளின் பண்பாடு
10. கலந்துகட்டிய இந்த உலகத்தில் தாய் நாடுகளும் அன்னை பூமிகளும்
11. அறிவியலின் பண்பாடுகள் - மொழியாக்கமும் அறிவும்.

நிலவியல் (Geography) என்பது தொடக்க நிலையில் சமூக அறிவியலின் ஒரு பிரிவாக அறியப்பட்டது. பூமிப்பரப்பின் இருப்பு, அவற்றை உருவாக்கும் தட்ப வெப்பநிலை, அதன் விளைவுகளால் ஏற்படும் சூழல் மாற்றங்கள், தாவரங்கள் குறித்த அறிவு, உயிரினங்களின் வாழ்க்கை முறை, அவற்றை மனிதர்கள் தங்களுக்கானதாக மாற்றும் முறைகள். அதனால் ஏற்படும் பாதிப்புகள் என நிலவியல் புதிய பரிமாணங்களை அடைந்து வருகிறது. இதன்மூலம் சமூக அறிவியல் துறை என்பதிலிருந்து விலகி இயற்பியல் துறையோடும் சூழலியல் துறையோடும்

உறவுகொண்டு விரிவடைவதை மேற்கத்திய பல்கலைக்கழகங்கள் ஏற்றுக் கொண்டுள்ளன.

புவிபரப்பின் பல்வேறு நிலவெளிகளின் *(Landscape)* இயல்புநிலையை விளக்கும் நிலவியல், புவியை வாழும் இடமாகவும், வாழிடங்களைச் சார்ந்த இடமாகவும் விளக்குகிறது. மனிதர்கள் குறிப்பிட்ட நிலவெளிகளில் தொடர்ச்சியாக வாழத் தொடங்கும்போது அந்த வெளி சார்ந்து பழக்க வழக்கங்களும் நடைமுறைகளும் உருவாகின்றன. அவையே தொடர்ச்சியாகப் பின்பற்றப்படும் போது பண்பாட்டுக் கூறுகளாக மாறுகின்றன. இந்த வகையில் பண்பாட்டுக் கூறுகள் குறிப்பிட்ட நிலவெளிகளோடு பின்னிப்பிணைந்து அந்நிலவெளிகளுக்குக் குறிப்பான அடையாளங்களைத் தருகின்றன. நிலவெளியின் குறிப்பான அடையாளங்களை மனிதர்கள் தங்களின் வாழ்க்கையோடு தொடர்புடைய அடையாளமாகக் கட்டமைக்கின்றனர்.

மனித வாழ்க்கைக்குப் பயன்படும் வெளிகள் பல்வேறு விதமானவை. அவற்றை நிரந்தரவெளிகள் *(Permanent Space)* எனவும் தற்காலிக வெளிகள் *(Temporary Space)* எனப் பிரிக்கலாம். ஒரு மனித உயிரியின் நிரந்தர வெளியின் மிகச் சிறிய கூறு குடியிருப்பு. தமிழில் வீடு, மனை, இல்லம் போன்ற சொற்களால் குறிப்பிடப்படும் குடியிருப்பு ஒவ்வொரு பண்பாட்டுக்கூறுகளாலும் அர்த்தப்படுத்தப்படுகிறது. குடும்பம் என்கிற சமூக நிறுவனத்தின் நிரந்தர வெளியே இல்லம். இல்லம் தனிநபருடைய இருப்பிடமன்று; குடும்பமாக வாழ்தலின் அடையாளம். ஆணும் பெண்ணும் இணைந்து தங்களுடைய வாரிசுகளை உற்பத்தி செய்வதற்காகத் தங்கியிருக்கும் விதமாக இல்லம் என்னும் வெளி அடையாளப் படுத்தப்படுகிறது. இல்லம் என்னும் ஒரு புவிப் பரப்பு, குடும்பம் என்னும் சமூகநிறுவனத்தோடு இணைகிறபோது பண்பாட்டு வெளியாக மாறுகிறது. இந்த எடுத்துக்காட்டின் வழியாக நிலவியல், பண்பாட்டு நிலவியலாக மாறுவதை விளங்கிக் கொள்ளலாம். இல்லம் என்னும் நிரந்தர அடிப்படைப் பண்பாட்டு வெளியைப் போலவே, இல்லங்களால் உருவாக்கப்படும் தெருக்கள், தெருக்களால் உருவாக்கப்படும் ஊர் அல்லது நகரம், ஊர் மற்றும் நகரங்களைக் கொண்ட மாநிலம், மாநிலங்களின் தொகுதியான நாடு என ஒவ்வொன்றும் பண்பாட்டு வெளிகளாக விரிகின்றன; மாறுகின்றன. மாறும் நிரந்தரமான நிலவெளிகளைத் தனிமனிதனும் கூட்டமும்

உரிமையாகவும் உடைமையாகவும் கருதுகின்றன. அவையே நிரந்தரமான பண்பாட்டு வெளிகளை உருவாக்கும் என்பதை இதனோடு இணைத்துப் புரிந்து கொள்ள வேண்டும்.

நிரந்தரமான நிலவெளிகளைப் போல மனிதர்களின் வாழ்க்கைக்குத் தேவையான தற்காலிக நிலவெளிகளும் உள்ளன. நமது சமகாலத்தில் மனிதர்கள் ஒவ்வொரு நாளும் நிரந்தர வெளிகளோடும், தற்காலிக வெளிகளோடும் உறவு கொள்ள வேண்டியவர்களாக இருக்கிறார்கள் என்பதைப் பண்பாட்டு நிலவியல் மையப்படுத்துகிறது. நிரந்தர வெளியான இல்லத்திலிருந்து அன்றாட வாழ்க்கைத் தேவைகளுக்காக தற்காலிக நிலவெளிகளுக்குச் சென்று வரவேண்டியவர்களாகச் சமகால மனிதர்கள் கட்டாயப்படுத்தப்படுகின்றனர். கல்வியின் பொருட்டுப் பள்ளி, கல்லூரி, பல்கலைக்கழகங்கள் போன்ற தற்காலிக வெளிகளுக்கு போய்வர வேண்டியுள்ளது. வாழ்க்கைக்குத் தேவையான பணத்தைப் பெறும்பொருட்டு, பணியிடங்களான அலுவலகங்கள், தொழிற் சாலைகளுக்கும் சென்றுவர வேண்டிள்ளது. உடல் நலத்தைப் பாதுகாப்பதற்காக மருத்துவமனைகளுக்குச் செல்ல வேண்டியுள்ளது. இவை போலச் சிறியதும் பெரியதுமான தற்காலிக வெளிகளுக்குள் மனிதர்கள் நுழைவதும் வெளியேறுவதுமாக இருக்கின்றனர். இவ்வாறு நுழைந்து வெளியேறுவதன் மூலமாகக் குடும்பம் என்னும் சமூக நிறுவனத்தின் உறுப்பினர்களாக இருக்கும் மனிதர்கள் தற்காலிக வெளியில் இயங்கும் தற்காலிக உறுப்பினர்களாக மாறி, திரும்பவும் குடும்ப உறுப்பினர்களாக மாறுகிறார்கள். இதன்மூலம் நிரந்தர நிலவெளி உருவாக்கும் பண்பாட்டுக் கூறுகளோடு, தற்காலிக நிலவெளி உருவாக்கும் பண்பாட்டுக் கூறுகளும் தாக்கம் கொள்கின்றன என்பதைப் பண்பாட்டு நிலவியல் விரிவாக விளக்குகிறது.

மனிதர்களே விரும்பி நுழைந்து - திரும்பும் தற்காலிக நிலவெளிகளான கல்வி நிறுவனங்கள், பணியிடங்கள் போன்றவை மட்டுமல்லாமல் சுற்றுலாத்தலங்கள், கோயில்கள், ஓய்வுக்கான பூங்காக்கள், கடற்கரைகள், கலைகளின் இயங்கு வெளிகளான அரங்குகள் போன்றனவும் தற்காலிக வெளிக்குள்ளேயே அடங்கும். மனிதர்களின் விருப்பமின்றிச் சில நேரங்களில் காவல் நிலையங்கள், சிறைகள் போன்ற நிலவெளிகளுக்கும் செல்ல வேண்டிய கட்டாயம் ஏற்படுவதுண்டு. குடும்பம் என்னும் சிறு சமூக அமைப்பின்

மறுதலையாக அரசு என்னும் அமைப்பைப் பெரும் நிறுவனமாகச் சொல்லலாம். மொத்த சமூகத்தின் நடவடிக்கைகளைக் கட்டுப்படுத்தும் பொறுப்பு அதற்கு உண்டு. அதற்குக் கட்டுப்பட்டு நடப்பவர்களுக்காகக் கல்வி நிறுவனங்கள், பணியிடங்கள், மருத்துவமனைகள் போன்றவற்றை உருவாக்கித் தரும் அரசு, கட்டுப்படாத மனிதர்களுக்காகச் சில தற்காலிக நிலவெளிகளை உருவாக்கி வைத்துள்ளன. காவல்நிலையங்கள், நீதிமன்றங்கள், சிறைச்சாலைகள் போன்றவற்றை அத்தகைய நிலவெளிகளாகக் குறிப்பிடலாம். இத்தகைய நிலவெளிகளுக்குள் சென்று வர வேண்டிய மனிதர்களோடும், சில வகையான பண்பாட்டு அடையாளம் ஒட்டிக் கொள்ளும். அடையாளமாகிவிடும்.

- 2016

2. ஈழப்போர்க்கால நாவல்களில் பயங்கரவாதியின் இடம்

1983 ஜூலை 23 இல் நிகழ்ந்த கறுப்பு ஜூலை எனக் குறிக்கப்படும் பெருநிகழ்வு ஈழப்போராட்டத்தில் ஒரு தொடக்கம். அந்த நிகழ்வே ஆயுதப் போராட்டத்தைத் தனி ஈழத்துக்கான பாதை என்பதாக அறிவிக்கச் செய்தது. அந்தத் தொடக்கத்திற்கு வயது 40. ஆனால் ஆயுதப்போராட்டம் முள்ளிவாய்க்கால் பேரழிவோடு நிறைவு பெற்றது. தனித்தமிழ் ஈழத்துக்கான ஆயுதப் போராட்டத்தைக் கடைசிவரை நடத்திய விடுதலைப்புலிகள், ஆயுதங்களை மௌனித்துக் கொள்வதாக அறிவித்த நிகழ்வு முள்ளிவாய்க்கால் பேரழிவாகச் சுட்டப்படுகிறது. அந்த நாள் மே,18. 2009.

40 ஆண்டு கால வரலாற்றை எழுதுவதற்கான சான்றுகளை வரலாற்றாய்வாளர் ஒருவர் தேட நினைத்தால் எல்லாத்தரப்புப் பார்வைகளுக்குமான சான்றுகள் கிடைக்காது. ஒரு பக்கச் சான்றுகளே -அரசின் ஆவணங்களே கிடைக்கும். அரசின் ஆவணங்களில் பதிவு செய்யப்பட்டுள்ள குறிப்புகள் முழுமையான சான்றுகளாக ஆகமுடியாது எனக் கருதும் ஆய்வாளருக்குப் பெரிய அளவுக்கு எதிர்த்தரப்பு ஆவணங்களும் பதிவுகளும் கிடைக்க வாய்ப்பில்லை. ஏனென்றால், எல்லாச் சான்றுகளும் அழிக்கப்பட்டு

விட்டன. நான் இரண்டு முறை இலங்கையில் தமிழ் பேசும் மனிதர்கள் வாழும் பகுதிகளுக்குச் சென்றிருக்கிறேன். 2016 இல் தமிழர்கள் வாழும் பெருநகரங்களுக்கும் போய் இருக்கிறேன். மட்டக்களப்பிலும் அதன் சுற்றுப்புறக் கிராமங்களுக்கும் சென்றதுண்டு. விடுதலைப்புலிகள் வசம் இருந்த கிராமங்கள், பயிற்சி முகாம்கள் போன்றனவற்றைப் பார்த்திருக்கிறேன். கிளிநொச்சியிலும் யாழ்ப்பாணத்திலும் சில நாட்களைச் செலவிட்டிருக்கிறேன். போரில் பங்கேற்றவர்களோடும் பாதிக்கப்பட்டவர்களோடும் உரையாடியிருக்கிறேன்.

2019-இல் கொழும்பு தொடங்கி, கண்டி, மலையகம், சப்ரகமுவ, திரிகோணமலை, மட்டக்களப்பு யாழ்ப்பாணம், கிளிநொச்சி, மன்னார், வவுனியா எனப் பயணித்த நாட்கள் 20. இம்முறை அதிகமாகக் கிராமப்பகுதிகளைப் பார்த்தேன். திருகோணமலைப் பகுதியிலும் யாழ்ப்பாணப்பகுதியிலும் பயணம் இருந்தது. முதலாவது பயணத்தில் நான் பார்த்த அழிவுகளும் சிதிலங்களும் இரண்டாவது பயணத்தில் பார்க்கக் கிடைக்கவில்லை. குறிப்பாகப் புலிகளின் அரசாங்கம் செயல்பட்ட கிளிநொச்சிப் பகுதி முழுமையாக மாறியிருக்கிறது. இலங்கை அரசு மறுசீரமைப்பு, பொருளாதார உதவிகள் என்ற பெயரில் போர்க்காலச் சான்றுகள் எதுவும் இல்லாமல் அழித்திருக்கிறது. இதைச் சொல்லும்போது நான் இரண்டு ஆண்டுகள் (2011-2013) தங்கியிருந்த வார்சாவில் இரண்டாம் உலகப்போரின் அழிவுகளும் சிதிலங்களும் அப்படியே அழிக்கப்படாமல் இருப்பதைப் பார்த்தேன் என்பதை நினைவுபடுத்திக் கொள்கிறேன். ஐரோப்பாவின் பல நகரங்களில் இரண்டு உலகப்போர்களில் ஏற்பட்ட அழிவுகள் வரலாற்றுச் சான்றுகளாக அருங்காட்சியகங்களில்இருக்கின்றன என்பதையும் குறிப்பிட விரும்புகிறேன்.

தனி ஈழத்துக்கான போராட்டங்கள், போர் நிகழ்வுகள் சார்ந்த சுவடுகளும், பதிவுகளும் அழிக்கப்பட்ட நிலையில் அந்த வரலாற்றை எழுதுவது எப்படி? இந்தப் பெரும் நிகழ்வை எப்படி மீளுருவாக்கம் செய்வது? அதற்கு முதன்மையான சான்றுகளாக இருக்கக்கூடியவை பேச்சுகளும் எழுத்துகளும்தான். போர்க்காலத்தில் - போர்க்களத்தில் வாழ்ந்தவர்களின் நினைவுகளைப் பதிவுசெய்து தொகுத்துக் கொண்டு ஒரு வகை வரலாற்றை - வாய்மொழிசார் வரலாற்றை உருவாக்கலாம்.

அத்தோடு திரள் மக்களின் வாய்மொழிப்பாடல்கள், கதைகள், நிகழ்த்துக்கலைகளுக்கான கதைப்பாடல்கள் போன்றவற்றையும் சேர்த்துக்கொள்ளலாம். இவையெல்லாம் சொல்பவர்களின் கோணத்தை மட்டுமே தரக்கூடியன என்பதை மனதில் கொள்ளவேண்டும். அவற்றைத் தாண்டிப் போர்க்காலத்தை எழுதிக் காட்டிய இலக்கியப்பனுவல்கள் முதன்மையான சான்றுகளாக இருக்கமுடியும். அதிலும் குறிப்பாக நாவல் இலக்கியங்கள் விரிவான பார்வைகளையும் தரவுகளையும் தரக்கூடிய வடிவம். ஏனென்றால் நாவல் என்பது ஒரு பெரிய இலக்கிய வடிவம். காலம், வெளி, பாத்திரங்கள் என்ற மூன்றிலும் அளவில், எண்ணிக்கையில் பெரியதைக் கோரும் வடிவம். ஒரு கவிதை ஒரு மனித உயிரியின் உணர்ச்சி வெளிப்பாட்டை மட்டும் தான் காட்டும். சிறுகதைகள் சின்னச் சின்ன நிகழ்வுகளை மட்டும் தான் சொல்லி இருக்கும். அந்நிகழ்வுக்கான காலம், வெளி ஆகியவற்றில் பெரிய கவனத்தைச் செலுத்தியிருக்காது. ஆனால் வரலாறு காலத்தை நிகழ்வு வெளிகளின் பரப்பின் பின்புலத்தோடு விவரிப்பது, அதற்குப் பயன்படக்கூடியது நாவல் வடிவமே.

இரண்டு உலகப்போர்களின் சூழலை விவரிக்கப் பல நாவல்கள் பயன்பட்டுள்ளன. சோவியத் யூனியனில் நடந்த புரட்சியைப் பேசுவதற்கு ரஷிய நாவல்கள் பயன்பட்டுள்ளன. அதேபோல் பல நாடுகளில் பெரும் நிகழ்வுகளை- குறிப்பாக யுத்தம் சார்ந்த பெரும் நிகழ்வுகளை -அதில் ஈடுபட்ட - பாதிக்கப்பட்ட மனிதர்களின் எண்ணங்களை நாவல்களின் பாத்திரங்கள் தந்துள்ளன, அப்படிப் பதிவு செய்கிற நாவல்களை வைத்துக்கொண்டு வரலாற்றைக் கட்டமைக்க முடியும். தமிழ் நாட்டின் வரலாற்றை எழுதுவதற்கே வெவ்வேறு காலகட்டத்து இலக்கியங்கள் பயன்பட்டதைக் காண்கிறோம். சங்க கால வரலாறு செவ்வியல் கவிதைகள் வழியாகவே கண்டறியப்பட்டது என்பதை நாம் நினைவுபடுத்திக் கொள்ளலாம்.

போர்க்கால நாவலாசிரியர்கள்

2016 இல் கனடாவின் யார்க் பல்கலைக்கழகத்தில் "ஈழம்: போரும் - போருக்குப்பின்னும் - அண்மைப் புனைகதைகளை முன்வைத்து" என்றொரு கட்டுரை எழுதினேன் (விவரங்கள் முதல் கட்டுரையில் உள்ளன) அதற்குப் பின்னும் பலரது நாவல்களை

வாசித்துள்ளேன்; இப்போதும்வாசித்துக் கொண்டிருக்கிறேன். அவற்றில் பலவும் புலம்பெயர்ந்த எழுத்தாளர்களின் நாவல்களாக இருக்கின்றன. தமிழ்க்கவி, வெற்றி செல்வி, தமிழ்நதி, தமிழினி, தீபச்செல்வன், ஈழவாணி, தாமரைச்செல்வி, நோயல் நடேசன், ஆ.சி.கந்தராஜா, வாசு.முருகவேல், தொ.பத்தினாதன், விஜிதரன், ரவி, மாஜிதா, சித்தார்த்தன் என நீளும் பட்டியலில் தமிழ்க்கவி, வெற்றிச்செல்வி, தமிழினி போன்ற ஒன்றிரண்டு பேர்களே புலம்பெயராது ஈழப்பகுதியிலே இருந்தவர்கள்;இருப்பவர்கள்.

எனது பார்வைக்கு வராத நாவலாசிரியர்களின் நாவல்களும் இருக்கக்கூடும் இந்த நாவல்களை வாசித்தால், போர்க்காலத்தைப் பற்றிய நினைவுகளுக்குள் அமிழ்ந்து போகும் மனிதர்களைச் சந்திக்க முடியும். அவர்களின் இடப்பெயர்வுகளையும் வலிகளையும் மரண ஓலங்களையும் கையறு நிலையையும் அறியமுடியும். ஆனால் வரலாற்றை எழுத வேண்டும் என்கிற நோக்கத்தோடு வாசிக்கும் ஆய்வாளர் இவ்வகை உணர்ச்சிகளை வாசிப்பதோடு, எழுதிய நபருடைய நோக்கம் என்ன? அவருக்குள் வெளிப்படும் சார்பு என்ன? எவ்வகையான நிகழ்வுகளைக் கவனப்படுத்துகிறார்? எவ்வகையான மனிதர்களைத் தேர்வு செய்து எழுதுகிறார் என்று கவனித்து வாசிக்கவேண்டும்.

இந்த நாவல்களை வாசிக்கும் ஒருவருக்கும் ஈழப்போர் சார்ந்து வேறுவேறு கோணங்கள் இருந்தன; அவரவர் கோணத்தில் நாவல்கள் எழுதப்பெற்றன என்பது புரியவரலாம். போரையும் போர்க்காலத்தையும் எழுதியுள்ள தன்மையை முன்வைத்து நாவலாசிரியர்களையும் நாவல்களையும் வகைப்படுத்தலாம்.

1. போர்க்காலத்தில் நிலத்தில் இருந்து போரில் பங்கேற்று நேரடி அனுபவம் பெற்றவர்களின் நாவல்கள். இந்நாவல்களில் சொல்முறைமையில் ஒருவிதத்தன்மை கூற்று முறை வெளிப்பட்டுள்ளன.

2. போரையும் போர்க்காலத்தையும் அண்மையிலிருந்து பார்த்து அல்லது பங்கேற்று விலகிவந்து தொடரும் நினைவுகளை முன்வைக்கும் மொழிதல் தன்மையில் எழுதப்பெற்ற நாவல்கள். இவ்வகை நாவல்களின் சொல்முறைமையில் முன்னிலைக்கூற்றும்

படர்க்கை கூற்று முறைமையும் கலந்து காணப்படுகின்றன.

3. மூன்றாவது வகையான முழுமையும் போரைப் படர்க்கை நிலையில் விவரித்துச் சொல்லும் விலகல் தன்மை கொண்ட நாவல்கள்.

4. ஆயுதப்போர் ஆதரவு நிலைப்பாட்டில் முழுமையாக விடுதலைப் புலிகளின் சார்பாக நின்று பேசும் நாவல்கள் என்பன நான்காவது வகை.

எழுத்து- வெளிப்பாடு என்பது எப்போதும் ஒருவிதச் சார்போடுதான் இருக்கும். சிலரது எழுத்தில் வெளிப்படையான சார்பும், சிலரது எழுத்துகளில் மறைமுகமான சார்பும் இருக்கும். தீபச்செல்வனின் கவிதைகள் பெரும்பாலும் ஆயுதப்போரைத் தவிர்க்கமுடியாத ஒன்றாகவே முன்வைத்துள்ளன. ஈழத்தமிழர்கள் மேல் ஆயுதப்போர் திணிக்கப்பட்ட ஒன்று என்ற நிலைப்பாட்டில் நின்று எழுதியவர். அதே நிலைப்பாட்டையே அவரது புனைகதைகளிலும் வாசிக்க முடிகிறது. அத்தோடு போரை முன்னின்று நடத்தும் வல்லமையும் திறனும் தமிழீழ விடுதலைப்புலிகளுக்கும் அதன் தலைவர் வேலுப்பிள்ளை பிரபாகரனுக்கு மட்டுமே இருந்தது என்ற நம்பிக்கை கொண்டவராக வெளிப்பட்டுள்ளார்.

தீபச்செல்வனின் நிலைப்பாட்டையொத்த பார்வையோடு புனைகதைகளில் - நாவலில் இயங்கியவர்களாக சிலரை அடையாளப்படுத்த முடியும். குணா கவியழகன், வெற்றிச்செல்வி, தமிழ்நதி, தமிழ்க்கவி, தமிழினி என நீண்டு தீபச்செல்வன் வரை வருகிறது. இவர்களின் புனைவுக்குள் கிடைக்கும் ஈழ யுத்தம், அதனுடைய தேவை, தனி நாடு, அதற்கான நெருக்கடி, ஒரு மொழியின் பெயரால், இனத்தின் பெயரால், ஒரு பெரும்பான்மை அரசு நடத்திய கொடூரம் என எழுதும்போது ஒருவித ஆவணத்தன்மையைக் கொடுக்கிறார்கள்.

ஈழப்போரில் முள்ளிவாய்க்கால் என்கிற பேரவலம் 2009இல் நடந்து முடிகிறது. தீபச்செல்வனுடைய இரண்டாவது நாவலான பயங்கரவாதி. முள்ளிவாய்க்காலில் பெரும் கூட்டமாக கொலைகள் நடக்கின்றன; அதே நேரத்தில் யாழ்ப்பாண பல்கலைக்கழக வளாகத்தில் என்னவெல்லாம் நடந்தன என இரண்டையும்

இணையாக வைத்துப் பேசுவதோடு முடிகிறது. நாவலின் தொடக்கம் அங்கிருந்து 4 ஆண்டுகள் முன்னே நகர்ந்து செல்கிறது. 2005 லிருந்து 2009 வரைக்கும் ஈழ யுத்தத்தினுடைய ஒருவித சாட்சியமாக நாவல் வடிவம் கொண்டுள்ளது.

நாவல் என்பது எப்போதுமே நேரடியாக எல்லா உண்மைகளையும் சொல்வதல்ல. அது ஒருவிதப் புனைவுக்கலை. அதே நேரம் மொத்தமும் புனைவாகவும் இருந்துவிடுவதில்லை. உண்மையையும் புனைவையும் கலப்பது தான் நாவலாசிரியரின் வித்தை. அந்த வித்தையைத் தீபச்செல்வன் எப்படிச் செய்து இருக்கிறார்? என்பதைக் கவனித்துச் சொல்வதே எனது முதன்மையான நோக்கம். அவரது அரசியல் சார்பும் நிலைப்பாடுகளும் சரியா? என்ற விவாதங்களுக்குள் செல்லப்போவதில்லை. இலக்கிய ஆய்வில் அது தேவையற்றதும் கூட. எழுத நினைத்த கோணத்தையும் ஆதரவையும் கலையியல் சார்ந்து தருவதில் ஒரு புனைகதை ஆசிரியர் சரியாகச் செய்கிறாரா? என்பதைச் சொல்வதே இலக்கியத்திறனாய்வின் பணி என நினைக்கிறேன்.

ஆவணப்புனைவு

ஆங்கிலத்தில் *Docu-fiction* என்றொரு கலைச்சொல் உண்டு. தமிழில் ஆவணப்புனைவு எனச் சொல்லலாம். இதற்குள் ஆவணத்தின் கூறுகளும் இருக்கின்றன; புனைவுத்தன்மையும் இருக்கிறது என்பதைக் குறிக்கும் கலைச்சொல். இதனைக் கொண்டுவருவதிற்குத் தீபச்செல்வன் கையாண்டுள்ள உத்தி முக்கியமான ஒன்று, நாவலின் நிகழ்வு வெளியாக இருப்பது யாழ்ப்பாண பல்கலைக்கழக வளாகம். அதில் நாவலின் காலமான 2005 முதல் 2009 வரை மாணவர்களின் செயல்பாடுகள் குறித்த ஆவணங்கள் இருக்கும். இப்போதும் போய்ப் பார்க்கலாம், அங்கு நடந்த நிகழ்ச்சிகளைப் பற்றிய குறிப்புகள் எல்லாம் பல்கலைக்கழக ஆவணங்களில் இருக்கும். அதனை யாரும் மாற்றியிருக்க வாய்ப்பில்லை; அங்கு நடந்த மாணவர் தேர்தல், கலைநிகழ்ச்சிகள், சட்ட எல்லைக்குள் நடந்த போராட்டங்கள், உண்ணா நோன்புகள், ராணுவத்தின் நுழைவு, துணைவேந்தரின் அதிகாரம் சார்ந்து எடுத்த முடிவுகள் என அவற்றை இப்போதும் பெற்றுக்கொள்ள முடியும். அந்த ஆதாரங்களை நேரடிக் காட்சியாக மையப்பாத்திரமான மாறனின் பார்வையில் தருகிறார்.

ஒரு நாவலுக்கு முதன்மையான மூன்று கூறுகள் உண்டு காலம், வெளி, பாத்திரங்கள் என்பன. இம்மூன்றில் காலத்தை உண்மைக்காலமாக்கும்போது நாவலின் நிகழ்வுகளுக்கு ஒருவித நம்பகத்தன்மையைத் தரவேண்டிய நெருக்கடி நாவலாசிரியருக்கு ஏற்படும். அதேபோல் நாவலுக்குள் உருவாக்கப்படும் வெளியை இருக்கும் வெளியாகச் சித்திரித்துவிட்டால், அந்த நம்பகத்தன்மை இன்னும் கூடுதல் அர்த்தம் கொண்டதாக மாறிவிடும். அதே நேரம் பாத்திரங்களை உண்மைப் பாத்திரங்களாக எழுதினால் அந்நாவல் தன்வரலாற்று நாவல் அல்லது வரலாற்று நாவலாகக் கருதப்படும் வாய்ப்பு ஏற்படும். அதைப் பெரும்பாலான சமூகப் புனைகதை எழுத்தாளர்கள் செய்வதில்லை. தீபச்செல்வனும் அதைச் செய்யவில்லை. பாத்திரங்களைப் புனைவுப்பாத்திரங்களாகவே உருவாக்கியிருக்கிறார்.

யாழ்ப்பாணப் பல்கலைக்கழகம் என்ற உண்மையான வெளியைக் கொண்ட பயங்கரவாதி நாவலின் காலமான நான்காண்டுகள் ஒருவருடைய பட்டப் படிப்புக் காலம். இந்த நாலாண்டுகளில் இந்த வளாகத்தில் என்ன நடந்தது? வளாகத்தில் தங்களுடைய உரிமைகளுக்காக போராடிய மாணவர்களைப் பல்கலைக்கழகத்திற்கு வெளியே இருந்து இயங்கிய ராணுவ அதிகாரிகள் 'பயங்கரவாதிகள்' என்று சொன்னார்கள். ஆனால் மாணவர்கள் அவர்களுடைய உரிமைகளுக்காகப் போராடினார்கள்; அவர்களுடைய வளாக எல்லைக்குள் இருந்து போராடினார்கள் என வளாக நிகழ்வுகளையும், மாணவர்களாகவே யாழ் நகருக்குள் செயல்பட்ட விதத்தையும் விவரித்துக் காட்டுகிறது.

உண்மை வெளியான யாழ்ப்பாணப் பல்கலைக்கழகத்தில் மாணவர்கள் போராட்டம் நடந்த அதே காலகட்டத்தில் இயக்கம்(விடுதலைப்புலிகள்) கிளிநொச்சிப் பகுதியில் போராடிக் கொண்டிருந்தார்கள்; அரசாங்கத்தைக் கட்டியெழுப்பினார்கள்; நிர்வாகம் செய்தார்கள்; இலங்கை அரசுக்கு வேறுநாடுகளின் உதவிகள் கிடைத்த நிலையில் இறுதிப்போரில் பின்வாங்கினார்கள் என்பதை இணையாக வைக்கிறது நாவல். நேரடிக் காட்சிகளாக இருப்பது முழுவதும் யாழ்ப்பாண பல்கலைக்கழக வளாகம்தான், இதுவே நாவலுக்கான இடப்பின்புலம், ஆனால் அந்தப் பின்புலத்தில் வரக்கூடிய மனிதர்கள்/ கதாபாத்திரங்கள் எல்லாம் தேர்வுசெய்த

பாத்திரங்கள். அந்தப் பாத்திரத்தேர்வைத் தீபச்செல்வன் எப்படிச் செய்துள்ளார் என்பது கவனிக்கத்தக்கதாக இருக்கிறது.

வகைமாதிரிப்பாத்திரங்கள்

புனைகதைகளில் உருவாக்கப்படும் பாத்திரங்களை நான்கு வகையான பாத்திரங்களாகச் சொல்லுவார்கள். நடப்பியல் *(Realistic)* பாத்திரம், குறியீட்டுப் *(Symbolic)* பாத்திரம், வகைமாதிரிப்பாத்திரம் *(typed character)*, பிரதிநிதித்துவப் *(Representative)*பாத்திரம் என்பன அவை. இந்நான்கு வகைப்பாத்திர உருவாக்கத்திற்கும் புனைகதை ஆசிரியர்களுக்குத் தனித்தனி நோக்கங்கள் உண்டு. எழுத்தாளர் உருவாக்கும் புனைவுக்குள் இருக்கும் சமூகத்தில் இருக்கக்கூடிய வெவ்வேறு விதமான மனிதர்களுடைய போக்குகளுடைய வகைமையில் - சாயலில் அந்தப் பாத்திரங்கள் இருக்கும். இந்நான்கு வகையான பாத்திரங்களில் தீபச்செல்வனின் நாவலில் வரும் பாத்திரங்கள் ஒவ்வொன்றும் வகைமாதிரிப் பாத்திரங்களாக இருக்கின்றன. நாவலில் வெவ்வேறு வகையான வகைமாதிரிகளை அவர் உருவாக்கியுள்ளதை இங்கே சுட்டிக்காட்டலாம்.

மாணவர்கள் - போராட்ட உணர்வுடைய மாணவர்கள், அவருடைய வகை மாதிரி மாறன். தலைமை தாங்கக்கூடிய, தன்னுடைய விஷயங்களை எதற்காகவும் விட்டுக் கொடுக்காத ஒரு மாணவன். அவனைப் போலவே அவனது காதலி மலரினியும் ஒரு வகைமாதிரியே. அந்தக் காம்பஸில் இருக்கிற எல்லாரையும் அவர் எழுதவில்லை. அவரோடு இணைந்து வேலை செய்கிறவர்களுக்குள் வெவ்வேறு சித்தாந்தத்தில் - ஐடியாலஜியில்- இருக்கக்கூடிய மாணவர்களுடைய வகைமாதிரிகளைக் கொண்டுவந்துள்ளார். அவர்களுடைய குடும்பப் பின்னணியைச் சொல்லும்போது ஈழத்தமிழ்ப் பகுதியின் வெவ்வேறு நிலப்பின்னணியையும் சமூகப்பின்னணியையும் தருகிறார். இப்படித்தருவது வகை மாதிரிகளை உருவாக்குவதில் இருக்கும் கவனத்தைக் காட்டியுள்ளது.

மாணவர்களுக்கு எதிராக இருக்கக்கூடிய மாணவர்களின் வகைமாதிரியையும் உருவாக்கியுள்ளார் நிரோஜன் கதாபாத்திரம் தமிழ் அரசியலில் ஈடுபாடில்லாத நிலையில் மாணவர் தலைவராக ஆக முடியவில்லை என்பதில் தொடங்கி, சிங்கள ராணுவத்துக்கு ஆதரவான துரோகியாக மாறி, கடைசியில் அவர்களாலேயே

விரட்டப்படுகிற ஒருத்தராய் அந்த வகை மாதிரியை நாவலுக்குள் கொண்டு வருகிறார். இதன் மூலம் காம்பஸுக்குள்ளேயே ஆதரவான குழுவும் எதிரான குழுவும் என்று வகைமாதிரிகளை உருவாக்குகிறார். இதைத் தாண்டி அங்கு நடந்த பெரும் பெரும் நிகழ்வுகள் வருகின்றன. பொங்குதமிழ் போன்ற நிகழ்வுகள் யாழ்நகரிலும் சுற்றுவட்டாரச் சிறுநகரங்களிலும் நடந்த நிகழ்வுகள். அவையெல்லாம் நாவலில் வரும் நிகழ்வுகள் நடந்த நிகழ்வுகள் என்ற உண்மைத்தன்மையை உண்டாக்குகின்றன.

யாழ்ப்பாணப் பல்கலைக்கழக வளாக நிகழ்வுகளைச் சொல்லும் முறையிலிருந்து மாறிக் கிளிநொச்சியில் நடக்கும் தமிழீழ அரசாங்கம் குறித்த தகவல் தரப்பட்டுள்ளன. அந்த அரசாங்கம் எப்படி நடந்தது என்பதைச் சிறுசிறு அலகுகள் வழியாகக் காட்டுகிறார். அந்நிகழ்வுகள் உருவாக்கப்படும் பாத்திரங்கள் கூட வகை மாதிரிப்பாத்திரங்களே. மருத்துவத்துறையில் என்ன செய்தது? கல்விக்கு என்ன செஞ்சது? தலைவருடைய பார்வையில் நடந்ததா? அவற்றில் அவருடைய ஈடுபாடு என்ன? என்பதையெல்லாம் எழுதும்போது, விடுதலைப்புலிகளின் போராட்டத்திற்குப் பின்னால் என்னென்ன விதமான சந்தேகங்களும் ஐயங்களும் எழுப்பப்பட்டதோ அதற்கெல்லாம் பதில் சொல்லுகிற மாதிரி வகை மாதிரி கதாபாத்திரங்களை உருவாக்கியிருக்கிறார்.

இவை எல்லாமே உண்மை கதாபாத்திரங்கள் இல்லை, இப்படித்தான் இருந்தது, இப்படியான மனிதர்களால் பின்னப்பட்ட ஒரு போராட்ட வரலாறு கொண்ட இயக்கம் எத்தகைய வாழ்க்கையைத் தரும் கனவுகளைக் கொண்டிருந்தது என்பதை முன்வைக்கிறார். அவர்களின் வெற்றியை மட்டுமே சொல்லாமல், இப்படி இருந்த இயக்கம் ஏன் பின் வாங்கியது? அதன் காரணிகள் யார்? யார்? என்பதை விரிவாக எழுதாமல் குறிப்பாகச் சுட்டிச் செல்கிறார். விரிவாக எழுதாமல் போனதற்குப் பல்கலைக்கழக வளாகம் போன்ற நேரடிச் சித்திரிப்புகளுக்குக் கிடைத்த நேரடிப் பங்கேற்பு இல்லாதது காரணமாக இருக்கலாம்.

நாவலின் தொடக்கத்தில் இயக்க ஆதரவு கொண்ட பாத்திரங்களாக மாறனையோ, அவனது நண்பர்களையோ அடையாளப்படுத்தியுள்ள நாவல், மெல்லமெல்லச் சூழலால் அவர்கள் இயக்க ஆதரவுக் கருத்தியலாளர்களாக ஆகிறார்கள்

என்றே காட்சிப்படுத்தியுள்ளார். பள்ளிப்படிப்புக்குப் பின் பல்கலைக்கழக வளாகத்திற்கு வரும் இளையோர்களின் மனநிலையில் மாறனும் மலரினியும் இருக்கிறார்கள். பெண் தன் அருகில் உக்காரும் நிலையில், பார்த்ததும் விருப்பப்படுகிற, காதல் கொள்ளுகிற, எல்லாவிதமான இளம்பருவத்து மனநிலையோடு இருக்கும் ஒருவனாகவே மாறன் அறிமுகம் ஆகின்றான்.

நாவலில் இடம்பெற்றுள்ள ஒரு பெரிய நிகழ்வு முகமாலை. மாணவர்கள் காம்பஸுக்கு வர முடியாமல் தவித்த கால கட்டத்து நிகழ்வு. கிளிநொச்சியில் இருந்து ஒரு மணி நேரத்தில் யாழ்ப்பாணத்துக்கு வந்து சேரலாம். ஆனால் மூன்று நாட்கள் கடல் வழியாகத் திரிகோணமலை போய், அங்கே நின்று வந்த பெரிய துயரப் பயணம். எனது பயணத்தின் போது பலரும் சொன்ன நிகழ்வு அது. ஒரு மணிநேர பயணத்தை மூன்று நாட்கள் சாப்பிடாமல், கடல் பயணம் பிடிக்காமல் செய்த பயணத்தில் பிணப்பொதிகளைத் தூக்கிக் கொண்டு போன பயணங்கள். இந்தப் பயண நிகழ்வில், இன்னொரு வகை மாதிரிப் பாத்திரத்தை உருவாக்கி விடுதலைப் புலிகள் மீது வைக்கப்பட்ட விமரிசனம் ஒன்றுக்குப் பதில் தருகிறார் தீபச்செல்வன். யாழ்ப்பாணப் பகுதியிலிருந்து விரட்டப்பட்ட முஸ்லீம்களின் குரலுக்குச் செவி மடுத்துக் காரணம் சொல்வதும், அவரது நிலைப்பாட்டைப் புரிந்துகொள்வதுமான அரசியல் சொல்லாடலுக்கு அதனைப் பயன்படுத்தியுள்ளார். அன்வர் என்கிற கதாபாத்திரம், மாறனோடு திரிகோணமலைக்கு போகும்போது பயணம் செய்கிறது. போகும்போது ரெண்டு பெரும் அந்த விஷயங்கள் பற்றிப் பேசுகிறார்கள். இலாமியர்கள் தரப்பில் என்ன தப்பு நடந்தது? இந்த காட்டிக் கொடுக்கிற வேலையை அவர்கள் மட்டும்தான் செய்கிறார்களா? இங்கேயும் செய்கிறார்களே? என்று அந்த உரையாடல் வழியாக மொத்தத்தையும் ஒரு பக்கச் சார்பாக நின்று பேசாமல், இரண்டு பக்கமும் அதைப்பற்றி சிந்திப்பதற்கான வாய்ப்புகளைக் கொண்டதாக மாற்றியுள்ளார்.

இந்த நாவல் விடுதலைப்புலிகளின் ஆதரவு நாவல் என்ற விமரிசனத்தைத் தவிர்க்கும் விதமாக அமைவது தீபச்செல்வன் உருவாக்கியுள்ள வகைமாதிரிப் பாத்திரங்களே. முஸ்லீம் பாத்திரங்களைப் போலவே சிங்களப் பாத்திரங்களிலும் அந்த வகைமாதிரியைக் கொண்டு வந்துள்ளார். முழுவதும்

வன்மத்தோடு இருக்கும் பந்துலவின் பக்கத்தில் தான் சங்கமவும் இருக்கிறான். சங்கம, மனித நேயம் கொண்ட ராணுவ வீரனின் வகைமாதிரியாக உருவாக்கப்பட்டுள்ளார். வெலிக்கடை சிறை உடைப்புப் போராட்டத்தில், கொழும்பில் தமிழர்களைக் காப்பாற்றுவதற்காக தயாரான ஒருவருடைய மகன் அவன். “நான் உயிர்களைக் கொல்வதற்காக ராணுவத்திற்கு வரவில்லை; என்னால் முடிந்தவரை நான் எங்க அப்பா செஞ்ச மாதிரி மனித உயிர்களைக் காப்பாற்றவே வந்துள்ளேன்” என்கிறான். “ராணுவம் என்பது வெறும் வன்முறைக்கானதோ, கொலை செய்வதற்கானதோ மட்டுமல்ல; உயிர்களைக் காப்பாற்றும் வேலையும் அதற்கு உண்டு; அதற்காகவே நான் ராணுவத்திற்கு வந்தேன்” என்பது அவன் நிலைப்பாடு. அவன்தான் நிறைய இடங்களில் மாறனைத் தப்பிக்க வைக்கிறான். அந்த வகையில் அதுவும் ஒரு வகைமாதிரி. புலிகளின் மருத்துவப் பிரிவு பற்றிய சித்திரம், அவர்களின் மனிதாபிமான வெளிப்பாட்டைக் காட்டுவதற்கான வகைமாதிரியாக அமைந்துள்ளது. உதயங்க என்ற சிங்கள ராணுவ சிப்பாய்க்கு மருத்துவம் பார்த்து அனுப்பும் நிகழ்ச்சி அது. இவ்வகையான குறிப்புகளைப் பின்னர் தங்களது டைரி குறிப்பாகவே சிங்கள ராணுவ வீரர்கள் எழுதியுள்ளனர்.

யாழ்ப்பாணப் பல்கலைக் கழகம் என்னும் நடப்பில் இருக்கும் வெளியின் நிகழ்வுகளைக் குறிப்பான நான்காண்டு காலத்தில் நிகழ்ந்தனவாக எழுதிக்காட்டியுள்ள நாவல், கிளிநொச்சிப் பகுதியையொரு ஒரு புனைவு வெளியாக கோட்டுச் சித்திரமாக எழுதிக்காட்டியுள்ளது. அந்தப் புனைவு இப்படியொரு அரசாங்கம் அமைந்திருந்தால் - தொடர் நிகழ்வாக நீண்டிருந்தால் - எப்படி இருக்கும் என்ற கனவாகவும் இருக்கலாம். அந்த கனவை உள்ளே வைத்து நாவல் வாசகர்களுக்கு வாசிக்கத் தந்துள்ளது. நாவல் என்கிற கட்டமைப்பில் குறிப்பான காலம், குறிப்பான வெளி என்பதைக் கைக்கொண்டு புனைவுக் கதாபாத்திரங்களை வகைமாதிரிப் பாத்திரங்களாக்கி எழுதியுள்ள பயங்கரவாதி நாவல், தமிழ் வாசகர்களுக்காக மட்டும் எழுதப்பட்டது என்று நினைத்துவிடத் தேவையில்லை. இது மொழிபெயர்க்கப்பட வேண்டும். இந்நாவல் மட்டுமல்ல; எல்லாப் போர்க்கால நாவல்களும் மொழிபெயர்க்கப்பட வேண்டும் மொழிபெயர்க்கப்படும் நாவல்கள் ஊர்வலமாகச் சென்று உலக அரங்குகளில் மனுகொடுக்கும்

போராட்டம் ஏற்படுத்தும் தாக்கத்தைவிடக் கூடுதல் தாக்கத்தை ஏற்படுத்தும். எழுத்தாளர்கள்/கலைஞர்கள் தான் நம்பிய போராட்ட வாழ்க்கைக்கு அதன் காலத்தில் மட்டுமே வேலை செய்வார்கள் என்பதில்லை. போராட்டத்துக்குப் பின்னாலும் தொடர்ந்து வேலை செய்துகொண்டே இருப்பார்கள், அந்த வேலையை தீபச்செல்வன் இந்த நாவலில் செய்திருக்கிறார்.

- செப்டம்பர், 2023

3. வெட்டியெடுக்கப்பட்ட சதைத்துண்டு: லதா உதயனின் அக்கினிக்குஞ்சுகள்

நாவல் இலக்கியம் புறநிலை சார்ந்தும் அகநிலை சார்ந்தும் பெரும் கொந்தளிப்புகளை எழுதிக்காட்டுவதற்கான இலக்கிய வகைமை. பெரும் கொந்தளிப்புகள் உருவாக்கக் காரணிகளாக இருக்கும் அரசியல் பொருளாதாரச் சமூக முரண்பாடுகளை அதன் காலப்பொருத்தத்தோடும், சூழல் பொருத்தத்தோடும் எழுதிக்காட்டும் புனைவுகள், வரலாற்று ஆவணமாகும் வாய்ப்புகளுண்டு.

தமிழ்நாட்டுச் சமூக வரலாற்றில் ஆகப்பெரும் அரசியல் நிகழ்வுகள் நடந்தபோது அவற்றை நாவல் இலக்கியம் எழுதுவதற்கான உரிப்பொருளாக நினைக்கவில்லை. அதற்கு மாறாகக் குறிப்பான வட்டாரப் பின்னணியில் சாதிக்குழுக்களின் நகர்வுகளையும் ஒற்றைக் குடும்பத்திற்குள்ளான உறவுமுறை மோதல்களையும் மையப்படுத்திய பண்பாட்டுச் சிக்கல்களாகவும் தமிழ்நாவல்கள் பதிவுசெய்துள்ளன. தனிமனித அகநிலைப் போராட்டங்களை அதிகமும் குடும்ப உறவுகளுக்குள்ளான முரணாகவும், தனது இருத்தலின் விசாரணைகளாகவும் எழுதிய போக்கும் தமிழ்நாட்டு நாவல் இலக்கியப்பரப்பில் வெளிப்பட்டன. அவற்றின் வழியாக மரபான வாழ்க்கையிலிருந்து நவீனத்துவ வாழ்க்கைக்குள் நுழைய முயன்ற தமிழ்நாட்டு நகர்வுகளின் அகநிலைச் சிக்கல்களையே அதிகம் அறிய முடியும்.

இதற்கு மாறான போக்கைக் கொண்டதாக இருக்கிறது ஈழத்தமிழ் நாவல் இலக்கியப் போக்கு. அனைத்திலும் அரசியலை மையமாக்கிப் பேசவேண்டிய நெருக்கடியைச் சந்தித்தது ஈழத்தமிழ்ச் சமூகம். தமிழ்நாட்டுத் தமிழர்கள் சந்திக்காத ஆகப்பெரும் நிகழ்வாக 30 ஆண்டுகாலத் தனிநாட்டுக் கோரிக்கை சார்ந்த போராட்டங்களும் ஆயுதப்போர்களும் இருந்துள்ளன. உலகத்தமிழர் வரலாற்றை எழுதப்போகும் எதிர்காலம், தமிழ்மொழி பேசும் மனிதர்கள் கடந்து வந்த ஆகப்பெரும் நிகழ்வாக ஈழத்துக்கான ஆயுதப்போரையே பதிவுசெய்யும். அப்போரோடு தொடர்புடைய வரலாறுக்காரணிகள், தேசம், தேசியம், தேசிய இனம், பொருளியல் நிகழ்வுகள் சார்ந்து உருவான கருத்தியல் மோதல்களின் வெளிப்பாடு, செயல்பாட்டு நடவடிக்கைகளால் உண்டான அழிவுகள், நீண்ட காலகட்டத்தில் சந்தித்த உள் முரண்கள், புறத்தாக்கம், என அனைத்தையும் சமகாலப்பார்வையிலேயே எழுதும் நெருக்கடியை அது உண்டாக்கியது. அவற்றை எழுதிய ஈழத்தமிழ்ப் பின்னணி கொண்ட நாவல்களை அதிகம் எழுதியவர்கள் ஈழத்தைவிட்டுப் புலம்பெயர்ந்து வாழும் எழுத்தாளர்களே. அவர்களும் கழிந்தனவற்றை நினைந்து இரங்கல் என்னும் கையறுநிலையையே அதிகம் எழுதியுள்ளனர். கையறுநிலையைத் தாண்டி ஆயுதப்போராட்டத்தின் மீது கொண்ட நம்பிக்கையை எழுதியவர்களும் உண்டு. அந்த நம்பிக்கை முன்னெடுத்த இயக்கத்தின் மீது கொண்ட எதிர்பார்ப்பாகவும், தலைமை மீதுகொண்ட பற்றாகவும் அவை வெளிப்படவும் செய்துள்ளன.

★★★

தனி ஈழத்திற்கான ஆயுதப்போராட்டமாக மாறிய காலகட்டத்தை எழுதிய நாவல்கள் பலவும் கடந்த பத்தாண்டுகளில் வாசிக்கக் கிடைத்துள்ளன. அந்த வரிசையில் கடைசியாக வாசித்துள்ள நாவல் லதா உதயனின் அக்கினிக் குஞ்சுகள் (2022, பூவரசி வெளியீடு) மற்ற நாவல்களிலிருந்து முக்கியமான இரண்டு வேறுபாடுகளைக் கொண்டிருக்கிறது இந்த நாவல். இந்த வேறுபாடுகளுக்காகவே போர்க் கால நாவல்களின் வரலாற்றில் அல்லது வரிசையில் ஓரிடத்தைப் பெறும் வாய்ப்பைக் கொண்ட நாவலாக இருக்கிறது என்பது எனது கணிப்பு. அந்த வேறுபாட்டில் முதலாவது நாவலின் இயங்குவெளி இருக்கிறது. இரண்டாவது நாவலுக்குள்

உருவாக்கப்பட்டுள்ள காலமாக இருக்கிறது. இவ்விரு வேறுபாடுகள் காரணமாக நாவலில் உருவாக்கப்பட்டு உலவும் பாத்திரங்களின் சித்திரிப்பு நிலையும் கவனிக்கத்தக்கதாக இருக்கிறது. இம்மூன்றையும் ஒருங்கிணைத்து உருவாக்கப்பட்டுள்ள நாவலின் வடிவ ஓர்மையும் குறிப்பிடப்பட வேண்டிய ஒன்று.

இலக்கிய வடிவங்கள் ஒவ்வொன்றும் இலக்கியத்தின் அடிப்படைக்கூறுகளான காலம், வெளி, பாத்திரங்கள் என்ற மூன்றையும் உருவாக்கி ஓர்மைப்படுத்திப் பயன்படுத்தும் விதங்களில் வேறுபடுகின்றன. நாவல் இலக்கியம் விரிவான இடப்பரப்பையும், நீண்ட காலப்பரப்பையும் தனதாக்கிக்கொண்டு விவாதிக்க நினைக்கும் ஓர் வடிவம். அவ்வடிவத்திற்குள் மனிதர்களின் புறவாழ்வுச் சூழலுக்கேற்ப அகவுணர்வுகள் இணைந்து நகர்கின்ற விதத்தை எழுதும் நாவலாசிரியர்கள் ஒருவித சமூக வரலாற்றுப் பின்புலத்தைக் கட்டமைத்து வாசிக்கத் தருவார்கள். இதற்குமாறாக அகவுணர்வுகளும் அதன் உள்ளார்ந்த அடுக்குகளும் மோதிக்கொள்ளும் சிக்கலை எழுதும் நாவலாசிரியர்கள், காலப்பின்னணிக்கு முதன்மையளிக்காமல் பாத்திரங்களின் மனப்போராட்டங்களுக்கான காரணங்களைத் தனிமனிதர்களின் இருப்பாக விவாதித்து நகர்த்துவார்கள். லதா உதயன் நாவல் குறிப்பான வெளி, குறிப்பான காலம், குறிப்பான மையப்பாத்திரங்கள் எனத் தெரிவுசெய்து, ஈழப்போர்க்காலம் என்னும் புறச்சூழலில் நிறுத்தியுள்ளார். அதன் காரணமாகவே அந்நாவலுக்கொரு சமூகவரலாற்றுத் தன்மை -ஆவணமாக்கல் தன்மை உருவாகியிருக்கிறது.

அக்கினிக்குஞ்சுகள் நாவலின் பேசுபொருள் அல்லது விவாதிக்க நினைத்த உரிப்பொருள் இலங்கை தேசத்திற்குள் நடந்த தனி ஈழத்துக்கான போர் என்ற குறிப்பை நாவலின் தொடக்கத்திலேயே குறிப்பாக உணர்த்துகிறார். அதன் முதல் இயலில் கடைசிப்பத்திகள் இப்படி முடிகின்றன:

> "இந்தக் கடலுக்குள்ள இனி சிங்கள நேவியை வரவிடக் கூடாது! அவங்கள் வந்தால் எங்கட வாழ்க்கையை, நிம்மதியை அழிச்சிடுவாங்கள்" ராசா கண்களில் கோபம் கொப்பளிக்கக் கூறினான்.

அந்த இளைஞர்கள் மூவரது கனவுகளையும், ஏக்கங்களையும் உப்புக்காற்று தன்னோடு சுமந்துகொண்டு கடற்பரப்பில் அலைந்து திரிந்தது.

முதல் இயலின் கடைசிப்பத்திகள் இரண்டும் குறிப்பிடும் அந்தக் குறிப்பு நாவலின் இறுதி இயலின் நிறைவுப் பகுதியில் ஓர்மைப்படுத்தி முடிக்கப்பட்டுள்ளது:

> குழந்தை வேலப்பாவின் ஆவேசமான குரலும், கடற்தொழில் செய்து இறுகிப்போன நிமிர்ந்த தோள்களிலும், தீர்க்கமான சுட்டெரிக்கும் பார்வையும் இராணுவத்தினரை ராசாவின் வீட்டினுள் நுழைய விடவில்லை. மற்றவர்கள் ஒழுங்கை மண்ணை அள்ளிக்கொட்டியும், திட்டியும் தங்களது ஆறாத வேதனைகளை வெளிக்காட்டினர். புழுதிப்படலம் ஒழுங்கையை மூடிப்பிடிக்க, இராணுவத்தினர் ஒழுங்கைத் தலைப்புகளிலும், தோட்ட மூலைகளிலும் போய் நின்று கொண்டனர்.

இந்த முடிப்பிற்குப் பின்னர் கதைசொல்லியின் கூற்றாக அந்தக் கிராமத்தின் இருப்பைச் சொல்லும் ஒரு பத்தியை எழுதிமுடிக்கிறார் நாவலாசிரியர்.

> கடற்கரைப்பக்கமாக நின்ற ஆம்பிளையள் கண்களிலும், நெஞ்சிலும் நெருப்பைச் சுமந்தவாறு, கடலைப் பார்த்துக் கொண்டிருந்தனர். முருங்கைக்கட்டுக்குமேலாக பெரும் அலைகள் கொந்தளித்துக் கொண்டிருந்தன. கச்சான் காற்றின் வேகமும், குளிரும் கரையோரங்களை தழுவிச்சென்றன

இந்த முடிப்புப்பகுதியில் இடம்பெறும் கடற்கரையும் கச்சான் காற்றும் எப்படி இருந்தன என்பது நாவலின் தொடக்கப்பத்தியாக இருக்கிறது:

> விடியலின் வெளிச்சம் கடலில் மெலிதாக கசிந்திருந்தது. கருமையான மேகங்கள் வானத்தை ஆங்காங்கே ஆக்கிரமித்துக்கொண்டிருந்தன. கடல் தன்பாட்டில் இரைந்து கொண்டிருந்தது. அலைகள் ஆவேசம் கொண்டு கரையை மோதின. அந்தக் கிராமத்தின் கொட்டில் ஒன்றில் ராசா நின்றிருந்தான். சுழன்றடிக்கும் கச்சான் காற்றும், தூறல் மழைத்துளிகளும் அவனுடலை நடுங்கப்பண்ணின.

நாவலின் தொடக்கமாகவும் நிறைவாகவும் எழுதிக்காட்டப்படும் கடல் அலைகளும், கச்சான் காற்றும் நாவலின் இடம் சார்ந்த இயங்குவெளியான கடலோரக் கிராம மொன்றில் நடந்த முடிந்த அவலத்தைச் சொல்லி முடிப்பதின் விவரிப்பாக இருக்கிறது.

★★★

உலக இலக்கியங்களை வாசித்து விவாதிக்கும் திறனாய்வாளர்கள், எந்தவொரு இலக்கியப்பனுவலையும் இலக்கியத்திற்கான மூவொருமைகளின் இணைவாக ஓர்மையாக வாசிப்பதையே தேர்ந்த இலக்கியத் திறனாய்வாகக் கருதுகின்றனர். கவிதை வடிவத்தை முன்வைத்து இலக்கியப்பனுவலை அதன் உரிப்பொருள், முதல்பொருள், கருப்பொருள் சார்ந்த வரலாற்றில் வைத்து விவாதிக்கத் தூண்டும் தமிழின் இலக்கியவியலும் அதனோடு ஒத்துப்போகும் ஒன்றே. 2022 இல் வெளியாகியுள்ள லதா உதயனின் அக்கினிக்குஞ்சுகள் நாவலை வாசித்து முடித்தபின், அதன் அதில் பேசப்பட்ட காலப்பின்னணியைக் குறிப்பாக உணரமுடிகிறது. இந்திய அமைதிப்படை இலங்கைக்கு வந்து ஈழத்தமிழர்களுக்கு உதவப்போகிறது என்ற நம்பிக்கையை உண்டாக்கிய காலகட்டம். அந்த நம்பிக்கை முறிக்கப்பட்டுத் தனி ஈழத்துக்கான போரை முடக்கிவிட நினைத்த காலகட்டம் என்பதை நல்லூரான் கோவிலில் உண்ணாவிரதம் மேற்கொண்ட திலீபனின் வீரச்சாவை விவரிப்பதின் வழியாக உணர்த்துகிறது. 2009 இல் நடந்த முள்ளிவாய்க்கால் பேரழிவுகளோடு நிறைவடைந்துள்ளது.

திலீபனின் உண்ணாவிரதமும் தியாக மரணமும் நடப்பதற்கு முன்பு அந்தக் கடலோரக் கிராமத்திலிருந்து இயக்கத்திற்கு - ஆயுதப்போராட்டத்திற்குப் போனவர்கள் ஒன்றிரண்டு பேர்களே. ஆனால் திலீபனின் தியாக மரணம் அந்தக் கிராமத்தில் ஏற்படுத்திய தாக்கத்தை மெல்லமெல்ல விவரித்துக்கொண்டே வருகிறது நாவல். நாவலின் இயங்குவெளியாக இருப்பது வடமராட்சிப் பகுதியில் இருக்கும் ஒரு மீனவக்கிராமம். அங்கேயே தங்கள் இளமையையும் மகிழ்ச்சியான வாழ்க்கையையும் நடத்திடும் வாய்ப்புகளையும் கொண்ட குடும்பங்கள், எப்படி அலைக்கழிக்கப்பட்டார்கள் என்பதை முதன்மைப் பாத்திரங்களின் வாழ்க்கை நிகழ்வுகளை விவரிப்பதின் வழியாக நகர்த்தியுள்ளார்.

அமைதியான கடலோரக்கிராமத்தில் பள்ளிப்படிப்பை முடிக்கவிருந்த ராசா, ரகு, பெரியதம்பி என்ற மூன்று இளைஞர்களை மையமாக்கித் தொடங்கும் ஆரம்பம் மீனவக்கிராமத்தின் அன்றாட நடவடிக்கைகளில் இலங்கை அரசின் கடற்படையின் அச்சுறுத்தல் இருக்கிறது என்ற குறிப்பைத் தருகிறது. நாவலின் முடிவில் இம்மூவரின் வாழ்வும் ஆயுதப்போரில் இயக்கப் போராளிகளாக அக்கினிக்குஞ்சுகளாக ஆகிப்போனார்கள் என்பதாக முடிகிறது. இம்மூவரின் பள்ளிப்படிப்பு, நட்பு, குடும்பப் பின்னணி, இளம்வயதுக் குதூகலம், விளையாட்டு, காதல் என விரியும் நாவலின் ஆரம்பம் ஈரமான மண்ணில் நடந்து செல்லும் பாதச்சுவடுகளின் விவரிப்பாக இருக்கின்றன. ஊரின் மணல், கடலோர வர்ணனை, திருவிழாக்காட்சிகள், பெண்களைச் சந்திக்கும் இளைஞர்களின் மனப்பாங்கு என அமைதியான கிராம வாழ்க்கையைச் சொல்லும் நாவலாசிரியர், திலீபனின் மரணத்தின் வழியாக அந்த ஊருக்குள் போர்க்களத் தீ பரவியதைச் சொல்லத்தொடங்குகிறார்.

பள்ளித்தேர்வில் நல்ல மதிப்பெண் பெற்ற ராசாவுக்குப் பல்கலைக்கழகப்படிப்புக்கு வாய்ப்பு கிடைக்கிறது. அவன் மீது அன்பு செலுத்த காதலி காவ்யா இருக்கிறாள் வெற்றிக்கான மதிப்பெண் பெறாத நிலையில் நண்பர்களிடமிருந்து விலகும் பெரியதம்பி முதலில் இயக்கத்திற்குப் போகின்றான். அடுத்து ரகு. அவ்விருவரின் வீரச்சாவுகள் உண்டாக்கிய தாக்கம் ராசாவையும் இயக்கத்தை நோக்கி நகர்த்துகிறது. நிறைவில் மூன்று நண்பர்களும் வீரச்சாவு அடைந்து பிணமாகவே ஊருக்குத் திரும்புகிறார்கள். மூன்று இளம்போராளிகளின் மரணத்தையொட்டி, அந்தக் கிராமமும், ஊரவர்களும் அவர்களின் உறவினர்களும் அடைந்த அவலத்தை விரிவாகப் பதிவுசெய்கிறது நாவல். மூவரில் கடைசியாக இயக்கத்திற்குப் போய் அவனது படிப்பிற்கேற்ற பணி வாய்ப்புகளைப் பெற்ற ராசாவின் காதல் வாழ்க்கை, திருமண வாழ்க்கை என எல்லாவற்றிற்குள்ளும் இயக்கமும் விடுதலை என்னும் உணர்வும் இழையோடுவதை நாவலாசிரியர் விரிவாக எழுதும்போது கடலோரக் கிராமத்தின் ஈரம் காணாமல் போய்

அனல் வீசும் சொற்களால், வர்ணனைகளால் எழுதிச் செல்லும் மொழிநடை வேறுபாடு கவனிக்கத்தக்கதாக இருக்கிறது.

30 ஆண்டுகளுக்கும் மேலாக நடந்த தனி ஈழத்துக்கான போரில் ஒற்றைக்கிராமத்து வெளியையும், அதில் வாழ்ந்த மனிதர்களில் மூன்று இளைஞர்கள் வாழ்க்கையையும் தனியாகப் பிரித்தெடுத்து ஒரு வகைமாதிரியைத் தந்துள்ளார் லதா உதயன். இந்த வகைமாதிரி நாவலில் ஈழப்போராட்டத்திற்கான அரசியல் காரணங்களோ, வரலாற்றுக் காரணங்களோ விவாதப்படுத்தப்படவில்லை. அப்போருக்கு முன்னால் உரிமை சார்ந்த போராட்டங்கள் நடந்தன. அதில் எந்தவித உரிமைகளும் கிடைக்காது என்ற நிலையில் தான் ஆயுதப்போராட்டத்தைத் தெரிவுசெய்தார்கள் என்ற இயங்கியல் எதுவும் இடம் பெறவில்லை. அதேபோல் வெவ்வேறு இயக்கங்கள் செயல்பட்டன; அவற்றையெல்லாம் அடக்கி ஒடுக்கியே தனியொரு இயக்கமாக தமிழ் ஈழவிடுதலைப் புலிகள் ஆனார்கள் என்பது போன்ற குறிப்புகளோ இடம்பெறவில்லை. முழுமையும் இயக்கம் என்றால் புலிகள் மட்டுமே என்ற நிலை இருந்த காலகட்டத்தை - அவர்களை மட்டுமே அறிந்த - அவர்களே விடுதலையைப் பெற்றுத்தரப்போகும் போராளிகள் என நம்பிய ஒரு கிராமத்து மனிதர்களை நாவல் வாசகர்களுக்கு வெட்டி எடுத்துத் தருகிறது.

ஈழவிடுதலைப் போரைப் பற்றி விவாதிக்கும்போது வந்து போகும் இவ்வகைச் சொல்லாடல்கள் எதற்குள்ளும் நுழையாத லதா உதயனின் இந்த நாவலை அதனை முன்வைத்து ஒதுக்கிவிட முடியாது என்றே நினைக்கிறேன். ஏனென்றால் நீண்டகாலம் நடந்த போராட்ட வாழ்க்கையையும் போர் வாழ்க்கையையும் புலம்பெயர் அவலங்களையும் மொத்தப்பரப்பில் பெருங்கதையாடலாக முன்வைக்கும் புனைகதைகளுக்கு இருக்கும் பங்குக்கு இணையாகவே, குறிப்பான வெளியில் நடந்த சிறுகதையாடல் தன்மை கொண்ட பனுவலுக்கும் பங்கு இருக்கும். அதனை உணர்ந்தவராக, தனது நாவலை எழுதுவதற்காக ஒற்றைக்கிராம வெளி என்ற எல்லைக்குள் நின்று, வெளித்தாக்கங்களையெல்லாம்

எழுதிக்காட்டாமல், உள்ளிருந்து விவரிக்கும் சொல்முறையில் எழுதிக்காட்டியுள்ளார். இப்படி எழுதிக்காட்டும் எழுத்துக்கு நம்பகத்தன்மையை உண்டாக்கும் வலிமை உண்டு. இதனை அறிந்தே செய்தாரா? அல்லது விடுதலைப் போர் என்னும் அக்கினி அந்தக் கிராமத்திற்குள் எப்படி கனலாக நுழைந்தது என்பதை மட்டும் எழுதிக் காட்டுவதுதான் எனது நோக்கம் என்ற வரையறுக்குள் நின்று எழுதினாரா? என்பதைச் சொல்லமுடியாது. ஆனால் எழுதிக் காட்டியிருக்கிறார் லதா உதயன். அத்தோடு, அந்த அக்கினிக் குழம்புக்குள் தன்னியல்பாக இளைஞர்கள் தங்களை இறக்கிக்கொண்டார்கள்; உயிரைப் பெரிதாக மதிக்காத அக்கினிக்குஞ்சுகளாக ஆனார்கள் என்ற துயரத்தைப் பதிவுசெய்துள்ளார். அந்தப் பதிவில் இவையெல்லாம் நடந்த உண்மைகள் என நம்பச் சொல்லும் வலிமை இருக்கிறது.

- ஜூன், 2023

4. தமிழினி : ஒரு கூர்வாளின் நிழலில் போர்க்களத்திலிருந்து எழுத்துக் களத்திற்கு...

இலங்கைத்தமிழ் எழுத்தாளர்களின் எந்த எழுத்தையும் உடனடியாக வாசிக்கவேண்டும் என்ற நிர்ப்பந்தத்தை நான் உருவாக்கிக் கொண்டதில்லை. ஆவலுடன் காத்திருந்து வந்தவுடன் வாசித்த இளம்பிராயத்து ஆவலைக் கடந்தாகிவிட்டது. இப்போது அச்சில் வரும் எழுத்துகளை வரிசைகட்டி நிறுத்தி வாசிக்கும் நிதானம். ஆனால் தமிழினியின் ஒருகூர்வாளின் நிழலில் அந்த வரிசையைத் தள்ளிவிட்டு முன்வந்து வாசிக்கும் நெருக்கடியைக் கொடுத்த பிரதியென்பதைச் சொல்லியாகவேண்டும். எனக்கும் தமிழினிக்குமான உறவுதான் இந்த வரிசையுடைப்பிற்குக் காரணம்.

தகவல் தொடர்பு சாதனங்கள் வழியாக- இணையம் வழியாக மற்றவர்களைத் தொடர்புகொள்ளலாம் என்ற அனுமதியும் வாய்ப்பும் கிடைத்தபோது என்னோடு தொடர்புகளை ஏற்படுத்திக் கொண்டவள். ஜெயக்குமரனின் தூண்டுதல் வழியாகவே எனது முகநூல் நட்புப்பட்டியலில் இணைந்தாள். அது போர்க்களத்திலிருந்து எழுத்துக்களத்திற்கு நகர்ந்து கொண்டிருந்த காலகட்டம். தான் எழுதிய கதை, கவிதை போன்றவற்றை எனக்கு அனுப்புவாள்; குறைநிறைகள் கொண்ட விமரிசனத்திற்காகக் காத்திருப்பாள்; நானும் அவற்றைப் படித்துக் கருத்தியல் மற்றும் கலையியல்ரீதியான விமரிசனங்களைச் சொல்லுவேன். அவற்றைத்

திருத்தி மறுபடியும் எழுதுவாள். அந்தப் பரிமாற்றம் ஆசிரிய - மாணவப் பரிமாற்றம் என்று திரும்பத்திரும்ப நன்றியோடு சொல்வாள். அதையெல்லாம் அவளது மரணத்தையடுத்து நான் எழுதிய அஞ்சலிக்குறிப்பில் தொகுத்துத் தந்துள்ளேன். இக்கட்டுரைக்குப் பின் அதைத் தனியே இணைத்துள்ளேன்.

இப்போது ஒருகூர்வாளின் நிழலில் நூலுக்கு வருவோம். போராளியாக ஆன தனது வாழ்க்கையைக் கதைகளாக ஆக்கிவிட்டுச்செல்வதைவிட உண்மைகளாக மாற்றிச் சொல்லி விடவேண்டும் என்ற நெருக்கடியையும் அச்சத்தையும் நோயே உருவாக்கியிருக்கவேண்டும் என்பது என் அனுமானம். "ஒரு கூர்வாளின் நிழலில் என்ற தலைப்பில் விரைவில் நூலொன்றை வெளியிடப்போகிறேன்; அதற்கு அட்டை ஓவியங்கள் வாங்கித் தரவேண்டுமென" என்னிடம் உதவிகேட்டபோதுகூட, 'தன்வரலாறு' என்பதாகச் சொல்லவில்லை. அவளது மரணத்திற்குச் சில நாட்கள் முன்பு ஓவியர் ஞானப்பிரகாசம் ஸ்தபதியிடமிருந்து மூன்று ஓவியங்களைப் பெற்று, அவை தரக்கூடிய அர்த்தங்களைப் பற்றி விவாதித்து முடித்திருந்தோம். ஆனால் இப்போது அந்த ஓவியங்கள் இல்லாமல் தமிழினியின் முகமே அட்டைப்படமாக மாறி அந்த நூல் வந்திருக்கிறது. மரணம் உண்டாக்கிய மாற்றங்களில் இதுவுமொன்று.

10 இயல்களில் விரியும் தமிழினியின் இந்த நூல் 255 பக்கங்களில் அச்சிடப்பட்டுள்ளது. ஆனால் சில ஆயிரம் பக்கங்களில் விரித்து எழுதக்கூடிய அனுபவங்களைக் கொண்டவள் தமிழினி. விடுதலை அமைப்பிலிருந்த ஒரு பெண் போராளியின் முழுமையான தன்வரலாற்றுப் பிரதியல்ல. தன்வரலாற்றுப்பிரதிகள், ஒருவித அரசியல் பிரதியாகவே உலகமொழிகளில் வடிவம் கொண்டுள்ளன. பாலினரீதியாகவும், அரசியல்ரீதியாகவும் ஒடுக்கப் பெற்றவர்களாகத் தங்களைக் கருதிக்கொண்டவர்களின் விடுதலையை முன்னிறுத்திப்பேசும் தொனியைக் கொண்டவை. இந்தத்தொனியைக் கொண்டு வருவதற்காகத் தாங்கள் ஒடுக்கப்பட்ட அவலத்தை விரிவாகப் பேசுவது அந்தப் பிரதிகளின் பொது இயல்பு. அந்த அவலத்தை வாசிக்கச்செய்வதன் வழியாக ஒடுக்கியவர்களிடத்திலும் பொது வாசகர்களிடத்திலும் எழும்பவேண்டிய மனிதாபிமானச் சிந்தனைகளையும் செயல்பாடுகளையும் உயிர்ப்பிக்கும் நோக்கும் அந்தப் பிரதிகளின் முதன்மை நோக்கமாக இருக்கும்.

உலக அளவில் பெண்களும், கறுப்பின ஆண்களும் தன்வரலாற்றுப் பிரதிகளை உருவாக்கித் தந்துள்ளனர். இந்தியச்சூழலில் ஒவ்வொரு மொழியிலும் பெண்களின் தன்வரலாற்றுப் புனைவுகளோடு தலித் தன்வரலாறுகளும் முக்கியத்துவம் பெற்றவை. அவைகளில் பலவற்றை வாசித்தவன் என்ற நிலையில் தமிழினியின் இந்த நூலைத் தன்வரலாற்றுத் தன்மைகொண்ட பிரதியென ஏற்க முடியவில்லை. தமிழினி இந்தப் பிரதியில் உருவாக்கும் உணர்வும் தொனியும் தன்வரலாற்றுக்கான எழுத்துமுறையிலிருந்து விலகியதாகவே இருக்கிறது.

பொதுவாக எந்தப் பிரதியிலிருந்து விலகிநின்று வாசிப்பவன் நான். இந்த விலகலின் தேவையை என்னுள் உருவாக்கியவர் கவியும் நாடக ஆசானுமான பெர்ட்டோல்ட் பிரெக்ட். எழுதுகிறவர்களுக்கும் நிகழ்த்துபவர்களுக்கும் அவர் உருவாக்கித் தந்த கலையியல் கோட்பாட்டான தூரப்படுத்துதலைக் (Alienation) கூடுதலாக வலியுறுத்தியவை பெண்ணியமும் தலித்தியமும். பெண்ணாகவும், தலித்தாகவும் இல்லாத ஒருவரால் அவற்றை உள்வாங்கிய எழுத்தைத் தரமுடியாது என வாதிட்ட காலகட்டத்தில் அவற்றோடு உரையாடல் செய்த வாசக அனுபவம் எனக்குண்டு. அதன் நீட்சியாகவே போர்க்கால - போர்க்களப் பிரதிகளையும் வாசிக்கவேண்டுமென நான் உணர்ந்தே இலங்கைத் தமிழ்ப் போர்க்கால எழுத்துகளை வாசித்துவருகிறேன். தமிழீழப்போராட்டமும் தமிழினியின் வாழ்க்கையும் எனது கவனத்தை ஏற்கெனவே ஈர்த்தவை என்ற காரணத்தால் கூடுதல் விலகலுடன் வாசிக்க நினைத்துத் தான் வாசித்தேன். அந்த விலகலைக் கட்டாயமாக்கும் தன்மையுடன் இருக்கிறது தமிழினியின் சொற்களும் மொழிப்பயன்பாடும், தமிழினி தனது நூலைக் கவனமாக வாசிக்கவேண்டிய பிரதியாகக் கருதியே எழுதியுள்ளார் என்பதற்கான ஆதாரமாக இதனைக் காட்டுகிறேன்:

"இருபது வருசமா இயக்கத்தில் இருந்தன். எத்தனையோ சண்டையில் காயப்பட்டன். தாக்குதல் படையணிகளை வழிநடத்தவும் துவக்கு தூக்கிச் சுடவும்தான் எனக்குத் தெரியும். இனி வீட்டுக்குப் போய் என்ன செய்யப்போறன்"

"நான் இயக்கத்தில் இருந்து சீருடையும் போட்டுக்கொண்டு துவக்கோட ஊருக்குள்ள போனபோது எல்லாரும்

என்னைப் பார்த்த பார்வையில் ஒருமதிப்பு இருந்தது. நான் தங்களுக்காகப் போராடப் போனதற்காக சனங்கள் என்னைத் தங்கட வீட்டுப்பிள்ளையாகவே நினைச்சு உறவுகொண்டாடினவையள். இப்ப நான் ஊருக்குள்ள போறன். சீருடையில்லை. துவக்கில்லை. ஏன் சாதாரணமாக உடுத்துறதுக்கு நல்ல உடுப்பு இல்லை. ஏனெண்டால் நான் எனக்கென்று எதுவும் உழைச்சதேயில்லை. இப்ப பாக்கிற ஆக்கள் முகத்தை திருப்பிக்கொள்ளுகினம் அல்லது ஏளனமாக சிரிக்கினம். 'இதுகள் உயிரோட வந்ததுக்கு சயனைட்டைக் கடிச்சிருக்கலாம்' எனக்குப் பின்னால் இப்பிடியான குரல்களும் கேக்குது. இப்ப நான் ஒரு செல்லாக்காசு"

"இது அப்ப இயக்கத்தில் இருந்தது. இப்ப ஆமிக்காரரோட வேலை செய்யுது. அங்க போறதுகளுக்கு நல்ல பெயரில்ல."

இந்தப்பகுதி இந்த நூலின் கடைசி அத்தியாயத்தில் எழுதப்பட்டிருக்க வேண்டியவை. ஆனால் நான்கு இயல்களை முடித்துவிட்டு ஐந்தாவது இயலின் - ஆயுதப்போராளியான பெண்ணும் மாற்றம் காணாத சமூகமும் - தொடக்கத்தில் எழுதுகிறார். எழுதிவிட்டு அவரே கேட்கிறார்:

"ஏன் இவ்விதமாக இந்தப்பகுதியைத் தொடங்குகிறேன் என என்னை நானே கேட்டுப் பார்த்தேன். இதுதானே இன்றைய யதார்த்தமாக இருக்கிறது. பெண் போராளிகளான நாங்கள் ஒரு காலத்தில் வானத்தை வில்லாக வளைக்கக் கனவு கண்டோம். இப்போது எல்லாக்கனவுகளும் கலைந்து நிஜத்தின் முற்றத்தில் விழுந்து கிடக்கிறோம். (ப.99-100)

10 இயல்களாக அமைந்துள்ள இந்நூலின் முதல் ஐந்தும் ஒருவித நேரடிச் சாட்சியத்தின் விவரிப்புகளாகவும் பின் ஐந்து இயல்கள் முன்னர் விவரித்த நிகழ்வுகளால் ஏற்பட்ட விளைவுகளுக்குப் பொறுப்பேற்றுக் கொண்ட ஒருவரின் மனச்சாட்சியின் ஒப்புதல் வாக்குமூலம் போலவும் இருக்கிறது. நேரடிச் சாட்சியப்பகுதிகளின் வழியாகப் போர்க் காலத்தையும் போர்க்களத்தையும் நேரடியனுபவமாக உணராத என்னைப் போன்ற ஒருவருக்கு உண்டாக்கித் தரும் வாசிப்பனுபவம் குறிப்பிடப்பட வேண்டியது.

35 ஆண்டு காலம் வெல்லப்பட முடியாத போராளி இயக்கமாகக் கட்டியெழுப்பப்பெற்ற விடுதலைப்புலிகள் போர்ப்பயிற்சியைப் பெறுவதை மட்டுமே முதன்மை நோக்கமாகக் கொண்டிருந்தனர். உலகமெங்கும் நடந்த விடுதலைப்போராட்ட வரலாறுகளும், அவற்றிற்குப் பின்னாலிருந்த சுதந்திரம், ஜனநாயகம், சமத்துவம் போன்ற சிந்தாந்த உரையாடல்களுக்குப் பரிச்சயமற்றவர்களாகவே உருவானார்கள் என்பதைச் சாட்சியமாக்குகிறது. அமைப்புக்குள் உருவாகும் முரண்பாடுகள் அனைத்தும் தலைவர் பிரபாகரனின் தலைமைக்கெதிரான துரோகிப்பட்டங்களால் தீர்த்துக் கட்டப்பட்டன என்பதையும் முன்வைக்கின்றது. அந்த முன்வைப்புகள் கூட முழுமையான புரிதலோடு முன்வைக்கப்படவில்லை. தலைமையோடும், தலைமைக்குப் பக்கத்திலிருந்த சுப. தமிழ்ச் செல்வன் போன்ற உயர்பொறுப்பாளர்களுடன் நேரடித்தொடர்புகொள்ளும் நிலையிலிருந்த தமிழினி போன்ற பொறுப்பாளத் தலைவிக்கே இத்தகைய புரிதல் தான் இருந்தன என்பதை அறியும்போது கீழ்மட்டப் போராளிகளின் அரசியல் அறிவும், விடுதலைக்குப் பிந்திய தேசக்கட்டுமானத்தை உருவாக்கும்போது அவர்களின் பங்களிப்பு பற்றிய அறிதலும் பெரிய கேள்விக்குறியே. ஆயுதங்களைக் காவுதலும் - காத்தலும் - காதலித்தலும், ஆணையையேற்று கரும்புலிகளாக மாறி உயிரைவிடுவதையுமே உயர்ந்த லட்சியமாகக் கற்பித்து உருவாக்கிய ஓர் இயக்கத்தின் சாட்சியமாக அந்தப் பகுதிகளை வாசித்துக் கடப்பதற்கு விலகலான மனநிலை மிகமிக அவசியம். அதனைத் தொடர்ந்து அமைவது ஒப்புதல் வாக்குமூலம். இந்தப் பகுதியில் இதுவரை ஈழப் போராட்டத்தைப் பற்றிய செவிவழிச் செய்திகளாகவும் வெளியில் சொல்லத் தயங்கும் ரகசியங்களாகவும் இருந்தனவற்றைச் சாட்சியப்படுத்துகிறார் தமிழினி.

இயக்கவரலாற்றில் தலைவர் பிரபாகரனோடு உறவும் முரணுமாக இருந்த முக்கியமானவர்கள் பற்றிய செய்திகளை விலகிநின்றே விவரிக்கிறார் அவர். மாத்தையா மரணம், கருணாவின் விலகல், சுப. தமிழ்ச்செல்வன், பொட்டு அம்மான், அன்ரன் பாலசிங்கம் இடம் போன்றவற்றை விவரிக்கும்போது நேரடிச் சாட்சியாக இல்லையென்றாலும் நம்பகத் தன்மையற்றதாகவும் இல்லை.

இரண்டாவது ஒப்புதல் வாக்குமூலப் பகுதியில் வெளிப்படும் தொனி, தன்னை விலக்கிப் பிறர்மீது பலிபோடும் நோக்கம் கொண்டதாக இல்லை என்பதைக் குறிப்பிட்டுச் சொல்லவேண்டும். தன்னை உள்ளடக்கிய இரண்டாம் கட்ட போராளித் தலைமைகள் கேள்விக்கப்பாற்பட்ட ஒற்றைத் தலைமையை உருவாக்கியுருவாக்கி வளர்த்த அறியாமையை விவரிக்கிறது. “தலைமை இருக்கிறது; தலைமை பார்த்துக்கொள்ளும்; தலைமை இடும் கட்டளைகளுக்குக் கீழ்ப்படிதலே போராளியின் கடமை” என வாழ்ந்த - வாழப் பழக்கப்பட்ட ஓர் அமைப்பின் நீண்ட நெடிய தியாகவாழ்வின் துயரம் தோய்ந்த வரலாறு இது.

தமிழீழ விடுதலைப் புலிகள் நடத்திய போர் முழுமையும் உள்நாட்டுப் போராக மட்டுமே இருந்திருந்தால் தோல்வியடையாத போராகவும், தனித்தமிழீழத்தை வென்றெடுத்திருக்கக் கூடிய ஒன்றாகவே முடிந்திருக்கும் என்ற நம்பிக்கை தமிழினியிடம் வெளிப்படுகிறது. ஆனால் இலங்கைத் தீவின் புவிசார் அமைப்பும், பன்னாட்டு நெருக்கடிகளும் அரசுக்கு அவை செய்த உதவியும், குறிப்பாக இந்தியாவிலிருந்தும் / தமிழ்நாட்டிலிருந்தும் எதிர்பார்க்கப்பெற்ற உதவிகளும் பற்றி விரிவாக அவர் எழுதவில்லையென்றாலும் அவற்றிலெல்லாம் தலைமை கவனம் செலுத்தாமல், சரியான முடிவுகளை எடுக்கத்தவறியது என்ற விமரிசனத்தைச் சரியாகவே வைத்துள்ளார். தமிழ்நாட்டு நண்பர்களின் கையாளாகாத் தனத்தையும் நாசுக்காகச் சொல்லியுள்ளார். இந்நூலில் இப்போது வைக்கும் இத்தகைய விமரிசனங்களைப் போராட்டக் காலத்தில் வைக்கமுடியாமல் போன வருத்தத்தோடு எழுதும் தமிழினி, “அந்த வரலாற்றுக்குள் நானும் இருந்தேன்” எனச் சொல்வதின்மூலம் தன்னுடைய வரலாற்றை ஈழப்போராட்டத்தின் வரலாறாக ஆக்கியிருக்கிறார்.

போராட்டக்களத்திலிருந்து எழுத்துக்களத்திற்கு நகர்ந்த பயணம்

ஒன்றிரண்டு தடவையே அவர் குரலைக் கேட்டதுண்டு. அவரது முகம் / நிழற் படங்களாகப் பார்க்கக் கிடைத்தது இந்த ஜனவரி முதல் தான். முகத்தைக் காட்டியபோதுதான் தனது பெயர் தமிழினி ஜெயக்குமரன் என்றும் தானொரு ஈழப் போராளி என்றும் சொன்னார். ஆனால் கடந்த இரண்டு ஆண்டுகளில் முகநூல்-

வழியாகப் பல தடவை உரையாடியிருக்கிறோம். உரையாடல் ஆரம்பித்தால் ஒருமணிநேரத்துக்குமேல் போகாது.

அதற்கு முன் அவரது முகநூல் கணக்கிற்கான பெயர் வேறொன்று. அதுவும்கூட அவரது உண்மைப்பெயரல்ல. பெற்றோர் வைத்த பெயர் சிவகாமி. அந்தப் பெயரில்தான் இணையவழிக் கடிதத்திற்கான கணக்கு வைத்திருந்தார். அவரது கவிதைகள், சிறுகதைகளையெல்லாம் அதன் வழியாகவே எனக்கு அனுப்பிவைப்பார். வாசித்து, விவாதித்து, மாற்றி எழுதி அனுப்பிய அவர் கதைகளை இங்குள்ள இடைநிலைப் பத்திரிகைகளுக்கு அனுப்பி வைத்தேன். அம்ருதாவில் மட்டுமே ஒரு கதை அச்சானது. உயிர்மையில் வெளிவரும் பட்டியலில் இருக்கிறது என மனுஷ்யபுத்திரன் சொன்னார். இதுவரை வரவில்லை. ஒருவேளைப் புலிகளின் முக்கியப் பொறுப்பில் இருந்தவர் என்று தெரிந்திருந்தால் கதைகள் அச்சாகியிருக்கலாம். அதே காரணத்துக்காக அச்சாகாமலும் போயிருக்கலாம்.

என்னோடு ரொமீலாவாகவும், தமிழினி ஜெயக்குமரனாகவும் அவர் நடத்திய உரையாடல்கள் எங்கள் இருவருக் கிடையிலானவை என்றாலும் பொதுவெளியில் வெளிப் படுத்தப்பட வேண்டியவை. அந்தரங்கமானவை எதுவுமில்லை. ஒன்றிலிருந்து இன்னொன்றாக மாறும் சமூக உயிரியின் மாற்றம் பற்றிய பாடம் இந்த உரையாடல்கள். ஈழப்போரின் பின்னணியில் சாட்சியங்களாகக் கூட அமையலாம். அதனாலேயே இவற்றைத் தருகிறேன்.

அவர் புலிகள் இயக்கத்தோடு தொடர்புடையவர் என்பது தெரியாத தொடக்கநிலை உரையாடல் ஒன்றில், "ஈழத் தமிழர்களின் அரசியல் - புலிகளின் போர்நிலைப்பாடு எனக்கு உடன்பாடு கிடையாது. அதிலும் இந்தியாவைப்பற்றிய புரிதல் ஈழப்போராட்டக்காரர்கள் ஒருவருக்கும் இல்லை என்பது என் நிலை. இதுபற்றிச் சில கட்டுரைகள் எழுதியிருக்கிறேன்" என்று சொல்லிவிட்டு உரையாடலைத் தொடர்ந்தேன். தேர்தல் நடந்து திரு விக்கினேஸ்வரன் முதலமைச்சராகப் பொறுப்பேற்ற நேரம் அது: அந்த உரையாடல் இப்படி நடந்தது.

அவர்: நான் மிக இளம் வயதில் புலி அரசியலின் வழி சென்றவள்தான். ஆனால் அந்த வன்முறை உண்மையான

விடுதலையைத் தராது என 2009 க்குப் பின் முற்றிலுமாக உணர்ந்து விட்டேன், ஆனாலும் தமிழ் அரசியல் வாதிகள், படித்தவர்கள் இப்போதும் தேசியம் பேசிக் கொண்டு எதிர்ப்பு அரசியல் செய்வது எனக்கு உடன் பாடில்லை. இந்தியப் பிரதமரின் பதவியேற்பு நிகழ்வுக்கு, இலங்கை அதிபர் வடமாகாண முதலமைச்சருக்கு அழைப்பு கொடுத்தும் அதை ஒரு இணக்க அரசியலுக்கான ஆரம்பமாக எடுத்துக் கொள்ளாமல் சிறு பிள்ளைத்தனமாக தட்டிக் கழிப்பது எனக்கு மிகவும் வருத்தமளிக்கிறது.

நான்: எதிர்ப்பு அரசியல் முடிவுக்கு வர வேண்டிய கட்டம் எப்போதோ வந்து விட்டது. உலக அரசியலில் ஆதரவற்றவர்களாக ஈழத்தமிழர்கள் ஆகி விட்டார்கள். உதிரிகளாகத் தொண்டு நிறுவனங்கள் தரும் ஆதரவு அரசியல் விடுதலைக்கு உதவாது. நலத்திட்டங்கள், உதவிகள் கிடைக்க மட்டுமே பயன்படும்.

அவர்: அந்த உண்மை தலைகனம் பெருத்தவர்களுக்கு புரிவதில்லை. இனியும் ஏழைகளின் பிள்ளைகள் சாக வேண்டும் அந்த இரத்தத்தில் தாம் குளிர்காய வேண்டுமென்றே விரும்புகிறார்கள். இன்று இவ்விடம் பற்றி மிகவும் கவலையுடன் இருக்கிறேன்.

நான்: அகதிகளாக ஐரோப்பாவுக்குப் போனவர்கள் ஒருவரும் இலங்கைத் திரும்ப மாட்டார்கள்; ஆனால் ஈழநாடு வேண்டும் என்று பண உதவி செய்கிறார்கள்.

அவர்: உண்மைதான், அத்துடன் இவர்கள் ஒன்றைப் புரிவதில்லை. எமது பிரச்சனையை சிங்கள மக்களுக்கு எவருமே சொல்லுவதில்லை, உண்மையில் அந்த மக்கள் அடிப்படையில் மிகவும் அன்பும் இரக்கமும் கொண்டவர்கள் சிறையில் எத்தனையோ சிங்களப் பெண்களுடன் பழகியிருக்கிறேன். அவர்களுக்கு பிரச்சனை என்னவென்றே தெரியாது.

இந்த உரையாடலில்கூட அவர் தமிழீழப் போராளிகளில் முக்கியமான தலைவர்களில் ஒருவர் என்பதை என்னிடம் சொல்லவில்லை. அதற்கு முன்பு என்னோடு பேசியபோது அவரது இளமைக் காலம் பற்றிச் சொல்லியிருக்கிறார் அப்போது அவரது பெயர் ரொமீலா ஜெயன்.

நான்: நீங்கள் என்ன பட்டம் படித்தீர்கள்?

அவர்: நான் எந்தப் பட்டமும் படிக்குமளவு எனது நாட்டு யுத்தம் இடமளிக்கவில்லை ஐயா. கா.பொ.தா உயர்தரம் படித்தேன் பரீட்சை எழுத முடியவில்லை. ஆனால் நிறைய வாசிக்க விருப்பம்.

நான்: பட்டம் இருந்தால் தொடர்ந்து படிக்கும் வாய்ப்பை உருவாக்கலாம் என நினைத்தேன். வாசிப்பதே போதும் தான். பட்டம் இருந்தால் நாம் வாசிப்பதோடு மற்றவர்களையும் வாசிக்கச் செய்யலாம். வாசித்ததைப் பகிர்ந்து கொள்ள முயலுங்கள். எல்லாருக்குமாக இல்லையென்றாலும் நண்பர்களோடு முதலில் கதைக்கலாம். பின்னர் பொது வெளிக்குப் போகலாம்.

அவர்: பல்கலைக்கழகம் சென்று படிக்க வேண்டும் என்பது என் இளவயதின் இலட்சியம், அது வெறும் கனவானபோது எனது வாழ்வின் திசைகள் மாறி 20 வருடங்களைச் சாவின் விளிம்பில் நடந்து மீண்டும் சமூக வாழ்வுக்குத் திரும்பியுள்ளேன். இதன் பின்னரே ஜெயன் அவர்களை மணந்தேன், என் கற்றல் மீதான ஆர்வம் இனனும் அப்படியேதான் உள்ளது. உங்களைப் போன்ற வழிகாட்டிகளின் மூலம் இழந்த கல்வியைப் பெற விரும்புகிறேன். பட்டம் தேவையில்லை அறிவையே நேசிக்கிறேன்.

நான்: இது போதும். படிக்க வேண்டும் என்ற ஆசையும் தீர்மானமும் இருந்தால் போதும். தினமும் வாசியுங்கள். கொஞ்சமாக எழுதி வையுங்கள். அப்புறம் அதையே வாசித்துப் பாருங்கள். மற்றவர்களுடையதை வாசிப்பதைப் போல உங்கள் எழுத்தையும் விலகி நின்று வாசிக்க முடிந்தால் நீங்கள் எழுத்தாளராக ஆகி விட முடியும். உங்களது 20 ஆண்டு அனுபவம் பல கதைகளைச் சொல்ல வாய்ப்பளிக்கும்.

அவர்: ஐயா என்னிடம் உள்ள இரத்தமும் தசையுமான உணர்வுகளைக் காலம் இடமளித்தால் எழுத தீர்மானமாகவுள்ளேன், என் துணைவரின் விருப்பமும் அதுவே மேலும் ஐயா தங்களின் பொன்னான நேரம் இடமளித்தால் எனது முகநூல் பக்கத்தில் பதிவிலிடும் கவிதைகளைச் சற்று விமர்சியுங்கள் அது என்னை வளர்க்க உதவியாக இருக்கும்.

நான்: நேரம் ஒதுக்கி வாசித்துச் சொல்கிறேன்.

முகநூலில் அவர் கவிதைகள் பற்றி ஒருமுறை விவாதம் ஒன்றைச்

செய்தோம். அந்த நேரத்தில் ஈழத்தில் நடந்த பயங்கரவாதம் பற்றி முகநூலில் நடந்த ஒரு விவாதத்தைச் சுட்டிக்காட்டி அவரது கருத்தை நான் கேட்டேன்.

நான் : சோகமும் வலியும் நிச்சயமின்மையுமான வாழ்க்கையைப் பேசும் உங்கள் கவிதைகளைத் தொடர்ந்து வாசிப்பதே சிரமமாக இருக்கிறது; ஆனால் நீங்கள் வாழ்ந்து கொண்டிருக்கிறீர்கள்.

அவர்: எனக்கு என்ன சொல்லுவதென்றே தெரியவில்லை எங்களுக்கேற்பட்ட அனுபவங்கள் இனி எவருக்கும் ஏற்படக்கூடாது. உயிர் கருகும் வேதனையின் வலி கொடியது, என்னைப் பொறுத்தவரை இனி அது எதிரிக்கும் ஏற்படக்கூடாது.

நான்: ஆம். அதனையே நானும் விரும்புகிறேன்.

அவர்: இன மத மொழி இப்படியான வேறுபாடுகளைக் களைந்து மனித இனத்தை ஒன்றிணைக்கும் போராளியாக தொடர்ந்தும் போராட விரும்புகிறேன்.

நான்: பயங்கரவாதம் பற்றிய இந்தக் குறிப்பு பற்றிச் சொல்லுங்கள்.

அவர்: மனசுக்குள் கனமாக சுழன்று கொண்டிருக்கிற விடயத்தைப் பற்றி திடீரென கேட்டு திறமையான வாத்தியார் என்பதை நிரூபித்து விட்டீர்கள் சார், கொஞ்சம் பொறுங்கள் ஆசுவாசப்படுத்திக் கொண்டு சொல்லுகிறேன்.

நான்: உங்கள் நாட்டை மனதில் வைத்தும் எழுதப்பட்டது. அது உடனே புரிந்து விட்டது. உங்கள் நண்பர்களோடு முடிந்தால் பகிர்ந்து கொள்ளுங்கள். பகிர்வதால் சிக்கல் என்றால் வேண்டாம்.

அவர்: அங்கீகாரத்தைப் பெறுவதற்கான முயற்சியாக வன்முறை உருவாகிறது என்பதை நான் ஏற்றுக் கொள்கிறேன். இது அன்புக்கான அங்கீகாரம் தொடங்கி அதிகாரம் வரை நீடிக்கிறது. ஆனாலும் எனது அனுபவத்தில் வன்முறை தீர்க்கமான முடிவைத்தராது. பழி வாங்கல்களாகவே திசை மாறிச் சென்று விடும். மனிதனின் உணர்ச்சி வசப்பட்ட நிலையும், விரக்தியுமே வன்முறை. எந்த பயங்கரவாதியும் ஆழ் மனதில் அதனை வெறுப்பவனாகவே இருப்பான் சூழ்நிலைகள் அவனைக் கைதியாக்கி இயக்கும் .

அவனுடன் அல்லது அவர்களுடன் உள்நோக்கங்கள் இன்றி உண்மையான புரிந்துணர்வுடன் அணுகும் போது அவனின் சக்தி பயனுள்ள போராட்ட சக்தியாக மாறும் அதற்குத்தான் எவருக்கும் மனமோ, நேரமோ இல்லையே சார்.

நீண்ட இடைவெளிக்குப் பிறகு ஒருநாள் கதைகள் எழுதுவதாகவும் சொன்னார். அவர் கதைகள் எழுத முயன்ற காலகட்டமும், திரும்பத்திரும்ப எழுதிப் பார்த்ததும் அது பற்றிய உரையாடல்களும் முக்கியமானவை. அந்த உரையாடல்களில் அவரது சிறை வாழ்க்கையின் குரூரமும் போரின்மீது கொண்டிருந்த காதல் கொஞ்சங்கொஞ்சமாக விலகியதும் வெளிப்பட்டன. எழுத்துத்துறையில் ஈடுபட்டுப் பழையனவற்றைத் தீவிரமாகப் பதிவுசெய்துவிட வேண்டுமென்ற ஆர்வம் இருந்தது. எழுத்தாளராக ஆகவேண்டுமென்ற ஆசையில் உரையாடிய அவரோடு நடத்திய உரையாடல்கள் எனக்கே திருப்தியளித்த உரையாடல்கள்.

அவர்: நான் எழுதிய சிறுகதை ஒன்று தங்களின் விமரிசனம், திருத்தங்களுக்காக அனுப்ப விரும்புகிறேன் சார்.

நான்: அனுப்புங்கள். படித்துவிட்டுச் சொல்கிறேன்.

அவர்: தங்களின் ஈ மெயில் முகவரிக்கு அனுப்புகிறேன். இருக்கிறதா?

நான்: அனுப்புகிறேன்.

அவர்: இதைவிட இன்னும் இரண்டு கதைகள் உள்ளன. சில திருத்தங்களைச் செய்துவிட்டு அனுப்புகிறேன் சார். தங்களுடைய பொன்னான நேரத்தை முகமறியாத இந்த மாணவிக்கும் செலவழிப்பதற்காக மிகவும் நன்றிசார். நான் ஒரு ஏகலைவி

நான்: அடிப்படையில் நான் கதை விரும்பி. கதைகள் எழுதும் மாணவிகளை ரொம்பப் பிடிக்கும்.

அவர்: சரி ஐயா, இந்த கதையில் வருபவை உண்மையான சம்பவங்கள்.

நான்: அப்படியானால் கவனமாக எழுதியிருப்பீர்கள்.

அவர்: கட்டுரை போல அமைந்து விட்டதோ தெரியவில்லை.

நான்: படித்துவிட்டுச் சொல்கிறேன். அப்படி இருந்தால் என்ன செய்யலாம் எனவும் விவாதிக்கலாம்.

நான்: வணக்கம். கதையை வாசித்துவிட்டேன். இருக்கும் அமைப்பில் பெரிய திருத்தங்கள் எதுவும் தேவைப்படாது. ஆனால் கதைசொல்லி வெறும் கதைசொல்லியாக மட்டும் இருக்க வேண்டுமா? என்றொரு கேள்வி இருக்கிறது எனக்கு.

அவர்: புரிகிறது ஐயா கதை சொல்லியின் பக்கத்தை விபரிப்பதானால் அது அரசியல் அல்லது இன முரண்பாடு பற்றிய பிரச்சனைகள் எதையும் தொடுவதாக அமைந்து விடும் எனப்பயப்படுகிறேன்.

நான்: அப்படி இல்லாத கதைசொல்லி அந்தப் பெண்ணின் நிலைக்காக ஏன் பச்சதாபம் கொள்ள வேண்டும். அதற்கான நியாயம் வேண்டுமே?

அவர்: ஒரு அரசியல் காரணத்திற்காக சிறைப்பட்டிருக்கும் கைதிக்கு மனிதாபிமானமும், மனித சமூகம் பற்றிய கவலையும் இருக்க முடியாதா?

நான்: அவர் அரசியல் கைதி என்பது திட்டவட்டமாக இல்லை. பயங்கரவாத அடக்குமுறைச் சட்டத்தின் கீழ் கைதாகியிருக்கிறாள் என்ற தகவல் மட்டுமே உள்ளது. அதுகூட பொய்யாக இருக்குமோ என்று தோன்றும்படியான குறிப்பே உள்ளது.

அவர்: உண்மையைச் சொல்ல வேண்டுமானால் எமது பிரச்சனையை மட்டும் மையப்படுத்திப்பார்க்கும் தன்மை விடுத்து பரந்து பட்ட பார்வை விரிந்த இடம் அங்குதான்.

நான்: கதைசொல்லியை வெறும் கதைசொல்லியாகக் காட்டாமல் அவர் ஒரு அரசியல் கைதி என்பதைக் காட்டும் ஒரு நிகழ்வை நினைவில் கொண்டு வந்தால் கூடப் போதும்.

அவர்: ஐயா அங்கு அரசியல் கைதிகள் என நாமதான் சொல்லிக் கொள்ளுவோம், பயங்கரவாத கைதிகள் எனவே நடத்தப்படுவோம்.

நான்: அப்படி நடத்தப்படுவதற்கான நியாயம் இல்லாமலேயே அப்படியான சிறைக்குரூரங்களை அரசிடமிருந்தும், சிறையிலிருக்கும் தாதாக்களிடமிருந்தும் பெறும் நிலையைச் சொல்லிவிட்டு,

அப்படியான அறியாமையில் உழலும் அந்தப் பெண்ணின் நிலைக்காக இரங்கும் நபராகக் கதைசொல்லியை எழுதினால் நன்றாக இருக்கும்

அவர்: அப்படி நான் ஒரு அடையாளத்தை விரிவாகக் காட்டினால், இன அரசியல் வந்துவிடாதா? உண்மையில் இது எப்படித்திரும்பினாலும் இடிக்கின்ற ஒரு விடயமாகவே எனக்குப் பட்டது ஐயா.

நான்: உங்கள் சூழலில் எங்கே சுத்தினாலும் இன அரசியலில் நுழையும் வாய்ப்பிருக்கிறது புரிகிறது.

அவர்: சிறையில் போதை உலகம் மிகவும் பயங்கரமானது, அதில் ஒரு சிறு துளியை என்றாலும் வெளிக்காட்டுவதாக கதை அமைய வேண்டும் என நினைத்தேன். இதில் வரும் ஒவ்வொரு பாத்திரங்களுமே உண்மையானவைகள் ஐயா.

அவர்: கதையை வாசிக்கும் ஒருவருக்கு கொஞ்சமாவது தாக்கம் ஏற்படுத்துமா? எனது எழுத்து சரிவர உணர்வுகளை வெளிக் கொண்டு வருகிறதா ஐயா.

நான்: அந்த வகையில் போதுமான விவரங்களும் விவாதங்களும் உள்ளன. சுதர்சினி என்ற தலைப்பும், அவளது நிலைக்காகப் பரிதாபப்படும் கதைசொல்லியும் அதிகம் கவனிக்கப்படும் விதமாகக் கதை உள்ளது.

போதையின் விளையாட்டும் விதிமீறல்களும் அதிகமாக்கப் பட்டிருக்கலாம். கதைசொல்லியின் இடம் குறைக்கப்பட்டிருக்கலாம். கதைசொல்லியின் உணர்வுதான் கதாசிரியரின் உணர்வு என்பதாகக் காட்டுவதில் இன்னும் கவனம் வேண்டும்.

அவர்: ஐயா இது கொஞ்சம் புரியவில்லை.

நான்: கதைசொல்லி அரசியல் கைதி; ஆனால் அவளிடம் தன்னிலை அறியாத - போதையில் உழலும் பெண்ணின் அப்பாவித்தனத்தைக் கரிசனத்தோடு கவனிக்கும் ஈடுபாடும் கொண்டவள் - என்பதாக எழுதும்போது கதாசிரியர் அந்தக் கதைசொல்லிதான் கதாசிரியர் என்பதும் வெளிப்படும்.

இருக்கும் கதையே சிறந்த கதையாகவே இருக்கிறது. கொஞ்சம் கூடுதல் அழுத்தத்திற்காகவே இதையெல்லாம் சொன்னேன். சில எழுத்துப்பிழைகள், சில சொற்கள் நீக்கம் செய்து வைத்துள்ளேன். அனுப்பி வைக்கவா?

அவர்: மிகவும் நன்றி ஐயா உண்மையில் எனது வாழ்வில் இப்படி ஒரு சந்தர்ப்பம் அமையுமென நான் நினைத்திருக்கவில்லை.

நான்: அனுப்பி வைக்கிறேன். அத்தோடு இங்கு ஏதாவது பத்திரிகை அல்லது இணைய இதழ்களில் வெளியிடவும் ஏற்பாடு செய்கிறேன். அதற்கு உங்கள் விருப்பம்/ அனுமதி தேவை.

அவர்: ஐந்து வருடங்களுக்கு முன்பு மண்ணோடு மண்ணாக போயிருக்க வேண்டியவள். இன்று கூட எனது கணவருடன் பேசிக் கண்ணீர் விட்டபோது, அவர் சொன்னார் வாழ்க்கையில் எவ்வளவோ நல்ல விடயங்கள் இருக்கிறது பேராசிரியர் ஐயாவுடன் கதை பற்றி பேசுங்கள் என்றார். மேலும் கதைக்கு 'ரோமிலா ஜெயன்' என்ற பெயரைப் போடலாம் ஐயா.

நான்: நல்லது. சில நாட்களில் எதில் வரும் என்பதைச் சொல்கிறேன்.

அவர்: நன்றி ஐயா மேலும் இரு கதைகள் உள்ளன. உங்களுக்குச் சிரமம் கொடுக்கிறேனோ எனத் தெரியவில்லை.

நான்: அனுப்புங்கள். நேரம் கிடைக்கும்போது படித்துவிட்டுச் சொல்கிறேன். இப்போது கதையை அனுப்பியிருக்கிறேன்.

ஆரம்பத்தில் இரண்டு மூன்று கதைகளுக்கே இப்படி விவாதித்தோம். பின்னர் அவரது எழுத்து சிக்கல் இல்லாததாக ஆகிவிட்டது. தேர்ந்த எழுத்துக்காரராக ஆகிவிட்டார். தலா இரண்டு கதைகளைத் தீராநதி, உயிர்மை, அம்ருதா போன்றவற்றிற்கு அனுப்பி வைத்தேன். அம்ருதாவில் மட்டும் ஒருகதை அச்சானது. மற்றவர்கள் வாசித்தார்களா? என்று தெரியவில்லை. பின்னர் பௌசர் நடத்தும் எதுவரை இணைய இதழில் அடுத்தடுத்து வரத்தொடங்கின அவரது எழுத்துகள். அவற்றைக் கவனப்படுத்தி மலைகள். காமிலும் முகநூலிலும் எழுதியபோது விவாதம்

நூலாக்கம் நோக்கி நகர்ந்தது. அதற்கு முன்பு அவர் " தமிழினி" யாக வெளிப்பட்டதைச் சொல்லவேண்டும்.

ஈழத்தமிழர் பிரச்சினையில் எனது நிலைப்பாடுகளை முன் வைத்து நான் எழுதிய முகநூல் கட்டுரை ஒன்றை எழுத்தாளர் தமிழ்நதியோடு இணைத்து உரையாடலைத் தொடர்ந்து கொண்டிருந்தபோது அவராகவே வந்து உள்டப்பியில் உரையாடல் நடத்தினார். "தமிழ்நதி புலிகளின் ஆதரவாளர்; நான் புலி" என்று சொன்னார். அதற்கு முன்பு என்னோடு பேசியபோது இவ்வளவு ஆணித்தரமாகச் சொன்னதில்லை. அந்த உரையாடலை நடத்தியபோது தமிழினி ஜெயக்குமரன் என்ற பெயரில் முகநூலுக்கு வந்துவிட்டார்.

அவர்: வணக்கம் ஐயா.

நான்: தமிழ்நதி நினைப்பதுபோல் தான் உள்ளதா?

அவர்: உங்களுடைய பதிவு வாசித்தேன் யதார்த்தத்தைப் புரிய வைத்திருக்கிறீர்கள். அது செரிமானமாவது மிகவும் கடினம்.

நான்: விரும்பினால் கருத்திடலாம். செரிமானத்திற்குப் பலரது கருத்தும் உதவும்.

அவர்: புரிகிறது அதற்கு முன் நான் உங்களிடம் ஒன்று தெரிவிக்க விரும்புகிறேன்.

நான்: சொல்லலாம்.

அவர்: என்னை அறிந்திருக்கிறீர்களா ஐயா?

நான்: பதிவுகளின் வழியாக அறிந்ததுதான்.

அவர்: உங்களுக்கு ரொமீலாவைத் தெரியுமா?

நான்: தோழிதான். அவரது கதைகளை வாசித்திருக்கிறேன். அவரது கணவர் வழியாகவே அவர் பழக்கம்.

அவர்: நான்தான் ஐயா அந்த பெயரில் கடந்த காலத்தில் எழுதி வந்தேன். எனது பெயரில் அண்மையில்தான் முகநூல்

தொடங்கினேன். தங்களிடம் நான் நிறையவே பேசியிருக்கிறேன். உங்களின் பதிவுகள் எனக்குக் பிடிக்கும். எனது உண்மையான பெயரைத் தெரியப்படுத்த வேண்டும் எனக் காத்திருந்தேன் இன்று அதற்காகன அவகாசம் கிடைத்தது. உங்கள் தோழி ரோமிலாதான் தமிழினி. நான் இருபது வருடம் இயக்கத்தில் இருந்தேன். அரசியல் பெண் போராளிகளுக்கு தலைவியாக பணி செய்தேன். என்னில் ஏதும் கோபமில்லையே ஐயா?

நான்: அப்படியா? மகிழ்ச்சி. இதில் பாதியை ரோமிலாவாகவே சொன்னது தானே.

அவர்: எனது இதயத்தில் உங்களை எனது ஆசானாக வரித்துக் கொண்டு விடயங்களைக் கற்றறிந்து வந்ததால் உண்மை மறைப்பது என் மனதிற்கு உடன்பாடாக இருக்கவில்லை ஐயா எனது பாதுகாப்பு கருதியே ஆரம்பத்தில் வேறு பெயரில் எழுத வேண்டியிருந்தது. இப்போது அந்தப் பிரச்சனை இல்லை.

நான்: அப்படியானால் லண்டன் போவதாகச் சொன்னதும், ஜெயனும் உண்மைதானே.

அவர்: ஐயா எல்லாமே உண்மை எனது பெயர் மட்டும்தான் வேறு. மன்னித்துக் கொள்ளுங்கள்.

அவர்: ம்ம். நல்லது. மன்னிப்பெல்லாம் எதற்கு? போராட்ட வாழ்க்கையில் மறைப்பதும் வெளிப்படுவதும் தவிர்க்க முடியாதது.

அவர்: மிகவும் நன்றி ஐயா உங்களின் புரிந்து கொள்ளுதலுக்கு.

நான்: தமிழ்நதி தீவிரப்புலி ஆதரவாளர். தி.மு.க. வெறுப்பாளர்.

அவர்: அவர் ஆதரவாளர்; நான்புலி. ஆனால் இப்போது இல்லை. நாளாந்தம் மாறிச்செல்லும் அனைத்தையும் அரசியலையும் கூட அவர்கள் ஏற்றுக் கொள்ளத் தயாராக இல்லை இதற்கான காரணம் ஒருவிதமான கருத்துப் பிடி வாதமே தவிர புத்திஜீவித்தனம் அல்ல என்பது எனது கருத்து. யதார்த்தம் களத்தின் வழியாகப் புரிந்துகொண்ட யதார்த்தம்.

போர் அவர்களுக்கு எப்போதும் தேவை, ஒரு கிறிக்கெட் போட்டியின் ருசி. அதன் நேரடி வலியை அனுபவித்தவனுக்கு போர் எப்போதும் எங்கேயும் தேவையற்றது.

அவரது எழுத்துக்களை நூலாக்கம் செய்வது தொடர்பான உரையாடல்களைச் செப்டம்பர் மாதத்தில் -மிக அண்மையில் நடத்தினோம்.

வணக்கம் ஐயா! அவசரமாக எனக்கு ஒரு உதவி தேவைப்படுகிறது. நான் எழுதியுள்ள புத்தகம் 'ஒரு கூர்வாளின் நிழலில்...' அப்புத்தகத்திற்கு பொருத்தமான அட்டைப்படத்திற்கான நவீன ஓவியம் பெறக்கூடிய ஒருவரை எனக்கு அறிமுகப்படுத்த முடியுமா சார்?

★ மிகவும் நன்றி, யாரென்று அறிந்து கொள்ளலாமா?

★ பாபு - காட்சிப்பிழை இதழ் வடிவமைப்பாளர்.

★ காலச்சுவடு கோட்டோவியங்கள் போடும் ஸ்தபதி.

★ மிகவும் நன்றி ஐயா அவர்களுக்கு புத்தகம் பற்றிய மேலதிக விபரங்கள் தெரிவிக்க வேண்டுமா?

★ ரபீக் - மெடாலிக் பெயிண்டிங் செய்வார்.

★ மருதுவிடம் கூட கேட்கலாம்.

★ ஓரிரு வாரங்களுக்குள் செய்து தருவார்களா ஐயா?

★ பணம் தரவேண்டும்.

★ எனக்கு இவ்விடயங்களில் முன் ஆனுபவம் இல்லை ஐயா சராசரியாக எவ்வளவு கேட்பார்கள்?

★ புத்தகம் பற்றி சுருக்கமாக அனுப்பி வைக்க. நான் பேசி சொல்கிறேன்.

★ பிறகு பேசலாம்.

★ ஞானப்பிரகாசம் ஸ்தபதியுடன் போனில் பேசினேன். புத்தக அளவு, கதைகள், ஒன்றிரண்டு, என்ன பெயரில் வருகிறது போன்ற தகவல்கள் கேட்டார். முடிந்தால் அவரது இமெயிலில் அனுப்பிவிட்டுப் பேசுங்கள். முகநூலிலும் இருக்கிறார்.

★ வணக்கம் ஐயா, ஓவியர் ஸ்தபதிக்கு முகநூல் நண்பர் வேண்டுதலும், எனது செய்தியும் அனுப்பியுள்ளேன். உங்கள் உதவிக்கு மிகவும் நன்றி ஐயா. அவரும் லங்கையராம். பணம் வேண்டாம் என்று கூறியுள்ளார்.

★ வணக்கம் ஐயா, ஆங்கில மொழி பெயர்ப்பு வேலை நடக்கிறது. பெரும்பாலும் அடுத்த மாதமளவில் வேலைகள் முடியும் என நினைக்கிறேன்.

★ நல்லது.

இந்தநேரத்தில் தான் தமிழ்நாட்டு இதழாளர்கள் ஈழம் சென்று வந்தது பற்றியும் அப்போது உயிரோடு இருந்த திரு தமிழ்ச்செல்வன் பெண்கள் அணியையும் அதன் முக்கியப்பொறுப்பாளர்களையும் சந்திக்கவேண்டும் எனச் சொல்லி ஏற்பாடு செய்ததையும் பிரேமா ரேவதி காலச்சுவடில் எழுதியிருந்தது பற்றிய விவாதம் வந்தது. அதுவரை அவரை அவ்வளவு முக்கியமான இடத்தில் இருந்தவர் என நான் நினைக்கவில்லை. போராளிகளுக்கான உடையுடன் படம் ஒன்றைக் காட்டியதும் இல்லை. அதுபற்றியும் கேட்டேன்.

★ பிரேமா ரேவதியின் இணைப்பில் எல்லாம் வெளிப்படையாகிவிட்டதே?

★ அப்படியா? அது ஒரு துளி.

ஒற்றை வாக்கியத்தில் பதிலளித்துவிட்டு நகர்ந்துவிட்டார். உரையாடல் தொடர்ந்தது.

★ ஸ்தபதி படம் அனுப்பியுள்ளார் நன்றாக வந்திருப்பதாகப்படுகிறது அவரது பக்கத்தில் பதிவேற்றியுள்ளார்.

எனது புத்தகத்துக்கு தமிழ் நாட்டிலிருந்தும் பயங்கரமான எதிர்ப்புகள் கிளம்பும் என நினைக்கிறேன்.

★ கதைகள் மட்டுமென்றால் உடனடியாக இருக்காது. கட்டுரை அல்லது அனுபவங்கள் என்றால் எதிர்ப்பு தீவிரமாக இருக்கவே செய்யும்.

நான் அதனை வரவேற்கிறேன். எனது நோக்கம் எவரையும் புண்படுத்துவது அல்ல எமது சந்ததிக்கு செய்தி சொல்லுவது.

தீவிரவாததேசிய காய்ச்சலில் இருந்து வெளியே வந்து சிந்திக்க வேண்டும்.

★ ஆமாம். இப்போது சொல்லவில்லையென்றால் எப்போதும் சொல்ல முடியாது.

நிச்சயமாக நான் மிகவும் மணத்துணிவோடுதான் இதனை எழுதியுள்ளேன். எதிர்ப்புகளைக்கண்டு அஞ்சப் போவதில்லை. மேலும் எதிர்ப்புகள் வரும்போதுதான் எமது கருத்துக்களும் அங்கே சரியான தாக்கத்தைச் செலுத்தும்.

துணிவு தான் முக்கியம். வாக்கினில் உண்மை இருந்தால் தானாக வந்து சேரும்.

சில ஆண்டுகளுக்கு முன்பு - ரோமிலாவாக இருந்து உரையாடியபோது விசா வாங்குவதில் சிக்கல் இருப்பதாகச் சொன்னார். அப்போதெல்லாம் புற்றுநோய்க்கான மருத்துவம், விழிப்புணர்வு பற்றிய தகவல்களைத் தனது முகநூல் பக்கங்களில் இணைப்பார். இதை ஏன் இணைக்கிறார் என்று குழப்பமாக இருந்தது. அவருக்கிருந்த நோய் பற்றிய உள்ளுணர்வே அதனைச் செய்யத்தூண்டியிருக்கிறது என்று இப்போது தோன்றுகிறது. விரைவில் லண்டன் போய்விடுவேன் என்றும் இன்னொருவிதமான வாழ்க்கைக்குள் நுழைந்துவிட முடியும் என்றும் நம்பிக்கையோடு இருந்தார். அதற்காக ஆங்கிலமெல்லாம் கற்றுவருவதாகச் சொன்னார்.

இந்தப் பெண்ணை விரைவில் சந்தித்துப் பேசுவேன் என்று நினைத்திருந்தேன். இலங்கையில் இல்லையென்றால் லண்டனிலாவது சந்திக்க வாய்ப்பிருக்கிறது என்று சொல்லியிருந்தார். எனது கணவரோடு உங்களைச் சந்தித்து உரையாடுவேன் என்று சொன்ன தமிழினி இப்போது இல்லை. அவர் ஈழப்போராட்டத்தின் அரசியல்பிரிவுத் தலைவி என்ற எண்ணத்தில் என்னோடு பேசியதில்லை. நானும் அப்படிப் பேசியதில்லை. தோழமையோடு பேசிய ஒரு பெண்ணோடு - ஆர்வமிக்க மாணவியோடு நடத்திய உரையாடல்களை இணையப்பக்கங்களிலிருந்து இறக்கிவைத்து வாசித்துக்கொண்டிருக்கிறேன். அவை அனைத்தையும் இங்கே தரமுடியாது. தரவும் கூடாது.

நீண்ட நெடும் பயணமாக அமைந்திருக்க வேண்டிய வாழ்க்கை ஒரு குறும்பயணமாக முடிந்துபோய்விட்டது. அவரது நூலுக்குரியதாக ஞானப்பிரகாசம் ஸ்தபதி அனுப்பிய மூன்று படங்களில் ஒன்றைத் தேர்வு செய்தபோது அவர் எழுதிய வரி:

சரி ஐயா அப்படியே ஆகட்டும். நன்றி.

அந்த நன்றிக்கு **வாழ்த்துக்கள்** சொல்லும் நாளாக நூல் வெளியீட்டு நாளை நினைத்திருந்தேன். வாழ்த்துகளை அஞ்சலியாக எழுதச் செய்துவிட்டது மரணம்.

- ஆகஸ்ட் 03, 2015

5. ஆ.சி.கந்தராஜாவின் ஓர் அகதியின் பேர்ளின் வாசல்: புதிய வெளிகளில் விரியும் விவாதங்கள்

போலந்திலும் ஈழத்தமிழ் அகதிகள் இருக்கிறார்கள் என்ற தகவலை எனக்குச் சொன்னவர் மரிஸ்யா. வார்சா பல்கலைக்கழக இந்தியவியல் துறையின் தமிழ்ப் படிப்பில் மூன்றாம் ஆண்டு மாணவி. “உரிய ஆவணங்கள் இல்லாமல் போலந்துக்குள் நுழையும் தமிழ் பேசும் மனிதர்களைக் கைது செய்து விசாரிக்கும் காவல்துறை, நீதிபதிகளின் முன்னால் நிறுத்தும்போது குற்றம் சாட்டப்பட்டவர்களின் பேச்சை மொழிபெயர்ப்பு செய்வதற்காக நமது துறைக்குத் தகவல் வரும். தமிழ்ப் பேச்சை போல்ஸ்கியில் மொழிபெயர்க்கத் தெரிந்த ஆசிரியரோ, ஆய்வாளர்களில் ஒருவரோ போவார்கள். அவர்களோடு நானும் போவேன்; பேச்சுத் தமிழைக் கற்றுக் கொள்ள அதுவும் ஒரு வாய்ப்பு” என்று தமிழ் கற்கும் தனது ஆர்வத்தை விளக்கிச் சொல்லும்போது போலந்துக்குள் ஈழத்தமிழர்களின் இருப்பைப் பற்றிச் சொன்னார்.

கிழக்கு ஐரோப்பிய நாடுகளில் ஒன்றான போலந்து முன்னால் சோசலிச நாடுகளில் ஒன்று. அகதி வாழ்க்கையைத் தேடிய பயணத்தில் ஈழத் தமிழர்களின் விருப்பங்களில் ஒன்றாக முன்னால் சோசலிச நாடுகள் அதிகம் இருந்ததில்லை. கட்டணம் குறைவான ரஷ்ய விமானங்களில் பயணம் செய்வது அவர்களின் தேர்வாக இருந்தாலும் வாழ்க்கைக்கான வாய்ப்புகள் குறைவு என்பதால்

அந்த நாடுகளில் தஞ்சம் கோருவதில்லை. சோசலிச நாடுகளில் எல்லாப்பணிகளையும் அந்த நாட்டு மக்களே செய்துகொள்ளும் பயிற்சியைப் பெற்றிருந்தார்கள் என்பதைத் தாண்டி, புதிதாக வருபவர்களுக்குத் தரும் அளவுக்கு வேலை வாய்ப்புகள் உருவாக்கப்படுவதில்லை என்பதும் ஒரு காரணமாக இருந்தது. இதற்கு மாறானவை முதலாளித்துவப் பொருளாதாரத்தைப் பின்பற்றும் நாடுகள். குறிப்பாக இங்கிலாந்து, பிரான்ஸ், ஜெர்மனி, நார்வே, சுவிட்சர்லாந்து போன்ற நாடுகளில் சேவைப் பணிகளுக்குரிய வேலைகளை அந்நாட்டு மக்கள் செய்யாமல், ஆசிய, ஆப்பிரிக்க நாடுகளிலிருந்து வந்தவர்களைக் கொண்டு செய்து கொள்வார்கள். அத்தோடு உடல் உழைப்பின் வழியாகச் செய்யும் உற்பத்தித் தொழிற்சாலைகளிலும் சேவைப் பணிகளிலும் ஏராளமான வேலை வாய்ப்புகளை உருவாக்கி லாபம் ஈட்டுவதில் அந்நாடுகள் கவனம் செலுத்தும். அதனால் அகதிகளாக வரும் ஈழத்தமிழர்கள் விரும்பிச் செல்லும் நாடுகளாக அவையே இருந்தன. இவையெல்லாம் நான் ஐரோப்பாவிற்குப் போவதற்கு முன்பே அறிந்த செய்திகள்.

போலந்தின் வார்சா பல்கலைக்கழகத்தில் தமிழ் இருக்கைப் பேராசிரியராகத் தங்கியிருந்த இரண்டு ஆண்டுகளில் (2011 அக்டோபர் முதல் 2013 ஜூலை வரை) ஐரோப்பிய நாடுகளுக்கு அகதிகளாக வந்திருந்த ஈழத் தமிழ் அகதிகளோடு இணைய வழித் தொடர்புகள் அதிகம் உண்டு. சில நாடுகளில் நடந்த தமிழ் விழாக்களிலும் கலந்து கொண்டிருக்கிறேன். ஆனால் போலந்தில் அப்படியொரு கூடுகையோ, கொண்டாட்டமோ நடந்ததாகத் தகவல் இல்லை. சந்தித்தவர்களும் கூட ஈழப் போராட்டம், அதன் அரசியல் காரணங்கள் போன்றவற்றில் ஈடுபாடு காட்டியவர்கள் அல்ல. ஐரோப்பாவுக்குள் நுழைந்துவிட்டால் நல்ல வேலை கிடைத்துவிடும் என்று நம்பி வந்தவர்களாகவே இருந்தனர்.

முதன்முதலில் சந்தித்தவர் இருபதுகளில் இருந்த ஓர் இளைஞர். நான் தங்கியிருந்த சோக்றட்ஸ் அடுக்குமாடிக் குடியிருப்பிற்குப் பக்கத்திலிருக்கும் சிறிய அங்காடி வளாகத்தில் என்னையும் மனைவியும் பார்த்தார். தரைத்தளமாக சிறிய கடைகள் கொண்ட அங்காடி வளாகம். அந்த வளாகத்தில் விற்கும் அதே பொருளைச் சாலையின் அந்தப் பக்கம் இருக்கும் மார்க்போல் போன்ற பேரங்காடிகளில் வாங்கினால் விலை

கூடுதலாக இருக்கும். அவற்றைத் தாண்டி ஆர்க்கேடியா போன்ற பெரும்பேரங்காடிகளில் இன்னும் கூடுதல் விலை. குறைவாகப் பணச்செலவில் வாழ்க்கையைக் கடத்தும் மனிதர்கள் புழங்கும் அந்த வளாகத்தில் தான் அந்த இளைஞரைச் சந்தித்தோம். அவரது கையிலிருக்கும் அலைபேசி சிம்கார்டைப் பற்றிய விளம்பர வாசகம் அடங்கிய பட்டை ஒன்றை தோள்பட்டையிலிருந்து இறக்கிக் குறுக்காகப் போட்டிருந்தார். எல்லாம் போல்ஸ்கியில் எழுதப்பெற்றிருந்தது. எங்களின் தமிழ் உரையாடல் அவரது கவனத்தை ஈர்த்திருக்க வேண்டும். எங்களை நெருங்கிய அந்த இளைஞரின் கையில் அலைபேசிக்கான சிம்கார்டுகளின் தொகுதி ஒன்று இருந்தது. பட்டையிலிருக்கும் வாசகத்தைத் தொட்டுக்காட்டி, "ஒன்று வாங்கினால், இன்னொன்று இலவசம்" என்பதை முதலில் போல்ஸ்கி மொழியில் சொல்லிவிட்டு, உடனடியாக ஆங்கிலத்திலும் சொன்னார். சிம்கார்டின் பெயரைப் பார்ப்பதற்கு முன்பு அவரைப் பார்த்தேன். ஐரோப்பியர் இல்லை என்பதை உடலின் நிறம் மட்டுமில்லாமல் பேச்சின் உச்சரிப்பும் காட்டியது. சிம்கார்டை வாங்கிப் பார்த்துக் கொண்டிருந்த போது, லைகா என்ற பெயரையும் அது குறித்த தகவல்களையும் போல்ஸ்கியில் சொன்னார். 'எனக்குத் தெரியும். இது இலங்கைத் தமிழர் ஒருவரின் முதலீட்டில் ஐரோப்பாவில் புதிதாக அறிமுகமாகிக் கொண்டிருந்த அலைபேசிக் குழுமத்தின் சிம்கார்டு' என்று தமிழில் சொன்னேன். அவர் என்னிடம் தமிழில் பேசுவார் என்று எதிர்பார்த்தே அப்படிச் சொன்னேன். எங்கள் அருகில் போல்ஸ்காவினர் சிலர் நின்றுகொண்டிருந்தார்கள். அவர்களைப் பார்த்து விட்டுத் திரும்பவும் போல்ஸ்கியிலேயே பேசினார்.

நீ இலங்கைத் தமிழரா? எங்கே இருக்கிறாய்? எனத் திரும்பவும் தமிழிலேயே பேசினேன். அவர் தமிழில் பேசாமல் போல்ஸ்கியிலேயே ஏதோ சொன்னார். சொன்னது என்னவென்று எனக்கு விளங்கவில்லை. சிம்கார்டுகளை அவரிடமே கொடுத்துவிட்டு நாங்கள் வாங்கவேண்டிய பொருட்களை வாங்கிக் கொண்டு அங்காடி வளாகத்தைவிட்டு வெளியில் வந்துவிட்டோம். கொஞ்சதூரம் வந்தபின் அந்த இளைஞர் பின் தொடர்ந்து வருவது தெரிந்தது. வேகமாக வந்தவர் 'மன்னிக்க வேணும்' என்றார். "என்னிடம் இந்த நாட்டில் இருப்பதற்கான விசா இல்லை; முறையான பாஸ்போர்ட்டும் கிடையாது" என்று தயங்கித்தயங்கி

யாராவது பக்கத்தில் வருகிறார்களா? என்று பார்த்தபடியே பேசினார். "இந்த நாட்டு மொழியில் பேசாமல் ஏதோவொரு மொழியில் பேசினால், காவலர்களிடம் சொல்லி விடுவார்கள்; கைது செய்து, நீதிமன்றத்தில் நிறுத்தி விசாரிப்பார்கள்; சிறைக்கு அனுப்பி விட்டால் என் அம்மாவின் பாடு சிக்கலாகிவிடும்" என்று தன் நிலையைச் சொன்னார். அம்மாவோடு இங்கு இருக்கிறார் என்பது புரிந்தது.

'நான் இந்தியாவிலிருந்து வந்துள்ள தமிழர்; இங்குள்ள பல்கலைக்கழகத்தில் பேராசிரியராக இருக்கிறேன்; இங்கே எங்களோடு வீட்டுக்கு வரலாம்' என்று அழைத்தபோது அதையெல்லாம் கேட்கும் மனநிலையில் இல்லை; எங்களோடு வரவும் அவர் மறுத்து விட்டார். "தானொரு இலங்கைத் தமிழர் என்று பொது இடங்களில் காட்டிக் கொள்வதை அவர் விரும்பவில்லை; அதனால் உண்டாகும் சிக்கல்களைச் சந்திப்பது எளிதானதல்ல" என்று நம்பினார். இப்போது அவரிடமிருந்து இரண்டு சிம்கார்டுகளை வாங்கிக் கொண்டு இரண்டுக்கும் பணம் கொடுத்துவிட்டு அனுப்பி வைத்தேன். இதே இடத்திற்கு பின்னரும் வருவாயா? என்று கேட்டபோது, 'சந்தேகம் தான்; எந்தப் பகுதிக்கு அனுப்புகிறார்களோ அங்குதான் நான் செல்ல வேண்டும்; என் உடலில் சிம்கார்டு விளம்பரத்தை மாட்டிக்கொண்டு நின்று எனக்குத் தெரிந்த போல்ஸ்கிச் சொற்களைக் கொண்டு விற்பனை செய்வேன்' என்று சொல்லிவிட்டுத் திரும்பிப்போய் விட்டார். அவரை அதற்குப் பிறகு பார்க்கவில்லை. இருப்பிடம் என ஒன்று இருக்குமா என்றும் தெரியவில்லை.

சில வாரங்கள் கழித்து, இன்னொரு சந்திப்பு நடந்தது. சந்திப்பு நடந்த இடம் 'லிட்டில் இந்தியா'. கடையை நடத்திக் கொண்டிருந்தவர் தமிழ்க் கன்னடர். கர்நாடகாவிலிருந்து தமிழ்நாட்டிற்குள் வந்த பெற்றோரின் மகன். பொறியியல் படித்துவிட்டு ஐரோப்பாவிற்கு வந்தவர் போல்ஸ்காப் பெண்ணைத் திருமணம் செய்துகொண்டு போலந்துக் குடிமகனாகி விட்டவர். அவரிடம் போலந்தில் இருக்கும் தமிழர்கள் பற்றி அவரிடம் விசாரித்தபோது தமிழர்கள் அதிகமில்லை; எப்போதாவது இலங்கைத் தமிழர்கள் வருவதுண்டு; வந்தாலும் அதிகமான பொருட்கள் வாங்க மாட்டார்கள் என்றும் சொல்லியிருந்தார். அன்று கணவனும் மனைவியுமாக அவர்கள் வந்தார்கள்.

வார்சாவிலிருந்து விலகியிருக்கும் கிராமத்துப் பண்ணையொன்றில் விவசாய வேலைகள் செய்வதாகச் சொன்னார்கள். அவர்களும் அளவோடுதான் பேசினார்கள். 'ஒரு கிலோ மீட்டர் தூரம் தான் எனது வீடு; வாருங்கள்' என்று அழைத்தேன். போலந்தில் அகதிகளின் வாழ்க்கை எப்படி இருக்கிறது?என்று கேட்கும் ஆர்வத்தில் தான் வீட்டிற்கு அழைத்தேன். அவர்களும் வீட்டிற்கு வரத்தயங்கவே செய்தார்கள். போலந்தில் இருப்பதற்கான உரிய ஆவணங்கள் இல்லை என்பதே தயக்கத்திற்கான காரணமாக இருந்தது. அவர்களை அழைத்துப் போவதால் எனக்கு ஏதாவது பிரச்சினை வந்துவிடும் வாய்ப்புண்டு என்றும் சொன்னார்கள்.

2011–12 கல்வியாண்டின் முதல் பருவம் முடிந்து இரண்டாவது பருவத் தொடக்கத்தில் அந்த மாணவி, 'இன்று வகுப்புக்கு வர இயலாது; நீதிமன்றம் செல்கிறேன்; அனுமதி வேண்டும்' என்று உற்சாகமாகப் பேசினாள். அரசாங்கம் கொடுத்த அழைப்புக்குத் துறைத்தலைவர் அவரது பெயரை அனுப்பியிருக்கும் உற்சாகம் பேச்சில் வெளிப்பட்டது. "நீதிமன்றத்தில் அவர்கள் சொல்லும் தகவல்களில் எனக்கு சந்தேகம் இருந்தால் அங்கிருந்தபடியே அலைபேசியில் கேட்பேன்; நீங்கள் அதைத் தெளிவுபடுத்தவேண்டும்" என்றும் சொல்லி விட்டுப் போனாள். போனவள் அங்கிருந்து தொலைபேசியில் அழைத்துச் சந்தேகம் எதுவும் கேட்கவில்லை. ஆனால் அலைபேசியில் அழைத்து, "வகுப்பு முடிந்து உடனே வீட்டுக்குப் போய்விட வேண்டாம்; வார்சா ரயில் நிலையத்தில் நாம் சந்திப்போம். இன்று எனக்குக் கிடைத்த மொழிபெயர்ப்பு அனுபவங்களை உங்களோடு பேச வேண்டும்" என்று சொன்னாள்.

நான் போவதற்கு முன்பே அங்கு வந்துவிட்டாள். ரயில் நிலையத்திற்கருகில் இருந்த சிற்றுண்டிச் சாலைக்குள் அழைத்துப்போய் இருவருக்கும் தேநீர் சொல்லிவிட்டு இரண்டு பெரோக்கி எடுத்து வந்தாள். 'நான் செய்த வேலைக்கு நீதிமன்றம் மதிப்பூதியம் தந்திருக்கு; அதனால் இன்று என் செலவு' என்று சொன்னபோது தான் கற்ற தமிழ் வழியாகச் சம்பாதிக்க முடிந்த மகிழ்ச்சி அவளிடம் வெளிப்பட்டது. சாப்பிட்டுக் கொண்டே பேசிக்கொண்டிருந்தோம். ஐரோப்பா முழுவதும் உள்ள விசா நடைமுறைகளைச் சொல்லிவிட்டு 'எந்த மனிதனையும் விசாரித்து விட்டுத்தான் தண்டனை வழங்குவார்கள்; அதேபோல் நியாயமான காரணங்கள் இருந்தால் விசா இல்லையென்றாலும் அரசின்

கண்காணிப்பில் தங்க அனுமதித்து விடுவார்கள்' என்றாள். "இன்று விசாரிக்கப்பட்ட இலங்கைத் தமிழர்கள் நால்வருக்கும் இங்கேயே தங்கிக்கொள்ள அனுமதி கிடைத்து விட்டது; அதற்கு நான் கற்ற தமிழைப் பயன்படுத்தியிருக்கிறேன்" என்று சொன்னபோது அவளது மகிழ்ச்சியால் கண்கள் விரிந்தன; முகம் சிவந்தது.

மாணவி சொன்னது உண்மைதான். எந்தவொரு குற்றவாளியையும் உரிய விசாரணைக்குப் பின்பே தண்டிக்கும் நடைமுறையை ஐரோப்பிய ஒன்றிய நாடுகள் பின்பற்றுகின்றன. விசாரணைக் கைதிகளுக்கான வழக்குரைஞரை ஏற்பாடு செய்தல், மொழிபெயர்ப்பாளரைக் கொண்டுவந்து நிறுத்துதல் என எல்லாச்செலவுகளையும் அரசுகளே ஏற்றுக்கொள்கின்றன என்பதைப் பலரும் திரும்பத்திரும்பச் சொல்லக் கேட்டிருக்கிறேன். அகதிகளின் அனுபவங்கள் வழியாகவும் வாசித்திருக்கிறேன். மாணவியிடம் 'ஈழத்தமிழர்களுக்கான அகதி முகாம் ஏதாவது இருக்கிறதா?' என்று கேட்டேன். 'அப்படியெல்லாம் இல்லை; வார்சாவின் நடுவே விஸ்துலா ஆறு ஓடுகிறதல்லவா. அந்த ஆற்றுக்கு அந்தப் பக்கம் பல்வேறு நாட்டு மக்கள் இருக்கும் குடியிருப்புகள் இருக்கின்றன. அங்கே தங்கிக் கொள்வார்கள்; அங்கிருந்து வார்சாவிற்குள் வந்து வேலைசெய்வார்கள்; திரும்பவும் அங்கு போய்விடுவார்கள். அங்கெல்லாம் நாங்கள் பெரும்பாலும் போவதில்லை. அங்கிருப்பவர்கள் முரடர்கள்; தவறானவர்கள் என்று பலரும் சொல்வார்கள். அங்கு காவல் கண்காணிப்பு உண்டு. அவ்வப்போது காவல் நிலையத்திற்குச் சென்று தங்கள் இருப்பைப் பதிவுசெய்ய வேண்டும்' என்று சொல்லிவிட்டு'வசதி குறைவான வீடுகள் தான்' என்று சொல்லும்போது அந்தக் குடியிருப்புகள் தமிழ்நாட்டு அகதிகள் முகாம் போன்றன என்று புரிந்து கொண்டேன்.

இன்று விசாரணைக்கு வந்தவர்களில் 25 வயது இளைஞர் ஒருவர் இருந்தாரா? என்று கேட்டேன். 'இல்லை; ஒரு கணவன் - மனைவி; மற்ற இருவரும் 42, 44 வயதுக்காரர்கள்; ஒருவர் குழாய் வேலை செய்வதாகச் சொன்னார்; இன்னொருவருக்கு வீட்டுத்தோட்டங்களில் வேலை. கணவனும் மனைவியும் வார்சாவில் இல்லை; 50 கிலோ மீட்டர் தூரத்தில் இருக்கும் கிராமத்தில் உருளைக்கிழங்குத் தோட்டத்தில் வேலை கேட்டிருப்பதாகவும்,

அரசாங்கம் அனுமதித்தால் அந்த வேலை கிடைக்கும் என்றார்கள். ஒருத்தரிடமும் போலந்தில் தங்குவதற்கான விசா இல்லை. முறையான பாஸ்போர்ட்டும் இல்லை என்றே சொல்கிறார்கள்' என்று நீதிமன்றத்தில் நடந்தனவற்றைச் சுருக்கமாகச் சொன்னாள். சொல்லிவிட்டு, 'மனிதாபிமான அடிப்படையில் நீதிமன்றம் போலந்தில் இருக்கலாம் என்று அனுமதித்து விட்டது' என்றும் சொன்னாள். லிட்டில் இந்தியாவில் சந்தித்த அந்தக் கணவனும் மனைவியுமாக இருக்கும் என்று மனது ஆறுதல் பட்டுக்கொண்டது.

★★★

ஆ.சி. கந்தராஜாவின் 'ஓர் அகதியின் பெர்ளின் வாசல்' நாவலை வாசித்தபோது போலந்தில் இருந்த இரண்டாண்டுக் காலத்துக் காட்சிகள் எனக்குள் திரும்பவும் படமாக விரிந்தன. அத்தோடு கடந்த கால் நூற்றாண்டுகாலமாக நான் வாசித்த ஈழத்தமிழ் இலக்கியப்பரப்பின் பல்வேறு காட்சிகளும் இந்த ஒற்றை நாவல் வாசிப்பின்போது திருப்புக் காட்சிகளாக நகர்ந்துகொண்டிருக்கின்றன. நாற்பதாண்டுகால ஈழத்தமிழ் இலக்கியத்தைப் 'போரிலக்கியம்' என ஒற்றைச் சொல்லால் விளித்துக் கடக்கும் நிலை இன்று உள்ளது என்றாலும், அதற்குள் வெவ்வேறு காலகட்டங்களும் அவற்றிற்கேற்ப உரிப்பொருள் - உள்ளடக்கப் பொருண்மை வேறுபாடுகளும் உள்ளன.

பேரினவாதக் கருத்தியல் காரணமாக ஏற்பட்ட இனமுரண்பாட்டால் ஈழத்தமிழர்கள் தங்களைச் சிறுபான்மை இனமாக உணரத்தலைப்பட்டதைப் பேசிய காலகட்டம் முதல் நிலையென்றால், உரிமைப் போராட்டங்களை நடத்திப் பார்த்துவிட்டு, ஆயுதப் போராட்டத்திற்குத் தள்ளப்பட்ட சூழலை முன்வைத்த கவிதைப் பெருக்கத்தை இரண்டாவது கட்டமாகச் சொல்லலாம். தங்கள் நிலைப்பாடுகளை வலியுறுத்தவும் ஆயுதப் போராட்டத்திற்கு இளைஞர்களை ஈர்க்கவும் வாய்ப்பளிக்கும் கவிதை வடிவத்திலிருந்து, போர்க்களக்காட்சிகளை எழுதும் நோக்கத்தில் புனைகதைகளின் பக்கம் நகர்ந்தது; எழுத்தாளர்களும் நகர்ந்தார்கள். அது அடுத்த கட்ட இலக்கிய நகர்வு. இந்நகர்வில் பேரினவாத அரசோடும், அதற்கு உதவியாக வந்த இந்திய அமைதி காக்கும் படையென்ற பெயரில் இலங்கைத் தமிழர் பகுதிக்குள் நுழைந்த இந்திய ராணுவத்தோடும் சண்டையிட்ட

போராளிக்குழுக்கள், வெவ்வேறு காரணங்களால் தங்களுக்குள்ளும் போரிட்டுக் கொண்டதையும் வாசிக்க முடிந்தது.

காரணமற்ற போர்களினால் அலைக்கழிக்கப்பட்ட மக்கள், இலங்கையின் தமிழ்ப் பகுதிகளில் உயிர்வாழ முடியாத சூழல் ஏற்பட்ட நிலையில் உள்நாட்டு இடப் பெயர்வுகள் எழுதப்பெற்றன. உடைக்கப்பட்ட பாலங்கள், போக்குவரத்தற்ற காட்டுப் பகுதிகள், அத்துவானக் காடுகளில் நீண்ட நெடிய நடைப்பயணங்கள், இடையிடையே மரணங்கள் என உள்நாட்டு இடப்பெயர்வுகளை எழுதிய புனைவுகளும் அதற்குள் எழுதப்பெற்றன; வாசிக்கக் கிடைத்தன. சொந்த வீடுகளையும் கன்று காழிகளையும் காணிகளையும் விட்டுப் பிரியமுடியாத மனத்தோடு பெயர்ந்துபோனவர்கள் கண்ட போர்க்களக்காட்சிகளையும், அழிவுகளையும் எழுதிக் காட்டிய மூன்றாவது கட்டப் போரிலக்கியம், புலப்பெயர்வு நிலையையும் பேசத் தொடங்கின. இவ்வகைப்புனைவுகளும் கட்டுரைகளும் புலம்பெயர் தேசங்களிலிருந்தே பெரும் தொகைநூல்களாகவும் தொகுப்புகளாகவும் வாசிக்கக் கிடைத்தன.

புலப்பெயர்வை எழுதிய புனைவுகளில் பலவும், முறையான கடவுச்சீட்டும் நுழைவுச் சீட்டும் இல்லாமல் வெவ்வேறு நாடுகளுக்குப் பெயர்ந்தவர்களின் அலைவுகளையும் வலிகளையும் நெருக்கடியான வாழ்க்கை முறைகளையும் விரிவாக எழுதிக்காட்டின. முறையற்ற வழிகளில் கடவுச்சீட்டுகளைத் தயார்செய்து தருவதோடு போலியான நுழைவுச் சீட்டுகளையும் ஏற்பாடு செய்து தந்து பணம் பெற்றுக்கொண்ட குற்றச் செயல் கூட்டத்தினரால் அலைக்கழிக்கப்பட்ட வாழ்வும் எழுத்துகளில் பதிவாகியுள்ளன.

போதைப்பொருள் கடத்தல், பாலியல் வணிகம் என உலகம் முழுவதும் பரவிக்கிடைக்கும் இருட்டு உலகத்தோடு ஆயுதக்குழுக்களுக்கு உள்ள தொடர்புகளையும், அகதிகளாகச் சென்று சேரும் நாடுகளில் சந்தித்தத் துயரங்களையும், பனிப்பிரதேச வாழ்க்கையால் சந்தித்த உடல் நோவுகளையும் எழுதிய போர்க்கால இலக்கியம் இப்போது ஒருவித சமநிலைப்பார்வையை நோக்கி நகரத் தொடங்கியுள்ளது. முள்ளிவாய்க்கால் பேரழிவு நடந்து பத்தாண்டுகளுக்கும் மேல் ஆகிவிட்ட நிலையில்

கடந்த காலத்தின் மனவெழுச்சிகள், ஆயுதப்போராட்டத் தயாரிப்புகள், லட்சியவாதத்தின் பேரால் நிகழ்ந்த கொலைகளும் வன்முறைகளும் மறுபரிசீலனைக் குரியனவாக மாறியிருக்கின்றன. போராடிக் களைத்ததின் விளைவுகளை நடப்பும் காட்டுகின்றன; இலக்கியப்பதிவுகளும் பேசத் தொடங்கியுள்ளன.

போரிலக்கியத்தின் விரிவான இந்நகர்வின் பின்னணியில் ஆ.சி. கந்தராஜாவின் ஒரு அகதியின் பெர்ளின் வாசல் முக்கியமானதொரு வரவாகத் தோன்றுகிறது. நாவல் உள்பட எல்லாவகைப் புனைவுகளிலும் ஈடுபடும் எழுத்தாளர்கள் காலம், வெளி, பாத்திரங்கள் என்ற மூன்றையும் தங்கள் விருப்பம்போல உருவாக்குகிறார்கள். உருவாக்கி விரிக்கும்போது இம்மூன்று கூறுகளிலுமே இரண்டு வகையான உருவாக்கம் நடக்கிறது. ஒவ்வொரு கூறிலும் நேரடியான உருவாக்கமும், நினைக்கப்படும் புனைவாக்கமும் நிகழ்கின்றன. ஒரு புனைகதையில் இடம்பெறும் பாத்திரங்களைக் குறிப்பிட்ட காலம், வெளிகளில் உலவ விடும் நோக்கம் நடக்கும்போது அந்தக் குறிப்பிட்ட எல்லைக்குள் மட்டுமே இருப்பதில்லை. எழுதுபவரின் நினைவுகள் காலத்தை முன் பின்னாகவும் அசைபோடும்; பாத்திரங்களைச் சந்தித்தவர்களாகவும் சந்தித்தவர்களால் சொல்லப்பட்டவர்களாகவும் முன்வைக்கும்; அவர்கள் இயங்கும் வெளிகளைப் பார்த்தனவாகவும் கேட்டனவாகவும் காட்சிப்படுத்தும். இவையே எழுத்தென்னும் படைப்புச் செயலில் நடக்கும் வேதிவினை.

இந்த இடத்தில் நாவல் என்னும் இலக்கியவகை, காப்பியமென்னும் வடிவத்திற்குள் உருவான புதிய வகை என்பதைப் புரிந்துகொள்ளவேண்டும். ஒருவருடைய நீண்ட வாழ்க்கை வரலாற்றை விரிவாகச் சொல்லும் நோக்கம் கொண்ட காப்பியத்தைப் போலல்லாமல் 'குறிப்பிட்ட' என்பதற்குள் எழுத்தாளரை நிறுத்தி அதன் மீதான சில தளங்களில் விவாதங்களையும் விசாரணைகளையும் முன்னெடுக்கும் வகையாக நாவல் இலக்கியம் உருவாகியிருக்கிறது. ஐரோப்பிய மொழிகளில் உருப்பெற்ற நாவல் வகையைத் தமிழும் அப்படித்தான் உள்வாங்கியிருக்கிறது.

ஆ.சி. கந்தராஜா இந்த நாவலில், ஜெர்மனியின் பெர்ளின் நகரத்தையும், 1982 முதல் 2017 வரையிலான முப்பத்தைந்து

ஆண்டுகால அளவையும் அந்தக் 'குறிப்பிட்ட' என்பதற்குள் வைத்திருக்கிறார். பள்ளிக்கல்விக்குப் பின்னான உயர்கல்விக்காகப் பெர்ளின் நகரில் வசிக்க நேர்ந்த ஒருவனின் (பால முருகன்) தன் வரலாறு போல ஒரு வாழ்க்கைக் கதையும், இலங்கையில் உண்டான இனக்கலவரமும் அதன் தொடர்ச்சியான போர்க்காலமும் உண்டாக்கிய நெருக்கடியில் புலம்பெயர்ந்த இன்னொருவனின் (தவராசா) முன்னிலைக்கதையும் இணைநிலையாக நகர்த்தப்பட்டுள்ளன. மேல்நாட்டுக்கல்வி, அதனால் கிடைக்கும் வேலைவாய்ப்பு, அதனைக் கைப்பற்றிய ஆடவனுக்கு யாழ்ப்பாணச் சமூகத்தில் கிடைக்கச் சாத்தியமான மரியாதைகள், அதை அளிக்க நினைக்கும் குடும்பங்களின் போட்டிகள், அதனைப் பெரிதாக நினைக்காத காதல் மனம், காதலை வெளிப்படுத்தத் தயங்கும் ஆண் - பெண் மனநிலைகள் என நகரும் தனியொரு இளைஞனின் அகவாழ்க்கை ஒரு அடுக்காக நகர்கிறது. அவனது மனத்திற்குள்ளே ஒரு புறநிலை எதிர்கொள்ளலாக பெர்ளின் நகரம் இருக்கிறது. அவன் கற்கச் சென்ற காலத்தில் ஐரோப்பிய நாடுகளில் வலுப்பெற நினைத்த சோசலிசக் கட்டுமான அரசும், அதனை இல்லாமல் ஆக்க நினைத்த முதலாளித்துவப் பொருளாதாரக் கட்டுமான அரசும் எனக் கருத்தியல்/ அரசியல் முரணாகப் பெர்ளின் நகரம் நாவலுக்குள் விரிக்கப்பட்டுள்ளது. கல்விநிலையங்களில் தொடங்கும் அந்த முரணிலைக் கருத்தியல் ஒவ்வொரு நிறுவனங்களிலும் வெளிப்படுகிறது. இந்த விவாதங்களின் வழியாக ஆ.சி. கந்தராஜா தனது நாவலை உலக இலக்கியங்களின் விவாதத்தளத்திற்குள் நகர்த்தியிருக்கிறார். அதனாலேயே நாவலுக்குள் ஒன்றிற்கு மேற்பட்ட சொல்முறைகள் இருப்பது போன்ற வடிவம் உருவாகியுள்ளது; ஒரு நேர்கோடற்ற நான் லீனியர்- கதைசொல்லியின் திறனைக் கொண்டிருப்பது வெளிப்பட்டுள்ளது.

தனியொரு மனிதனின் அகநிலை விவாதங்களையும் புறநிலைப் பார்வைகளையும் விரிவாக எழுதும் நாவல், அதன் இணைக்கதைக்குள் கதைசொல்லியை நகர்த்துவதன் மூலம், இலங்கை அரசியலின் ஈழத்தமிழர்களின் போராட்ட வாழ்க்கையின் சாட்சியாகக் கதைசொல்லியை மாற்றுகிறது. உரிய ஆவணங்கள் இல்லாமல் ஜெர்மனிக்குள் வந்திறங்கும் ஈழத்தமிழ் அகதிகளின் இருப்பையும் பணிகளையும் அல்லது தண்டனைகளையும் உறுதி செய்யும் நீதிமன்ற விசாரணைக்கு உதவும் ஒருவனாகப்

பாலமுருகன் கதைக்குள் இருக்கிறான். அதன் உச்சநிலையாகப் பள்ளிக்காலத்து நண்பன் தவராசாவின் கதையையும் நீதிமன்றத்தின் முன்னால் வைக்க வேண்டிய சூழல் வருகிறது. அவர்களின் சந்திப்பு உணர்ச்சிகரமான நாடகத்தின் உச்சநிலைக்காட்சியின் துயரப்படிமங்களாக எழுதப்பெற்றுள்ளது. மொழி, இனம் என்ற தனது அடையாளம் சார்ந்த அணுகுமுறையால் பலரையும் காப்பாற்றிய பாலமுருகன், நண்பன் தவராசாவையும் காப்பாற்றிப் புதியதானதொரு வாழ்க்கைக்குள் நுழைத்துச் சாட்சி ஒப்பம் இடுகிறான்.

நாற்பதாண்டு கால ஈழத்தமிழ்ப் போராட்ட வரலாற்றைக் குறுக்குவெட்டாக வாசிப்புக்குத் தருகின்ற இந்நாவலின் கதை சொல்லி, ஈழத்தமிழர்களின் போராட்டங்கள், போர்கள், புலம்பெயர்தலின் அலைக்கழிப்புகள் என எதிலும் நேரடியாக ஈடுபட்ட அனுபவம் இல்லாத ஒருவர் என்பதைக் குற்றச்சாட்டாகச் சிலர் கருதக்கூடும். ஆனால் ஒவ்வொன்றிலும் தொடர்புடைய மனிதர்களின் செயல்பாடுகளையும், நோக்கங்களையும், நகர்வுகளையும் விசாரித்து அறிந்து முன்வைக்கும் ஓரிடத்தில் இருந்தவர் அந்தக் கதைசொல்லி என்பதையும் அவர்கள் உணரக்கூடும். இலங்கையில் இனப்பிரச்சினையின் தொடக்கநிலைக் குறிப்புகள் வெளிப்பட்ட 1970 களின் இறுதியாண்டுகளிலேயே - பள்ளிப்படிப்பு முடிந்தவுடனேயே- ஐரோப்பாவிற்குள் நுழைந்து விட்டதால் இலங்கையின் போர்க்காலச் சூழலை விலகி நின்று பார்க்கும் வாய்ப்பைப் பெற்றவராகத் தன்னை இருத்திக் கொண்டு, தனது மனிதர்கள் வெவ்வேறு சுழலில் சிக்கி, அகதி வாழ்வில் படும் அவல நிலையைக் குறித்த அக்கறைகளை வெளிப்படுத்துகிறார். தனது நண்பனின் வாழ்க்கைப்பாடுகளுக்காக அவர்காட்டும் பரிவு என்பது ஒருவிதத்தில் தனது இனத்து மனிதர்கள், நீண்ட நெடிய போராட்டத்தைத் தனதாக்கிக் கொண்டு தொடரும் அலைக்கழிப்புகளையும் துயரங்களையும் சுமந்துகொண்டு அலைகிறார்களே என்ற மனக்குமுறல்களின் வெளிப்பாடும் கூடத்தான்.

போர்க்கால ஈழத்தமிழ்ப் பகுதிகளையும் புலம்பெயர் தேசத்து வெளிகளையும் எழுதிக் காட்டிய நாவல்கள் பலவும் கடந்த நாற்பதாண்டு காலத்தின் குறுக்குவெட்டுத் தோற்றத்தைத் தந்துள்ளன. அவற்றிலிருந்து ஆ.சி. கந்தராஜாவின் நாவல் இரண்டு

முக்கியமான விலகலைக் கொண்டிருக்கிறது. முதலாவது விலகல் ஐரோப்பிய மையவாதமாகவும் முரண்பாடாகவும் விவாதிக்கப்படும் அரசுருவாக்க முரண்பாடு. பெர்ளின் நகரை மையப்படுத்தி பணவீக்கம், வேலை வாய்ப்பின்மை வழியாக முதலாளித்துவ நாடுகள் மேற்கொண்ட நெருக்கடிகள் இந்நாவலில் முக்கியமான விவாதப் பொருளாக்கப்பட்டுள்ளன. இந்த விவாதங்கள் உலக நாவல்கள் பலவற்றில் விவாதிக்கப்படும் சொல்லாடல்களுக்கு இணையாக எழுதப்பெற்றுள்ளது. இரண்டாவது விலகல் ஈழத்தமிழர்களின் புலம்பெயர் வாழ்வில் பம்பாயின் தாராவிப் பகுதியின் பங்கு. அகதி வாழ்க்கையில் தமிழ்நாட்டுத் தமிழர்களின் பரிவு, அரசமைப்புகளின் குரூரமான எதிர்மறைப்போக்கு போன்றன பலரால் எழுதப்பெற்றுள்ளன. ஆனால் இதில் பம்பாய் நகரத்துக் குற்றச்செயல் கும்பல்களின் இடம் விரிவாகப் பதிவுசெய்யப்பட்டுள்ளது. போலியான கடவுச்சீட்டு உருவாக்கம், விசா உரிமங்கள் தயாரித்தல், ஆள்மாறாட்டம், போதைப்பொருள் கடத்தலுக்கு அகதிகளைப் பயன்படுத்துதல், அப்பாவிப் பெண்கள் மீதான பாலியல் குரூரங்கள் எனப் பம்பாய் நகரின் இருட்டான வாழ்க்கை இதுவரை எழுதப்படாத பகுதிகளாக இந்நாவலின் வழியாகவே வாசிக்கக் கிடைக்கின்றன.

பழைய மரபான சமூகத்தின் எதிர்பார்ப்புகளைப் புதிய மனிதனொருவன் புறங்கையால் ஒதுக்கிவிட்டு முன்னேறும் அகநிலை மாற்றத்தை விவரிப்பதில் தொடங்கி ஈழத்தமிழர்களின் வாழ்க்கைக்குள் ஆயுதப் போராட்டம் ஏற்படுத்தியுள்ள அவலத்தின் கசடுகளை விவாதித்து மறுபரிசீலனையைக் கோரும் இந்நாவலின் வரவு முக்கியமானதொரு வரவு.

6. எழுதித்தீராத பக்கங்கள் :
செல்வம் அருளானந்தத்தில் புதுவகைப் புனைவுகள்

செல்வம் (காலம்) தனது எழுதித் தீராத பக்கங்களில் முயற்சி செய்திருக்கும் எழுத்துமுறையை 'பகடி'வகைமையின் மாதிரி எனச் சொல்லவேண்டும். பிறரைப் பகடி செய்யும்போது உண்டாவது குதூகலம். தன்னையே பகடிக்குள்ளாக்கும்போது வலியின் ரேகைகள் ஆகிவிடும். ஆயுதப்போராட்டம் உறுதியாவதற்கு முன்பே ஐரோப்பாவிற்குப் போன ஈழத்தமிழர்களின் வகைமாதிரியாகத் தன்னை வடிவமைத்துக் கொண்டு செல்வத்தின் அனுபவங்கள் விரிகின்றன. மொழிப்பிரச்சினையைத் தாண்டி அவர்கள் சந்தித்தப் பண்பாட்டு முரண்களை ஒவ்வொரு கட்டுரையிலும் முன் வைக்கிறார். மது பாவித்தல், பெண்ணுடல் பற்றிய பார்வை, உணவுமுறையென அடிப்படையான வேறுபாடுகளைச் சந்திக்கும்போது எப்படிக் கடந்து சென்றார் என்பதை வாசிப்பவர்கள் மனதிற்குள் சிரித்துக் கொண்டே வாசிக்கலாம். தூரத்தில் இருந்தபடி விடுதலைக்காக நடந்த போராட்டம்/ போர்க்களங்கள் பற்றிய குழப்ப மனநிலைகளை அப்படி வாசிக்க முடியாது. ஒவ்வொரு கட்டுரையையும் வேறுவேறு மனநிலைகளுடன் வாசிக்கும்படி நெருக்கடித் தரும் எழுத்தாக இருக்கிறது. இந்த வகையில் இன்னும் எழுதுவதற்குச் செல்வத்திடம் அனுபவங்கள் இருக்கும். (2016இல் எழுதிய முகநூல் குறிப்பு)

எழுதித்தீராத பக்கங்களின் இரண்டாவது பகுதி 2019 இல் வந்தது. அதற்கு இட்ட தலைப்பு: சொற்களில் சுழலும் உலகம். அதற்கு அம்ருதாவில் எழுதிய விமர்சினக்குறிப்பு:

எல்லாவகையான வாசிப்பும், வாசிக்கப்படும் பனுவலைப் புரிந்து கொள்ள முதலில் தேடுவது பனுவலுக்குள் இருக்கும் ஆட்களைத்தான். நம்மிடம் சொல்லப் போகும் - காட்ட நினைக்கும் வெளி ஒன்றின் ஒரு பகுதியையும் காலத்தின் வெட்டுப்பட்ட துண்டையுமே எழுத்தாளர்கள் நம்மிடம் எழுதிக்காட்டுகிறார்கள். எழுதிக் காட்டிப் புதிய திசைக்குள் அழைத்துச் செல்லும்போது சொல்பவரின் கைபிடித்துப் பயணிக்கிறோம். அவர் காட்டும் பகுதியின் முதல் பகுதியின் வண்ணம் வண்ணமில்லாத வெண்மையாகவோ, கண்களை உறுத்தாத மென் வண்ணங்களில் ஒன்றாகவோ இருக்கும் நிலையில் தயக்கமின்றி நுழைவது நடக்கும். மென்மையான புதுப்புது வண்ணங்கள் நம்மைத் தாண்டிச்செல்லும்போது அவற்றை உணராமலேயே கடந்துவிட்டு, ஓடரித்தில் அடர்த்தியான பச்சையோ சிவப்போ தட்டுப்படும்போது ஏற்படும் லயிப்பில் அல்லது அச்சத்தில் நின்று சிந்திப்பதும் தொடரலாமா? என்று யோசிப்பதும், தொடர்ந்து போனால் அடர்வண்ணங்களுக்குப் பிறகு மென்வண்ணங்களின் நிலப்பரப்பு வரக்கூடும் என நம்புவதும் வாசிப்பின் பயணமுறை. சில நேரங்கள் கண்ணைக்கட்டும் இருட்டு கறுப்பு- வந்து மோதும்போது வாசிப்புப் பயணம் நின்றுபோவதும் உண்டு.

செல்வத்தின் எழுத்துமுறையின் பலம் முழுமையும் இருட்டான பக்கங்களைக் காட்டாமல், அதன் முந்திய அடுக்குகளின் வண்ணச்சேர்க்கையால் ஆனது என்பதாக இருக்கிறது. “எனது எழுத்தாக இருக்கும், சொற்கள் உண்மைகளை வாசகர்கள் முன்னால் விரிக்கின்றன; ஆனால் நேர்கோட்டில் அல்ல; சின்னச்சின்ன சுழற்சிகளின் ”மூலம்” என்பதுதான் அவரது முன்வைப்பு. தனது அறியாமையின் எளிமையால் அல்லது ‘வரும்போது பார்த்துக் கொள்ளலாம்’ என்ற அசட்டுத் தைரியம் தொனிக்கும் மொழியொன்றின் வழியாகத் தனது வாசிப்பாளரைக் கைப்பிடித்து இழுத்துக்கொள்ளும் செல்வம், உடனடியாக அவர்கள் முன்னால் முழுமையும் திருகலான அல்லது ரகசியமான மனிதர்களை நிறுத்திக் காட்டுகிறார்.

சொல்ல முடியாத ரகசியங்களைக் கொண்ட மனிதர்களை - அறியப்படாத மனிதர்களின் அறியவேண்டிய பக்கங்களை- நான் தேடிக்கண்டுபிடித்து உங்களுக்குச் சொல்கிறேன் - எனத் தனது எழுத்தின் வடிவத்தைக் கட்டமைக்கிறார்.

வாசிப்பவர்களைக் கைப்பிடித்து இழுத்துப் பக்கத்தில் இருத்திக் கொண்டு, உரையாடலைத் தொடங்கும் செல்வம், தான் எதுவுமே தெரியாத அப்பாவி என்ற பாத்திரத்தை உருவாக்கிக் கொண்டு, சந்தித்த நபர்கள் சொல்வதையே உங்களுக்குச் சொல்கிறேன் என்ற நிலைப்பாட்டில் நின்று ஒவ்வொருவரையும் வாசகர் முன் உரையாட விடுகிறார்.

அந்த உரையாடலில் செல்வமும் அவர் சந்தித்த மனிதர்களும் நம்முன்னே சுழலும் சொற்களின் வழியாகவே நகர்கிறார்கள். தனது அகதி அடையாளத்தை எப்போதும் மறைத்துக் கொள்ளாமல் முன்வைத்துவிட்டுச் சந்தித்த மனிதர்களின் கதையைக் கேட்டுச் சொல்லும் எழுதும் - செல்வம் அங்கே தேர்ந்த எழுத்துமுறை உத்தியைக் கைக்கொண்டவராக வெளிப்படுகிறார். அவர் உருவாக்கும் இந்தப் பாவனை வழியாகத் தன்னை முழுமையான புனைவெழுத்தாளர் இல்லை என்பதை நிறுவிக்கொள்கிறார். அதன் வழியாக அவர் முன்வைக்கும் நிகழ்வுகளும் அந்நிகழ்வில் பங்கேற்கும் நபர்களும் அவர்களின் குணங்களும் முழுமையான உண்மைகள் மட்டுமே என்பதை நிறுவும் நிலையை உருவாக்குகின்றன. புனைவல்லாத உண்மைகளை எழுதிச் செல்லும் செல்வத்தோடு தடங்கலின்றிப் பயணிக்கும் வாசிப்பு மனம் உண்மைகளைத் தெரிந்துகொண்டதாக நம்பத்தொடங்கிவிடுகிறது. அதன் தொடர்ச்சியாகச் செல்வம் உருவாக்கும் மனிதர்களின் வாழ்க்கையோடு சேர்ந்துகொண்டு உண்மையைத் தேடுகின்றது. உண்மைகளைத் தேடுவதில் தானே மனித வாழ்வின் நாட்கள் கழிகின்றன.

திட்டமிட்டுக் கட்டமைக்கும் புனைவுமொழியின் உத்திகளைக் கைக்கொள்ளாமல், நேரடி உரையாடல்கள் என்னும் எளிய வடிவத்தின் வழியாகவே தீவிரமான வெளிக்குள் கொண்டுபோய் நிறுத்திவிடும் உத்தியைத் தனது பனுவலின் வடிவமாகக் கொண்டிருக்கும் செல்வத்தின் எழுத்துமுறை, கி.ராஜநாராயணன் தனது புனைகதைகளில் பின்பற்றிய உத்திதான். ஆனால்

கி.ரா.வின் மாந்தர்களும் நிகழ்விடங்களும் வாசகப்பரப்புக்கு நேரடியாக அறிமுகம் இல்லாததால் புனைவாகவே புரிந்து கொள்ளப்பட்டன. 'உண்மையை எழுதுகிறார்; நகலெடுக்கிறார்' என்று ஒருவரும் சொல்லிவிடக் கூடாது என்பதில் கி.ரா. எப்போதும் கவனமாக இருந்தார். ஆனால் செல்வம், அதற்கு மாறாகப் 'புனைவாக நான் எழுதவில்லை; உண்மையைத் தான் சொல்கிறேன்' என்று நம்பச் சொல்கிறார். வாசிப்பவர்களுக்கு அந்த நம்பிக்கையைத் தருவதற்கு இலங்கையில் முப்பது ஆண்டுகாலம் நடந்த ஈழப் போராட்டச் செய்திகளும், போர்க்கால நிகழ்வுகளும், எழுதப்பட்ட வரலாறுகளும், போருக்குப் பின்னான ஆவணப்பதிவுகளும் காரணங்களாக இருக்கின்றன.

கலவரங்களின் தொடக்கத்திலேயே யாழ்ப்பாணத்தைவிட்டு வெளியேறிய தனது அகதி உடல் அந்நிய நிலங்களில் அலைந்து கொண்டிருந்தது என்றாலும் தனது மனமும் நினைப்பும் போர்க்களத்து மனிதர்களோடும் அவர்களது நிலைப்பாடுகளோடும்தான் துயரங்களோடும் இடிபாடிகளோடும்தான் இருந்தது எனக் காட்ட முயற்சிக்கிறது. அவ்வப்போது தாயகத்திற்கு- யாழ்ப்பாணத்திற்கு- சென்று திரும்பும் பயணங்களில் சந்தித்த மனிதர்களின் கதைகளைப் பதிவுசெய்வதன் மூலமும், புலம்பெயர் வாழ்க்கையில் நான் சந்திக்கும் மனிதர்களின் வாழ்க்கைக் கதைகள் சொல்லும் உண்மைகளை அவர்களின் சொற்களின் வழியாகவே பதிவுசெய்யும் திறமையின் வழியாக நானும் ஒருவகை ஆவணத்தையே உருவாக்குகிறேன் என நம்புகிறார். இது ஒருவிதக் குற்றமனத்தின் தேடல். ஆற்றவேண்டிய காலத்தில் செய்யமுடியாமல் போனதற்காகச் செய்யும் பரிகாரச் சடங்கு. எழுத்து அப்படியான பரிகாரங்களின் தொகுதியாகவும்- இயலாமையின் வெளிப்பாடுகளாகவும் பலநேரங்களில் இருக்கவே செய்கிறது.

சொற்களில் சுழலும் உலகம் என்னும் இந்தத்தொகுதியின் பொருளடக்கப் பகுதியில் 22 பகுதிகளாகப் பிரித்துத் தரப்பட்டுள்ளன என்றாலும் தொடர்ச்சி கொண்ட நான்கு தலைப்புகளில்- வாய்ப்பானம்(1,2) கானாள நிலமகளைக் கைவிட்டுப்போனானை (1,2,3,4) இம்மானுவேல் (1,2) மண் கடன் (1-8)- எழுதப்பெற்றுள்ள பகுதிகள் ஒருவிதத்தன்மையிலும் தனித்தனித் தலைப்புகளில்- நுப்பதும் முப்பத்தியேழு ட்றக்கும், 'உன் சேலைதானே வண்ணப்

பூஞ்சோலைதானே', பொய்யும் பழங்கதையும் சடங்கு, பங்கிராஸ் அண்ணர், எள்ளிருக்கும் இடமின்றி உயிர் இருக்கும் இடம் நாடி எழுதப் பெற்றுள்ள 6 பகுதிகளும் வேறுவிதமான தொனியிலும் இருக்கின்றன. இவ்வேறுபட்ட தொனிகள் வேறுபட்ட இலக்கிய வடிவங்களுக்குரியவை என்றுகூடச் சொல்லலாம். 'உன் சேலைதானே வண்ணப்பூஞ் சோலைதானே', 'எள்ளிருக்கும் இடமின்றி உயிர் இருக்கும் இடம் நாடி' என்ற இரண்டும் துயரங்களை எழுதும் அவலநகைப்பு வகைப்பாட்டு எழுத்துக்கு மாதிரியாக இருக்கத் தக்கன. இவ்விரண்டையும் தனிநிலைக்கவிதையாகவோ, நெடுங்கவிதையாகவோ எழுதிட முடியும்.

மொத்த எழுத்திலும் இரண்டு மூன்று தன்மைகள் தொனிகள்- வெளிப்பட்டாலும் எல்லாப் பகுதிகளிலும் இருப்பவர் கதைசொல்லியாக இருக்கும் செல்வம்தான். அவரது அகதி அடையாளத்தை முன்வைத்துக் கொண்டே அவரது நினைவுகள் போர்க்கால யாழ்ப்பாண வாழ்க்கையையும் அதற்குள் உழன்ற மனிதர்களையும், உழல முடியாமல் தூக்கி எறியப்பட்டுப் பல நாடுகளுக்கு வந்து சேர்ந்த அகதிகளின் இருப்பையும் வாசிக்கத் தருகிறார். அகதி வாழ்க்கையிலும் தொடரும் யாழ்ப்பாண மனிதர்களின் பழைமை மாறாத மனத்தை விமரிசனமும் செய்கிறார். கடுமையாக விமரிசனம் செய்ய நினைத்தாலும், தனது நழுவும் மனப்பாங்கைத் தானே சொல்லிக்கொண்டு விலகி நிற்பவராகவும் இருக்கிறார். நுப்பதும் முப்பத்தியேழு ட்றக்கும், பொய்யும் பழங்கதையும் சடங்கு, பங்கிராஸ் அண்ணர் என்னும் தலைப்புகளில் உள்ள பனுவல்களில் நழுவும் இயல்புகொண்ட செல்வத்தை வாசிக்க முடிகிறது.

தனித்தலைப்புகளாக இல்லாமல், தொடர்ச்சி காட்டி எழுதப்பெற்றுள்ள நான்கும் வேறுவேறு வடிவங்களில் எழுதப்பெற்றிருந்தால் கூடுதல் கவனம் பெற்றிருக்கும் வாய்ப்புகொண்டவை. யாழ்ப்பானத்தில் வரும் துரைசிங்கம் அண்ணரும் இம்மானுவேலில் இடம்பெற்றுள்ள அதே பேர் கொண்ட பாத்திரமும் இன்பியல் முடிவுகொண்ட ஓரங்க நாடகத்தின் மையப் பாத்திரங்கள். ஆனால் கானாள நிலமகளைக் கைவிட்டுப்போனானை ஒரு குறுநாவலாக எழுதப்பெற்றிருக்கத் தக்கது. மண் கடன் அதே தலைப்பில் விரிவாக எழுதப்பெற்றிருக்க வேண்டிய நெடுங்கதை. அதில் வரும் மண் கடனின் நாயகம்

கணியன் பூங்குன்றனின் கவிதையில் அடித்துச் செல்லப்படும் மரத்துண்டு போன்றவன். யாழ்ப்பாணத்துக் கிராமமொன்றிலிருந்து தூக்கி அடிக்கப்பட்டு கொழும்புக்கும், கொழும்பிலிருந்து பாரீஸுக்கும் போனவன். பாரிஸில் இன்னொரு நாட்டில் புதிய உறவுகளைப் பெற்றுச் சொகுசான வாழ்க்கையில் நுழைந்தவன். ஆனால் திரும்பவும் ஒரு அலை தூக்கி அடித்ததில் விளிம்பு வாழ்க்கைக்குள் நுழைந்து இயக்கக்காரனாகி லெபனான், இந்தியா என அலைந்து திரும்பவும் சொந்த ஊருக்கு வந்து சேருகின்றான். மண் கடன் ஆற்றப் போனவனைத் துகள் கடத்தியவனாகப் பதிவுசெய்கிறது நம்பிக்கை.

நாயகத்தின் வாழ்க்கை உழல்வுக்குப் பின்னே ஈழப்போராட்டமே நகர்கிறது. பெரும் காவியத்தன்மை கொண்ட சம்பவங்களும், நாவலுக்கான திருப்பங்களும் வெளிகளும் கொண்ட நாயகத்தின் வாழ்க்கையைக் கள் குடித்துக்கொண்டே செல்வம் கேட்டுச் சொல்வது சுவாரசியமான நகைமுரண். அந்த வாழ்க்கைக்குப் பின்னே ஒவ்வொருவரும் மண்ணுக்கும் மண்ணின் விடுதலைக்கும் ஆற்றவேண்டிய கடமை இருந்தது என்பதையும் உணர்த்துகிற விதமாகத் தனது சொல் முறையைக் கட்டமைத்துள்ளார் என்பதில் செல்வத்தின் போராட்டங்கள் குறித்த நிலைப்பாடும் வெளிப்படுகிறது

சந்தித்த மனிதர்களின் அறியப்படாத பக்கங்களை எழுதும்போது ஈழத்து மனிதர்களுக்கு விடுதலையின் மீது இருந்த ஈடுபாட்டையும் அதன் மீது தனது எதிர்வினைகளையும் ஆதரவு நிலைகளையும் ஆங்காங்கே எழுதிக்காட்டவும் செல்வம் தயங்கவில்லை. அவ்விடங்களில் அவரின் எண்ண ஓட்டங்களும் இயக்கங்களின் செயல்பாடுகளின் மீதான விமரிசனப் பார்வையும் வெளிப்பட்டுள்ளது. நான்கு பகுதிகளாகப் பிரித்து எழுதப்பெற்றுள்ள,

'கானாள நிலமகளைக் கைவிட்டுப்போனானை' என்ற பகுதியில் இடம்பெற்றுள்ள இந்த உரையாடல்கள் அதற்கான சான்றுகள்:

'இந்த இயக்கங்களாலை மக்களுக்குக் கிடைத்த ஒரு நன்மையை சொல்லுங்கோ, பாப்பம்' என்டான்

'படிப்பில்லா மடையன்கள் எண்டு அவன் ஏதோ சொல்ல வாயெடுக்க, எனக்குக் கோபம் வந்திட்டுது'

‘அப்படிச் சொல்லமுடியாது தம்பி, சண்டையை ஏதோ நாங்கள் விரும்பித் தெரிவு செய்த மாதிரிக் கதையாதை. காலங்காலமாய்த் தமிழர்கள் அடக்கப்பட்டதுக்கு எதிராகத்தான் பெடியங்கள் வெளிக்கிட்டாங்கள். அதை எப்பிடிப் பிழை எண்டு சொல்லேலும்? எண்டு கொஞ்சமா உணர்ச்சிவசப்பட்ட நான்... (பக்.66-67)

‘நீங்கள் கனடாவிலை அப்பப்ப எழுதுற ஆள்...
முடிஞ்சா இந்தக் கதையையும் ஒரு மாதிரி எழுதுங்கோ.. எழுத்துகள் கனக்கக்காலத்துக்கு நிக்குமாம்’

‘யுத்தம் எண்டா என்ன? விடுதலைப் போராட்டம் என்றால் என்ன? எண்டுறதை அடுத்த தலைமுறை அறியிற மாதிரி எழுதுங்கோ அண்ணை’ எண்டு சொல்லவும் என்ர கண்கள் மெல்லச் செருகிக்கொண்டு போகவும் சரியா இருந்தது (ப,68)

இவ்வுரையாடலில் வெளிப்படும் மனவுணர்வும் திடமான நிலைப்பாட்டையும் நாயகத்தின் கதையாகப் பதிவுசெய்யும் மண் கடனிலும் வாசிக்கத் தருகிறார். தன்னைப் போல அல்லாமல் தெளிவான பார்வையுடன் விடுதலைப் புலிகளின் படையணியில் சேர்ந்து பொறுப்பான இடத்திற்கு நகர்ந்த தனது தங்கச்சியை நாயகம் சந்திக்கும் இடமும், அவளது தீர்க்கமான பதில்களும் செல்வத்தின் நிலைப்பாடுகள் எனக் கொள்வதில் பெரும் பிழையொன்றும் நேர்ந்துவிடாது.

★★★

தன்னை வெளிப்படுத்துவதற்காகவே சிற்றிதழ்களைத் தொடங்கி நடத்தும் தமிழ் அறிவுச்சூழலில் செல்வம் தனித்துவமானவர். தான் பொறுப்பேற்று நடத்தும் இதழில் தன்னை நிறுவிக்கொள்ளும் பகுதிகளை அதிகம் வெளியிடாதவர். ஏறத்தாழ 30 ஆண்டுகளாக வந்துகொண்டிருக்கும் காலம் இதழில் அவரது எழுத்துகளாக இருப்பவை மிகவும் குறைவு. ஒரு பயணியின் மனநிலையை வெளிப்படுத்தும் அவரது எழுத்துகள் தமிழின் ஒரு புதுவகை எழுத்துமுறை; புனைவும் புனைவுமல்லாத வகைமாதிரி. அவ்வகை மாதிரி போர்க்கால வாழ்க்கையையும் புலம்பெயர் அலைவுகளையும் சம அளவில் பதிவுசெய்யத் தொடர்ந்து உதவிக்கொண்டே இருக்கிறது. அதனை வாசிக்கும்போது ஒவ்வொருவரும் உணரமுடியும்.

- 2018

7. மாஜிதாவின் பர்தா:
பண்பாட்டுச் சிக்கலை எழுதிய புனைவு

பர்தா - கவனத்தை ஈர்க்கும் தலைப்பு. வெளிவந்துள்ள சூழலில் இந்தக் கவனம் கிடைத்திருக்கிறது.

ஒரு பெயர்ச்சொல்லோ வினைச்சொல்லோ அதன் பயன்பாட்டில் குறிப்பிட்ட காலகட்டத்தில் கவனத்தை ஈர்க்கும் சொல்லாக மாறுவதற்குச் சூழலும் அதன் காரணிகளும் பின்னணியாக இருந்துள்ளன. அந்தச் சூழல் வரலாற்றுச் சூழலாக இருக்கலாம்; பண்பாட்டுச் சூழலாக இருக்கலாம். இன்னதென்று விளக்கமுடியாத நெருக்கடியாகவும் இருக்கலாம். பர்தா என்ற சொல் கவனம் பெற்ற சொல்லாக மாறியதில் எல்லாக் காரணங்களும் இருக்கின்றன. அதே காரணங்கள் மாஜிதா எழுதியுள்ள நாவலையும் கவனப்படுத்தியிருக்கிறது.

குழந்தைப் பிறப்பின்போது அறியப்படும் பாலடையாளத்தின் வேறுபாட்டைக் கவனத்துடன் பரிசீலனை செய்து வளர்த்தெடுப்பதில் வாழ்க்கை வட்டச் சடங்குகள் பெரும்பங்கு வகிக்கின்றன. பிறந்த குழந்தையின் நிர்வாண உடலை மூடுவதற்கான முதல் ஆடைத் தேர்வுதொடங்கி பெண் x ஆண் வேறுபாடுகள் உருவாக்கப்படுகின்றன; நிலைநிறுத்தப்பட்டுள்ளன. பிறப்பு

முதல் இறப்புவரை தொடரும் வாழ்க்கை வட்டச் சடங்குகளின் வேறுபாட்டால் சமயங்கள் ஒன்றையொன்று வேறுபடுத்திக் கொள்கின்றன. அவ்வேறுபாடுகளின் பின்னால் நம்பிக்கைகள் மறைந்துநிற்கின்றன. ஆண் உடலுக்கான வாழ்க்கை வட்டச் சடங்குகளும் பெண்ணுடலுக்கான வாழ்க்கை வட்டச்சடங்குகளும் வெவ்வேறானவை. ஒரே சமய நம்பிக்கை கொண்ட கூட்டத்திலும் கூடச் சடங்குகளின் வேறுபாட்டால் உட்பிரிவுகளின் வேறுபாடு அறியப்படுகின்றன.

ஒரு காலத்து நம்பிக்கைகளும் சடங்குகளும் காலமாற்றத்துக்கேற்ப வடிவமாற்றமும் வெளிப்பாட்டுநிலை மாற்றமும் பெற்றுக்கொள்ளும் நிலையில் மரபின் தொடர்ச்சியாக நிலைபெறுகின்றன. இந்நிலையைத் தாராளவாதப்போக்கு என்கிறோம். மாறாமல் நிலைநிறுத்தப்பட வேண்டும் என வலியுறுத்தப்படும் நிலையில் அவை அடிப்படைவாதக் கருத்தியல்கள் என விளக்கப்படுகின்றன.

வெவ்வேறு கடவுள் நம்பிக்கை, வழிபாட்டு முறைகள், புண்ணியதலங்கள் போன்றவற்றால் வேறுபட்டு நிற்கும் சமயநெறிகள், அவற்றைப் பின்பற்றும் மனிதர்கள் தங்களின் அடையாளங்களைப் பேணவேண்டும் என வலியுறுத்துகின்றன. ஆனால் வளர்ந்துவரும் தாராளவாத மனநிலை, "சமய நம்பிக்கைகளும் பின்பற்றலும் அந்தரங்க வெளிக்குரியவை; ஆகவே அந்தரங்க வெளியில் மட்டும் வேறுபடுத்திக் காட்டிக் கொண்டால் போதுமானது" என வலியுறுத்துகின்றன. ஆனால் அடிப்படைவாத நிலைப்பாடு கொண்டவர்கள் ஒவ்வொரு நிலையிலும் தங்களின் சமய அடையாளங்களை வெளிப்படுத்திக்கொண்டே இருக்கவேண்டும் என்கின்றனர். வீடு, தெருக்கள், வழிபடும் இடங்கள் என வாழிட வெளிகளிலும், உண்ணும் உணவிலும் வேறுபாடுகள் இருக்கின்றன; அவற்றைக் கைவிடக்கூடாது என்று வலியுறுத்தும் அடிப்படைவாதம் உடுத்தும் உடையில் காட்டவேண்டிய வேறுபாட்டையும் வலியுறுத்துகின்றது. அந்த வலியுறுத்தலில், ஆண் உடல்களை மறைக்க உதவும் ஆடைகளுக்கான நெருக்கடிகளைவிடப் பெண்கள் தங்கள் உடல்களை மறைக்கப் பயன்படுத்தும் ஆடைகளுக்குக் கட்டாயங்களும் வலியுறுத்தல்களும் அதிகம். இதனைப் புத்தொளிக்காலம் தொடங்கி ஐரோப்பியர் விவாதப்பொருளாக்கியுள்ளனர். இந்த விவாதங்கள், தாராளவாதப் போக்கிற்கும் அடிப்படைவாதப்

போக்கிற்கும் இடையேயான நிகழ்காலத்தின் முதன்மையான முரண்பாடு. இம்முதன்மையான முரண்பாட்டில் மாஜிதாவின் 'பர்தா' இசுலாமிய அடிப்படைவாதத்தின் பக்கம் நிற்காமல், தாராளவாத நிலைப்பாட்டிலிருந்து எழுதப் பெற்றுள்ள நாவலாக அடையாளப்படுத்திக்கொண்டுள்ளது. அந்த வகையில் கவனிக்கத்தக்க நாவலாகவும் விவாதிக்கவேண்டிய நாவலாகவும் ஆகிறது. அதே நேரம் முழுமையாக அடிப்படைவாதத்தை எதிர்ப்பதாக இல்லாமல், அதற்குள் இருக்கும் அடையாள அரசியல் நோக்கையும் முன்வைத்துள்ளது என்ற வகையில் கூடுதல் கவனத்திற்குரியதாக மாறியிருக்கிறது என்பதையும் சுட்டிக்காட்ட வேண்டியுள்ளது.

22 இயல்களை 120 பக்கத்திற்குள் எழுதி முடிக்கப்பட்டுள்ள பர்தாவின் கதை சொல்லும் முறை, ஒரு பெண்ணின் தன்வரலாற்றைச் சொல்லும் நேர்கோட்டு வடிவம் என்பதை வாசிப்பவர்கள் புரிந்துகொள்ள முடியும். சுரையா என்ற பெண்ணின் கதையை கிழக்கிலங்கையின் கிராமப்புறம், தலைநகர் கொழும்பு, இங்கிலாந்தின் லண்டன் என மூன்று வெளிகளில் நகர்த்திக் கதை சொல்லப்பட்டுள்ளது. இம்மூன்று வெளிகளிலும் சொல்லப்படும் கதைக்குள் முதல் பகுதியின் சொல்முறைக்கும் பின்னிரு பகுதியின் சொல்முறைக்கும் நிகழ்வுகளை வடிவமைத்திருக்கும் தன்மையில் வேறுபாடுகள் உள்ளன. கிராமிய வாழ்வின் பின்னணிகளும் அக்கிராமத்து நடைமுறைகள், உறவுகள் சார்ந்த சித்திரிப்புகளும் அவற்றுக்குள் செயல்படும் ஆண்களின் மேலாதிக்க மனப்பாங்கும் ஒரு சிறுமியின் போக்கில் ஏற்படுத்தும் கேள்விகளும் அதற்கு மேல் மூர்க்கமாக எதிர்த்து நிற்காமல் அடங்கிவிடும் இயல்பும் என நகர்த்தப்பெற்றுள்ளன. குடும்ப அமைப்புக்குள் பெண்களின் பாடுகளும் இடமும் இரண்டாம் நிலையில் இருப்பதோடு, ஆண்களின் வன்முறையான மனநிலையை ஏற்று நகரவேண்டியவர்களாக இருக்கிறார்கள் என்பதும் அவளது பார்வையிலேயே சொல்லப்பட்டுள்ளன. அதே நேரம் அவளுக்குக் கிடைக்கின்ற சலுகைகள், உரிமைகள் ஆகியனவற்றின் பின்னே அவளது படிப்பும், படிப்பின் மீது அவளது தந்தைக்கு இருக்கும் ஈர்ப்பும் பிடிமானமும் கவனமாக உணர்த்தப்பட்டுள்ளன.

இந்த உணர்தலோடும் நகர்வுகளோடும் சேர்ந்து பெண்கள் உடுத்தும் ஆடைகளின் வண்ணங்கள், வடிவங்கள் சார்ந்த வலியுறுத்தல்கள்

நிகழ்கின்றன. அவர்களின் வாழிடம் சார்ந்து ஏற்படும் மாற்றங்களாக இல்லாமல், பணியின் பொருட்டு வெளிநாடுகளுக்குப் போய்வரும் ஆண்களின் வழியாக இவையெல்லாம் இசுலாமிய அடையாளங்கள்; அதைப் பின்பற்றுவதே இசுலாமியர்களாக இருப்பதின் கடமை என்பதுபோல நம்பவைக்கப்படுவதற்குள் வெவ்வெறு பின்னணியில் இருப்பவர்களின் எதிர்ப்புக்குரல்களையும் நாவல் பதிவுசெய்துகொண்டே வருகிறது. ஒரே மொழி, ஒரே பணியிடம், ஒரே ஊர் என வாழ்பவர்களில் இசுலாமியப் பெண்களுக்கு மட்டும் இந்தக் கட்டுப்பாடுகள் ஏன் என்ற கேள்வியை எழுப்பும் காட்சிகள் நாவலில் பொருத்தமாகவே உருவாக்கப்பட்டுள்ளன. அக்காட்சிகளிலும் உரையாடல்களிலும் வெளிப்படும் கோபமும் எரிச்சலும் தனிநபர்கள் மீதான எரிச்சலாகவும் அவர்களைப் பின்னின்று இயக்கும் உள்ளூர் அமைப்புகளின் மீதான கோபமாகவும் வெளிப்படுவதும் பொருத்தமாக உள்ளன. இலங்கையில் வாழும் இசுலாமியப் பெண்களின் மீது வளைகுடா நாட்டு ஆடைகள் திணிக்கப்படும் நடைமுறையைத் தர்க்கரீதியாகவும் இயலாமையோடும் சொல்லிச்செல்கிறது நாவல்.

இசுலாமியர்கள் அதிகம் வாழும் கிழக்கிலங்கைப் பகுதியை விட்டு வெளியேறும் காலம் வரை நாவல் தரும் வாசிப்பனுபவம் தடைகளற்ற இயல்புநவிற்சித்தன்மையோடு நகர்ந்துள்ளது. ஒவ்வொரு இயலிலும் உண்டாக்கப்பட்டுள்ள சின்னச்சின்ன நிகழ்வுகளுக்கு ஒரு தொடக்கம், முரண், அதற்கொரு உச்சநிலை, அதன் தொடர்ச்சியில் ஒரு நகர்வு எனக் கச்சிதமான வடிவமைப்பைக்கொண்டுள்ளது. லண்டனுக்குப் போய்விட்டுத் திரும்பிவந்து கிராமத்து வெளியில் "எல்லாமே மாறிப்போய்விட்டதே? மகிழ்ச்சியான கிராமிய எல்லைக்குள்ளான தர்க்காவை வழிபடும் வழிபாட்டு முறை காணாமல் போய்க்கொண்டிருக்கிறதே" என்ற தவிப்போடு அலையும் போதும்கூட இயல்பான போக்காகவே எழுதப்பட்டுள்ளது. இப்படி எழுதப்படுவதற்குக் காரணம் முழுமையான அனுபவங்களைச் சித்திரித்தல் என்பது ஒரு காரணமாக இருக்கலாம்.

இந்தத் தன்மை கொழும்பு என்னும் பெருநகர வெளிக்குள் நுழைந்தவுடன் தொடரப்படவில்லை. பல்கலைக்கழக வளாகத்தில் இருக்கும் வேறுபட்ட மொழிப்பின்னணி உருவாக்கும் சிக்கல்களைத் தாண்டி, இசுலாமியப்பெண்களைக் கட்டுப்படுத்தும்

மாணவர் அமைப்பின் கட்டுப்பாட்டை அவள் சந்திப்பதும், அதனை மீறத்துடிப்பதுமான முரண்பாடுகள் போதிய அளவு எழுதப்படவில்லை. ஆடைசார்ந்த விருப்பம் மட்டுமல்லாமல் வாகனம் ஓட்டுவதில் இருந்த ஆர்வம், அதற்கு எதிரான மனநிலை கொண்ட இர்பானோடு கொண்ட தொடர்பும் உறவும் மனதிற்குள் பெரும் கேள்வியாக உருவெடுக்கக் கூடிய ஒன்று. அவனோடு ஏற்படும் காதலைத் தொடர்வதில் அவனிடம் ஊடாடும் அடிப்படைவாத ஆதரவு எழுப்பியிருக்கக் கூடிய மனப்போராட்டம் நாவலில் போதிய அளவுஇடம்பெறவே இல்லை. காதலுக்காகவும் திருமணத்திற்காகவும் யார் விட்டுக்கொடுத்தார்கள் என்பதைச் சொல்லாமல் நாவல் தாவிச்சென்றுள்ளது.

அந்த முரண்பாட்டிற்குள் நுழைந்து நிகழ்வுகளை விரிக்காமல் வெளியேறியிருக்கிறார் நாவலாசிரியர் என்பதை முக்கியமான குறை என்றே நினைக்கிறேன். இசுலாமியப் பெண்கள் அல்லாத மாணவிகளின் இயல்புகளோடு தன்னை நிறுத்தித் தானே விசாரித்துக்கொள்ளும் வாய்ப்புகளும் சுரையாவுக்கு உண்டு. உயர்கல்வியின் பொருட்டுப் பெருநகரவெளியில் பல்கலைக்கழக வளாகத்தில் கிடைத்திருக்கக் கூடிய சுதந்திர உணர்வையும் மகிழ்ச்சியையும் தடுக்கும் பண்பாட்டு ஆடையாக இருந்த பர்தாவையும் அதன் ஆதரவு அமைப்பான மஜ்லீஸ் போன்ற இசுலாமிய மாணவர் அமைப்புகளையும் குறித்துக் கடும் கோபம் இருந்த நிலையில் எப்படித்தாண்டிக் கடந்தாள் என்ற விசாரணைக்குள் நாவல் நுழையவில்லை.

கொழும்பு பல்கலைக்கழக வெளியில் எழுதப்படவேண்டிய நிகழ்வுகள் எழுதப்படவில்லை என்பதைக் குறையாகச் சொல்லும் அளவிற்கு லண்டனை நிகழ்வு வெளியாகக் கொண்ட பகுதியைச் சொல்லமுடியாது. ஆனால் தாராளவாதக் கருத்தியலையும் பெண்ணுரிமைச் சிந்தனைகளையும் ஏற்றுக்கொண்டதாகப் பாவனை செய்யும் ஐரோப்பிய நாடுகளில் உருவான அடிப்படைவாதப் போக்கொன்றை நாவலுக்குள் விவாதப்படுத்தும் வாய்ப்பு கைவிடப்பட்டுள்ளது என்பதைச் சுட்டிக்காட்டத்தான் வேண்டும். தேச எல்லைகளைக் கடந்து வெள்ளையர்களை ஏற்றுக்கொள்ளும் ஐரோப்பியர்கள் ஆசியர்களையும் வளைகுடா நாட்டு இசுலாமியர்களையும் ஏற்றுக் கொள்வதில்லை. நிறபேதம் காட்டுவதன் வழியாகவும் இனத்துவேசம் பேசுவதின் வழியாகவும்

122

ஐரோப்பிய மையச் சிந்தனை கொண்டவர்களாக மாறிச் சில பத்தாண்டுகள் ஆகியுள்ளன. கடும் உடல் உழைப்பைத் தரத்தயாராக இருந்தவரை இவர்களை ஏற்றுக்கொண்ட ஐரோப்பிய மனநிலை மெல்லமெல்ல மாறி வெறுப்பு நிலைக்கு நகர்ந்துள்ளது. அதன் வெளிப்பாடான நிகழ்வொன்றையே நாவல் உச்சநிலைக்காட்சியாக வைத்துள்ளது. என்றாலும் இசுலாமிய விரோத மனப்பான்மையின் வரலாற்றுப் பின்னணியைக் காட்டும் கூடுதல் நிகழ்வுகளை நாவலில் இடம்பெறச் செய்திருக்கலாம்.

மதம், மொழி, நிறம், வர்க்கம் எனவேறுபாடுகளை முன்வைத்து மனிதர்களை ஒதுக்கும் வாழ்க்கை முறையைக் கைவிட்டு மெல்லமெல்ல எல்லாரையும் ஏற்றுக்கொள்ளும் மனிதநேய வாழ்நிலை நோக்கி நகர்ந்த ஐரோப்பிய வாழ்வில் உருவான இனவேறுபாடு சார்ந்த அடிப்படைவாத நிகழ்வுகளைத் தனது நாவலுக்குள் இடம்பெறச் செய்திருந்தால், மாஜிதாவின் நாவலுக்கு நிகழ்கால உலகப்பார்வை ஒன்று கிடைத்திருக்கும். அதைத் தவறவிட்டிருக்கிறார். அதற்குள் நுழையாமல் தடுத்தது பர்தா என்ற ஒற்றைப் பரிமாணத்தை மட்டும் பேசினால் போதும் என்று நினைத்ததே காரணம் என்று தோன்றுகிறது. அதே நேரம், ஐரோப்பாவில் தோன்றியுள்ள அடிப்படைவாதப் போக்கினால் தான் பூங்காவில் ஏற்பட்ட அவமதிப்பிற்குப் பின்னும் தனது அடையாளமான ‘பர்தா’வைக் கைவிடத் தயாரில்லை என்பதாகக் காட்டியுள்ளார் என்றும் தோன்றுகிறது. அந்த நிலையில் பர்தா, அரசியல் அடையாளத்தின் குறியீடாக மாறியிருக்கிறது.

★★★

பர்தா, புர்க்கா, ஹபாயா, ஹிஜாப் என ஒலிக்கும் சொற்கள் தமிழ்ச் சொற்கள் அல்ல. ஆனால் தமிழ் பேசும் இசுலாமியர்கள் வாழ்க்கையின் பகுதியாக மாறிக்கொண்டிருக்கும் சொற்கள். ஒரு கூட்டத்தின் வாழ்க்கைப் பகுதியாக மாறும் நிகழ்வுகள் மெல்லமெல்லப் பண்பாட்டு அடையாளங்களாக மாறுகின்றன. பண்பாட்டு அடையாளங்கள் சமயநம்பிக்கைகளாகவும் சடங்குகளில் பின்பற்ற வேண்டிய விதிகளாகவும் மாறிவிடும் நிலையில் சமயநெறிகளாக ஏற்கப்படுகின்றன. சமயநிறுவனங்கள் வலியுறுத்தும் இத்தகைய நடைமுறைகள் தனிமனிதர்களின் சுதந்திரத்திற்கும் விடுதலை உணர்வுக்கும் பெருந்தடைக்கற்களாக

இருக்கின்றன என்று விமரிசனத்தை எதிர் கொள்கின்றன. பர்தா இசுலாமியப் பெண்களின் நடைமுறை வாழ்க்கையில் பெருந்தடைகளை ஏற்படுத்தும் ஆடை என்பதை மாஜிதா போன்று இசுலாமியச் சமயவெளிக்குள் இருப்பவர்கள் சொல்லும்போது அதற்குரிய பொருத்தத்தை மறுக்க முடியாது. அதே நேரம் குறிப்பிட்ட சூழலில் நாட்டில் ஆட்சியதிகாரமும் பெரும்பான்மைப் பண்பாடும் தரும் நெருக்கடியான சூழலில் அதே ஆடைகள் தங்களின் தனியடையாளத்தைத் தக்கவைப்பதற்கான போராட்டக்கருவியாக ஆகும் என்பதும் நிகழ்கால உண்மை.

இந்திய இசுலாமிய மாணவிகளுக்கு ஹிஜாப் அணியத் தடை என்றொரு சட்டம் வந்தபோது உருவான எதிர்ப்புணர்வையும் போராட்டங்களையும் இப்போது நினைத்துக்கொண்டால் இது புரியவரும். ஒரே ஆடை அடிமைத்தனத்தின் அடையாளமாகவும், எதிர்ப்புணர்வின் ஆயுதமாகவும் இருப்பது நமது காலத்தின் சுவையான முரண். பின் நவீனத்துவம் இத்தகைய சுவையான முரண்களை உருவாக்கிக் கொண்டே இருக்கிறது. அதனை உள்வாங்கி எழுதும் எழுத்துகள் நமது காலத்தின் எழுத்துகளாகக் கொண்டாடப்படும்.

விவாதப்பொருள் சார்ந்து கவனம்பெற்றுள்ள பர்தா, நாவலின் வடிவம் மற்றும் சொல்முறைமை சார்ந்து முழுமையாக இல்லை என்பதைச் சொல்வதில் எனக்குத் தயக்கம் இல்லை. பொதுவாகப் பிரச்சினையைப் பேசும் நாவல்களில் இத்தகைய குறைகள் இருக்கவே செய்யும். வடிவ நேர்த்தி கொண்ட சிறுகதைகளை எழுதிய மாஜிதாவுக்கு இது முதல் நாவல்; இனி எழுதும் நாவல்களில் இந்தச் சிக்கல்கள் உருவாகக் கூடாது என்பதால் சுட்டிக்காட்டல் தவறில்லை.

- ஏப்ரல் 05, 2023

பகுதி - ஆ
சிறுகதைகளின் விவாதங்கள்

1. தொகை நூல்கள் தரும் வாசிப்பு அனுபவம்

இலங்கைத் தமிழ்ப் பெண் எழுத்தாளர்களின் கதைகள் அடங்கிய தொகுப்பொன்று செய்யப் போகிறேன். அதற்கு நீங்கள் ஒரு முன்னுரை எழுதித்தர வேண்டுமெனக் கேட்டுக்கொண்ட உடனேயே ஒத்துக் கொண்டேன். ஏனென்றால் தனியொரு எழுத்தாளரின் கதைகள் அடங்கிய தொகுப்புகளை வாசிக்கும் வேகத்தைவிடப் பலரின் கதைகள் அடங்கிய தொகைநூலில் இடம்பெற்ற கதைகளை வாசிக்கும் விருப்பம் எப்போதும் உண்டு. அப்படியான தொகைநூல்களை வேகமாகவும் வாசித்துவிடுவேன். இப்போது காப்பு எனப் பொதுத் தலைப்பிட்டு ஈழவாணி தொகுத்துள்ள இப்பெருந்தொகுப்பை வாசித்த அனுபவத்தைத் தான் இங்கே முன்னுரையாக எழுதப் போகிறேன்.

தொகுப்பை முழுமையாகத் தொகுத்து முடித்தபின் மொத்தமாக எனக்கு அனுப்பியதை வாசித்து எழுதும் அனுபவப்பகிர்வு அல்ல என்பதை முதலிலேயே சொல்லிவிடுகிறேன். இத்தொகுப்பில் இடம்பெற்றுள்ள கதைகளை எழுதியவர்களிடமிருந்து வாங்கித் தட்டச்சு செய்து அவ்வப்போது அனுப்பிக்கொண்டே இருந்தார். அனுப்ப அனுப்ப நானும் வாசித்துக் குறிப்புகளை எடுத்துக்கொண்டே இருந்தேன். வாசித்து முடித்தபின்பு பல கதைகளை முன்பே வாசித்திருக்கிறோம் என்றும் தோன்றியதுண்டு.

தமிழினி ஜெயக்குமரனின் கதைகள் இரண்டையும் அச்சாவதற்கு முன்பே வாசித்திருக்கிறேன். தமிழ்நதி, தாமரைச்செல்வி, ஈழவாணி, யாழ்தர்மினி, சுமதிரூபன் கதைகளும் முன்பே வாசித்த கதைகள். இப்போது திரும்பவும் வாசிக்கும் வாய்ப்பு கூடுதலாகக் கிடைத்தது. சந்திரா இரவீந்திரனின் கதை அண்மையில் காலச்சுவடில் வந்தபோது வாசித்தேன். இவர்களின் கதைகளின் கதைகள் அல்லாமல் தொகுப்பில் இடம்பெற்றுள்ள எழுத்தாளர்களின் இதே கதைகளை வாசித்திருக்கவில்லை என்றாலும் வேறுகதைகளை வாசித்த நினைவுகள் உண்டு. இந்தக் கதைகளின் வெளிகளும் அதற்குள் ஊடாடித்திரியும் மனிதர்களும் அவர்களின் வினைகளும் வினையாற்றும்போது வெளிப்பட்ட உணர்வுகளும் ஏற்கெனவே எழுத்துப்பிரதிகளின் வழியாக எனக்குள் இருப்பவைதான். கடந்த நான்கு பத்தாண்டுகளில் இலங்கைத் தமிழர்கள் எதிர்கொண்ட வாழ்வின் அவலங்களால் தமிழ் இலக்கியத்திற்கு - தமிழ் மொழியில் எழுதப்படும் பனுவல்களுக்கு நேர்மறை விளைவு ஒன்று உருவாகியிருக்கிறது. அதன் பரப்பும் வெளிப்பாட்டு முறைகளும் உலகத்தன்மைக்குள் நகர்ந்திருக்கிறது என்று நம்புபவன் நான். அதனைத் தேடுவதற்காகத் தமிழ்நாட்டுக்கதைகளை மட்டுமல்லாமல் இணையம் வழியாகவும் அச்சுநூல்கள் வழியாகவும் எனக்கு வந்துசேரும் கதைகளை வாசித்துக்கொண்டே இருக்கிறேன். அதன் போக்கைக் கணித்துவிட வேண்டும் என்று ஆசைப்படுகிறேன். அந்த ஆசையின் ஒரு பகுதியாகவே இந்தத் தொகைநூலின் கதைகளையும் வாசித்திருக்கிறேன்.

தமிழின் பதிப்பின் வரலாறே தொகைநூல்களின் கிளைகளால் நிரப்பியிருக்கும் தோப்புதான். எல்லா மொழியிலும் தொகைப்படுத்துதலின் பின்னணியில் பொதுநிலையிலான ஒரு காரணமும் சிறப்பு நிலையிலும் சில காரணங்களும் செயல்படுகின்றன. பொதுவான காரணமாக இருப்பது ஆவணப்படுத்துதல். குறிப்பிட்ட காலகட்டத்து எழுத்துகளைத் தொகுத்துப் பின்னர்வரும் சந்ததியினருக்குத் தரவேண்டும் என்னும் நோக்கத்தில் தொகைநூல்களைச் செய்திருக்கிறார்கள். அவற்றில் கிடைப்பனவெல்லாம் சேர்க்கப்படும் என்ற போக்கு இருக்கும். அதே நேரத்தில் அவ்வகைத் தொகைநூல்களுக்குள் சில நுட்பங்களும் செயல்பட்டிருக்கின்றன என்பதையும் தொகைநூல் வரலாறு நமக்குச் சொல்கிறது.

அகம், புறம் எனப் பாடுபொருள் அடிப்படையிலும் அதற்குள் அடையாளப்படும் உரிப்பொருள் அடிப்படையிலும் செய்யப்பட்ட தொகைநூல்களே தமிழ்ச் செவ்வியல் கவிதைகள். அடிவரையறைகளும் (ஐங்குறுநூறு, குறுந்தொகை, நற்றிணை, அகநானூறு) கவிதை நுட்பங்களும் (அகநானூற்றின் களிற்றுயானை நிரை, மணிமிடைப்பவளம், நித்திலக்கோவை) நிலவியல் அடையாளங்களும் (குறிஞ்சிக்கலி, முல்லைக்கலி, மருதக்கலி, நெய்தல்கலி, பாலைக்கலி) உட்பிரிவுகளுக்குக் காரணங்களாக இருந்திருக்கின்றன. பெரும்பாலும் பத்து அல்லது நூறின் மடங்குகளின் (100, 150, 400, 500) அடிப்படையில் செவ்வியல் கவிதைகளும் அறநெறிக் கவிதைகளும் தொகுக்கப்பட்டுள்ளன.

பக்திக்கவிதைகளில் அவை ஆயிரங்களாகியிருக்கின்றன. அந்த மரபின் தொடர்ச்சியை இக்கால இலக்கியத்தின் ஆரம்ப காலத்திலும் பார்க்க முடிகிறது. எழுத்துக் கவிதைகள் புதுக்குரல்களாகத் தொகுக்கப்பட்டதும் வானம்பாடிக் கவிதைகள் வெளிச்சங்கள் எனத் தொகுக்கப்பட்டதையும் அறிவோம். ஈழத்தமிழ்க் கவிதை வரலாற்றில் பதினொரு ஈழத்துக்கவிஞர்கள் தொகுப்பும், மரணத்துள் வாழ்வோம், வேற்றாகி நின்ற வெளி போன்ற தொகுப்புகளும் முன்னோடித்தொகை நூல்கள். 35 ஆண்டுகாலப் போரின் உடன் விளைவான இடப்பெயர்வுகளும் புலம்பெயர்வுகளும் பல்வேறு வகையான தொகைநூல்களைத் தமிழ் நூல்பரப்பில் வாசிப்புவெளியிலும் விரித்து வைத்திருக்கின்றன. லண்டனிலிருந்தும் பிரான்சிலிருந்தும் கனடாவிலிருந்தும் ஆஸ்திரேலியாவிலிருந்தும் தொகுக்கப்பட்ட பல தொகைநூல்களில் ஈழப்போரையும் புலப்பெயர்வையும் விவரிக்கும் கட்டுரைகள், கவிதைகள், கதைகள், தன்வரலாறுகள், நினைவுப்பதிவுகள், நாட்குறிப்புகள் என அனைத்து வகைமையான எழுத்துப் பனுவல்களும் வாசிக்கக் கிடைத்தன; கிடைக்கின்றன. சில தொகைநூல்களில் எழுத்தல்லாத ஓவியங்கள், நிழற்படங்கள் கூடத் தொகைப்படுத்தப்பட்டிருப்பதை வாசித்திருக்கிறேன்; பார்த்திருக்கிறேன்.

எல்லாவற்றையும் ஆவணப்படுத்துதல் என்னும் பொதுமை நோக்கத்திலிருந்து நகரும்போது சிறப்பான கவனக்குவிப்புகள் தொகை நூல்களின் பின்னணிக் காரணங்களாகி விடுவது தவிர்க்கமுடியாதவை. இலங்கையின் போர்ப்பின்னணியில்

கவிதைகளும் சிறுகதைகளும் அப்படியான கவனக் குவிப்போடு தொகுதியாக்கப்பட்டு வாசிக்கக் கிடைத்தன. கவனக் குவிப்பில் போர்க்காலம், புலம்பெயர்வு போன்ற நிகழ்வுகள் காரணங்களாக இருந்தது போலவே பெண்களின் பனுவல்களைத் தனியாகத் தொகைப்படுத்திக் காட்டும் போக்கிற்கும் வரலாறு இருக்கிறது. சொல்லாத சேதிகள் என்ற தலைப்பில் ஈழத்துப் பெண்களின் கவிதைகள் தொகுக்கப்பெற்று அச்சில் வந்து முப்பதாண்டுகளுக்கும் மேலாக ஆகின்றது. அதற்குப் பின்னும் இலங்கைப் பெண்களின் கவிதைகளும் இந்திய இலங்கைப் பெண்களின் கவிதைகளும் தொகுக்கப்பெற்றுள்ளன. பெண்கள் எழுதிய சிறுகதைகளும் நிகழ்வுகளை மையப்படுத்தித் தொகுக்கப் பெற்றுள்ளன. யுத்தகாலத்தைப் பின்னணியாகக் கொண்ட சிறுகதைகள் தொகுதியொன்றையும், அதிலும் பெண்களின் அனுபவங்களை மட்டும் சொல்லும் சிறுகதைத் தொகுதியொன்றும் வாசித்திருக்கிறேன்.

★★★

காப்பு இலங்கைப் பெண் சிறுகதைகள் - எனத் தலைப்பிட்டு ஈழவாணி தொகுத்துள்ள இப்பெருந்தொகுப்பு இரண்டு கவனக்குவிப்பை வாசிப்பவர்களிடம் கோரும் நோக்கம் கொண்டது. முதன்மையான கவன ஈர்ப்பு இந்தக் கதைகள் பெண்கள் எழுதிய கதைகள் என்பது. இரண்டாவது இலங்கையின் / ஈழத்தின் பெண்கள் எழுதிய கதைகள் என்பது. எழுத்தாளர்களின் எழுத்து என்ற பால்ப் பொதுமையிலிருந்து பெண்களின் எழுத்து என்ற பாலடையாளத்தை நோக்கி நகரும்போது, பெண் நோக்கு வாசிப்பைக் கோரும் முன்வைப்பை - முனைப்பை அந்தப் பனுவல்கள் கோருகின்றன என்பதை முதலில் வாசிப்பவர்கள் ஏற்றுக்கொள்ள வேண்டும். பெண்களின் குரலான பெண்ணியம் என்னும் கருத்துநிலை உலகம் முழுவதும் வாழும் மனித உயிரிகளில் பெண்கள் இரண்டாம் பாலினமாகக் கருதப்படுகிறார்கள் என்ற அடித்தளத்தின் மேல் எல்லாவற்றையும் கட்டமைத்திருக்கிறது. எப்போதும் கட்டமைப்புகள் ஒன்றைத் தன்மை இடத்தில் - சொல்பவரின் இடத்தில் நிறுத்திக்கொண்டு முன்னிலையாகவும் படர்க்கையிலும் மற்றமைகளை நிறுத்திப் பேசும் வெளிப்பாட்டுத் தன்மை உடையன. பெண்ணியம், ஆண்களைப் பெண்களின் மற்றமையாக ஆக்கிச்

சொல்லாடல்களை முன்வைக்கிறது. இரண்டாம் பாலினமான பெண்களாகிய நாங்கள், முதலாம் பாலினத்தவர்களான ஆண்களால் கீழானவர்களாகக் கருதப்படுகிறோம். மேல்-கீழ் என்னும் அடுக்குவரிசையின் பின்னணியில் எங்களின் இருப்பும் விருப்பங்களும் ஆணைச் சார்ந்ததாக இருக்கின்றன. சார்ந்து வாழவேண்டிய நிர்ப்பந்தங்களினால் ஒடுக்குதலுக்கு ஆளாகிறோம் என்ற குற்றச்சாட்டு முதன்மையான வெளிப்பாடுகளாகப் பெண்களின் எல்லாவகைப் பனுவல்களிலும் முன் வைக்கப்படுகிறது. இந்தத் தொகுப்பிலும் அந்தக்குரல்கள் முன்வைக்கப்பட்டுள்ளன. குடும்பவெளி, பணியிட வெளி எனக் கட்டாயமாக ஆணும் பெண்ணும் சேர்ந்தியங்க வேண்டிய வெளிகளில் ஆண்கள் என்னும் மற்றமைகள் அப்பாக்களாக - கணவன்களாக காதலர்களாக - அதிகாரிகளாக - உடன் பணியாற்றும் சக ஊழியர்களாக - பணி வாய்ப்பு வழங்கும் முதலாளிகளாக உருவாக்கப்பட்டுப் பெண்களைப் பலவகையான ஒடுக்குதல்களுக்குள் நகர்த்தும் விதங்களைக் கதைகள் விவரிக்கின்றன. ஒடுக்குதல் நிகழும் வெளியாகப் பெண்ணுடல்கள் இருக்கின்றன என்பதை வெளிப்படையாகவே பேசுகிறார்கள் சுமதிரூபன், யாழ்தர்மினி, பிரமிளா ப்ரதீபன், வெற்றிச் செல்வி போன்றவர்கள். பெண்ணுடலுக்குள் பாலியல் இன்பம் சேமித்து வைக்கப்பட்டிருக்கிறது என்ற நீண்ட கால நம்பிக்கையின் மேல் ஆண்களின் நுகர்வும் மீறலும் குடும்பம் என்னும் அமைப்பின் கட்டுப்பாடுகளோடும், கட்டுப்பாடுகள் இல்லாமலும் நடக்கின்றன என்பதை இத்தொகுப்பில் இருக்கும் பெண்ணியச் சொல்லாடல் கதைகள் சொல்கின்றன. பெண்கள் எழுதிய கதைகளின் தொகை நூல் இது என்பதால் இவ்வகைக் கதைகளே அதிகமாக இருக்கும் என்ற எதிர்பார்ப்பு இருக்கலாம். ஆனால் இத்தொகுப்பை வாசித்து முடித்தபின் அப்படிச் சொல்லமுடியவில்லை.

பெண்கள் எழுதியன என்பதைத் தாண்டி, இலங்கைப் பெண்கள் எழுதிய கதைகள் என்பதால் வாசிப்பவர்கள் இன்னொரு கவனக்குவிப்பையும் ஏற்படுத்திக்கொண்டு வாசிக்க வேண்டும். போர்க்கால வரலாற்றை அண்மைக்கால வரலாறாகக் கொண்ட இலங்கையின் யாழ்குடா நாடு, மட்டக்களப்பு, மலையகம், தலைநகர் கொழும்பு என்பதான நிலவியல் வேறுபாடுகளையும், சிங்களம், தமிழ் என்ற மொழிசார் பண்பாட்டடையாளங்களையும் சைவம்,

இசுலாம், பௌத்தம், கிறித்தவம் என்பதான சமயப்பண்பாட்டு வேறுபாடுகளையும் உள்வாங்கிக் கொண்டே இக்கதைகளை வாசிக்க வேண்டும்.

இத்தொகை நூலுக்குள் ஐம்பதாண்டுகால இலங்கைத் தமிழ்ச் சமூக வாழ்வின் பதிவுகள் இடம்பெற்றுள்ளன. பொதுவாகப் புனைகதைகள் நேரடிக் காட்சிகளிலிருந்து பழைய காலத்திற்குள் நினைவுகளாகப் போய்த்திரும்பும் உத்தியைக் கடைப்பிடிப்பன. இத்தொகுப்பின் பல கதைகளும் அவ்வுத்தியிலேயே நகர்கின்றன. இலங்கையில் உள்நாட்டுப் போர் தொடங்காத காலகட்டத்தைக் காட்டும் பதிவுகளைப் பாலேஸ்வரி, குறமகள் போன்றவர்கள் நேரடியாகச் சொல்கிறார்கள். இன்னும் சிலரிடம் நினைவுகளாகப் பதிவுகளாகியுள்ளன. கதைகளில் இடம்பெறும் கதைசொல்லிகளின் இருப்பைக் கொண்டு இக்கதைகளில் மூன்றுவகையான காலகட்டங்களும் கதைவெளிகளும் துல்லியமாகப் பதிவாகியுள்ளதைக் குறிப்பிட்டுச் சொல்ல வேண்டும்.

போர்க்கால நிகழ்வுகள் பற்றிய கதைகள், போருக்குப் பின்னர் அங்கேயே உருவாக்கப்பட்ட புனர் வாழ்வு முகாம்களிலும் வாழ நேர்ந்தவர்களின் கதைகள், புலம்பெயர் வாழ்வின் இன்பதுன்பங்களைப் பேசும் கதைகள் எனக் கால அடிப்படையில் பிரித்துப் பார்க்கமுடிகிறது. இம்மூன்று காலகட்டத்திற்கும் தரவேண்டிய அளவை ஈழவாணி ஓரளவு சரியாகவே தந்துள்ளார். அண்மைக்காலக் கவனக் குவிப்பு போருக்குப் பிந்திய வாழ்க்கை என்பதால் அதுசார்ந்த கதைகள் அதிகமாகவே இருக்கின்றன. இந்தியா போன்ற அகதிகளை மதிக்காத நாட்டில் ஈழ அகதிகளாக இருப்பதின் கீற்றுகளைச் சில கதைகள் சொல்கின்றன. ஐரோப்பிய நாடுகளுக்கும் கனடா, ஆஸ்திரேலியா போன்ற தூரதேசத்து நாடுகளுக்கும் சென்று உடல் உழைப்புக்கான பணிகளை எடுத்து ஓரளவு வசதியோடு வாழ்பவர்கள் எதிர்கொள்ளும் பண்பாட்டுச் சிக்கல்களையும் இத்தொகுப்பின் கதைகளில் வாசிக்கமுடிகிறது.

இலங்கைப் பெண்களின் கதைகள் என்ற நிலவெளியையும் கவனப்படுத்தியிருக்கும் இத்தொகுப்பில் இடம் பெற்றிருககும கதைகள் அதாவது கதைவெளிகள் ஈழத்துப் பின்னணியையும் ஈழத்திலிருந்து பலநாடுகளுக்குப் புலம்பெயர்ந்து வாழும்

புலம்பெயர்ந்த தேசங்களின் பின்னணியையுமே கொண்டிருக்கின்றன. நீண்ட நெடிய உள்நாட்டுப் போரைச் சந்தித்த வாழ்வெளிகளும் புலம்பெயர்வுகளும் கதைகளின் வெளிகளாக மாறுவது தவிர்க்கமுடியாதது. அதே நேரத்தில் தொகுப்பாளர் ஈழவாணி இலங்கையின் பல்லின, பல்மொழி, பிரதேச வேறுபாடுகளையும் உணர்ந்தவராய்க் கதைகளைத் தொகுப்பில் இடம்பெறச் செய்திருக்கிறார். மலையகப் பெண் எழுத்தாளர்கள், மட்டக்களப்புப் பெண் எழுத்தாளர்கள், கொழும்பில் வாழும் பெண் எழுத்தாளர்கள் எனப் பிரதேசவாரியாக இடம் அளித்துள்ளதோடு, இசுலாமியப் பெண்களின் கதைகளும் இடம்பெற வேண்டுமென அவர்களின் கதைகளையும் இடம்பெறச் செய்துள்ளார். இவற்றோடு தமிழர் வாழ்வுகுறித்த சிங்களக் கதைகளையும் தேர்வுசெய்துள்ளார். அவை ஏற்கெனவே தமிழில் மொழிபெயர்க்கப்பட்டு அச்சான சிங்களக் கதைகள் எனத் தெரிகிறது.

நிலவெளி சார்ந்தும் மொழிப்பிரிவுகள் சார்ந்தும் சமயப்பிரிவுகள் சார்ந்தும் பிரதிநிதித்துவம் வழங்கப்பட வேண்டும் என்ற கவனத்துடன் தொகுக்கப்பட்டுள்ள இத்தொகுப்பின் கதைகளை வாசிக்கும்போது இலங்கையின் அண்மைக்காலப் பெருநிகழ்வான உள்நாட்டுப் போரின் தீவிரத்தையும் அதனால் பெருந்திரளான மக்கள் இடம்பெயர்ந்தும் புலம்பெயர்ந்தும் வாழ நேர்ந்துள்ளதைப் பெண்கள் கவனத்துடன் ஆண்களின் எழுத்துப் பதிவுகளுக்கு இணை சொல்லும்படியாகப் பதிவு செய்திருப்பது புரிகிறது. குடும்ப எல்லைக்குள் முடங்கிப் போன சமூகமாக இலங்கைத் தமிழ்ப் பெண்களின் நடவடிக்கைகள் இல்லையென்பதோடு, போரில் நேரடியாக ஈடுபட்டு வீரமரணம் அடைந்தார்கள் என்பதை வரலாற்றுச் சான்றுகளாகப் பெண்களே பதிவுசெய்து தந்திருக்கிறார்கள். அப்பதிவுகள் எதிர்காலச் சந்ததியினருக்குப் பெரும் விழிப்புணர்வைத் தரும்.

மொத்தக்கதைகளையும் வாசிக்கும்போது சிறுகதையின் எளிய வடிவங்களும் நுட்பமான கதைத் திறன் வெளிப்படும் கதைகள் கொண்ட தொகுதி இது என்பதை உணரமுடிகிறது. ஒற்றை நிகழ்வுக்குள்ளேயே ஒரு உச்சநிலையைக் காட்டி முடித்துவிடும் கதைகளாகப் பெரும்பாலும் போர்ப்பின்னணிக்கதைகள் இருக்கின்றன. அதே நேரத்தில் தமிழ்நதி, தாமரைச்செல்வி,

சுமதிரூபன், சந்திரா இரவீந்திரன், தமிழினி, ஈழவாணி, வினோதினி போன்றவர்கள் தொடர்ச்சியாக எழுதியெழுதிச் சிறுகதை வடிவத்தைக் கைவசப்படுத்தியிருக்கிறார்கள் என்பதும் வெளிப்பட்டிருக்கிறது. ஈழத் தமிழ் இலக்கியப்பரப்பைத் தொடர்ந்து கவனித்துப் படிப்பவன் என்ற வகையில் ஈழவாணியின் இந்தத் தொகுப்புக்கும் உலகத்தமிழ் இலக்கிய வரைபட உருவாக்கத்தில் முக்கியமான ஓரிடம் உண்டு என்பதை உறுதியாகச் சொல்வேன்.

- டிசம்பர் 04, 2018

2. வீடற்றவர்களின் கதைகள் – தாமரைச்செல்வியின் வன்னியாச்சி

மனிதர்களின் அகவுலகம் என்பது எப்போதும் புனைவுகளால் கட்டமைக்கப்பட்ட உலகமாகவே இருக்கிறது. ஒருவரின் நேரடி அனுபவம் என்பதுகூட ஒருவிதத்தில் புனைவுதான். நேரடி அனுபவம்போல எழுதப்பெற்ற புனைவுகள் நம்பத்தகுந்த புனைவுகளாக இருக்கின்றன என்று சொல்லலாமேயொழிய, அவையெல்லாம் உண்மை என்ற சொல் தரும் பொருளைத் தந்துவிடுவதில்லை. எல்லாவகை எழுத்துகளுமே, நம்மைத் தவிர்த்து இன்னொருவரைப் பார்க்கும்போதும், அவர்களைப் பற்றிக் கேள்விப்படும்போதும், நம்மிடத்தில் நிறுத்திப்பார்த்து அவராக நம்மை நினைத்துக்கொள்வதில் விரிகிறது புனைவு.

புனைவில் அலையும் மனிதர்களில் தன்னைக் கரைத்துக்கொள்ளும் நிலை வாசிப்பாக மாறுகிறது. தமிழ்நாட்டு இலக்கியங்களை வாசிக்கும்போது நான் அதற்குள் அலையும் மனிதர்களை இங்குமங்குமாகப் பார்த்த மனிதர்களோடு உரசிப்பார்த்து எனது இலக்கியவாசிப்பை முழுமையாக்கிக் கொள்கிறேன். தமிழ்நாடு எனும் நிலப்பரப்பில் எனது காலத்தில் நான் பார்த்திராத மனிதர்களின் அடையாளங்களோடு புனைவுக்குள் அலையும் மனிதர்களை வாசிக்கநேரும்போது கடந்த காலத்திற்குள் நுழைய வேண்டியவனாக மாறிக்கொள்கிறேன். அந்த மாற்றம் எனது

தன்னுணர்வுடன் நிகழ்கிறது என்றுகூடச் சொல்லமுடியாது. என்னைத் துறந்து அல்லது மறக்கடித்து நிகழும் வேதிவினையாக இருக்கிறது. அந்த வேதிவினை ஒருவரைத் தான் வாழும் நிலப்பரப்பிற்குள் அலையும் மனிதர்களின் சாயல்களை மட்டுமல்லாமல், அவரறியா நிலப்பரப்பில் வாழும் மனிதர்களை எழுதிக்காட்டும் இலக்கியப்பிரதிகளையும் வாசிக்கச் செய்கிறது. நிலப்பரப்பு என்னும் சொல்லிற்குப் பதிலாகக் காலப்பரப்பையும் இட்டுநிரப்பிக் கொள்ளலாம்.

தமிழ்நாட்டு மனிதன் மலையாள மொழியில் அல்லது வங்காள மொழியில் எழுதப்பெற்ற புனைவுகளை வாசிக்கும்போது தன்னை - தன் சாயலில் உலவும் மனிதர்களை வாசிப்பதாக நினைப்பதில்லை; வாசிக்கமுடியாது. தன்னிலிருந்து விலகிய மற்றவர்களை வாசிப்பதாகவே நினைக்கமுடியும். இதேபோல்தான் ஆங்கிலத்திலிருந்து - போல்ஸ்கியிலிருந்து - ஸ்பானிய மொழியிலிருந்து மொழிபெயர்க்கப்பெற்ற புனைவுகளை வாசிக்கும்போதும் தோன்றும். மற்றவர்களை வாசிப்பதில் ஏற்படும் தடைகளும் ஈடுபாடும் பலவிதமானவை. நான் இலங்கையென்னும் தேசப்பரப்பிலிருந்து வரும் - தமிழிலிலேயே எழுதப்பெற்ற புனைவுகளையும் மற்றமையின் இடத்தில் வைத்தே வாசித்துவருகிறேன்.

தமிழில் எழுதப்பெற்ற புனைவுகளை - புனைவுகளுக்குள் அலையும் மனிதர்களை வாசிக்கவும் அவர்களைப் பற்றி நினைத்துக்கொள்ளவும் தொடங்கிய ஆரம்பப் புள்ளியிலிருந்தே எனது வாசிப்பு இப்படித்தான் இருக்கிறது. இலங்கையிலிருந்து வரும் கவிதைக்குரல்களும் புனைகதைகளையும் தமிழ்நாட்டுத் தமிழ் இலக்கியமாக நினைத்து வாசித்ததில்லை; வாசிக்கமுடிந்ததில்லை. காரணங்கள் என்னிடம் இருப்பதாக நான் நினைக்கவில்லை. அந்தப்பிரதிகளில் - அவை உருவாக்கி முன்வைக்கும் புனைவுலகத்தில் இருப்பதாகவே நினைக்கிறேன். அப்படியில்லாமல் யாழ்ப்பாணத்தை, கிழக்கிலங்கையை, மலையகத்தை எழுதிப் பரப்பியிருக்கும் இலங்கைத் தமிழ் எழுத்துகளை ஒட்டுமொத்தத் தமிழ் இலக்கியத்தின் பகுதியாக ஒருவர் முன்வைக்கக்கூடும். அப்படி முன்வைப்பவா ஒரு மொழிக்குள் நிலவும் இலக்கியங்களின் தனித்தன்மைகளை - வேறுபாடுகளை ஏற்கமறுப்பவர் என்ற குற்றச்சாட்டைச் சந்திக்க நேரும் என்பது எனது கணிப்பு.

ஒன்றுபடுதல் என்பது அரசியல் வெற்றிக்கும் சமூகவிடுதலைக்கும் முதன்மைத் தேவையாக இருக்கலாம். வேறுபடுதலும் மாறுபாடு கொள்ளுதலும் இலக்கியத்தின் - பண்பாட்டின் தனித்தன்மைகளைப் பேணுவதற்கும் கருத்தியல் தள விரிவுகளுக்கும் அடிப்படைத் தேவைகளாக இருக்கின்றன.

கடந்த 35 ஆண்டுகளாக நான் வாசித்த இலங்கைத் தமிழ் எழுத்துகள் அந்நிலப்பரப்பைப் போர்க்களக்காட்சிகள் நிரம்பிய நிலமாகவே கட்டமைத்து வைத்துள்ளன. தமிழர்களுக்கென்றொரு தனிநிலம் என்றொரு கருத்து உருவாகிப் போராட்டங்கள் நடக்கத்தொடங்கி, போர்களாக மாறியபோது கவிதைக்குரல்களாக எம்மை வந்தடைந்த அதே காலகட்டத்தில் - இன்னும் சொல்வதானால் இடதுசாரிகளின் வழியாகத் தமிழ்நாட்டிற்கு வேறுவகையான இலக்கியங்களும் வந்தடைந்திருந்தன. டொமினிக் ஜீவாவின் மல்லிகையின் வழியாகவும், டேனியலின் வழியாகவும் போரிலிருந்து விலகிய இலங்கைத் தமிழ் மனிதர்களின் அறிமுகம் இருந்தது. அவ்வறிமுகத்தை அழித்துப் பெரும்போக்காக மாறியது போர் நிகழ்வு இலக்கியங்கள். போர்களைத் தூண்டியவர்களாகவும் போர்களுக்கு உதவியவர்களாகவும், திட்டமிட்டுத் தந்தவர்களாகவும், திசைமாறிக் கொன்றவர்களாகவும் இருந்த இந்திய/ தமிழ்நாட்டு அரசுகளைப் பற்றித் தமிழ்நாட்டுத் தமிழர்கள் முதலில் அறியவில்லை. அவற்றின் உள்நோக்க / ஆதிக்க மனோபாவ விளையாட்டுகளை அறியாத தமிழ்நாட்டுத் தமிழ்த்திரள்கள் போர்க்கள இலக்கியங்களின் வாசிப்பாளர்களாக இருந்தார்கள்; எழுதப்பெற்ற போர்க்களங்களைக் - காட்சிகளை ரசிப்பவர்களாக மாறினார்கள்; கொண்டாடுபவர்களாகத் தொடர்கிறார்கள். இந்திய / தமிழ்நாட்டு அரசுகளுக்கும்சரி அவற்றின் கீழ் வாழும் தமிழகத்தமிழர்களுக்கும்சரி எப்போதும் ஈழத்துப் போர்களும் அவற்றின் அழிவுக்காட்சிகளும் குற்றவுணர்வை உண்டாக்கவில்லை. அதற்குப் பதிலாகப் பண்டைத் தமிழர்களின் வீரயுகத்தைக் கொண்டுவந்தவர்கள் என்ற பெருமிதத்தைக் கட்டமைத்துக்கொண்டார்கள்.

அடுதலும் தொலைதலும் புதுவதன்று இவ்வுலகத்தியற்கை என்ற புறநானூற்று வரிகளைப் பண்டைத்தமிழர்கள் ஒட்டுமொத்தமாக ஏற்றுக்கொண்டு எல்லா நேரமும் போரில் ஈடுபட்டுக்கொண்டே இருந்ததுபோலக் காட்சிச் சித்திரங்களை எழுதிக்காட்டிய

புறநானூற்றை முன்மாதிரிகளாகக் கொள்ளும்போது அப்புறக் கவிதைகளுக்குள் இருந்த போர்மறுப்புக் குரல்களைக் காண மறந்தவர்கள் நிகழ்காலத்தமிழர்கள்.'பொய்கையும் தீயும் ஒன்று' என வேதனைப்பட்ட கோப்பெண்டுவின் குரலை நாம் கேட்கவில்லை. 'கடந்த மாதம் முழுவெண்ணிலாவின்போது எம் குன்றும், எம் தந்தையும் உடனிருந்தபோது இருந்த மகிழ்ச்சி, இந்த வெண்ணிலாவின்போது காணாமல் போய்விட்டது;எம்குன்றும் பிறர்கொண்டார், யாம் எந்தையும் இலமாய் ஆனோம்; காரணம் இடையில் நடந்த போர்' எனப் போரைச்சாடிப் பின் வாடி வதங்கிய பாரிமகளிரின் குரல்களுக்குச் செவிகொடுத்ததில்லை.

37 சிறுகதைகளைக் கொண்ட தாமரைச் செல்வியின் இத்தொகுப்பு, போர்க்காட்சிகளாய் விரிந்த 30 ஆண்டுகால ஈழத்தமிழ் இலக்கியப்பரப்பை வேறுவிதமாக எழுதிக்காட்டுகின்றன. போரை நியாயப்படுத்துவதையோ, போரை மறுப்பதையோ முதன்மையாக இந்தக் கதைகள் கருதவில்லை. சிங்களப்பேரினவாதத்தை எதிர்ப்பதற்காக அணிகளைக் கட்டிய இயக்கங்கள் எதனையும் முதன்மை இயக்கமாக முன்னிறுத்தவில்லை. இந்திய அமைதிப்படை வரவுக்கு முன்பே ஒன்றோடொன்று மோதிக்கொண்டு தங்கள் அணிகளை நிலைநிறுத்திக்கொண்ட நிகழ்ச்சிகளை- வரலாற்றை - வரலாற்றின் நாயகர்களைப் பெயரிட்டுப் பேசவில்லை. இந்தியப் படைகள் ஈழத்திற்குள் வந்து செய்த அட்டூழியங்களைச் சுட்டிக்காட்டி அனைவரும் எதிர்த்துக்கிளர்ச்சி செய்தார்கள்; முதன்மையான ஒரு இயக்கத்தைப் பேரியக்கமாக மாற்றி அதன் பின் அணிதிரண்டார்கள் என்ற வரலாற்றின் கீற்றுகளையும், அதில் தற்கொலைப்படைகளாக மாறிய பெண்களையும் ஆண்களையும் அவர்களின் சாகசங்களையும் எழுதிக்காட்டவில்லை. அவர்களின் துயரங்களையும் வலிமிகுந்த வாழ்க்கையையும் எழுதுவதையே தனது எழுத்துப்பணியாகத் தாமரைச்செல்வி செய்யவில்லை. முதன்மையாக அவர் நினைக்காதபோதும் இவையெல்லாம் ஒவ்வொரு கதையிலும் பின்னணியாகவும் தூரத்து இடிமுழக்கமாகவும், அண்மையில் கேட்கும் மௌன அழுகையாகவும் கேட்டுக்கொண்டே இருக்கும்படி எழுதப்பெற்ற கதைகள் என்பதுதான் இந்தக் கதைகளின் தனிச்சிறப்பு.

இந்தக் கதைகளுக்குக் குறிப்பான இடப்பின்னணியும் காலப்பின்னணியும் உள்ளன. கிளிநொச்சிப் பகுதியே

பெரும்பாலான கதைகளின் வெளிகள். இந்தியப் படைகள் யாழ்ப்பாணம் சென்று திரும்பிய 1980 களின் பின்பாதியும் தொண்ணூறுகளின் முன்பகுதியும் இக்கதைகளின் குறிப்பான காலங்கள். குறிப்பான இந்த வெளிகளையும் காலத்தையும் உணர்ந்து வாசிக்கும்போது இக்கதைகளின் இலக்கிய நோக்கமும் அதனை வெளிப்படுத்தியுள்ள விதமும் குறிப்பிட்டுச் சொல்லும்படியாக இருப்பதை உணரலாம். பார்வை,சுவர்,விழிப்பு, காணிக்கை,உறவு, முகமற்றவர்கள், வன்னியாச்சி, முற்றுகை, ஊனம், பசி, பாதணி, ஊர்வலம், அக்கா, இன்னொரு பக்கம், பாலம், இடைவெளி, ரூனா, பகிர்வு எனப் பெரும்பாலான கதைகள் ஒற்றைச் சொற்களைத் தலைப்பாகக் கொண்டிருக்கின்றன. அதன் மூலம் கதை பேச விரும்பியதை நேரடியாகச் சொல்வதை உறுதிசெய்துவிடுகிறார் கதாசிரியர். போர்க்களத்தை எழுதாமல், போரினால் ஏற்பட்ட இடப்பெயர்வையே எல்லாக் கதைகளும் எழுதும் உரிப்பொருளாகக் கொண்டிருக்கின்றன. சொந்த ஊரை, வீட்டை, கடையை, குடித்தொழிலை, உழுதுபயிர் செய்த காணியை, உறவினர்களைப் பிரிந்து இன்னொரு ஊரில் பெயர்த்துப் போடப்பட்ட மனிதர்களை ஒவ்வொரு கதையும் நம்முன்னே விரிக்கின்றன. இடப்பெயர்வு என்பது ஒருமுறை அல்ல;பலமுறை நிகழ்கிறது இம்மனிதர்களுக்கு. ஒவ்வொரு இடப்பெயர்வின்போதும் அவர்களின் பொருட்சுமைகள் குறைகின்றன; ஆனால் மனச்சுமைகள் கூடிக்கொண்டே இருக்கின்றன. அன்றாட வாழ்க்கையின் ஒவ்வொரு தேவைகளும் நடமாட்டமும் கேள்விக்குள்ளாகின்றன. வாழ்வின் முக்கியமான தருணங்களான பிறப்பு, திருமணம், திருவிழா, சாவு போன்ற பண்பாட்டு நடவடிக்கைகளும் அவற்றில் நிகழவேண்டிய சடங்குகளும் வெறும் நினைவுகளாக மாறுகின்றன. தங்களுக்கென ஒரு தேசத்தை உருவாக்கிச் சுதந்திரமான மனிதர்களாக வாழவிரும்பிய ஒரு கூட்டத்தின் பாடுகளும் அவற்றின் காரணங்களும் கதைகளின் நிகழ்வுகளாகவும், விசாரணைகளாகவும் வாசிப்பவர்களை முகத்தில் அறைந்து விசிறியடிக்கின்றன. முதன்மையான கதைப்பொருளாக இடப்பெயர்வும் அதன் காரணமான துயரங்களுமே இக்கதைகளில் பதிவாகியுள்ளன என்றபோதிலும், அரசுப்படைகளின், அவற்றின் குரூரமான தேடுதல் வேட்டைகளையும் சில கதைகள் விரிக்கின்றன. அதேபோல் தமிழ்ச் சமூகத்திற்குள்ளேயே சுயநலப் போக்கோடும் ஆடம்பர வாழ்க்கை விருப்பத்தோடும், பழம்பெருமைபேசித்திரியும் கூட்டமும்

இந்தப் போர்க்களத்தில் இருந்தன; செயல்பட்டன என்பதையும் தாமரைச்செல்வி எழுதிக்காட்டுகிறார்.

ஈழத்துத் தமிழ் இலக்கியப்பரப்பு என்பது போர்க்கள இலக்கியம் என்பதாகவும் புலம்பெயர் துயரப் பதிவுகள் என்பதாகவும் அறியப்படும் நிலையில் இன்னொரு போக்கும் கவனிக்கவேண்டிய ஒன்றாக - சொந்த நிலப்பரப்பிற்குள் இடம்பெயர்ந்தவர்களின் வாழ்க்கைப்பதிவுகளாக இருந்தன என்பதையும் கவனிக்க வேண்டும் என்கின்றன இக்கதைகள். அதனைக் கவனிக்கின்ற போதே காணியிழப்புகளும் காணாமல் போனவர்களும் கவனிக்கப்படுவார்கள் என்பதைச் சொல்லாமல் சொல்கிறார் தாமரைச்செல்வி. எந்தப் பாத்திரங்களும் குரலை உயர்த்திப்பேசும் தொனியில் எழுதப்படாமல், வாழ்க்கையை எல்லா வலிகளோடும் இருப்புகளோடும் எதிர்கொள்ளும் மனிதர்களை எழுதிக்காட்டும் நடப்பியல் எழுத்துப்பாணியின் தீவிரத்தனத்தை இக்கதைகளின் மூலம் நான் வாசித்தேன் நீங்களும் அதனை வாசித்து உணரலாம்.

- செப்டம்பர், 2017

3. 27 யாழ்தேவி— குறிப்புகள் வழி அலைவுநிலை பேசும் கதைகள்

*மு*ன் - பின் என்ற எதிரும் புதிருமான சொற்கள் கலை இலக்கியச் சொல்லாடலில் விளக்கங்களைச் சொல்வதற்கும், விளங்கிக்கொள்வதற்கும் பயன்படும் சொற்கள். தமிழ் இலக்கியப்பரப்பில் பாரதிக்குமுன் - பாரதிக்குப் பின் எனப்பேசுவதை நாம் கேட்டிருக்கிறோம். உலக இலக்கியத்தில் காலனியம் அப்படியொரு எல்லையாக இருக்கிறது. காலனித்துவத்தின் பிடியிலிருந்த நாடுகளும் காலனியாதிக்க நாடுகளும் தங்கள் தேசத்துப் பொருளாதார, அரசியல், கருத்தியல் சிந்தனைகளை அந்தச் சொல்லை மையமாக்கி விளங்கிக் கொள்கின்றன.

இலங்கைத்தமிழர் வரலாற்றை, கலை இலக்கியப்போக்குகளைப் பேசவிரும்பும் சொல்லாடல்களுக்குக் காலனியம் என்ற பொதுச்சொல்லைத் தாண்டி அவர்கள் மீது திணிக்கப்பட்ட வைகளாக இருக்கும் நிகழ்வு ஒன்றல்ல; இரண்டு நிகழ்வுகள். அண்மைய நிகழ்வு முள்ளிவாய்க்கால் பேரழிவு. முந்திய நிகழ்வு வெலிக்கடைச் சிறைக் கலவரம். 1983, வெலிக்கடைச் சிறைக்கலவரம், ஈழத்தமிழர்கள் மக்கள் திரள் போராட்டங்களை ஆயுதப்போராட்டமாக மாற்றியதின் நியாயங்களின் குறியீடு. கோரிக்கைகளை முன்வைத்துக் கூட்டு மனச்சாட்சியைத் தட்டியெழுப்பி அரசதிகாரத்தின் செவிப்பறையைக் கிழித்துவிட

முடியும் என்ற நம்பிக்கையைக் கைவிட்டுவிட்டு ஆயுதங்களால் பேசுவோம்; ஆயுதங்களால் வென்றெடுப்போம்; ஆயுதவழி அரசமைப்போம் என்ற நகர்வுகளை நோக்கித் தமிழர்களைத் திரட்டுவதற்கான முயற்சியின் வெளிப்பாடு. அவ்வெளிப்பாடுகளைப் பேசிய கலை இலக்கியங்கள் உலக இலக்கியப்போக்கிலிருந்து விலகி, ஆயுதங்களை நேர்மறையாகப் பேசின.

ஆயுதங்களின் மீதான மாய இச்சையைக் கேள்விக்குள்ளாக்கிய நிகழ்வாக 2009, முள்ளிவாய்க்கால் பேரழிவு மாற்றிவிட்டது. லட்சக்கணக்கான மனிதர்களைக் கொன்றொழித்த அரசதிகாரத்திடம் இனியும் மனிதநேயத்தைக் கோரமுடியாது என்ற புரிதலைத் தோற்றுவித்த அந்நிகழ்வுக்குப் பிந்திய கலை இலக்கியப் பனுவல்கள் பேசும் தொனியை மாற்றிக்கொண்டுள்ளன. என்ன எழுதப்படுகிறது? என்று தேடும் வாசிப்பைக் கடந்து எப்படி எழுதப் பெற்றிருக்கிறது? என்ற வாசிப்பைக் கோரும் நகர்வை ஈழத்துப் புனைகதைகள் அடைந்துவிட்டதை எனது தொடர்ச்சியான வாசிப்பின் வழியாகப் பார்க்கிறேன்; படிக்கிறேன்.

2009 முள்ளிவாய்க்காலுக்கு முன்பும், அதனைத் தொடர்ந்த சில ஆண்டுகள் வரை வந்த எழுத்துகளும் மறைக்கப்பட்ட பிரதேசத்து ரகசியங்களைக் கடத்தித்தரும் தகவல் திரட்டுகளாகவே இருந்தன. பத்திரிகையாளர்களின் நேரடி விவரிப்புக்கான மொழியில் எழுதப்பெறாமல், புனைவு மொழியில் எழுதப்பெற்ற சாட்சியப் பதிவுகள் என்ற தொனியை உருவாக்க முயன்றன. வாசித்தவர்களும் அத்தகைய நம்பிக்கையோடு வாசித்தார்கள்; விவாதித்தார்கள். அச்சாட்சியங்கள் எந்தத் தரப்பை ஆதரித்துள்ளன என்பதைக் கொண்டு பாதிப்புக்குள்ளான தரப்பை ஆதரித்த எழுத்துகள் எனவும், நேர்மையான பதிவுகள் எனவும் பாராட்டப்பெற்றன. அதனைச் செய்யாத எழுத்துகள் விரோத எழுத்து என்ற முத்திரைகளைத் தாங்கிக்கொண்டன.

சாட்சியத்தன்மை கொண்ட பதிவுகளில் பிசையப்பட்ட அவலங்களும் துயரங்களும் இழப்புகளுமான சித்திரிப்புகளில் போரினால் உண்டான மனிதத் துயரத்தின் ஓலங்கள் மெல்லோசைகளாகவும் வல்லோசைகளும் கேட்டன. கவிதைகளில் தூக்கலாகவும் புனைகதைகளில் நடப்பியலின் சித்திரங்களாகவும் எழுதித் தரப்பட்ட அந்தக் கட்டத்தைத் தாண்டிவிட்டது

ஈழத்துத் தமிழ் இலக்கியம் என்பதைச் சொல்லும் சாட்சியமாக ஈழவாணியின் இந்தச் சிறுகதைத் தொகுப்பு வந்துள்ளது.

10 தலைப்புகளில் எழுதப்பெற்றுள்ள ஒவ்வொரு கதையிலும் தனி ஈழத்துக்கான ஆயுதப் போராட்டத்தினை நினைவுபடுத்தும் குறிப்புகள் இருக்கின்றன. நினைவுபடுத்தும் அக்குறிப்புகள் போராட்ட காலத்தின் களத்தின் உள்ளே இருந்து கண்டுசொல்லும் குறிப்புகளாக இல்லை. அதில் கலந்துகொண்டவர்களின், பாதிக்கப்பட்டவர்களின் அவலங்களைச் சொல்லிக் கழிவிரக்கத்தூண்டும் தொனியில் எழுதப்படவில்லை. அதற்குமாறாக அவர்களின் மனநிலைகளைப் பேசுகின்றன.

ஆர்வத்தைத்தூண்டும் தொடக்கங்களோடு கதைகளை ஆரம்பிக்கும் ஈழவாணிக்குச் சிறுகதை என்னும் நவீன கதைவடிவத்தைச் சரியாகக் கையாளத் தெரிந்துள்ளது. ஒவ்வொரு கதையின் ஆரம்பமும் வாசிப்பவர்களை ஒரே சீரான வேகத்தில் அழைத்துச் செல்லாமல் கதைகளின் நிகழ்வுகள் வழி உருவாக்கப்படும் உணர்வுகளின் வேகத்தோடு இணைந்துகொள்ளும்படித் தூண்டுகின்றன. வாசகர்களைக் கதைக்குள் கொண்டுவந்து நிறுத்திக் கொண்டு ஆர்வத்தைத் தூண்டும் ஒரு திருப்பத்தோடு வேறு ஒன்றுக்குள் நுழைந்துவிடுகிறார். இதற்கு நல்ல உதாரணமாகப் பெரிய கதையாக எழுதப்பெற்றுள்ள 16 மாடிக்கட்டடம் என்ற கதை இருக்கிறது. இப்படித்தான் கதை முடியும் என்ற கணிப்பைப் பொய்யாக்கிக் காட்டியிருப்பதின் வழி, தனது தனித்தன்மையை உறுதிசெய்துள்ளார் ஈழவாணி.

புனைவின் அடிப்படைக்கூறுகளால் - இடத்தை, காலத்தை, பாத்திரங்களை- புனைவாகக்காட்ட உதவும் வர்ணனைகள், உரையாடல்கள் உருவாக்கப்பட்டு நகரும்போதே உண்மை நிகழ்வைச் சொல்வதின் வழியாக அழுத்தம் தரமுடியும் என நம்புவது ஈழவாணியின் இலக்கியக்கொள்கையாக இருக்கிறது. இந்தக் கூறுகள் எல்லாக்கதைகளிலும் ஒன்றுபோல் இல்லை. ஒவ்வொன்றிலும் வெவ்வேறு பெயராக இருக்கிறது. ஒன்றில் ஆஸ்திறேலியக் கடலில் மூழ்கும் படகாக இருந்தால் இன்னொன்றில் இசைப்பிரியாவின் ஓலமிடும் குரலாக இருக்கிறது. மற்றொன்றில் புலம்பெயர்ந்த தமிழர்களின் போலிப்பெருமைபேசும் உரையாடலாக இருக்கிறது.

புனைவின் அடிப்படைக்கூறுகளாகப் பேசும் இலக்கியவியல் நூல்களான அரிஸ்டாடிலின் கவிதையியலும் தொல்காப்பியரின் பொருளதிகாரமும் இடம், காலம், பாத்திரங்களை எழுதும் முறைகளை விளக்கியுள்ளன. ஈழவாணியின் கதைகளுக்குள் உருவாக்கப்படும் வெளிகளும் காலமும் அவரது கதைகளுக்குக் குறிப்பான அடையாளங்களை உருவாக்கித் தருகின்றன. அவரது பெரும்பாலான கதைகளின் வெளி புலம்பெயர் தேசங்களாக இருக்கின்றன. குறிப்பாகத் தமிழ்நாட்டின் தலைநகரான சென்னையாக இருக்கின்றன. ஆனால் நினைக்கப்படும் வெளிகள் இலங்கையின் பகுதிகளாக இருக்கின்றன. ஈழதேசத்தின் கிராமம், கொழும்பு நகரத்தின் ஒரு தெரு அல்லது குடியிருப்பு எனக் காட்டுவதன் மூலம் ஈழத்தமிழர்களின் அலைவு வாழ்க்கையின் தொடர்ச்சியை எழுதிவிடுகின்றார். புலம்பெயர் வாழ்க்கையில் இருப்பவர்கள் சந்திக்கும் அன்றாடச் சிக்கல்களைத் தீவிரத்தன்மையில் விவரித்துப் பெருந்துயரத்தில் இருப்பதாகப் பதிவுசெய்யாமல், அவர்களின் பேச்சு மற்றும் நடத்தைகளின் மீது விமரிசனத்தைச் செய்வதைத் தவிர்த்துவிடவில்லை. அதோடு தமிழ்நாட்டுத் தமிழர்களின் பொதுப்புத்திக்குள் ஈழத்தமிழர்களின் போராட்டம் குறித்த அக்கறைகள் எப்படியானவை என்பதையும் கோடிட்டுக்காட்டுகிறார். அரசியல்வாதிகளும் இயக்கங்களும் எழுப்பும் அதீத உணர்வுக்கு மாறாக விலகல் மனநிலையே தமிழ்நாட்டு மக்களிடம் இருப்பதை அவர் உணர்ந்துள்ளதைக் கதைகள் நேரடியாகப் பேசவில்லை. போகிறபோக்கில் சுட்டிச் செல்கின்றன. இந்த எதார்த்தமான அறிதல் முக்கியமானது.

ஈழவாணியின் இந்தத் தொகுப்பிலிருக்கும் 10 கதைகளும் பத்துவிதமானவை. ஒரு கதைக்குள்ளேயேகூடத் தொடக்கத்தில் உண்டாக்கும் உணர்வும் தொனியும் சட்டென்று மாறி இன்னொன்றுக்குள் நகர்த்திவிடுகின்றன. இந்த நகர்வுகள் இலக்கிய வாசிப்பில் முக்கியமானவை. வாசிப்பவர்களை ஒரே போக்கில் கொண்டுபோய் எழுதுபவர்களின் நோக்கத்தோடு உடன்படச் செய்யாமல் அவர்களையே முன்வைக்கப்படும் நிகழ்வுகள் மீது விசாரணையைத் தூண்டுபவை. நிர்வாண முகதி, கோபிநாத், டாக்தெரு போன்ற கதைகளை வாசிக்கும் ஒருவர் வாசிப்பின்போது உள்ளெழும் நகையுணர்வைத் தள்ளிவிட முடியாது. வெண்ணிறத்துணி கதையின் சொல்முறை

அங்கதத்தின் சாயலில் தொடங்கி, கூட்டுப் பாலியல் வன்முறையில் ஈடுபட்டவனின் உளவியல் சிக்கலின் வெளிப்பாடாக முடிகிறது.

இந்தக்கூறுகள் இலக்கியப்பிரதிக்குத் தற்காலிகத் தன்மையைத் தரும் கூறுகள் என விமரிசனம் செய்யலாம். ஆனால் அவைதான் ஈழவாணியின் கதைகளைப் போர்க்காலக் கதைகளாகவும் புலம்பெயர்வுச் சிக்கல்களைப் பேசும் கதைகளாகவும் அடையாளப் படுத்துகின்றன. அந்த அடையாளங்கள் ஈழவாணிக்கு முக்கியமான ஒன்று. அதனை அவர் இன்னும் முன்னெடுப்பார் என நம்புகிறேன்.

- பிப்ரவரி 20, 2018

4. போர்க்காலச் சுமைகள்

பிரான்சிலிருந்து பதிவேற்றப்படும் நடு இணைய இதழின் 40 வது இதழில்(பங்குனி 2021) கறுப்பு சுமதி எழுதிய அந்தக் கதையைப் படித்தவுடன் ஈழவாணி தொகுத்த காப்பு தொகுதியில் இடம்பெற்ற ஒரு கதை நினைவில் வந்தது. இலங்கைப் பெண் படைப்பாளர்களின் சிறுகதைகள் எனத் துணைத்தலைப்பிட்ட அந்தத் தொகை நூலில் யோகேஸ்வரி சிவப்பிரகாசம் தொடங்கி, ஜெயசுதா பாபியன் வரையிலான 41 தமிழ்ப் பெண் படைப்பாளிகளின் கதைகளும் ஐந்து சிங்களப் பெண் எழுத்தாளர்களின் மொழிபெயர்ப்புக் கதைகளும் உண்டு. தொகுப்புக்கு முன்னுரை எழுதுவதற்காக வாசித்தபோது குறிப்பிட்ட அந்தக் கதையின் காட்சிகளும் உரையாடல்களும் இயலாமையின் தவிப்பும் மனதில் நின்றுவிட்டன. இந்தக் காட்சிகளையொத்த நிகழ்வுகளின் விவரிப்பும் உருவாக்கப்பட்ட உணர்வும் கறுப்பு சுமதியின் கதையிலும் இடம் பெற்றிருந்ததால் அந்த நினைவு தோன்றியது என்று நினைத்துக் கொண்டேன்.

ஒரு புனைவெழுத்தைப் படிக்கும்போது, அதற்கு முன்பு அதே இலக்கியவடிவத்தில் வாசித்த இன்னொன்று நினைவில் வந்தால், இரண்டு புனைவையும் ஒப்பிட்டுப்பார்க்கும்படி மனம் தூண்டும். ஒப்பிட்டுப் பேசுவது இருபதாம் நூற்றாண்டு இலக்கியத்திறனாய்வில் முக்கியமான ஒன்று. வெவ்வேறு மொழி இலக்கியங்களைத் தாண்டி, ஒரே மொழி இலக்கியத்திற்குள் முன்னர்

தோன்றிய ஒரு இலக்கியப்பனுவலோ, ஆளுமையோ பின்னர் வரும் எழுத்தாளர்களிடம் தாக்கம் உண்டாக்கக் கூடும் என்ற அடிப்படையில் ஒரு மொழி இலக்கியங்களும் ஒப்பிடப்படுகின்றன. ஒப்பிடும்போது ஒன்றுபடும் கூறுகள் முதலில் கவனத்திற்கு வரும். பின்னர் வேறுபாடுகளும் தனித்துவங்களும் முன்னுக்கு வரும். அதன் தொடர்ச்சியாக, அந்த இரண்டில் எது சிறந்த புனைவு? என்ற கேள்விக்கு இட்டுச் சென்று பதில் சொல்லத்தூண்டும். இரண்டும் கடத்த நினைத்த உணர்வுகள் அல்லது கருத்தியல்கள் சார்ந்து, கவனித்துப் பேசவேண்டிய புனைவுகள் என்பதாக மாறிவிடும் எது சிறந்தது என்ற கேள்வி காணாமல் போய்விடும். அப்படி மாறும் பின்னணியில் எழுதுபவர்கள் தெரிவு செய்யும் காலம் மற்றும் இடப்பின்னணிகள் முதன்மையான காரணங்களாக அமைந்துவிடும்.

தான் எழுதும் புனைகதைக்குத் தலைப்பிடும் எழுத்தாளர்களின் மனநிலை என்னவாக இருக்கும் என யோசிப்பதும், அதனைக் கதையோடு பொருத்திப் பார்ப்பதும் வாசிப்பைத் தாண்டிய விமரிசன மனநிலைக்குக் கொண்டுபோகும். இந்தக் கட்டுரையில் விவாதிக்கவுள்ள கறுப்பு சுமதி எழுதியுள்ள கதையின் தலைப்பு:அண்ணி. புலம்பெயர் வெளியில் கனடாவைப் பின்னணியாகக்கொண்ட கதை. இன்னொன்றின் தலைப்பு: நீங்க போங்கோ ராசா. ஈழத்தின் போர்க்களத்தை போர்க்காலத்தைப் பின்னணியாகக் கொண்ட அக்கதையை எழுதியவர் சர்மிளா வினோதினி. கதையைத் தலைப்போடு பொருந்துவதாகக் காட்ட வேண்டிய பொறுப்பு எழுதியவருக்கு உண்டு. அதே நேரம் கதைக்கு பாத்திரத்தின் பெயரையோ, உறவுப்பெயர்களில் ஒன்றையோ தலைப்பாக வைக்கும்போது சிக்கல் இல்லாத தலைப்பைக் கொண்டதாகக் கதை தோன்றும். ஆனால் இவ்விரு கதையில் இரண்டும் எதிர்மாறான தன்மையைக் கொண்டிருக்கின்றன.

இரக்கவுணர்வும் குற்றவுணர்வும்

ஈழத்தனி நாட்டுப் போர்க்காலத்தில் புலத்தைப் பின்னணியாகக் கொண்டவர்கள் பெரும்பாலும் போர்க்களக்காட்சிகளையும் அதன் தொடர்ச்சியாக ஏற்பட்ட சிதைவுகளையும் உயிரிழப்புகளையும், இடப் பெயர்வுகளையும் விரிவாக எழுதுவதற்கான உரிப்பொருளாகத் தெரிவு செய்கின்றனர். இதன் வழியாக

உருவாவது துயரக்காட்சிகளின் சித்திரிப்புகள். உருவாக்கப்படும் உணர்வு பாத்திரங்கள் மீதான இரக்கம். வாசிப்பவர்களுக்கு கடத்தப்படுவது இயலாமை. இந்தத்தொடர்ச்சியைத் தரும் கதையாகவே சர்மிளா வினோதினியின் கதை விரிக்கப்பட்டுள்ளது.

எந்த நேரமும் தங்கள் வாழிடத்தின் மீது ஆயுதங்களின் சிதறல்கள் விழக்கூடும். அதனால் உடல் குறைகளும் உயிர்ப்பலிகளும் ஏற்படக்கூடும் என்ற நிலையில் குறைவான பொருட்களுடன் இடம் பெயரும் ஒரு தாத்தாவும் இரண்டு பேரன்களும் தான் கதையின் பாத்திரங்கள். அவர்கள் செல்லமாய் வளர்த்த நாயும் அவர்களைத் தொடர்ந்து இடம்பெயர்ந்து செல்கிறது. போகும் வழியில் பங்கருக்குள் குதிக்க முடியாத தாத்தாவுக்கு ஏற்பட்ட காயம், அதன் தொடர்ச்சியாக மரணம். அவரைப்போல மரணித்துக் கிடக்கும் உடல்களை நாய்களும் நரிகளும் தின்னும் அவலம். அவரது உயிரைக் காப்பாற்ற முடியாத பேரனின் பாசத்தின் வெளிப்பாடாக அவரது உடலைப் புதைத்துவிட்டுப் பயணத்தைத் தொடர்வதில் கதை தொடர்கிறது.

திசை தெரியாப் பயணத்தில் பேரன்களின் வேகத்தோடு இணையமுடியாத தாத்தா பேரன்களைக் காப்பாற்றிவிட நினைக்கிறார். நான் பின்னால் வருகிறேன் போய்க்கொண்டே இருங்கள் என்று சொல்லியும் பார்க்கிறார். ஆனால் அவரை விட்டுவிட்டுச் செல்ல மனமில்லை. தாத்தாவின் மரணத்திற்குப் பின் குழிதோண்டிப் புதைத்துவிட்டுக் கிளம்பும் பேரன்களை வழியனுப்புவதுப்போலக் குழிக்குள்ளிருந்து ஒற்றைக்கை மட்டும் உயர்ந்து "நீங்க போங்க ராசா" என்று சொல்வதுபோலத் தோன்றுகிறது என்று கதை முடிகிறது

இந்தக் கதை உண்டாக்கும் இரக்க உணர்வை அதிகமாக்குவது தாத்தாவின் மரணம் மட்டுமல்ல. அவரது இயலாமையைப் பேசும்போது நினைவூட்டப்படும் இன்னொரு மரணமே. கூட்டத்தோடு கூட்டமாகத் தன் மகளோடும் மூத்த பேரனோடும் ஒரு பாலத்தைக் கடக்கும்போது பிறந்தவனே சின்னவன். சின்னவனைப் பெற்றுக் கொடுத்துவிட்டுத் தன் மகள் இறந்த பின் இரண்டு பேரன்களையும் காப்பாற்றப் போராடும் தாத்தா மீது கொண்ட பேரன்களின் பாசப்பிணைப்புக்காட்சி அது. போர்க்காலத்தில் கூட்டங்கூட்டமாக இடம்பெயர்ந்த

தமிழ்க் குடும்பங்களின் வகைமாதிரியொன்றைத் தெரிவுசெய்து போர்க்களம் உறவுகளை எப்படிப் பிரித்துப்போட்டது என்று பதிவுசெய்து வைத்துள்ளார் கதாசிரியர். இறக்கிவைக்க முடியாமல் இறக்கிவிட்டுப் போன தாத்தாவின் உடல் என்ற பெரும்பாரத்தைக் கதையாக்கியதின் மூலம் நடந்த நிகழ்வுகளின் பிரதிபலிப்பைப் புனைவாக்கும்போது உருவாகும் உச்சநிலைத் துயரக்காட்சியாக கதை எப்போதும் வாசிக்கப்படும்.

புலம்பெயர் தேசத்தில் கனடாவில் நடப்பதாக எழுதப்பெற்றுள்ள சுமதியின் 'அண்ணி' கதையின் சொல்முறையும் பாத்திரங்களும் வேறானவை. ஆனால் இக்கதையோடு ஒன்றுபடும் இடமாக இருப்பது கைவிடப்படும் உறவுகள் என்ற கூறு மட்டுமே. புலப்பெயர்வில் தன் கணவனை இழந்தபின் அவனது தங்கை அனுவின் ஆதரவில் இருப்பவள் அண்ணி கவிதா. நாட்டைவிட்டுக் கிளம்புவது என்ற முடிவின்போது அவள் எடுத்த முடிவும், அதற்குத் தூண்டிய மனநிலையும், அவளை ஒரு கொலையைச் செய்துவிடும் நிலைக்குத் தள்ளிவிடுகிறது. அதனைக் கொலை என்று சொல்வதைவிடக் கருணையினால் செய்த செயல் என்றே சொல்லவேண்டும்.

நாட்டைவிட்டுக் கிளம்புவது என முடிவெடுத்துத் தயாராகும் தனது கணவனே, 'மனநிலை பிசகிய' தம்பியை தனியே விட்டுவிட்டுக் கிளம்பலாம் என்று சொன்னபோது அதிர்ச்சியாகிறாள். படகுக்காரன் தெரிந்தவன் தான்; தம்பியைக் கொண்டுபோக ஏலாது என்று சொல்லிவிட்டான். அதனால், தன்னோடு மனைவி, தங்கை, அம்மா ஆகியோரோடு இந்தியாவுக்குப் படகில் கிளம்ப முடிவெடுத்துள்ளேன் என்று சொன்னபோது அதிர்ச்சியின் உச்சத்தில் அவனை இல்லாமல் ஆக்கிவிடும் முடிவை எடுக்கிறாள். 'அந்தத்தம்பியை - கொழுந்தனை அனாதையாக விடுவதைவிடத் தெய்வத்திடம் - நாகபூசனி அம்மாவிடம் ஒப்படைத்துவிட்டுக் கிளம்பும் முடிவெடுத்துப் பித்தமும் பக்தியுமான மனநிலையில் கோயிலில் வைத்துக் கொலைசெய்து விடுகிறாள். ஆனால் அதனைக் கொலையெனச் சொல்லாமல் அம்மனோடு போய்விட்டான் என்று மனதைத் தேற்றிக் கொள்ள முயற்சிக்கிறாள். ஆனால் அந்தச் செயல் பல காலம் அவளைத் தொடர்ந்துகொண்டே இருக்கிறது.

நாகபூசனை அம்மாவிடம் சேர்த்த கொழுந்தனைப் போல ஒரு சிறுவனை - மனநிலை பிசகிய ஜோஷ்வாவை - கனடாவில் எதிர்வீட்டில் பார்க்கும்போது அவளும் அதே மனநிலைக்குள் நுழைந்துகொள்கிறாள். இப்போது அவளது இருப்பும் குடும்ப உறுப்பினர்களால் சகிக்க முடியாத ஒன்றாக மாறிவிடுகிறது. கணவனின் தங்கை அனுவால் எல்லாவற்றையும் சகித்துக்கொள்ள முடிகிறது என்றாலும், அவரது பிள்ளைகளிடமும் கணவனிடம் அதனை எதிர்பார்க்க முடியவில்லை. கவிதா அண்ணியைக் குடும்பத்தவரால் சகித்துக்கொள்ள முடியவில்லை; அதனால் நீண்ட காலத்திற்கு அவளை ஏதாவதொரு காப்பகத்தில் சேர்த்துவிடலாம் என்று பேசுவதில் தொடங்கும் கதை, அவளது கடந்தகால வாழ்க்கையைத் திருப்புக்காட்சிகளாக முன்வைக்கிறது. எதிர்வீட்டு ஜோஷ்வாவை அவனது தாய் கைவிடப்போகிறாள் என்பது போல நினைத்துக்கொள்ளும் கவிதா, அவனது மரணத்தை 'தான் செய்த கொலையாக' சொல்லிக்கொள்கிறாள். கணவனின் தம்பி ஆதவனைக் கொலைசெய்த நினைவின் நீட்சியும் குழப்ப மனமும், சிறுவன் ஜோஷ்வாவும் தன்னால் தான் கொலைசெய்யப்பட்டதாக நம்புகிறது. கவிதாவின் மௌனம், பித்தநிலை, தொடரும் குற்றமனம் எல்லாவற்றின் பின்னணியிலும் இருப்பது போர்க்கால வாழ்க்கை தான்.

போர்க்கால இடப்பெயர்ச்சியில் இறந்தவர்களுக்குச் செய்ய வேண்டிய இறுதிக்கடன்களைக் கூடச்செய்ய முடியவில்லை என்று காட்டுவதைப் போலப் புலப்பெயர்வில் இயலாதவர்களை - நடப்பது என்னவென்று அறியாத மனநிலையில் இருக்கும் உறவுகளை அறிந்தே கைவிட வேண்டிய சூழல் இருந்தது என்பதைக் கறுப்பு சுமதியின் கதை முன்வைக்கிறது. அப்படிக் கைவிட்டுவிட்டுச் செல்வதைவிட அவர்களின் வாழ்க்கையை முடித்துவிட்டுச் சென்றுவிடலாம் என்ற முடிவைத் தெளிவான மனநிலை எடுக்கிறது. ஆனால் அதனைச் செயல்படுத்தும் போது தெளிவான மனநிலையை மறைத்து பக்தி அல்லது பைத்திய நிலையில் செய்துவிடுவதாகக் காட்டிக்கொள்கிறது. மனம் எடுத்த முடிவைச் செயல்படுத்த மனநிலை மாற்றத்தை உருவாக்கிக் கொண்டாலும் நடந்த குற்றச்செயல் பின் தொடரும் பாவச் செயல்களின் நீட்சியாகத் தொடர்ந்துகொண்டே இருக்கும் எனவும் காட்டுகிறார்.

நடந்த நிகழ்வுகளை எழுதும் எழுத்துகள் புனைகதைகள் - நேரடிப்பிரதிபலிப்பாக எழுதினாலும், மனவோட்டப்பதிவுகளின் தொகுப்பாக எழுதினாலும் தெரிவுசெய்யும் பின்னணிகள் காரணமாக முக்கியமான கதைகளாக மாறிவிடுகின்றன. இரண்டு கதைகளும் போர்க்காலத்தையும் போர்க்களத்தையும் பின்னணியாக்கிய நிலையில் இறக்கி வைக்கமுடியாத பெருஞ்சுமைகளைத் தாங்கி நிற்கும் சுமைதாங்கிக் கற்களாக மாறியுள்ளன.

- ஆகஸ்ட் 08, 2021

5. காண்மதி நீவிர் கண்டா வரச்சொல்லுங்க...

இரண்டு வாரங்களுக்கு முன்பு எழுத்தாளர் இமையம் (2020 ஆம் ஆண்டுக்கான இந்திய அரசின் சாகித்ய அகாடெமி விருதுபெற்ற எழுத்தாளர்) எழுதிய கதையொன்றுடன், நீலம் மாத இதழ் (வெளியீடு: இயக்குநர் பா.இரஞ்சித்தின் நீலம் அமைப்பு) கைக்கு கிடைத்தது. பொதுவாக, இமையத்தின் சிறுகதைகளைக் கிடைத்தவுடன் வாசித்து விடுவதுண்டு. அவரது முதல் நாவலான கோவேறு கழுதைகள் ஏற்படுத்திய தாக்கம் அது. கோவேறு கழுதைகளை வாசித்துவிட்டு, புதுவைக்கு வந்த இமையத்தைச் சந்தித்துப் பேசிக்கொண்டிருந்த நாளில் தொடங்கிய நட்பு கால்நூற்றாண்டுக் காலமாகத் தொடர்கிறது.

அவரது கதைகளை வாசிப்பது நட்புக்காக அல்ல; அந்தக் கதைகளின் முழுமைக்காக மட்டுமே. கதைகளின் வழி உருவாக்கும் புனைவு வெளிகளும், அவற்றில் உலவும் மனிதர்களும் தமிழ்நாட்டுக் கிராமப்புறங்களின் ரத்தமும் சதையுமானவர்கள். இந்தியாவின் நீண்டகாலச் சாதியச்சிக்கல்களுக்கும், சமகால அரசியல் சூழல்களுக்கும் முகங்கொடுத்து அலைக்கழிக்கப்படும் மனிதர்களைத் தொடர்ந்து எழுதிக் கொண்டிருப்பவர் இமையம். தமிழ்நாட்டுக் கிராமங்களிலும் சிறுநகரங்களிலும் வாழ்பவர்களின் உலகத்தை அவரளவுக்கு எழுதிக்கொண்டிருக்கும் இன்னொரு எழுத்தாளர் இப்போது இல்லை என்பது எனது வாசிப்பின் வழி உணர்ந்த உண்மை.

அவரது புனைவுவெளியையும் மனிதர்களையும் ஒவ்வொரு கதையிலும் ஒவ்வொரு விதமாக எழுதிக்காட்டும் இமையத்தின் புதிய கதையொன்றை வாசிக்கும் மனநிலையுடன் நீலம் (ஜூலை, 2021) இதழில் வந்த அந்தக் கதையை வாசிக்கத் தொடங்கினேன். கதை இப்படித் தொடங்கியிருந்தது:

பேருந்துநிலையத்தை நோக்கி வேகமாக நடந்துகொண்டிருந்தான் கொளஞ்சி நாதன். அவன் வருவதற்காகவே காத்துக்கொண்டிருந்த மாதிரி பேருந்து ஒன்று புறப்படுவதற்கு தயாராக இருந்தது. நடத்துநரிடம் "கடலூருக்கு ஒரு டிக்கெட்" என்று சொல்லி பணத்தைக் கொடுத்து பயணச்சீட்டை வாங்கிக் கொண்டான். அவன் வருவதற்கும், பேருந்து புறப்படுவதற்கும் தயாராக இருந்தது. ஏறி உட்கார்ந்த சில நிமிஷங்களிலேயே பேருந்து புறப்பட்டதெல்லாம் நல்ல சகுனமாக தெரிந்தது. போகிற காரியம் ஜெயமாகும் என்று நினைத்தான்.

படித்தவுடன் தலைப்போடு தொடர்புடையதாகக் கதையின் ஆரம்பம் இருக்கிறதா? வாசிப்புமனம் கேட்டுக்கொண்டது. ஒரு நல்ல கதையின் தொடக்கம், கதைத் தலைப்போடு இயைபுகொண்டதாகவும், கதையின் மையநிகழ்வை அல்லது விவாதத்தை முன்வைக்கப்போவதாகவும் இருக்கும் என்ற அடிப்படையின் மேல் எழுந்த கேள்வியிது. 'நல்ல சகுனமாக தெரிந்தது; போகிற காரியம் ஜெயமாகும்' என்ற குறிப்பு காணாமல் போனவர்கள் என்ற தலைப்போடு தொடர்புடையதாகத் தோன்றியது. ஆனால் அந்தத் தலைப்பு கதையைத் தொடர்ந்து வாசிக்க விடாமல் தடுத்தது.

காணாமல் போனவர்கள் என்னும் தலைப்பு, ஒரு கருத்துருவாக மாறி, ஈழத்தமிழ் வாழ்வின் சமகால இலக்கிய உரிப்பொருள்களில் ஒன்று என்பது மேலெழும்பி மிதக்கத் தொடங்கியது. தொடர்ந்து இவ்வுரிப்பொருள் உலக மொழிகள் பலவற்றிலும் எழுதப்பெற்ற போரிலக்கியங்களின் முதன்மையான உள்ளடக்கம் என்பதும் முன் நின்றது. எல்லாவகைப் பேரிலக்கியங்களும் அதனையொத்த பனுவல்களை நினைவூட்டுவதன் வழியாகவே பேரிலக்கியங்களாக மாறுகின்றன. தனியீழத்துக்கான ஈழத்தமிழர்களின் போர்க்கால இலக்கியத்திலும் போருக்குப் பிந்திய காலத்து இலக்கியப் பனுவல்களிலும் வாசித்திருந்த 'காணாமல் போனவர்கள்'

பற்றிய சித்திரிப்புகளும்,‘காணாமல் ஆக்கப்பட்டவர்களைத் தேடியலைந்தவர்களி’ன் பரிதவிப்புகளும், காணாமல் ஆக்கியவர்கள் மீது கொண்ட கோபத்தின் வெக்கையும் எனப் பலவும் மனதில் நிழலாடின. அந்த நிழலாட்டங்கள், இமையத்தின் கதையைப் பின்னர் வாசிக்கலாம் எனத் தள்ளிவைத்துவிட்டுக் கைவசமிருக்கும் பனுவல்கள் சிலவற்றில் அந்த உணர்வுகளைத் திரும்பவும் தேடி வாசிக்கத் தொடங்கினேன்.

காத்துக் கொண்டிருக்கும் பெண்கள் என்பது தமிழ் இலக்கியத்தின் அடிப்படையான அடிக்கருத்து *(Motif)* களில் ஒன்று. ஓதல், தூது, பகை காரணமாகப் பிரிந்து செல்லும் தலைவனுக்காகக் காத்திருக்கும் தலைவிகளைத் தமிழ்ச் செவ்வியல் கவிதைகள் விதம்விதமாக எழுதிக் காட்டியுள்ளன. அன்பின் ஐந்திணைகளில் ஒன்றாகச் சொல்லப்படும் முல்லைத் திணையின் உரிப்பொருள் இருத்தல். முல்லையிருத்தலைப் பற்றிய விளக்கத்தைச் சொல்லும் உரையாசிரியர்கள் ஆற்றியிருத்தலும் ஆற்றாதிருத்தலும் என இரண்டுவகைப்பட்டதாகச் சொல்வார்கள். பிரிவில் தலைவியும் தலைவனும் பிரிந்திருந்தாலும், தலைவன்களின் பிரிவினைவிடத் தலைவிகளின் பிரிவுத்துயர்களே அதிகம் எழுதப்பட்டுள்ளன. குறிப்பாகப் போர்க்களத்திற்குச் சென்ற தலைவன் வருவானா? சொன்னநாளில் வருவானா? ஒருவேளை வராமலேயே போய்விடும் வாய்ப்புகளும் இருக்குமோ என்ற தவிப்போடு காத்திருக்கும் தலைவிகளைச் செவ்வியல் கவிதைகளில் வாசிக்கமுடியும்.

அகக்கவிதைகள் சார்ந்த பிரிவே பின்னர் பக்திக்கவிதைகளில் இறைவனின் மீதுகொண்ட காதலில் பிரிந்திருக்கும் துறையாகப் பேசப்பட்டது. பக்திக் கவிதைகள் எழுதிய ஆழ்வார்களும் நாயன்மார்களும் பிரிவுத்துயரைப் பக்தியாக மாற்றிப் பேசிய கவிதைமரபு தமிழ்க்கவிதை மரபு. புறக்கவிதைகளில் மிகக்குறைவாக பிரிவுத்துயரம் இடம்பெற்றுள்ளன என்றாலும் போரின் காரணமாகப் பிரிந்திருக்கும் பெண்களின் கூட்டத்தைக் கலிங்கத்துப் பரணியில் விரிவாகக் காட்சிப்படுத்தியிருப்பார் செயங்கொண்டார்.

பழையன இருக்கட்டும் நிகழ்காலத்திற்கு வரலாம் நிகழ்காலத்தில் போரினால் ஏறபட்ட பெரும் பிரிவுகளைத் தாங்கிய பெண்களைச் சந்திக்க விரும்பினால் நாம் தேடிப்படிக்க வேண்டிய கதைகள் இலங்கைத் தமிழ்க் கதைகள் என்பதைச் சொல்லவேண்டியதில்லை.

முப்பதாண்டுகாலப் போரில் சொல்லிவிட்டுப் போன புதல்வர்களையும் சொல்லாமல் போன புதல்வர்களையும் ஈழத்துக் கவிதைகளிலும் கதைகளிலும் வாசித்திருக்கிறேன். இப்போது உங்களுக்கு இரண்டு கதைகளை அறிமுகம் செய்கிறேன். அந்த இரண்டு கதைகளும் இடம்பெற்றுள்ள தொகுப்பின் பெயரே போர்க்காலக் கதைகள் தான். (தொ.ர்: தி.ஞானசேகரன் 32/9 ஆற்காடு சாலை, சென்னை-24/ஞானம் பதிப்பகம், கொழும்பு -06, இலங்கை) இரண்டு கதைகளில் ஒன்று முழுமையும் ஒருகடித வடிவில் இருக்கிறது. காணாமல் போனவனுக்கு ஒரு கடிதம்,(105-111) என்ற தலைப்பில் அமைந்த அந்தக் கதை இப்படித் தொடங்குகிறது:

அன்பான உங்களுக்கு...

இதுவரை எழுதாமல் தவித்து உள்ளுக்குள் பூட்டிப்பூட்டி ஒழித்து வைத்து, தாங்கமுடியாமல் போன ஒரு கணத்தில் கொட்டிவிடுகிறேன். எல்லாவற்றையும் எல்லாவற்றையுமே, உங்கள் முகவரி குறிப்பிடப்படாமையாமல் பலபேரின் பார்வையில்பட்டு இந்தக் கடிதம் படாத பாடுபடப் போகிறதெனத் தெரிந்தும்கூட.

..................இப்படி ஆரம்பித்த அந்தக் கதை,

“வேறென்ன..?

உங்கள் முகவரி எனக்குத் தெரியாமல் போயினும் எனது முகவரி நீங்கள் அறிந்ததுதானே. ஒரே ஒருமுறையாவது எனது துன்பங்களை அறிந்த பிறகாவது, மனதுக்கு ஆறுலாய்ப் பதில் போடமாட்டீர்களா? நீங்கள் எங்கே இருக்கிறீர்கள் என்றாவது

இப்படிக்கு

என்றும் உங்களவள்

என்று முடிகிறது. இந்தத் தொடக்கத்திற்கும் முடிவுக்குமிடையே அந்தப் பெண்ணின் தவிப்பும், காதலும், வாழ்க்கை பற்றிய புரிதலும், கணவனை அனுப்பிவிட்டுக் கலங்காமல் இருக்கும் மனமும் தைரியமும் வெளிப்படும் சில பகுதிகளைப் படித்துப் பாருங்கள்.

எத்தனை வருஷங்கள்! எத்தனை வருஷங்கள் யுகங்களாய், மாறி வதைத்துக் கொண்டிருக்கின்றன. என்னைப் பிரிந்து ஒரு நிமிஷமென்றாலும் உங்களால் நிம்மதியாயிருக்க முடியாதே. இப்போது இந்த நீண்ட நிம்மதியற்ற வருஷங்களுக்கிடையே நீங்கள் எப்படி நெருக்குண்டீர்கள்? உங்கள் நினைவாய் நீங்கள் எனக்கு விட்டுப்போன எங்கள் செல்லமகள் தேன்கவி, வளர்ந்துகொண்டிருக்கிறாள்.

★

வருகிற கிழமை அப்பாவின் திவசம் வருகிறது. உங்களுக்கு அப்பா போனது தெரியாது என்ன, நீங்கள் போனபிறகு இரண்டு வருஷத்துக்கு உயிரோடிருந்தார். அதற்குப்பிறகு "டயபிட்டீஸ் கூடி அப்பாவுக்கு ஒரு காலை எடுக்கவேண்டி வந்தது. அதன்பின் தான் வீட்டுக்குப் பாரம் பாரம் என அப்பா நொந்து சொல்லிக் கொண்டிருந்தார். வாழ்தலினானான விருப்பம் அற்றுப் போனமாதிரி.. பிறகு அப்பா கணகாலம் வாழவில்லை.

★

அடியிலிருந்து உங்களது கல்யாணப்பட்டு வேட்டியின் விளிம்போரம் நீளவாக்கில் எலி தின்றுவிட்டது. அந்த எலியின் மேல் ஆத்திரம், ஆத்திரமாய் வந்தது. கையில் அகப்பட்டதை எடுத்து எறிவதற்குள் எலி கீச்சுக் கீச்சென்று கத்தியபடி மறைந்துவிட்டது.

"உன்ரை கலியாணச் சீலையளைப்பார்பிள்ளை, அரிச்சுக்கொட்டிப் போட்டுதோவெண்டு..."

அம்மா சொல்ல எனக்கு எனக்கு ஆத்திரமும், அழுகையுமாய் வந்தது. உங்களுடையது போயிற்று. இனி எனக்கெதற்குச் சேலையும், அணிகலனும்? அம்மாவைக் கோவித்து என்ன பலன். என்னுடைய விதிக்கு.

இந்தத் தைரியமான பெண்ணைக் கலங்க வைக்கும் ஒன்றாக இருப்பது அவளின் தனிமையைச் சமூகம் பார்க்கும் பார்வைதான். தனித்திருக்கும் - கணவனை்் பிரிந்திருக்கும் ஒரு பெண், பாலியல்ரீதியாகத் தன்னை இன்னொருவனுக்குத் தரத்தயாராய் இருப்பாள் என நினைக்கும் சமூகத்தின் பொதுப்பார்வை அவளது மனதைரியத்தைக் கலங்கடிப்பதையும் அந்தக் கடிதத்தின்

வரிகளாக அவள் எழுதுகிறாள். அந்த வரிகளைப் படிக்கும்போது காத்திருத்தலின் துயரமும் பெருவலியும் வாசிப்பவர்களை வந்து தாக்குவதைக் காணலாம்.

நீங்கள் காணாமல் போனபிறகு கூடுதல் அக்கறை காட்டியவனும் அவன் தான். கொஞ்சநாட்களுக்கு எதுவும் வித்தியாசமாய்த் தெரியவில்லை. வித்தியாசமாய்த் தெரியவில்லையா அல்லது உங்களைப் பற்றிய கவலை அதைக் கவனிக்க வைக்கவில்லையோ தெரியவில்லை. ஒருநாள் சாடையாய் உமா என்னிடம் கேட்டாள். ஒருநாள் சாடையாய் உமா என்னிடம் கேட்டாள். “தவனீதனிடம் உனக்கென்ன அப்படி அக்கறை?” என்று. நான் அதிர்ந்துபோய் அவளைப் பார்த்தேன். அவள் என்னை நேராகப் பார்க்கவில்லை. எங்கேயோ பார்த்துக் கொண்டு அலுவலகத்தில் தாறுமாறாய் கதை உலவுவதாய்ச் சொன்னாள். உமாவுக்கு என் நலனில் அக்கறை உண்டு. அவள் சொல்வதை நம்பாமல் இருக்க முடியவில்லை.

★

காணாமல் போன கணவன் வரக்கூடுமென ஆற்றியிருந்த பெண்ணின் மன உணர்வுகளுக்கு மாறான பேரழுகையைச் சொல்லும் கதையாக இருக்கிறது தாமரைச் செல்வியின் அடையாளம் கதை. *(42-48)*க் அந்தக் கதையின் தொடக்கத்தை வாசித்தால் யார் கூற்றாக கதை நகர்கிறது என்பது புரியலாம்:

இன்றைய பொழுது மிகவும் கவலையான மனநிலையுடன் ஆரம்பித்ததில் எனக்கும் வருத்தம் தான். என்றைக்கு காவல் பணிமனையினுள் நீலச்சிருடையுடன் ஒரு பணியாளனாய் நுழைந்தேனோ அன்றையிலிருந்தே என் மன உணர்வுகளைச் சமனப்படுத்த வேண்டிய கட்டாயம் ஏற்பட்டுவிட்டது. ஆனாலும் இன்றைய பொழுதுபோலவே பலபொழுதுகளில் அந்தச் சமப்படுத்துதல் எனக்குள் நிகழாமலே போய்விடுகிறது.

இந்தக் கதை ஆரம்பத்தில் யாருடைய கூற்று என்பது மட்டும் வெளிப்படவில்லை. கதையின் ஒவ்வொரு நிகழ்வும், ஒரு காவல் துறைப் பணியாளரின் மன உணர்வையே குலைத்துப் போடும் நிகழ்வுகள் என்பதையும் காட்டிவிடுகிறது. நிகழ்வுகள் சிலவற்றை வாசித்தாலே கதையில் காட்டப்படும் அல்லது கண்டுபிடிக்கப்படும் அடையாளங்கள் என்பன உயிர்வாழ்தலுக்கான அடையாளமல்ல;

செத்துப் போன மனிதர்களின் எலும்புக்கூடுகளை அடையாளப் படுத்தும் நிகழ்வுகள் என்பது புரியவரும்.

கதை நிகழும் அந்தக் காவல் நிலையம் இருக்கும் பகுதி கிளிநொச்சிப் பகுதி என்ற தகவலோடு விரியும் முதல் நிகழ்வு: கிளிநொச்சி நகரத்தை மீட்டெடுத்த இந்த ஒருவருட காலமாக இப்படி எத்தனை எலும்புக்கூடுகளைக் கண்டு எடுத்தாயிற்று. வாய்க்கால் கரைகளில், பற்றைகள் மூடிக்கிடந்த கொல்லைப்புறங்களில்.. மலசலக்கூடங்களின் குழுகளில்.. கிணறுகளின் அடியில்.. அதுவும் நகரத்திற்கு மக்கள் திரும்பிக் கொண்டிருக்கும் இந்த நாட்களில்.. அதிகமாகவே கண்டுபிடிக்கப்படுகிறது.

.... சில நாட்கள் கழித்து ஒரு எலும்புக்கூட்டின் அடையாளங்காணல்.

இளவயது மனிதன் இவனுடைய பெயர் பரமுவாகவோ, பாலச்சந்திரனாகவோ இருக்கலாம். இவனுக்கு ஓர் இளம் மனைவி இருக்கக் கூடும். இரண்டோ மூன்றோ குழந்தைகளும்கூட. மூன்றோ நான்கோ வருஷங்களாய் இவனைக் காணாமல் அவர்கள் எவ்வளவு தவித்துப் போயிருப்பார்கள்.

.... இப்படி அடுத்தடுத்து வந்து தன் கணவனைக் காணாமல் போன அந்தப் பெண் கடைசியில் வருகிறாள்:

போனதடவை இந்தப் பெண்ணுடன் எட்டுவயதுப் பையனும் வந்திருந்தான். எலும்புக்கூட்டைக் கண்டுவிட்டு அவன் பயந்து அலறிய, அலறலில் கட்டடமே ஆடிப்போய்விட்டது. இன்றைக்கு அவனைக் கூட்டிவராமல் முதியவரோடு வந்திருந்தாள்

....

தனது கணவர்களை, தமது பிள்ளைகளை எப்போதோ ஒரு நாளைக்கு எலும்புக்கூடாகவேணும், மீட்டுத் தரப்போகின்ற ரட்சகர்களாக எங்களை நினைத்துத் தங்களது துயரக் கதைகளைக் கொட்டித் தீர்ப்பவர்களும் இருக்கிறார்கள்.

காணாமற்போன தங்கள் உறவுகள் உயிரோடு இருக்கிறார்களா, அல்லது இறந்துவிட்டார்களா என்று இருகேள்விகளுக்குமிடையே ஊசலாடிக் கொண்டிருப்பவர்கள் இவர்கள்.

கதையின் முடிவில் அவள், தனது கணவனை- கணவனின் எலும்புக்கூட்டைக் கண்டுபிடித்துவிட்டாள். அவள் கண்டுபிடித்தது எதற்காக? இப்படியொரு கதறலைத் தந்துவிட வேண்டும் என்பதற்காகத் தானோ?

“அய்யோ என்ர அவர்தான். இது என்ர அவர்தான் என்ர கடவுளே...” அந்தப் பெண்ணின் ஓவென்ற அலறல் சுவரெங்கும் மோதி அறைந்து ஒலித்தது.

இலங்கைத் தமிழர்களின் தனிநாடு கோரிக்கையை முன்வைத்து நடந்த ஈழப்போரின் பின்னணியில் எழுதப் பெற்ற ஏராளமான கதைகளில் இருபதை மட்டும் தேர்வு செய்து தொகுத்துள்ள தி. ஞானசேகரன், அந்தப் போரின் குறுக்குவெட்டுத் தோற்றத்தை விரித்திருக்கிறார். பத்தாண்டுகளுக்கு முன்பு எழுதப்பெற்ற இந்தக் கதைகளுக்குப் பின்னும், ஈழ மண்ணில் போர்கள் நடந்தன; மனிதர்கள் காணாமல் போனார்கள்; கூட்டங்கூட்டமாய் மாண்டும் போனார்கள்.

காணாமல் போனவர்களும் மாண்டுபோனவர்களும் திரும்பவும் வருவார்கள் என்ற நம்பிக்கையோடு காத்திருக்கும் பெண்களின் வாழ்தல் அங்கே உண்மையாகவும் இருக்கிறது; எழுத்தாளர்களின் கதைகளில் புனைவுகளாகவும் ஆகிக் கொண்டிருக்கின்றன. ஒருவழியாகப் போர் முடிவுக்கு வந்தபின் போர்க்காலச் சிறுகதைகள் குறைந்து போர்க்கால நாவல்கள் எழுதப்படுகின்றன. ஈழப்போர் பற்றிய எழுத்துகள் நவீனச் செவ்வியல் எழுத்துகளாக மாறிக் கொண்டிருக்கின்றன; அதனை வாசிக்கும் மனிதர்கள் இலக்கியமாக அதனைக் கொண்டாடலாம். ஆனால் காணாமல் அவளோட கணவனின் எலும்புக்கூட்டைக் கண்டு கதறி அழுவதுபோல நமது மனம் கதறுவதிலும், சோகத்தைப் புரிந்துகொள்வதிலும் இருக்கிறது இலக்கிய வாசிப்பு.

1990-கள் தொடங்கி ஈழத்தமிழ் இலக்கியத்தைக் குறிப்பாகப் போர்க்கள இலக்கியங்களை வாசித்துக் கொண்டிருக்கிறேன். அவற்றுள் காணாமல் போனவர்களைப் பற்றிய பதிவுகள் வரத் தொடங்கிய காலமாக முள்ளிவாய்க்கால் பேரழிவுக்குப் பின்னரான ஆண்டுகளையே சொல்ல வேண்டும். போரில் சரணடைந்தவர்களாகவும் சரணடைந்தபின் காணாமல் ஆக்கப்பட்டவர்களாகவும் பல ஆயிரங்களில்

எண்ணிக்கையிடப்பட்டுள்ளது. அவர்களைத் தேடும் மனிதர்களில் பலரை நேர்காணல் செய்து பத்திரிகைகள் வெளியிட்டுள்ளன. நீண்ட உரையாடல்களாகத் தொகுக்கப்பட்டு நூல்களாகவும் வந்துள்ளன. நேர்காணல் பதிவுகளைத் தாண்டிக் கவிதைகளிலும் கதைகளிலும் நாவல்களின் பகுதிகளிலும் கூடக் காணாமல் போனவர்களின் பிம்பங்களும் அவர்களைத் தேடுபவர்களின் குரல்களும் அலைந்து கொண்டிருப்பதைப் பலரும் வாசித்திருக்கக்கூடும்.

சரணடைந்தவர்களைக் கொன்றொழித்த நிகழ்வுகளையும், காணாமல் ஆக்கப்பட்ட செய்திகளையும் அவ்வப்போது உணர்ச்சிகரமான கவிதைகளில் எழுதிக் காட்டியவர் இளம்கவி தீபச்செல்வன். குறிப்பான நிகழ்ச்சிகளையும் பொதுவான தவிப்புகளையும் எழுதிய அவர் ஒரு கவிதையில், காணாமல் போன பூனையை முன்வைத்து நிலைமையை உணர்த்துவதோடு, சொந்த நாட்டு மக்களையே வேற்று மனிதர்களாகப் பாவிக்கும் அரசின் குரூரமான நீதிபரிபாலனத்தையும் ஆற்றாமையோடு முன் வைத்திருப்பது நினைவுக்கு வந்தது.

குழந்தைகள்தான் உன்னை
கடத்தியிருக்க வேண்டும்

அவர்கள் மீண்டும் துவக்குகளை
நீட்டத் தொடங்கியுள்ளனர்
பீரங்கிகளைத் திருப்பி விட்டனர்
சோதனைச்சாவடிகளைத் திறந்து கொண்டனர்

இதற்குள் நீ எங்கு சென்றாய்?

யாருமற்ற எனது நண்பனுடன்
சுயமி எடுத்து,
பூச்சி பூரான்களைத் துரத்தி
ஒன்றாய் உணவருந்தி
காவல் செய்து
ஒரு குழந்தையைப் போல
மடியுறங்கி விட்டு எங்கு சென்றாயோ?

எதற்காகவோ தொடங்கிய யுத்தம்
மீண்டும் நமது கழுத்தை நெரிக்கிறது
பொழுது சாயுமுன்னே
கதவுகளை மூடும் உத்தரவில்
உனை எங்கு தேடுவேன்?

புகைப்படங்களைத் துரத்திப் பிடித்து
பாடல்களைக் கைது செய்து
கண்ணீரைச் சிறையிலடைந்து
நினைவுகளை விசாரணை செய்கிற நாட்டில்
வீட்டை விட்டு ஏன் வெளியேறினாய்?

வீட்டுக்கொருவர் காணாமல் ஆக்கப்பட தேசத்தில்
வளர்ப்புப் பிராணிகளும் தொலையுமா?

மனிதர்களே கூட்டம் கூட்டமாய்
இல்லாமல் ஆக்கப்படுவதே யுத்தமும் அறமுமாயிருக்க
எந்தக் காவல் நிலையத்தில் புகாரளிக்க?
எந்த நீதிமன்றில் வழக்குரைக்க?

உன் குழந்தைமை விழிகள்
குறும்புச்செயல்களால்

ஈர்க்கப்பட்ட யாரோவொரு குழந்தையால்
நீ தூக்கிச் செல்லப்பட்டிருக்கலாம் என்றே
எனை ஆற்றிக்கொள்கிறேன்
எல்லாவற்றையும் ஆற்றியதுபோல்.

காணாமல் போன பூனைக்குட்டி என்று தலைப்பிட்டுக் குறியீடாய்க் காணாமல் போனவர்களின் நிலையைச் சொன்ன தீபச்செல்வன், இன்னொரு கவிதையில் நேரடியாகக் கேட்கிறார். அதையும் வாசித்துப் பார்க்கலாம்:

வழியில் தொலைந்த ஆடுகளின் கதைகளால்
நிறைந்துபோயிருக்கிறது இந்த நாள்.
இந்த வானொலி வழி தவறியவர்களை
இன்னும் தேடிக்கொண்டிருக்கிற இரவு நிகழ்ச்சியை
ஒலிபரப்பிக்கொண்டிருக்கிறது.
கைகளுக்குளிலிருந்து எப்படி நழுவி விழுந்தீர்கள்
என்று ஒவ்வொரு தாய்மார்களும் இரவு நிகழ்ச்சியில் புலம்பிக்
கொண்டிருக்கிறார்கள்.

இறுதி நாளிலிருந்து இன்று வரை
உனதம்மா "உன்னை" தேடிக்கொண்டிருக்கிறாள்.
உன் ஞாபகமாய் என்னிடமிருக்கிற ஒரு சேட்டை
எப்படிப் பத்திரிகையில் விளம்பரமாக பிரசுரிக்க முடியும்?
புகைப்படங்கள் தொலைந்த வழியில்
வழி தவறியவர்களின்
குருதியுறைந்த உடல்கள் பற்றிய கதைகளை
வேறொரு பத்திரிகையின் – மற்றொரு
பக்கம் எழுதிக்கொண்டேயிருக்கிறது.

தொலைந்தவர்களைக் கடிதங்களால் விசாரித்துக்கொண்டேயிருக்கிறது
இன்னொரு பத்திரிகை.
தேடிக்கொண்டிருப்பவர்களின்
துயரம் மிகுந்த சொற்களை நிரப்பிய கடிதங்களைக்
கொண்டு வந்தபடி
ஒவ்வொரு வாரமும் வந்துகொண்டிருக்கிறது.

எல்லோரும் திரும்பிவிடுவார்கள் என்ற
நம்பிக்கையை மட்டுமே இந்தக் கடிதங்கள் வாசிக்கின்றன.
தவறி விழுந்த குழந்தையின்
அழுகை எப்படி அடங்கிப்போயிருக்கும்?
கை நழுவி மறைந்த சிறுமியின்
இரவு எப்படியிருக்கும்?

தனித்து தொலைந்த சிறுவனின் வழி எப்படியிருக்கும்?

குழந்தைகளை இழந்த தாயின் வலி எப்படியிருக்கும்?
மனைவியைப் பிரிந்த கணவனின் திசை எப்படியிருக்கும்?
சகோதரர்களைப் பிரிந்தவர்களது துயர் எப்படியிருக்கும்?
எல்லோரையும் பிரிந்தவர்களது துயரால் மிகுந்திருக்கிற
கடிதங்கள் அதிகரித்தபடி பிரிவை அளந்துகொண்டிருக்கின்றன.
பதில் வார்த்தைகளற்றுக் கிடக்கிற கேள்விகளால்
இந்த இரவு குலைந்து கிடக்கிறது.

காத்திருப்பும் திரும்புவார்கள் என்ற நம்பிக்கையும்
வளர்ந்துகொண்டேயிருக்கிறது.
அவர்கள் தவறிய வழிகள் மூடுண்டபடி
பிரிவை உயர்த்துகிற கடிதங்கள் மிக ஆழமாக தாழ்க்கப்பட்டு
மண் கொட்டிப் பரவியிருக்கிறது.
யாரும் திரும்பியதாக இல்லை என்பதை
மிகச் சோகமாக சொல்ல முடியாமல்
கரைந்து போகிறது அந்த வானொலியின் இரவு நிகழ்ச்சி.
மகிழ்ச்சி தரும் சொற்களான..............
தவறிய யாரேனும் ஒருவர் எழுதிய கடிதம் ஒன்றுக்காக உன் அம்மா
காத்துக்கொண்டிருக்கிறாள்.
(இறுதிநாள் வழியில் தொலைந்தவர்கள்)

தீபச்செல்வனின் ஆற்றாமைக் குமுறலோடு இணைகின்ற இன்னொரு குரலாக இருப்பவர் ஈழத்தின் மூத்தகவி கருணாகரன். அவரது தொகுப்புகளுக்குள்ளும் சில பத்துக் கவிதைகளாவது இந்தப் பொருண்மையில் வாசிக்கக் கிடைக்கின்றன. அவற்றுள் இரண்டு கவிதைகளை வாசிக்கலாம். முதல் கவிதையின் தலைப்பு நெருப்பு:

இன்னும் பொழுதடங்கவில்லை

மாடுகள் பட்டியில் சேரவில்லை
கோழிகள் கூடடையவில்லை
மல்லிகை மலர்ந்து கொண்டிருக்கிறது

நீ இன்னும் வரவில்லை

ஊற்றி வைத்த தேனீர் ஆறுகிறது
உடலும் மனமும் கொதிக்கிறது   (நெருப்பு)

இன்னொரு கவிதைக்கு காணாமற் போனவனின் மனைவியின் சொல் எனத் தலைப்பிடப்பட்டிருக்கிறது:

என்னுடைய தூங்காத இரவுகள்
என்று முடிவுறும்?
போரின் இறுதிக் கணத்தில்
தோற்று நீ சரணடைந்த போதிருந்து
இக்கணம் வரை நான் தூங்கவில்லை.

தோல்வி ஒரு நிரந்தரத் துக்கமாகி
என் தூக்கத்தை உன்னுடன் எடுத்துச் சென்றது
உன்னைப் பற்றிய சேதியேதுமின்றி
ஆண்டுகள் ஓடிக் கொண்டிருக்கின்றன
இன்னுமுன் பிள்ளைகளின் கேள்விக்கு
என்னிடமில்லைப் பதிலேதும்
யாரிடமுமில்லை.

நீ எங்கேயென்று
நானும்தான் கேட்கிறேன்
சரணடையும் போது உன்னை ஏற்ற
படையினரும் கேட்கிறார்கள்
நீ எங்கே என்று.
அவர்களுடைய அரசும் கேட்கிறது

நீ எங்கே என்று.

இந்த உலகமும்தான் கேட்கிறது
நீ எங்கே என்று.

உன்னைத் தேடும் இந்தக் கேள்வியின்
வலி எனக்கன்றி வேறெவருக்குண்டு?
தூங்காத இரவுகளும் பிரிவும்
எனக்கன்றி வேறெவருக்குமில்லை.

புள்ளிவிபரக் குறிப்புகளில் மட்டும்
உறைய விடப்பட்டிருக்கும் உன்னைப் பற்றி
தூங்க முடியாத கேள்விகளோடு தவிக்கும்
குழந்தைகளுக்குப் பதிலளிக்க முடியாத
இந்த வலியிலிருந்து
என்று நான் வெளிச் செல்வேன்?
எப்படிச் செல்வேன்?

கவிகளின் குரல்கள் நேரடியாகப் பேசாமல் குறியீடுகளால் விவரிக்கின்றன என்றால், புனைகதைகள் வெவ்வேறு விதமான உத்திகளில் அதையே முன்வைத்துள்ளன. தேர்ந்த கதை சொல்லியான ஷோபா சக்தியின் மிக உள் அக விசாரணை அப்படிப்பட்ட ஒருகதை. அரசியல் நிகழ்வுகளை விவரிக்கும்போது அங்கதமும் எள்ளலும் கொண்ட மொழியை உருவாக்கிக் கொள்ளும் ஷோபாசக்தி, ஒரு சிறிய கிராமத்தில் 86 பேரை வரிசையாக நிற்கவைத்து சவக்குழிகளில் புதைக்கப்பட்ட நிகழ்வை இருநபர் நீதிபதிகள் விசாரித்த முறையைப் பகடிமொழியால் விவரிக்கிறார். போர்க்காலத்திலும் போருக்குப்பின்னாலும் காணாமல் போனவர்களைப் பற்றிய விசாரணைகள் இலங்கையில் எப்படி நடந்தன என்பதை முன்வைப்பதே அந்தக் கதையின் மைய விவாதம். போர்க்காலத்தில் காணாமல் போய் ஆச்சரியமாகப் பல ஆண்டுகள் ஒரு கிணற்றுக்குள் உயிர் பிழைத்திருந்த தன் பெயர் மறந்த ஒருவரின் சாட்சியாக விரியும் கதை அது.

“நல்லிணக்கத்திற்கு ஊறு விளைவிக்கும் எந்த முயற்சியையும் நாங்கள் அனுமதிக்கமாட்டோம். இந்தச் சமாதானத்தை நாங்கள் எதற்காகவும் இழக்கத் தயாரில்லை. நீர் சமூக அக்கறை கொண்டவரென்றும் ஜனங்களிற்குச் சேவை செய்வதில் ஆர்வமுமுடையவர் என்றும் சொன்னீர். ஆகவே இந்த நாட்டின்

பொறுப்புணர்வு மிக்க நற்பிரஜை நீர் என்றே கருதுகின்றோம். சமாதானத்தைக் காப்பாற்றுவது உம்முடைய கடமை!"

நீதிபதிகள் விசாரணை முடிந்ததன் அடையாளமாக எழுந்து நின்றார்கள். பக்குவமாக வெளியே தூக்கி எடுக்கப்பட்டது போலவே, அந்த மனிதன் பக்குவமாக மீண்டும் கிணற்றிற்குள் இறக்கப்பட்டு கிணறு மறுபடியும் மூடப்பட்டது

எல்லா விசாரணைகளும் ஊத்திமூடும் விசாரணைகளாகவே நடக்கின்றன என்பதே கதையில் ஷோபாசக்தி வைத்த குற்றச்சாட்டு. அரசாங்கத்தைக் குற்றஞ்சாட்டிய புனைவுகளைப் போலவே போராளிக்குழுக்களையும் குற்றவாளிக் கூண்டில் நிறுத்திய கதைகளையும் புலம்பெயர் எழுத்தாளர்கள் எழுதியுள்ளனர். போராளிக்குழுக்களின் விசாரணைகளும் கூட நியாயத்தின் பக்கம் இருந்ததில்லை என்றும், உடன்பாடாக நடக்காதவர்களைப் போராளிக் குழுக்களும் காணாமல் ஆக்கியிருக்கிறார்கள் என்பதைச் சொல்லும் எழுத்துக்களும் கிடைக்கின்றன. அப்படியான ஒரு கதையாகப் பொ. கருணாமூர்த்தியின் கதையொன்று இமையம் எழுதிய தலைப்பிலேயே வந்துள்ளது *(காணாமல் போனவர்கள் நடு இதழ் 14, தை,2019)*

துப்பாக்கிகள் வைத்திருந்தவர்கள் மாத்திரமல்ல அவர்களுக்கு நிழல்கொடுத்தவர்களும் அல்லக்கைகளுங் கூட யாரும் எதிர்த்துக் கதைக்கமுடியாதபடி சண்டியர்களாக ஊரில் மாறிவிட்டிருந்தனர். போராளிகளின் உளவுப்பகுதியால் குற்றங்காணப்பட்டுக் கைப்பற்றப்பட்ட எவரும் விடுவிக்கப்பட்டதாக தகவல்கள் இல்லை, அதிலும் ஈழமோகனதும் அவனுடைய சகாக்களாலும் கைப்பற்றப்பட்டிருந்தால் அவர்கள் மீண்டுவருதல் சாத்தியமில்லையென்பதை நவத்தாரும் அறிந்திருந்தார்.இவையல்லாமல், இயக்கத்தில் சேர விரும்பாதவர்களையும் வலுக்கட்டாயமாக இழுத்துச் சென்று இயக்கவாதிகளாக்கியதைப் பலரும் எழுதியிருக்கிறார்கள்.

புனைகதைகளைப் போலல்லாமல் நேர்காணல்கள் முகத்திலறைந்தார்ப்போல நடந்ததைப் பதிவு செய்யக்கூடியன. 'புகைப்படக்காரன் பொய் சொல்ல முடியாது' (தொ-ர். கருணாகரன்) என்ற நூலில் இடம்பெற்றுள்ள நேர்காணல்களில் மூன்று பெண்களின் குரல்கள் அழுத்தமாக ஒலிக்கின்றன.

ஆவேசமாகப் பேசும் சங்கரன் கவியும் *(நாங்கள் ஏமாற்றப் பட்டிருக்கிறோமா? தோற்கடிக்கப்பட்டிருக்கிறோமா?)* நிதானமாகக் கேள்வி எழுப்பும் தமிழ் விழியும் *(விடுதலைக்காகப் போராடியவர்கள்; எதிரிகளிடம் சரணடைந்தோம்)* புலம்பலாக மொழியும் கலைமகளும் *(இராஜேஸ்வரி- கண்ணீருடன் வாழும் வாழ்க்கை)* கணவன்மார்களைச் சரணடைய அனுப்பிவிட்டுத் திரும்பவும் வந்துவிடுவார்களென்று காத்திருந்த பெண்கள்.

சிலவேளை எல்லாத்தையும் நினைத்தால் தலை சுற்றும். இவ்வளவு பொய்யர்களும் எங்கே இருந்தார்கள். ஏமாற்றும் நடிப்பும் பொய்யும் எண்டுதான் நிலைமை இருக்கு. (இராஜேஸ்வரி)

என்று கேட்பார்

இப்ப என்னுடைய கேள்வி என்னவென்றால், இப்பிடிச் சரணடைந்த ஆட்களை எப்படி நாங்கள் மீட்கிறது? அவையளைப் பற்றிய சேதிகளை தகவல்களைப் பெறுகிறது? சரணடையும்போது கூடப்போன பெண்களையும் அந்தச் சின்ன ஞ்சிறு குழந்தைகளையும் என்ன செய்திருக்கிறார்கள்? அதுகளுக்கு நடந்தது என்ன? அதுகள் இப்படி ஒரு தகவலுமே தெரியாமல் தடுக்கப்பட்டு வைக்கப்பட்டிருப்பதைப் பற்றி இந்த உலகம் என்ன சொல்லுது? (சங்கரன் கவி)

என்று கேட்டவருக்கும்,

“நான் அதுக்குப் பிறகு இரண்டு வருசமாகக் கணவரைத் தேடாத இடமேயில்லை. ஐ.ஸி.ஆர்.ஸி, பாதுகாப்பு அமைச்சு, புனர்வாழ்வு சிறைச்சாலைகள் அமைச்சு, மீள்குடியேற்ற அமைச்சு, மனித உரிமைக்குழு, நல்லிணக்க ஆணைக்குழு என்று எல்லா இடங்களுக்கும் கடிதங்களும் கொடுத்திருக்கிறேன். என்னைப் போல பலபேர் இப்படி ஒரு முடிவும் தெரியாமல் அலைந்துகொண்டிருக்கிறார்கள்” (தமிழ் விழி: விடுதலைக்காகப் போராடியவர்கள்; எதிரிகளிடம் சரணடைந்தோம்)

என்று நம்பிக்கையிழந்தவருக்கும் பதில்கள் எதுவும் கிடைக்கவில்லை. பதில் சொல்ல வேண்டியது போரை நடத்திய சிங்களப்பேரினவாத அரசு மட்டுமல்ல. அப்போரை வேடிக்கை பார்த்த இந்தியா, அமெரிக்கா போன்ற நாடுகளும், ஐ.நா. போன்ற உலக அமைப்புகளும்தான்.

போரின் பின்னணியில் காணாமல் போனவர்களை முன்வைத்த ஈழத்தமிழ் இலக்கியப் பனுவல்களை வாசித்தபின் இமையத்தின் காணாமல் போனவர்கள் கதையை முழுமையாக வாசித்து முடித்தேன். வாசித்தபின் ஒரே உரிப்பொருள் வெவ்வேறு பின்னணியில் விவாதிக்கப்படும் முறையை முன்வைக்கத்தோன்றியது.

இமையத்தின் கதையில் காணாமல் போனவர் கதைசொல்லியாக வரும் கொளஞ்சிநாதனின் தந்தை கலியமூர்த்தி. மனைவியை இழந்த கலிய மூர்த்திக்கு வீட்டை விட்டு வெளியேறுவதற்கான காரணம் எதுவும் இல்லை என்பது மகனின் நம்பிக்கை. ஆனால் காணாமல் போய்விட்டார். தேடிக்கண்டு பிடித்துத் தரும்படி புகார் பெறப்பட்ட காவல்துறையிடமிருந்து வரும் அழைப்பில் தொடங்கும் கதை, முன்னும் பின்னுமாக கொளஞ்சிநாதனின் எண்ணவோட்டங்களால் பின்னப்பட்டுள்ளது. அவர் கிடைப்பார் என்ற நம்பிக்கையை விடவும், ஒரு மனிதன் காணாமல் போவதுபோல் சிலகோடி மனிதர்களைக் கொண்ட தமிழ்நாட்டில் ஒவ்வொரு மாவட்டத்திலும் சில ஆயிரம்பேர் காணாமல் போயிருக்கிறார்கள்; அவர்களை உறவினரும் காவல் துறையும் தேடிக் கொண்டிருக்கிறார்கள் என்ற பெரும் உண்மையை வாசிப்பவர்களின் முகத்தில் அறைந்து சொல்கிறது இமையத்தின் கதை.

பிச்சைக்காரர்களாகவும், அனாதைகளாகவும், பைத்தியங்களாகவும் அலைந்து கொண்டிருக்கும் மனிதர்களின் அவல நிலைக்குப் பின்னால் இருக்கும் துயரத்தைச் சொல்லும் கதை, இந்திய மனிதர்கள் இறந்தவர்களுக்குச் செய்து முடிக்கவேண்டிய சடங்குசார்ந்த கடமைகள் மீது கொண்டிருக்கும் நம்பிக்கைகளையும் வாழ்வியல் நிலைப்பாட்டையும் தீவிரமாக முன்வைக்கிறது. உறவினர்களில் ஒருவர் காணாமல் போகும் நிலையில் அந்தக் குடும்பம் அடையும் குற்றவுணர்வும் அவமான நிலையும் எனப் பலவிதமான உணர்வுகளைக் கலந்து தரும் இமையத்தின் காணாமல் போனவர்கள் கதை அண்மையில் நான் வாசித்த சிறந்த கதைகளில் ஒன்று. கண்டா வரச்சொல்லுங்க!

- செப்டம்பர் 05, 2021

6. தமிழினி ஜெயக்குமரனின் வைகறைக்கனவு – அனுபவத்திலிருந்து பாத்திரமாக்கல்

எதுவரை இணைய இதழில் வைகறைக் கனவு கதையை வாசித்து முடித்தபின் கதை எனக்குள் எழுந்த வினாக்கள் பலவிதமானவை. 20 ஆண்டுகளுக்கு முன்னால் -1990 களின் மத்தியில் தமிழ்ச் சிற்றிதழ்களில் எழுப்பப்பட்ட விவாதங்கள் முதலில் நினைவுக்கு வந்தன. தலித் இயக்கங்கள் அரசியல் தளத்தில் வீச்சாக எழுந்த தொடக்கநிலையில் அந்த விவாதம் எழவில்லை. ஆனால் நிலைபெற்றுவிட்டது என்ற எண்ணம் ஏற்பட்டபோது "தலித் எழுத்தைத் தலித்துகள் தான் எழுதவேண்டும்" என்ற கருத்து முன்வைக்கப்பட்டது. தலித்தியத்தின் தொடர்ச்சியாகப் பெண்கள் தங்கள் அனுபவங்களை/ சிக்கல்களை/ மன உணர்வுகளைத் தன்மைக் கூற்றில் சொல்லும்விதமாகக் கவிதைகளாக ஆக்கியபோது இந்த விவாதம் இன்னும் உறுதியாக மாறியது. பெண்களின் எழுத்தை மதிப்பிடுவதற்கு ஆண்களுக்கு ஏது உரிமை என்ற குரல்கள் இப்போதும் கேட்கவே செய்கிறது. என்றாலும் 'பாத்திரமாக ஆதல் / பாத்திரங்களை உள்வாங்கி உருவாக்குதல்' (Being a character / Building a character) போன்ற ஸ்டானிஸ்லாவ்ஸ்கியின் முறைகளையெல்லாம் வாசித்திருந்ததால் இந்த முன்வைப்பை முற்றிலும் சரியானது எனவும் ஏற்கவில்லை மனம்.

இன்னொருவரின் அனுபவத்தைத் தன்னுடைய அனுபவமாக உள்வாங்குதலும் வெளிப்படுத்துதலும் நடிப்புசார்ந்த பயிற்சிகளால் சாத்தியம் என நம்பும் அதே நேரத்தில், சூழலின் நெருக்கடியால் அது இயலாமல் போவதும் சாத்தியமே என்பதும் உண்மைதான். ஒத்திகைகளிலிருந்து விலகிக் கொண்ட நடிகர்களையும் வெளிப்பாட்டில் தோல்வி யடைந்தபோது பின்வாங்கிய நடிகைகளையும் அரங்கியல் மற்றும் திரைக்கலை நூல்கள் விவரிக்கவே செய்துள்ளன. தமிழ்நாட்டில் உருவான தலித் இலக்கியச்சூழல் தந்த நெருக்கடி அப்படியானது. தலித்தல்லாதவர்களின் ஆர்வமும் செயல்பாடுகளும், தலித்துகளுக்கான இட ஒதுக்கீட்டில் பங்குபெறும் நோக்கம் கொண்டது என்பதான நேரடிக்குற்றச் சாட்டை முன்வைத்துக் குற்றவுணர்வை உண்டாக்கியது அந்த நெருக்கடி. தலித் எழுத்துகளை வாசிப்பதையும் அவை பற்றி எழுதுவதையும் சமூகக்கடமையென நினைத்துச் செயல்பட்ட பலரும் அதனால் தயக்கம் காட்டினர். தலித் கலை விழாக்களிலும் அரசியல் கூட்டங்களிலும் நிகழ்த்துவதற்காகத் தலித்திய உள்ளடக்கத்தோடு நாடகங்களை இயக்கிய நானும்கூட 'அந்த முன்வைப்பு' சரியானது தான் என ஏற்று ஒதுங்கிக் கொண்டேன். இது கடந்தகாலம். இனி நிகழ்காலத்திற்கு... அனுபவத்தை எழுதுவதுதான் சரியான எழுத்தாக இருக்கமுடியுமோ என்ற மனத்தின் கேள்வி திரும்பவும் இந்தக் கதையை வாசித்தவுடன் தோன்றியது கதையில் இடம்பெற்றுள்ள முக்கியப் பாத்திரங்கள் இரண்டு. மலரினி, மைதிலி. இருவரில் ஒருவரின் நினைவுகளாகக் கதை நிகழ்வுகள் விரிகின்றன. தொடக்கம் இப்படி:

> 'மலரினி ஓடிக் கொண்டிருந்தாள். வேகமாக மிக மிக வேகமாக. பூமி அவளது கால்களுக்குகீழே ஒரு மின்சார ரயிலின் வேகத்தில் பின்னோக்கி நகர்வதைப் போலிருந்தது.
>
> நிலத்தைத் தொட்டும் தொடாமலும் உதைத்தெழும்பும் ஒரு மானின் லாவகத்துடன் அவளது கால்கள் அசைந்து கொண்டிருந்தன. பிடரி மயிரைச் சிலுப்பிக் கொண்டு காட்டுப் பாதைகளையும் கட்டாந்தரைகளையும் கடந்து காற்றிலே பறக்கும் வேகக் குதிரையாகயாகவே மாறிவிட்டிருந்தாள் அவள்.
>
> ஆஹா... எத்தனை இனிமையானதொரு அனுபவம் என

எண்ணுவதற்குள்ளாகவே அவளது உடல் பாரமாகக் கனப்பதைப் போலிருந்தது."

பள்ளிக்காலம் தொட்டே ஓடுவதில் விருப்பம் கொண்ட மலரினியின் நினைவுகள்தான் கதை. ஓடியகால்களின் - ஓடிக்கொண்டிருப்பதில் அதீத விருப்பங்கொண்ட மலரினியின் கால்களுக்கு என்ன நேர்ந்தது என்பதைச் சொல்லி முடிப்பதுதான் கதை.

யாரோ தகவல் சொல்லிக் கொண்டிருந்தார்கள். மலரினி எழும்ப முயற்சித்தாள். ஒரு கால் இரும்பாகக் கனத்தது. ஓ....மற்றைய கால் அது தொடைக்கு மேலே வெள்ளைத் துணிப்பந்தமாகக் கிடந்தது. நிலை குலைந்தவளாக பிடரியடிபடப் படுக்கையில் விழுந்தாள். எல்லை கடந்த அதிர்வுகளை உணரந்துகொள்ள முடியாத புலன்களைப் போல அவளது உணர்வுகள் இறுகிக் கொண்டது. மேகங்களுக்கு போட்டியாக காற்றிலே பறந்த வேகக்குதிரையின் கால்களில் ஒன்று காணாமல் போயிருந்தது. இப்போது மலரினிக்கு எந்த வலிகளும் இல்லை. கனவுகளும் இல்லை. நாசியில் சுவாசம் மட்டும் ஒட்டிக் கொண்டிருந்தது.

விவரிப்போடு கதை முடிகிறது. ஒற்றைக் கால் இல்லை என்பதோடு, இப்போது கனவுகளும் இல்லை எனக் கதாசிரியர் கூற்று இருக்கிறது. ஆனால் அவளுக்கு முன்பு ஒரு கனவு இருந்தது. 'கனவுகாணுங்கள்' என்று சொன்ன அப்துல் கலாமின் புத்தகத்தைப் படித்துவிட்டு அவள் திரும்பத்திரும்பக் கனவு என நினைத்துக்கொண்ட முன் மாதிரிப் பெண் தான் அவள் கனவு. அந்தப் பெண் மரியான் ஜோன்.

"எனக்கும் ஒரு கனவு அடிக்கடி வருமக்கா. அமெரிக்கா ஒலிம்பிக் ஓட்ட வீராங்கனை மரியன் ஜோன் மாதிரி நானும் வெளி நாட்டு ஆக்களுக்கு முன்னால பெரிய மைதானத்தில ஓடி முதலாவதா வாற மாதிரி எனக்கு சின்ன வயதில இருந்தே அப்பிடி ஒரு ஆசை"

இந்தக் கனவு மட்டுமே இப்போது அவளுக்குத் தொலைந்து போகவில்லை. அத்தோடு சேர்ந்து அவள் வயதொத்த

தோழியோடு ஆற்றில் மூழ்கிக் குளிப்பதும், முருங்கைக்காயும் புட்டும் செஞ்சு சாப்பிட வேண்டுமென நினைப்பதும், சிட்டுக்குருவிகளின் கிர்புரென ஒலிக்கும் மெல்லோசையைக் கேட்டுச் சிரித்துக் கொண்டிருப்பதும் கூட நிறைவேறாமல் போய்விட்ட கனவுகளாகிவிட்டன. மலரினியின் இந்தக் கனவுகள் தொலையக்காரணம் யார்? அல்லது எது?

கேள்விக்கான விடையாக வருவதுதான் இயக்க வாழ்வும், போரின் காலமும். ஈழத்திற்கான கடைசி யுத்தம் - முள்ளிவாய்க்கால் படுகொலைகள் எல்லாம் முடிந்து 5 ஆண்டுகள் முடிந்துவிட்ட நிலையில் ஈழத்திலிருந்தும் புலம்பெயர் தேசங்களிலிருந்தும் கிடைக்கும் எழுத்துகள் விடுதலைப்புலிகள் மீதும், அவர்களின் தலைமை மீதும் கடுமையான விமரிசனங்களை வைப்பனவாக வந்து கொண்டிருக்கின்றன. யுத்தத்தையே நினைத்து, யுத்தத்தையே தின்று வாழ்ந்தவர்களாகவும், 'எங்கட உயிரிலும் மேலானது ஆயுதம்' என்று கதைத்துத்திரிந்தவர்களாகவும் புலிகள் மீது விமரிசனக் கணைகளை முன்வைக்கின்றன.

தமிழினியின் இந்தக் கதை அப்படியொரு நிலையை எடுக்கவில்லை. கடும் விமரிசனத்திற்கு மாறாகப் பேசும் இந்தக் கதை போருக்கு இயக்கம் மட்டுமே - புலிகளும் அதன் தலைமையும் மட்டுமே காரணம் என்ற குற்றச்சாட்டை நிராகரிக்கிறது. மரியான் ஜோன் ஆகும் கனவை விட்டுவிட்டு,

"பிறகெப்பிடி இயக்கத்திற்கு வந்தனி" எனக்கேட்கும்போது மலரினி சொல்லும் பதில் இயக்கத்தின் மீதான விமரிசனமோ, எரிச்சலோ அல்ல.

"எங்கடை பள்ளிக்கூடத்தில இயக்கத்தின்ர பரப்புரைக் கூட்டம் அடிக்கடி நடக்கும். கன பிள்ளைகளுக்கு போக விருப்பம், ஆனா றெயினிங்கை நினைச்சா பயம் எனக்கு றெயினிங் எடுக்க விருப்பமாயிருந்திச்சு கூட்டத்திலயே எழும்பி வந்திட்டன்"

"எங்கடை றெயினிங் காம்பில கடைசி வட்டம் ஓடும் போது மாஸ்ரர் அக்கா 'லாஸ்ட் அன்ட் பாஸ்ட்' எண்டு சொல்லக்கை நான்தான் நெடுகலும் முதலாவதா ஓடி

முடிப்பன், சிறப்புத்தளபதி எனக்கு விசேட பரிசு தந்தவா" அந்த நினைவுகள் தனக்குள் ஆனந்தமாகக் கிளருவதை சுகமாக அனுபவித்தாள் மலரினி.

என எழுதுகிறார் தமிழினி. ஓடுவதில் இருந்த ஆர்வம்தான் அவளை இயக்கப் பரப்புரையின் பால் ஈர்த்தது. போர்ப் பயிற்சியில் ஈடுபடச் செய்கிறது. துப்பாக்கியை உடலின் உறுப்புகளில் ஒன்றாக நினைக்கச் செய்கிறது. இடையிடையே வீட்டின் நினைவுகளும் ஊருக்குத் திரும்புவது இனிச் சாத்தியமில்லை என்ற முடிவுகளும் வரும்போதெல்லாம், போரை யாரும் திணித்ததாக நினைத்ததில்லை. பெண் போராளியாக அவள் செயல்படும் விதத்தில் அவள் காட்டுகின்ற ஈடுபாட்டையும், தீரத்தையும் பாராட்டும்போது-தலைமையிடமிருந்து அதற்கான மரியாதை கிடைக்கும்போது அடையும் குதூகலத்தைத் தன்னியல்பாகவே சொல்கிறாள்.

கதையில் விவரிக்கும் போர்க்காட்சிகள் குறிப்பாகப் பெண் போராளிகளின் பங்கேற்பு, வேலைப்பிரிவினைகள், அவர்களுக்கு இயக்கம் அளித்திருந்த பணிகள், கிடைத்த பாராட்டுகள் என அனைத்தும் மிகுந்த நம்பகத்தன்மையோடு எழுதப்பட்டுள்ளன. இப்படியான நம்பகத்தன்மையான எழுத்தைப் போரில் ஈடுபடாமல் வெளியிலிருந்து எழுதிக்காட்டிட முடியாது என்று சொல்லும் அளவுக்குக் காட்சிகள் சித்திரிக்கப்பட்டுள்ளன.

மலரினியெனப் பெயரிடப்பட்டுள்ள பாத்திரம் தமிழினி தானோ எனச் சந்தேகம் கொள்ளத்தக்க அளவுக்கு நம்பகத் தன்மையோடு எழுதப்பட்டுள்ளது. இந்த நம்பகத் தன்மையோடு கதையின் தொனியில் ஒலிக்கும் மென்மையான சோகமும், சில நினைவோட்டங்களும் கதையை இன்னொரு தளத்திற்குள் நகர்த்துவதையும் கவனிக்க வேண்டியுள்ளது. பின்வரும் நினைவோட்டத்தை வாசித்தால் கதை நகரும் அந்தத்தளம் புரியலாம்.

கைவிடப்பட்டிருந்த வீடுவாசல்களையும் சிதறிக்கிடக்கும் பொருட்களையும் பார்க்கும் போதெல்லாம் 'பாவம் சனங்கள்' என மனசுக்குள் வேதனை பரவிக் கொள்ளும்.

'நானும் செத்துப் போனனெண்டால் என்ர அம்மாவை எப்பிடிக் கண்டு பிடிச்சு பொடி குடுக்கப்போயினம்' பெருமூச்சொன்று

முட்டிக் கொண்டு வெளியேறிச் செல்லும். ‘நான் மட்டுமே என்னைப் போல எத்தினை பேர்’. கோதையை நினைத்துக் கொள்வாள் ‘அவளின்ர இடம் மட்டக்களப்பு, ஊருக்கே பொடி போகாது .பாவம் கோதையின்ர அம்மாக்கள்’ இப்படி அவள் நிறைய விடயங்களில் நாட்டுக்காகத்தானே என்ற நினைவுடன் சமாதானமாகிக் கொள்வாள்.

நிகழ்வுத் தளத்திற்கும் உரையாடல் தளத்திற்கும் மாறாகக் கதையின் நினைவோட்டத் தளம் போரிலிருந்து விலகிய நிலையாக விரிகிறது. அந்த விரிப்பில், போரின் அர்த்தமற்ற நீட்சியின் மீது போராளிகளுக்குச் சலுப்பும், தப்பித்தலற்ற குழியில், மீளமுடியாத சுழலுக்குள் மாட்டிக்கொண்டுவிட்டோம் என்ற புரிதலும் இருந்தது என்பதையும் கோடிட்டுக் காட்டுகிறது. இந்தக் கோடிகாட்டுதல் மூலம் தமிழினி ஏற்கத்தக்க விமரிசனம் ஒன்றை வைக்கிறார் என்பதாகப் புரிந்துகொள்ள முடியும். மற்றவர்களெல்லாம் வைக்கும் விமரிசனம் ஒரு முடிவெடுத்துப் போரையும் போர்க் காலத்தையும் அறிந்துகொள்ளாமலும் புரிந்துகொள்ளாமலும் ஏற்றுக் கொண்ட ஒன்று எனப் பேசுவதாக இருக்கிறது. ஆனால் தமிழினியின் இந்தக் கதை போரையும், போர்க் காலத்தையும் விரும்பியேற்றவை; தவிர்க்கமுடியாமல் உள்ளிழுத்த சுழற்சி எனப்பேசுகிறது. இந்தப் புரிதலோடு யோசிக்கும்போது இன்னொரு போரை - போரின் சுழற்சியைத் தவிர்ப்பதே தீர்வாகக் கூடும் என்று முடிவைச் சொல்ல நினைத்துச்சொல்லாமல் விட்டுள்ளது என்றும் புரிந்து கொள்ளலாம். நல்ல கதையின் அடையாளம் முடிவை வாசிப்பவர்களின் நினைவுக்குள் தள்ளிவிடுவதில் இருக்கிறது.

- 2015

7. மரத்தில் மறையும் யானை :
அ.முத்துலிங்கத்தின் சிப்பாயும் போராளியும்

ஒன்றை இன்னொன்றாக ஆக்குவது உருவாக்குபவரது வேலை. எதை உருவாக்குகிறோம் என்ற உணர்வோடு தொடங்கினாலும் இன்னொன்றின் அடிப்படைக்கூறுகளின் மீது ஏற்படும் தற்காலிக விருப்பம் உருவாக்கியதை இன்னொன்றுபோலக் காட்டிவிடும். சாதாரண மனிதர்கள் ஒவ்வொருவரும் அதைச் செய்து பார்த்தவர்கள் தான்.

நிதானமான ஒருநாளில் அல்லது கொண்டாட்ட மனநிலையில் தன் மகளை மகனாக ஆக்கிப் பார்க்க விரும்பும் அம்மா, அரைக்கால் சட்டையொன்றை அணிவித்து கையில் ஒரு தடியைக் கொடுத்து விரைப்பாக நடக்கச் சொல்வாள். அந்த நாளின் நினைவு மறையாத அந்தப் பெண் பின்னாளில் ஆண்களுக்கான வேலைகள் என நினைக்கும் காவல்துறை, ஓட்டுநர்கள் போன்ற பணிகளை மேற்கொள்ளும்போது நினைவுபடுத்துவதுண்டு. உண்மையில் அப்படியான வேலைகள் இல்லை. அதன் மறுதலையாக ஆண் பிள்ளைகளுக்கு பொட்டுவைத்துப் பெண்ணாக்கிப் பார்ப்பதுமுண்டு.

ஆக்கிப் பார்க்கும் வேலையை எழுத்தாளர்களும் செய்கிறார்கள். கதையைக் கவிதையாக்குவதும், நாடகத்தைக் கவிதையில் எழுதுவதும் அப்படி நடப்பதுதான். ஒன்றின் அடிப்படை அடையாளத்தை இன்னொன்றிற்குள் வைப்பதன் மூலம்

அதனைச் செய்துவிட முடியும். கவிதையின் அடிப்படை வெளிப்பாட்டுக் கூறு ஒலி இடைவெளி. கவிதை மரபானாலும் புதுசானாலும் ஒருவித ஒலியிடைவெளியை - இசைரூபத்தைக் கொண்டதாகவே இருக்கிறது. அதேபோல கதையின் அடிப்படைக் கூறு சொல்லுதல். நாடகத்தின் அடிப்படைக்கூறு உரையாடல். சொல்லுதலை முதன்மையாகக் கொண்ட கதையில் உரையாடலை வெளிப்பாட்டுக் கருவியாக ஆக்குகின்ற போது நாடகக் கதையாகத் தோன்றுவதைத் தவிர்க்கமுடியாது. இந்தமாதக் காலச்சுவடில் வந்துள்ள அ.முத்துலிங்கத்தின் கதை அப்படி ஆகியிருக்கிறது.

சாதாரண உரையாடல், நாடகத்தின் உரையாடலாக மாற்றுவது இரண்டு கதாபாத்திரங்களின் முரண்பாட்டு நிலை தான். முரண்பாட்டு அடையாளம் நாடகத்தில் பலவிதமாக உருவாக்கப்படும். மேடையைப் பற்றிய விவரிப்பாகத் தரப்படும் அடைப்புக்குறி [ ] விவரணையேகூட அந்த முரண்பாட்டை உண்டாக்கிவிடும். தேர்ந்த நாடக ஆசிரியர்கள் நாடகத்தொடக்கத்தின் விவரணையில் அதைச் செய்திருப்பதை வாசித்திருக்கிறேன். அ.முத்துலிங்கமும் தேர்ந்த நாடக எழுத்தாளரைப் போல விவரணக்காட்சி ஒன்றைத் தருகிறார் என்று சொல்ல நினைத்தேன். ஆனால் அவரது கதைத் தலைப்பே முரண்பாட்டை முன்வைக்கும் வேலையைச் செய்கிறது பிறகு புரிந்தது. தலைப்பு: சிப்பாயும் போராளியும் (காலச்சுவடு, டிசம்பர், 2015, பக்.39-45).

“ராணுவவீரன் போராளியின் தலையில் குறிவைத்துக் கைத்துப்பாக்கியின் விசையை இழுத்தான். அது வெடிக்கவில்லை. பின்னுக்குக் கைகள் கட்டப்பட்ட நிலையில் போராளி முழங்கால் இட்டிருந்தான்”

என்று தொடங்கி நீண்டதொரு உரையாடலாய் விரிகிறது அ.முத்துலிங்கத்தின் கதை. அங்கிருந்து ஆரம்பிக்கும் உரையாடல் முதலில் எதிரி என்பதிலிருந்து நகர்ந்து இணக்கம் கொண்டவர்களாக மாறப்போகும் ஓர் உச்சநிலையை நோக்கி நகர்கிறது. அந்நகர்வின் பகுதியை மட்டும் இங்கே வாசிக்கலாம்.

‘நீ என் எதிரி. உன்னை எப்படி நான் கருணையுடன் பார்ப்பேன்?’

‘ஏன் முடியாது. நான் உன்னை என் மகன்போல பார்க்கிறேனே.

போகப்போக உன் நடை, பாவனை எல்லாம் என் மகனையே நினைவூட்டுகின்றன. அதுசரி. உன் காதலியின் பெயர் என்ன சொன்னாய்?'

'நான் சொல்லவில்லையே, என் பெயரே உனக்குத் தெரியாது. காதலி பெயரை எப்படிச் சொல்லியிருப்பேன்'

'சரி, உன் காதலியின் பெயரைச் சொல்'

' இன்னும் சில நிமிடங்களில் சாகப்போகிறாய். என் காதலியின் பெயரைத் தெரிந்து என்ன பிரயோசனம்? சரி பரவாயில்லை. உனக்கு ஒன்று சொல்வேன். என் பெயரை மாற்றிப்போட்டால் காதலியின் பெயர் வந்துவிடும். இந்தப் புதிரை உடைக்க முயற்சித்தபடியே நீ இறந்துபோகலாம்...ஆ.. விசை சரிவந்து விட்டது'.

'சரி. சரி மகனே. மகிழ்ச்சி. மகிழ்ச்சி. நான் உன்னை மகனே என்று அழைக்கலாமா?'

'அழை. அதனால் ஒரு மாற்றமும் வந்துவிடாது. நான் உன்னை அப்பா என்று அழைக்கவேண்டும் என்று எதிர்பார்க்காதே. சீக்கிரம். உன் ஆசையைச் சொல்.'

கதை மொத்தமும் உரையாடல் தான். ஒருவேலை போராளியின் அன்பான பேச்சில் மயங்கி, சிப்பாய்க்குள் இருக்கும் கருணைமனம் உயிர்பெற்றுவிடுமோ என நினைக்கும்போது எதிர்பார்ப்பைக் குலைத்து எதிர்முடிவு வைக்கிறார். முடிவு இப்படி இருக்கிறது:

'பேசாதே. பேசாதே. பேசாதே.'

'ஏன் உன் கைநடுங்குகிறது. பதறாதே. என் கண்களைப் பார். துப்பாக்கியின் குறி எங்கேயெல்லாமோ அலைகிறது. என் நெஞ்சுக்கு நேராகப் பிடித்துச் சுடு. மறுபடி வேலை செய்யவில்லையா? விசையைச் இழு.'

'ஆ. பறிக்காதே! என் துப்பாக்கியைத் தா. துப்பாக்கியைத் தா. என்னைச் சுட்டுவிட்டாயே அப்பா'

"முட்டாளே என் மனைவியின் தலைமுடியை நான் வாரவேண்டும். நீ என் மகனா? செத்துப் போ. இது போர்"

தொடக்கம், வளர்ச்சி, உச்சம், எதிர்நிலை முடிவு எனக் கச்சிதமாக அமையக்கூடிய ஓரங்க நாடகம். இப்போதுள்ள

வடிவமே கூட இயக்குநருக்கு உதவும் ஒரு நிகழ்த்துப்பிரதியாகவே இருக்கிறது.

நாடக எழுத்துக்குத் தமிழ் இதழ்களில் அதிகம் இடமில்லை என்பதால் சிறுகதை என்று அனுப்பியிருக்கிறார் அ.முத்துலிங்கம் என்றே தோன்றுகிறது. சிறுகதை என்றால் வாசிப்பவர்கள் கூட நாடகம் என்றால் வாசிக்காமல் விலகிப்போய்விடுவார்கள் என்பதுதான் தமிழ் வாசிப்பு மனநிலை என்பதும் ஒரு காரணமாக இருக்கலாம். நாடகங்களைத் தேடிப்படிக்கும் எனக்கு அ.முத்துலிங்கம் நாடகத்தைச் சிறுகதையாக ஆக்கியிருக்கிறார் என்றே தோன்றியது.

- ஜனவரி 04, 2016

8. வாழ்தலின் விருப்பந்தேங்கிய சாவின் நெருக்கம்: ராகவனின் இரண்டு கதைகள்

நடந்ததை எழுதுவது நடப்பியல் வாதமா? இயற்பண்பியல்வாதமா? என்ற விவாதங்கள் இன்னும் தொடர்கின்றன. தமிழில் நடப்பியல்வாதத்திற்குப் பலரை எடுத்துக்காட்ட முடியும். ஆனால் இயற்பண்பியல்வாதத்திற்கு ஒன்றிரண்டு பேரைத் தான் சொல்லமுடியும். நகரம் சார்ந்த எழுத்தில் அசோகமித்திரனின் கதைகளைச் சொல்லலாமென்றால், கிராமம்சார்ந்து பூமணியின் தொடக்ககாலச் சிறுகதைகளை எடுத்துக்காட்டலாம். அவர்களிருவரும் விவரிக்கும் விவரிப்புமுறையில் பிசகின்றி ஒவ்வொன்றையும் அடுக்கிக் கொண்டே போவார்கள்.

உரையாடல் மொழியோடு உடல்மொழி குறித்த வருணனைகளும் தவறாது இடம்பெறும் ஒற்றை நிகழ்வை அதன் நிகழ்கால அளவில் எழுதிக் காட்டி, வாசகர்களை அதே கால அளவில் வாசிக்கும்படியாகத் தூண்டுவது அதன் இயல்பு. எழுத்துமுறை அப்படி இருந்தாலும் கதையை வாசித்து முடித்தபின்பு யோசித்துப் பார்த்தால் இருவரது கதைகளுமே இயற்பண்புவாத அழகியலுக்குள் அடங்காமல், நடப்பியலின் அழகியலைத் தனதாக்கிக் கொள்வதை உணரமுடியும்

பொதுவாக ஆவணத் தன்மை *(documentary)* கொண்ட விவரிப்புமுறை இலக்கியம் காலத்தின் கண்ணாடி என்ற கோட்பாட்டைச்

சரியென நம்பும் தன்மைகொண்டது. உவமை, உருவகம், படிமம் போன்ற அலங்காரங்களையெல்லாம் தவிர்த்துவிட்டு நிகழ்விடத்தையும், நிகழ்வில் பங்கேற்கும் மனிதர்களின் இருப்பு, நகர்வு, பேச்சு, உடல்மொழி என ஒவ்வொன்றையும் நுட்பமாகச் சொல்லிக்கொண்டே போவது அதன் அழகியல்கூறு. நிழல்பட அடுக்குகள் நகர்வதுபோல எழுத்தால் எழுதி நகர்த்தும் அந்த எழுத்துமுறை எழுதுபவருக்கும் வாசிப்பவருக்கும் அலுப்பூட்டும் தன்மைகொண்டது என்ற குற்றச்சாட்டைத் தொடர்ந்து சந்தித்துக் கொண்டிருக்கிறது. ஆனால் துயரத்தின் பிழிவை வாசகனிடத்தில் கடத்தும் ஆற்றல் இந்த எழுத்துமுறைக்கு உண்டு என்பதை ஒருவரும் மறுக்கமுடியாது.

இங்கு தரப்படும் இரண்டு கதைகளின் பகுதிகளை முதலில் வாசித்துப் பாருங்கள்:

அந்த நீண்ட கட்டடத்தினூடாக நடந்து இருமுடக்குகளில் திரும்பி நேராகக் கூட்டிச் சென்றனர். அப்போதுதான் குடல்களிவிடும் கூடத்திற்கு அழைத்துச் செல்கிறார்கள் என்பதைப் புரிந்துகொண்டோம். அங்கே இருகுடல்களிசலக் கூடங்கள் எந்தவொரு மறைப்புமின்றி இருந்தன. குடல்களிசலக் கூடத்தை நெருங்குவதற்கு முன்பாகவே தாங்கிக் கொள்ளமுடியாத மணம் கிளம்பியது. எங்களை இரண்டாகப்பிரித்துத் திரும்பவும் வரிசைப்படுத்தி குடல்களிசலக் கூடத்தினுள் அனுப்ப ஏற்பாடு செய்தனர். என் வாழ்நாளில் இந்தளவுக்கு மோசமான குடல்களிசலக் கூடங்களை நான் பார்த்ததேயில்லை. தரையெங்கும் கும்பிகும்பியாய் குடல்களி கழிக்கப்பட்டிருந்தது. கோப்பை விளிம்புகளிலும் கோப்பைக்குள்ளும் குடல்களி குவிந்திருந்தது. குழாயில் நீர்வரவில்லை. எனக்கு அடிவயிற்றிலிருந்து குமட்டியது. குடல்களி கழிக்காமல் திரும்பியோரை முழந்தாழிடவைத்து குடல்களி கரைத்த வாளிகளுக்குள் தலைகளை முக்கியெடுத்தனர்.
(உதிரகணம்)

1. எங்கே ஒதுங்கிக்கொள்வதென்ற தீர்மானமில்லாமல் புழுங்கல் பரவியதுபோல வீதியெங்கும் குவிந்திருக்கும் பிரேதங்களைக் கடந்து மீளவும் சாதுரத்தும் பயணம் தொடர்கிறது.

'கவனமாய் பாத்து நடவுங்கோ! தடுக்கினால் சவங்களுக்கு மேலதான் விழவேனும்'

'ஆத்தே என்ன நாத்தமப்பா!'

'முதல்ல நாறிமனக்கும் பிறகெல்லாம் பழகியிடும். அடுத்த மல்டிபரல் அடிக்கிறதுக்கிடையில் இந்த இடத்தை கடக்கவேணும்'.

'இவிடம் எவிடம்'

"ஆருக்கு தெரியும்? சலம் நாறி மணக்கிறதால இப்பவும் செல்விழக்கூடிய இடத்தில்தான் போய்க் கொண்டிருக்கிறோம்"

"விசர்க்கதை கதைக்காதேங்கோ! இரவைக்கு என்னென்ன நடக்குமோ? ஆரார் சாவமோ? ஆரார் தப்புவமோ? ஆருக்குத் தெரியும். ஒருத்தரின்ரை கையை மற்றாள் பிடிச்சுக்கொண்டு நடவுங்கோ.. போதாக்குறைக்கு பின்னால் இவர்கள் சுடுறாங்கள். முன்னால் அவங்கள் சுடுறாங்கள்" (மரணநவை)

2. **உதிரகணம்**, **மரணநவை** எனத் தலைப்பிட்டு எழுதப்பட்டுள்ள இந்த இரண்டு கதைகளின் பகுதிகளையும் எழுதியவர் ஒருவர் என்றே நினைக்கிறேன். முதல் கதைக்கு இராகவன் என்றும் இரண்டாவது கதைக்கு ராகவன் என்றும் பெயரிடப்பட்டிருந்தாலும் இருவரும் ஒருவரே என நினைக்கக் காரணமுண்டு. இரண்டுமே கோணங்கியின் கல்குதிரையில் அடுத்தடுத்த இதழ்களில் அச்சாகியுள்ளன என்பதுதான். உதிரகணம் [102-105,கல்குதிரை,25/ முதுவேனிற்காலம்/ மே -ஜூன், 2015] இந்த ஆண்டில் அச்சானது. மரணநவை [பக்.125-128முதுவேனிற்காலம் / மே, 2014]போன ஆண்டில் அச்சானது. முன்னது உடலின் அடுக்குகள்; பின்னது உரையாடலின் அடுக்குகள். இரண்டிலும் வெளிப்படுவது வேதனை; வலி; வாழ்தலின் விருப்பம் தேங்கிய சாவின் நெருக்கம்.

போர்க்காலம் என்பது முழுமையும் இரண்டு கதைகளிலும் வெளிப்படவே செய்கின்றது. மரண நவையில் பாத்திரங்களின் உரையாடல் மொழியின் வழி அதனை உணரலாம். அந்தக் கதை முழுக்க, "முன்னும்பின்னுமாகச் சுடப்படும்" துப்பாக்கிக் குண்டுகளுக்கும், கொத்துக் குண்டுகளுக்கும், பீரங்கித் துரத்தல்களுக்கும் மிரண்டு ஓடிக் கொண்டேயிருக்கும் கூட்டத்தின் உரையாடலால் நகர்கிறது. உடன்வந்த உற்றார் உறவினர்கள் ஒவ்வொருவரின் மரணத்தையும் நின்றுநிதானித்துப் பார்க்கவும் அழுது புலம்பவும் முடியாமல் ஓடி ஓடித்தவித்துப் புதைகுழிக்குள் அழிந்த முள்ளிவாய்க்கால் கொடூரம் பதிவாகியிருக்கிறது.

தப்பவே முடியாத தூரத்தலில் தப்பிவிடலாம் என்ற நவையோடு சுடப்பட்ட கணத்தில் சவமெனக் கருதிப் போட்டுவிட்டு ஓடியகால்களின் முடக்கம் முள்ளிவாய்க்கால் என்பதைச் சொல்ல முழுமையும் பயன்படுத்தியிருப்பது உரையாடல்மொழி. முள்ளிவாய்க்கால் போரில் தப்பிக்க நினைத்துக் கூட்டங்கூட்டமாக இடம்பெயர்ந்தவர்கள் கொத்துக் கொத்தாகச் சுடப்பட்டுக் கொல்லப்பட்டார்கள் என்று ஆவணப்படுத்துவதோடு, உயிரோடு புதைகுழிகளில் தள்ளப்பட்டு இறந்தார்கள் என்றும் சாட்சிசொல்கிறது. இத்தகைய மொத்தக் கொலைகளுக்கு அரசபடைகளோடு போரை நிறுத்தாமல் நடத்திய போராளிகளும் பொறுப்பு என்றும் சொல்கிறது அந்தக்கதை.

உதிரகணம் போருக்குப் பிந்திய விசாரணைக்காட்சிகளை விவரிக்கிறது. ஏனாதிகளின் உறுப்பினர்கள் என நினைத்து நடக்கும் விசாரணையில், எஸ்லோன் குழாய்களில் சுற்றப்பட்ட முள்கம்பி சொருகப்பட்ட குதவாய்களின் வழியாக குடல்களிசலமிறக்கம் முடியாமல் போகும் காட்சிகளும், தங்கநீர்(சிறுநீர்) வாளியிலும், மலம் நிரப்பிய வாளியிலும் முக்கியெடுக்கப்பட்ட மனித முகங்களையும், இவையிரண்டோடு அட்டை, கரப்பான்பூச்சி, தத்துவெட்டியான், பீயுருட்டி வண்டு போன்றன கிடக்கும் உணவை உண்ணவைக்கும் குரூரத்தையும் சித்திரத்தீட்டலாக அடுக்குகிறது கதை. இவையனைத்துக்குப் பின்னும் வாழ அனுமதி கிடைக்கக்கூடும் என்ற நம்பிக்கையில் அனைத்தையும் ஏற்று நிற்கும் மனிதர்கள் பொட்டில் குண்டுசெலுத்திக் கொள்ளப்பட்டார்கள் என்பதையும் காட்சிப்படுத்திச் சாட்சி சொல்கிறது உதிரகணம் கதை. பேசுவதற்கான வாய்ப்பளிக்கப்படாத மனிதர்களைப் படக்காட்சியாக ஆக்குவதற்கு ஏற்ற விவரிப்புமுறை ஆவண எழுத்துமுறை என்பதை ராகவன் உணர்ந்தே இந்தக் கதையை எழுதியுள்ளார்.

இரண்டு கதைகளையும் வாசித்தபின் வெளிப்படையாக ஈழ யுத்தம் எனச் சொன்னாலும், சிலவற்றை என்னால் ஊகிக்க மட்டுமே முடிந்தது. கதைநிகழும் வெளியோ, காலமோ குறிப்பாகக் கூடக் காட்டப்படாத இவ்விரு கதைகளின் பாத்திரங்களும் தனிமனிதர்கள் அல்ல. போர்க்காலம், போர் நடக்கும் வெளி, அவற்றில் சிக்கிய மனிதர்கள் என்று பொதுநிலையாக மட்டுமே தகவல்களைக் கொண்டுள்ளன இக்கதைகள். இலங்கை அல்லது

ஈழம் என்பதற்கான குறிப்புகள் கதைகளில் எங்குமே இல்லை. அங்கு நடந்த யுத்தம் என்றோ, யுத்தத்தை நடத்தியவர்கள் சிங்களப் படையினரும் விடுதலைப் புலிகளும் என்ற குறிப்புகளோ தடயங்களோ எவையுமில்லை. புனைகதையின் நிகழ்தகவை உருவாக்கப் பயன்படும் புனைவுவெளியையும், புனைவுக்காலத்தையும் ராகவன் தனது ஆவணமாக்கலின் பகுதியாக வைக்கவில்லை. இவ்விரண்டு கதைகளும் தமிழ்பேசும் ஈழத்தமிழர்களின் துயரம் என்ற தகவலைத் தரப் பயன்பட்டுள்ள ஒரே ஆதாரம் மொழி மட்டுமே. மரணநவையில் உரையாடல்மொழி அதற்கு உதவுகிறது என்றால் உதிரகணத்தில் ஏனாதி, தங்கநீர், குருதி, குடல்களி, சலக்கூடம் போன்ற கலைச்சொற்கள் அதற்கு உதவுகின்றன.

புனைகதையென்பது நிகழ்வுகளின் அடுக்கு. மிகக்குறைவான எண்ணிக்கையில் நிகழ்வுகளை அடுக்கிச் சொல்வது சிறுகதை. அதனால் காலமும், வெளியும் குறைவானதாக ஆகிவிடும். அப்படியாகும்போது பாத்திரங்களும் குறைவானவர்கள் ஆகிவிடுவர். ராகவனின் இரண்டு கதையிலுமே இந்த இலக்கணம் கச்சிதமாகப் பின்பற்றப்பட்டுள்ளது. மூன்று நிகழ்வுகளைத் தாண்டவில்லை. ஆனால், சிறுகதைக் கூறுகளான புனைவுவெளி, புனைவுக் காலம், புனையப்படும் பாத்திரங்கள் என்ற கூறுகளை உருவாக்காமல் பொதுநிலைப்பட்ட விவரிப்பால் எழுதியுள்ளார். இந்த விவரிப்புமுறை - ஆவண விவரிப்பு எழுத்து - கட்டுரையின் அருகில் நிறுத்திவிடக்கூடிய ஆபத்துக் கொண்டது. அப்படியாகிவிடாமல் தனது விவரிப்பின் வழி - நடந்ததை எழுதுதல் என்னும் ஆவணப்பதிவின் -வழி ராகவன் கதையாக ஆக்கியுள்ளார். ராகவனின் எழுத்தை இதற்குமுன் நான் வாசித்ததில்லை. கல்குதிரையில் தான் வாசிக்கிறேன். வாசித்தபின் அவருக்குச் சொல்ல வேண்டிய இரண்டு குறிப்புகள் தோன்றுகின்றன.

1. செய்தியாக மட்டுமே உலகம் அறிந்திருந்த ஈழத்தின் கடைசிப்போரின் - நந்திக்கடல் யுத்தத்தின் - துயரத்தை - மரணத்தின் நெருக்கத்தை - குறிப்பாக ஒரு பாத்திரத்தின் வலியாக அல்லாமல் கூட்டத்தின் வலியாகவே சொல்லியிருக்கிறார். இப்படிச் சொல்லவே கூடாது என்பதல்ல என வாதம்.

அப்படிச்சொல்லும்போது நிகழ்வெளியையும், காலத்தையும் குறிப்பாகவாவது கதாசிரியர் தரவேண்டும் என்பது எனது எதிர்பார்ப்பு. அப்படித் தரும்போது அந்தக் கதையின் நிகழ்தகவு கூடுதலாகிவிடும். அத்தோடு இதுபோன்ற கதைகள் மொழிபெயர்க்கப்பட வேண்டிய கதைகள் என்பதில் பலருக்கும் உடன்பாடு இருக்கக் கூடும். அப்படி மொழிபெயர்க்கப்படும்போது, உலகத்தின் எந்த மூலையிலிருக்கும் வாசகரும் அதன் ஆழத்தைப் புரிந்துகொள்ளும் வாய்ப்பை உருவாக்க வேண்டும். இதைக் கருத்தில் கொண்டால் நான் சொல்வது ஏற்கத்தக்கதாகத் தோன்றலாம்.

2. இரண்டாவது குறிப்பு வாசிப்பவர்களுக்கு உதவும் விதமாக எழுதுவது. மரணநவையில் அந்த அம்சத்தில் குறைவில்லை. உரையாடல்களால் உருவாக்கப்படும் நிகழ்வுகளை எளிதில் சிக்கலாக்க முடியாது. ஆனால் இரண்டாவது கதை வாசிப்பவர்களைப் பெரும் களைப்புக்குள் தள்ளும்விதமாக எழுதப்பட்டுள்ளது. கல்குதிரையில் நான்கு பக்கம் அச்சிடப்பெற்ற அந்தக் கதை மூன்றே பத்திகளில் ஓரங்க நாடகத்தின் மூன்று காட்சிகள் போல அமைக்கப்பட்டுள்ளது. கூடுதலான பத்திகள் பிரித்து எழுதுவதால் கதையம்சம் ஒன்றும் குறையப்போவதில்லை; அதனால் வாசக எண்ணிக்கை கூடவே செய்யும். அத்தோடு, கதையெழுப்பும் துயரப் பெருமூச்சுகளின் எண்ணிக்கை கூடத்தான் செய்யும்.எப்படி எழுதினால் இவர் எழுதியுள்ள கதைகளையும், எழுதப் போகும் கதைகளையும் தேடிப்படிக்கவேண்டும்; தொடர்ந்து படிக்க வேண்டும். ஆனால் பலரும் அப்படிச் செய்வார்களா? என்பது சந்தேகம்.

- ஜூலை 18, 2015

9. இன்னுமொரு போரை நினைத்தல் : ஆ.சி.கந்தராஜாவின் நரசிம்மம்

ஈழத்தமிழ்ப் புனைகதைகள் இன்னும் போர்க்கால நினைவுகளிலிருந்து மீளவில்லை. 2009 முள்ளிவாய்க்கால் பேரழிவுகளையும் அதற்கு முந்திய கால் நூற்றாண்டுப் போர்க் காலத்தையும் மறந்து விட்டு ஈழநிலப்பின்னணியில் புனைவுகள் எழுதவேண்டும் என்றால் அதன் கோரத்தை - வடுக்களை- பாதிப்பை உணராத தலைமுறை ஒன்று உருவாகி வரவேண்டும். அதுவரை போர்க்காலம் என்பது நேரடியாகவும் நினைவுகளாகவும் பதிவு செய்யப்படுவது தவிர்க்க முடியாதது. உள்ளே இருப்பவர்களும் வெளியே புலம்பெயர்ந்தவர்களும் திருப்பத்திரும்ப அதையே எழுதிக் கொண்டிருக்கிறார்கள்.

அண்மைய ஆண்டுகளில் அதிகமும் இணைய இதழ்களிலும், தமிழ்நாட்டிலிருந்து வரும் அச்சிதழ்களிலும் வாசிக்கக்கிடைக்கும் போர்க்காலச் சிறுகதைகளைத் தொடர்ச்சியாக வாசித்துக் கொண்டிருக்கிறேன். அவ்வாசிப்பிலிருந்து ஒரு கருதுகோள் - கருத்துரு ஒன்று எனக்குள் உருவாகியிருக்கிறது: போர் ஆதரவு x போர் எதிர்ப்பு என்ற இரட்டை நிலைக்குள் இக்கதை நிறுத்திவிட முடிகிறது. போர்க்காலத்தில் வெளியேறிப் புலம்பெயர் நாடுகளில் வாழும் பலரது புனைவுகளில் போருக்கு எதிர்ப்பு அல்லது போரின் மீதான விமரிசனப் பார்வை வெளிப்படுகிறது. அதற்கு மாறாகப் போர்க்காலத்திலும் போருக்குப் பின்னும் புலம் பெயராமல் ஈழப்

பகுதியிலேயே வாழ்பவர்களாக இருக்கிறவர்களால் எழுதப்படும் புனைகதைகளில் போரின் மீது வெறுப்போ விமரிசனமோ அதிகம் இல்லை. நேரடியாக விடுதலைப் புலிகளின் அமைப்பில் செயல்பட்டு, இப்போது புலம்பெயர்ந்து வாழும் குணா கவியழகன் போன்றவர்களின் எழுத்துகளிலும் கூட போருக்கெதிரான பார்வைகள் குறைவு.

இந்தக் கருதுகோளின் தொடர்ச்சியாக முன்னவர்களின் எழுத்துகளில் சிங்கள அரசப் படைகளின் மனிதாபிமானமற்ற அழித்தொழிப்பு, பெண்கள் மீதான வன்புணர்வு போன்றவற்றைக் கண்டு கொள்ளாத தன்மை வெளிப்படுகிறது எனவும், தமிழர் வாழும் பகுதிகளில் பிற இயக்கங்களை அழித்துவிட்டுத் தங்களை நிறுவிக்கொண்டு, தமிழர்களின் வாழ்வில் போருண்டாக்கும் அழிப்புகளைத் திணித்து விட்ட புலிகள் மீது கூடுதல் கவனம் எடுத்து விமரிசனம் செய்யும் தன்மையும் அதிகம் இடம்பெறுகிறது என்று அவதானம் செய்யலாம். இந்த அவதானத்தின் மறுதலையாக, பின்னவர்களால் அரச எதிர்ப்பு நிலைப்பாட்டில் நின்று தனி ஈழத்திற்காகப் போர் செய்த விடுதலைப் புலிகளுக்கு ஆதரவான நிலைப்பாடுகள் கொண்ட கதைகளை எழுதினார்கள் எனவும், புலிகளை ஆதரிப்பதையும் தாண்டி, அரசப் படைகளின் அட்டூழியங்களையும் பொதுச்சமூகத்தின் மீது வன்முறைகளைக் கட்டவிழ்த்து விட்ட குரூரமான நடவடிக்கைகளையும் சித்திரித்துக் காட்டுவதன் மூலம் நடந்த போரின் நியாயங்களை முன்வைக்கிறார்கள் என்றும் அவதானம் செய்யலாம்.

இப்படி உருவான கருதுகோள் முற்றிலும் புள்ளியியல் அடிப்படையில் - சதவீத அடிப்படையில்- உறுதியாகக் கூறமுடியாத கருதுகோள்தான் என்றாலும் தொடர் வாசிப்புப் பார்வையில் இதனை உறுதிசெய்யமுடியும். இவ்விருவகைக் கதைகளைத் தாண்டித் திரும்பவும் இன்னுமொரு போருக்கான தயாரிப்பும் தேவையும் ஈழத்தமிழ்ப் பகுதியில் நடப்பதாக - இருப்பதாக எழுதப்பெற்ற கதைகள் வாசிக்கக் கிடைக்கவில்லை. போருக்குப் பிந்திய அரசியல் ஆய்வுகளும் விமரிசனங்களும் ஆயுதப் போராட்டத்தின் தெரிவையும், புதிதாக உருவான புவிசார் அதிகாரப் போட்டிகளின் பின்னணியில் இருந்த அணிச்சேர்க்கைகளையும் சரியாகக் கணிக்காத புலிகளின் தலைமை மீது விமரிசனங்களை முன்வைத்தன. அரசபடைகள்

தமிழ்நிலப்பகுதியில் நிலைகொண்டுவிட்ட சூழலில் இன்னொரு போரைத் தமிழ் ஈழத்தில் நடத்தும் சாத்தியங்கள் இல்லை என்பதுபோன்ற கருத்துரைகளே அதிகம் வந்துகொண்டிருக்கின்றன. ஆய்வுரைகளும் கருத்துரைகளும் உருவாக்கும் கருத்தியல் போக்குகள், எழுத்தாளர்களின் எழுத்தைப் பாதிக்கும் என்ற அளவில் இன்னொரு போருக்கான சூழலும் தயாரிப்புகளும் இருப்பதுபோன்ற தொனியைக் கொண்ட கதைகள் வராமல் நின்றுவிட்டன. ஆனால் அதிலிருந்து விலகிய தன்மையோடு எழுதப்பெற்ற கதையொன்று அண்மையில் வாசிக்கக் கிடைத்துள்ளது. கதையின் தலைப்பு: நரசிம்மம் (காலச்சுவடு, ஜூலை 2020).அந்தக் கதையை எழுதியவர் ஆ.சி.கந்தராஜா. இவர், புலம்பெயர்ந்து ஆஸ்திரேலியாவில் வாழ்பவர்.

அந்தச் சுவரில், சிங்கள ஓவியன் வரைந்த 'சிங்க உடலும் புலிவாலும்' கொண்ட பாரிய உருவம், கூரிய பொருள் ஒன்றினால் சிதைக்கப்பட்டிருந்தது.

என நரசிம்மம் கதை, முடிக்கப்பட்டிருக்கிறது. இந்த முடிவைச் சொல்வது கதைக்குள் இருக்கும் கதாபாத்திரங்களில் ஒன்றல்ல; கதைசொல்லி. படர்க்கைக் கூற்றில் கதை சொல்லியின் இடம் "எல்லாம் அறிந்த கடவுள் நிலை" என்பதைத் திரும்பவும் விளக்கவேண்டியதில்லை. ஒருவிதத்தில் இந்தக்கூற்று, எழுத்தாளரின் - ஆசிரியரின் விருப்பத்தை வெளிப்படுத்தும் கூற்று என்றே கொள்ளலாம்.

முற்றிலும் படர்க்கை நிலையில் - கதை சொல்லி யார்? என்று காட்டிக் கொள்ளாத நிலையில் - எழுதப்பட்டுள்ள அந்தக் கதை, விடுதலைப்புலிகளின் மருத்துவப் பிரிவில் பணியாற்றிய புனிதவதி என்ற பெண் போராளியின் திடமான முடிவுகளையும், அவளுக்குள் கனன்று கொண்டிருக்கும் சிங்கள எதிர்ப்பு என்னும் நெருப்பையும், அதனைத் தக்கவைத்துத் தனது மகனுக்குக் கடத்திவிட வேண்டும் என்ற நினைப்பையும் முன்வைக்கும் கதை. இம்முன்வைப்பை இலக்காகக் கொண்டு எழுதப்பெற்றுள்ள கதைக்கூற்று முறை கவனமாகத் திட்டமிடப்பட்டுள்ளது போலவே கதையின் நிகழ்வுகளும், கதைசொல்லியின் விவரிப்புகளும் பொருத்தமாகக் கட்டி அடுக்கப்பட்டுள்ளன.

கதையின் தொடக்கமே போர்க்காலத்தில் பாதிக்கப்பட்ட அவளின் முரண்டுபிடிக்கும் குணத்தை வெளிப்படுத்தும் தொடக்கம் தான்.

அவனுடைய பெயரை இதுவரை யாரும் முழுதாகச் சொன்னது கிடையாது. ஆசிரியர்கள், தெரிந்தவர்கள், நண்பர்கள் அனைவரும் பெயரைச் சுருக்கி, 'தமிழ்' என்றே அழைத்தார்கள். பாடசாலைப் பதிவு இடாப்பில் மட்டும் அவனுடைய பெயர், 'ஈழத்–தமிழன்–பிரபாகரன்' என்றிருந்தது. இதில் அவனது முதற்பெயர், நடுப்பெயர், குடும்பப்பெயர் என்ற பிரிவினை இல்லை. இந்த மூன்றும் சேர்ந்த ஒன்றே, அவனது முழுப்பெயர். பள்ளிக் கூடத்தில் அவனைச் சேர்க்கும்போது 'பெயரைச் சற்றுச் சுருக்கிப் பதியலாமே' என்றார் தலைமை ஆசிரியர். என்னுடைய மகனின் பெயர் அதுதான், அது முழுமையாகப் பதியப்பட வேண்டுமெனப் பிடிவாதமாக நின்றாள் புனிதவதி.

பிடிவாதமாக அந்தப் பெயரைத் தன் மகனுக்கு வைப்பதில் காட்டும் தீவிரத்திற்குப் பின்னால் அவனது அப்பா யார் என்பதைச் சொல்ல முடியாதவளாக இருக்கிறாள் என்ற உண்மையும் இருக்கிறது. அப்பா யார்? என்று சொல்ல விரும்பவில்லை என்பதைவிட, சொல்ல முடியாதவளாக இருக்கிறாள் என்பதே அவளுக்குள் இருக்கும் ஜ்வாலை. தன்னைப் புணர்ந்த நூற்றுக்கும் மேற்பட்ட ஆண்களில் அவனுடைய தந்தையாக யாரைச் சொல்வது என்ற தவிப்பும் கோபமும் தான் அவனுக்கு அப்படியொரு பெயரை வைத்துத் தன் உள்ளக்கிடக்கையைக் காட்டச் செய்கிறது. ஐந்தாம் வகுப்புக்குப் பின் அரசு தரும் ஸ்கொலர்ஷிப் தன் மகனுக்குக் கிடைக்கும் என்ற போதிலும் நிராகரிக்கும் மனம் கொண்டவளாக இருந்தாள் புனிதவதி எனக் கதை சொல்லி விவரிக்கிறார்.

புத்திசாலி மாணவர்களைத் தெரிந்தெடுக்கும் ஆறாம் வகுப்புக்கான ஸ்கொலர்ஷிப் சோதனைக்கு மனுச்செய்யும் விண்ணப்பத்தில், பெற்றோரின் பெயர் கேட்கப்பட்டிருந்த போதுதான், தன்னுடைய தந்தை யார் என்ற கேள்வி, முதன்முதலில் அவனுக்குள் எழுந்தது. அன்று மாலையே இதுபற்றித் தாயிடம் கேட்டான்.

"அவரை எனக்குத் தெரியாது" என்றாள் புனிதவதி மொட்டையாக.

இது மகனிடம் நடக்கும் உரையாடல். அவள் அப்படிச் சொல்லக் காரணம்,

இராணுவ முகாமில் புனிதவதியைப் பாலியல் வல்லுறவு

செய்த நூற்றுக்கும் மேற்பட்ட ஆண்களில், அவனுடைய தந்தை யார் என்று அவளால் எப்படிச் சொல்ல முடியும்? புனிதவதி மிகவும் அழகானவள். கவர்ச்சியானவள். இதன் காரணமாகவே அவளை முள்வேலிக்குப் பின்னால் அடைக்காமல் இராணுவ முகாமில் வைத்திருந்தார்கள். ஆரம்பத்தில் இராணுவ அதிகாரிகளுக்கு மட்டும் புனிதவதி விருந்தாக்கப்பட்டாள். ஒரு நிலையில், அவளுடன் பாலியல் உறவுகொள்ள விரும்பியவர்கள் அனைவரும் அதை நிறைவேற்றிக்கொள்ள அனுமதிக்கப்பட்டார்கள். மதுவெறியில் வந்தவர்களுள் யாருக்காவது உடலுறவுக்கு முன்னர், சிறுநீர் கழிக்கத் தோன்றினால் அதையும் அவள்மீதே கழித்தார்கள். இந்தக் கொடுமையான நிகழ்வுகள் பற்றி, பத்து வருடங்களுக்குப் பின்னர் இப்பொழுது நினைவு கூர்வது அவளுக்கு எளிதான விஷயமல்ல. தனது மகன் உண்மையை அறிந்து, அதை ஜீரணித்துக் கொள்வதற்கான வயதுவரும்வரை அவள் காத்திருக்க விரும்பினாள்.

எனக் கதைசொல்லி விவரிக்கிறார். தொடர்ந்து அவனுக்காக அம்மாவிடம் பேசவந்த ஆசிரியரிடம் அவள் சொல்வது இது

"எனது பெற்றோரும் உறவினர்களும் இன்றும் யாழ்ப்பாணத்தில் இருக்கிறார்கள். முள்ளிவாய்க்கால் போரில் நான் இறந்து விட்டதாகவே அவர்கள் நம்பிக்கொண்டிருக்கிறார்கள். இந்நிலையில் நான் தந்தை பெயர் தெரியாத ஒரு குழந்தையுடன் அங்கு சென்றிருந்தால், யாழ்ப்பாணச் சமூகம் என்னை எப்படி வரவேற்றிருக்கும்? அதனால்தான் இங்கு ஒதுங்கி வாழ்கிறேன். காட்டின் நடுவே தனித்து வாழும் இந்த வாழ்க்கை எனக்கு நிம்மதியைத் தருகிறது. கொடூரமான என்னுடைய கடந்தகால வாழ்க்கையைப் பகிரங்கப்படுத்தி என் மகனைக் காயப் படுத்தாதீர்கள் ஐயா," எனக் கையெடுத்துக் கும்பிட்டாள் புனிதவதி.

புனிதவதியின் போர்க்கால அவலத்தைப் பற்றிய குறிப்புகளை நிகழ்வுகளாக விவரிக்கும் கதை, போருக்குப் பின் ஒரு கிராமத்தில் இருந்த நரசிம்மர் கோயிலுக்குப் பக்கத்தில் அவளும் அவளது

மகனும் குடி வந்தது தற்செயல் நிகழ்வு தான் என்று சொல்லிவிட்டு, நரசிம்மம் தொன்மமும் அதற்குள் சிங்கள அடையாளமான சிங்கமும், தமிழர்களின் அடையாளமாகக் கருதப்பெற்ற புலியின் அடையாளமும் இணைக்கப்பட்ட பரப்புரையையும் இணைநிலையாக வைக்கிறது.

'நானே கடவுள்' என அறிவித்துக் கொண்டு தேவர்களை ஏவலாளிகளாக நடத்திய இரண்யனைக் கொல்ல விஷ்ணு எடுத்த அவதாரம் நரசிம்ம அவதாரம். இந்தியாவில் பரவலாக அறியப்பட்டுள்ள இந்துத் தொன்மத்தைச் சிங்கள சிப்பாய்களுக்கு உளவியல் ரீதியாகத் தெம்பும் நம்பிக்கையூட்டலும் செய்வதற்காக வரையப்பட்ட சிங்கமுகமும் புலிவாலும் கொண்ட ஓவியத்திற்குப் பின்னால் சிங்கள தமிழ் முரண்பாடும் பேசப்பட்டு "இனப் பிரச்சினைக்கான சரியான தீர்ப்பே" அந்த ஓவியம் தான் என முன் மொழியப்பட்ட வரலாறும் இணைப்பிரதியாகக் கதைக்குள் விளக்கப்படுகிறது. அவ்விவரிப்பின் தொடர்ச்சியாகவே அந்த ஓவியம் சிதைக்கப்பட்டது அதனைச் சிதைக்கும் சக்தியோடு ஒருவன் அல்லது ஒரு குழு அங்கே தயாராக இருக்கிறது என்ற குறிப்பைக் கதாசிரியர் தருகிறார்.

புனிதவதி என்ற மையப்பாத்திரத்தின் வன்மம் மற்றும் பழிவாங்கும் தீவிரம் என்னும் உணர்வைத்திரட்டிக் கட்டமைக்கும் பாத்திரமாக்கல் தன்மையோடு, சிங்கள அரசும் புத்த குருமார்களும் போர்க்காலத்திலும் போருக்குப் பின்னும் தமிழ்நிலப்பகுதியில் மேற்கொள்ளும் உளவியல் நடவடிக்கைகளையும் படையணிகள் தங்கலும் இணைப்பிரதியாகத் தரும் ஆ.சி. கந்தராஜா தனது சிறுகதை மூலம் தமிழ்நிலப்பகுதியில் போருக்கான தயாரிப்பும் மனநிலையும் தீர்ந்துபோகவில்லை; இன்னும் இருக்கிறது என்று முன்வைக்கிறார். இந்த முன்வைப்பு ஈழத்தமிழ்ப் பகுதியின் நடப்பை உள்வாங்கிய களத்தைப் புரிந்துகொண்ட முன்வைப்பா? என்ற கேள்வியை எழுப்பலாம். அக்கேள்வி ஒரு வாசக மனத்தின்வி -மரிசகரின் கேள்விதான். அதற்கான பதிலைத்தர வேண்டியது ஈழத்தமிழ்ப் பகுதிக்குள் வாழும் தமிழ் மனிதர்களாகவே இருக்க முடியும்.

- ஆகஸ்ட் 02, 2020

10. தன்மைக்கூற்றின் பலவீனம்: நோயல் நடேசனின் சிறுகதைகள்

"இராமேஸ்வரத்திலிருந்து உங்களூரில் அநேக ஆவிகள் சுற்றித் திரிவதை என்னால் பார்க்க முடிகிறது. அவற்றில் நல்ல ஆவிகள் மற்றும் தீய ஆவிகள் என இரண்டு பிரிவுகள் உண்டு. அவை அனைத்துமே மரணம் அடைந்தவர்களின் ஆவிகள். ஒருவர் மரணம் அடைந்துவிட்ட பின்பு, அவர்கள் உடலில் இருந்து வெளியேறும் ஜீவன், உடனேயே இன்னொரு பிறவி எடுக்க முடியாது. மறுபிறப்படைய வழக்கமாக ஒரு வருடகாலமாகும். இந்த மறுபிறப்பிற்காகவே திதி செய்கிறோம். ஆனால், நீங்கள் பலருக்குச் செய்யவில்லை. அதனால் அவை ஆத்மாக்களாகவே சுற்றித்திரியும். எண்ணிக்கைகள் கட்டுப்படுத்த முடியாத அளவு உங்கள் ஊரில் உள்ளன. இதில் கெட்ட ஆத்மாக்கள் நாட்டுக்கும் சமூகத்திற்கும் மறைமுகமாகக் கெடுதலை செய்யும். தற்போது உங்களூரில் போரில்லை என்பது உண்மை, ஆனால், அமைதியில்லை. கெட்ட ஆத்மாக்களின் தீவினை இன்னமும் பலமாக உள்ளது. அவைகளே ஆபத்தானவை."

ஐயரெல்லாம் பிடித்துக் காசு கொடுக்காமல் துணியில் கட்டியிருந்த சாம்பலை இராமேஸ்வரம் கடலில் கலக்கிவிட்டு வெளியேறும் சிலோன் தமிழனிடம் தற்போது கனடாவில் அகதியாக வசிக்கும் ஒருவனிடம் இந்தியச் சாமியார் சொல்லும் இந்தக்கூற்றுதான்

இப்போது வந்துள்ள நடுவில் (இதழ் 32/ ஆடி 2020) நோயல் நடேசன் எழுதியுள்ள அலைந்து திரியும் ஆவிகள் என்ற சிறுகதை விவாதிக்கும் மையப்பொருள்.

இலங்கைத்தீவை சிலோன் என்று மட்டும் தெரிந்து வைத்திருக்கும் சாமியார், அங்கு இன விடுதலைக்காகப் போராட்டங்களும் போர்களும் நடந்தன என்ற விவரங்கள் அறியாதவர். அதில் இந்தியப் படைகளுக்கும் இலங்கை அரசப்படைகளுக்கும் பெரும்பங்குண்டு; அவர்களே முன்னின்று கொலைகளைச் செய்தவர்கள் என்பது பற்றியெல்லாம் தெரிந்துகொள்ளாதவர். ஆனால் அங்கே ஆயிரக்கணக்கான மனிதர்கள் பிணங்களான பின்பு, பிதிர்க்கடன் செய்யப்படாததால் ஆவிகளாக அலைந்து கொண்டிருக்கிறார்கள் என்பதை அறிந்தவர். அந்த ஆவிகளில் நல்ல ஆவிகளும் உண்டு; கெட்ட ஆவிகளும் உண்டு. ஆனால் இரண்டு வகை ஆவிகளுக்கும் மரணத்திற்குப் பின் செய்யப்பட வேண்டிய 'காரியங்கள்' செய்யவேண்டும். செய்த பின்புதான் அங்கு அமைதி நிலவும்; சாதாரண வாழ்வு மலரும் என்பதை மட்டும் அறிந்தவர்.

ஒருவிதத்தில் இவ்வுலக வாழ்க்கை, கர்மம், மறுபிறப்பு பற்றிய இந்து ஞானத்தின் சாராம்சமாகவே இதைச் சொல்லலாம். இப்படிச்சொன்ன இந்துச் சாமியாரின் ஆலோசனையைக் கேட்டுவிட்டு விவாதமெல்லாம் செய்யாமல் அப்படியே ஏற்றுக் கொண்டுத் தன் குடும்பத்து மரணங்களுக்கும் தமிழ்ச் சமூகத்து மனிதர்களுக்கும் மரணத்துக்குப் பிந்திய காரியங்களைச் செய்துவிட்டுத் திரும்பியவன் முன்னாள் இடதுசாரி சோசலிச மார்க்சியவாதி. தனக்கு நம்பிக்கை இல்லையென்ற போதிலும் அவனுடைய அம்மாவின் நம்பிக்கையையும் கடைசிக்கால விருப்பத்தையும் நிறைவேற்றும்பொருட்டுத் தனது தம்பி ஆவியாக அலைவதை நிறுத்தும்பொருட்டு இராமேஸ்வரம் சென்று திரும்பியிருக்கிறான். அவனது இந்தப் பயணத்தை - புனிதப் பயணத்தைப் பற்றியதாகவே நோயல் நடேசனின் கதை அமைந்துள்ளது.

கதையில் இடம்பெறும் பாத்திரங்கள் இரண்டு தான். ஒன்று புனிதப்பயணம் மேற்கொண்ட முன்னாள் இடதுசாரி. இன்னொன்று கதைசொல்லியாக இருக்கும் நோயல் நடேசன். கதைக்குள் முன்னாள் இடதுசாரியின் விடுதலை அரசியல்

ஈடுபாடும் பழைய வாழ்க்கையும் நம்பிக்கைகளும் மட்டுமல்லாமல், இப்போதைய புலம்பெயர் வாழ்வும் இருப்புமென எல்லாம் விரிவாகத் தரப்பட்டுள்ளன. ஆனால் கதைசொல்லியின் எந்த விவரங்களும் கதைக்குள் இல்லை. ஆஸ்திரேலியாவில் வசிக்கும் தமிழ் எழுத்தாளர்; ஆண்டுதோறும் இந்தியாவிற்குசென்னைக்கு வந்து செல்லும் விருப்பம் கொண்டவர் என்ற தகவல் மட்டுமே தரப்பட்டுள்ளது. தன்னை எழுத்தாளராக அறிவித்துக்கொண்டு, ஒரு எழுத்தாளனாக இருப்பவன் தன்னைச் சுற்றி நடப்பதைக் கூர்ந்து கவனிக்கவும் மற்றவர்கள் கதைகளைக் கேட்கவும் வேண்டும். ஒரு விதத்தில் பூக்களை வாங்கி மாலையாக்கும் பூக்காரியின் தொழில் போன்றதுதான் - கதையாக்கமும்.அப்படியான ஒரு கதையை உங்களிடம் சொல்லப் போகிறேன்.

என்று ஆரம்பித்து அவர் சொல்லும் கதைதான் அவரது நண்பரின் புனிதப்பயணக் கதை. கதை மொத்தமும் தன்மைக்கூற்றில் முன்னிலைப்பாத்திரத்தை விமரிசிக்கும் சொல்முறை. அவரது சிறுகதைகள் பலவற்றையும் பயணக்கட்டுரைகளையும் இணையப்பக்கங்களில் வாசித்துள்ளேன். காலச்சுவடு வெளியீடுகளான வாழும் சுவடுகள்- அனுபவக் கதைகள் (2015) மலேசியன் ஏர்லைன்ஸ், கானல் தேசம்-நாவல் (2018) என்ற இரண்டையும் அச்சிட்ட நூல்களாகவும் வாசித்துள்ளேன். பெரும்பாலான அவரது எழுத்துகளில் தன்மைக்கூற்றுத்தன்மையே முதன்மையாக இருக்கின்றது.

எழுத்தாளரே கதைசொல்லியாக வருவதன் மூலம் கதையின் நிகழ்வுகளும் விவாதங்களும் உண்மையானவை; நம்பகத்தன்மை கொண்டவை என நிறுவும் முயற்சி மேற்கொள்ளப்படுகிறது. அதன் மூலம் தனது கதைகளைப் புனைவின் பக்கமிருந்து வரலாற்றின் பக்கமாக நகர்த்தும் வேலையை எழுத்தாளர் செய்கிறார். இந்த நகர்வின் மூலம் ஒருவரது புனைகதைக்குத் தரும் இலக்கியவியல் அல்லது அழகியல் மதிப்பு குறைவு என்பதை அந்த எழுத்தாளர்கள் பல நேரங்களில் அறிந்தே செய்கிறார்கள். ஏனென்றால் அவர்களுக்குக் கதையின் நுட்பங்களைவிடவும் அதனால் விளையும் தாக்கமே முதன்மையாக இருக்கிறது. தன்மைக்கூற்றுமுறை புனைகதையின் தொடக்கக் காலக் கூற்று முறையாக இருந்து படிப்படியாக மாறிப் படர்க்கைக்கூற்றுமுறைக்கு மாறியிருக்கிறது. அதே நேரத்தில் சிலவகை இலக்கியக்கொள்கைகளுக்கு அல்லது

இலக்கிய நோக்கத்திற்கு இப்போதும் தன்மைக் கூற்றுமுறையின் தேவையை மறுப்பதற்கில்லை. அனுபவங்களை எழுதுவதை வலியுறுத்தும் தலித்திய எழுத்தின் - பெண்ணிய எழுத்தின் - வலிமையான கூற்றுமுறையாக இப்போதும் தன்மைக் கூற்றைக் கருதும் - முன்வைக்கும் திறனாய்வாளர்கள் உண்டு. அதே தன்மையில் ஈழப் போராட்டங்களையும் நினைக்கும் போக்கும் இருக்கிறது.

போராட்டத்தையும் போர்க்காலத்தையும் உண்மை நிகழ்வுகளால் நிரல்படுத்துவதாக முன்வைக்கும் சிறுகதைகளையும் நாவல்களையும் கடந்த பத்தாண்டுகளாக எழுதிக்கொண்டே இருக்கிறார்கள். ஆண்டு, தேதி, கிழமை உள்படக் காலக்குறிப்புகளையும், ஊர்ப்பெயர்களையும் அப்படியே தந்து எழுதப்பெற்ற புனைகதைகளை வாசித்திருக்கிறேன். போராட்டத்தையும் போர்க்காலத்தையும் ஆதரிக்கும் எழுத்தாளர்களின் நிலைப்பாட்டையே அதனை எதிர்நிலைப்பாட்டோடு விமரிசிக்கும் நோயல் நடேசனும் கைக்கொள்வது சரியா? என்று கேள்வி எனக்குள் நீண்ட காலமாக இருந்து வருகிறது.

அவரது எழுத்துகளின் வழியாக நீண்ட காலமாகப் புலம்பெயர் தேசத்தில் ஆஸ்திரேலியாவில் வாழ்வதாக அறியமுடிகின்றது. மொழியாலும் சமயத்தாலும் பிளவுபட்டு நிற்கும் சிங்களர், தமிழர் என இருபெரும் பிளவுகளைக் கொண்ட இலங்கைத் தீவுக்குள் சிறுபான்மை இனமான தமிழர்கள், உரிமைகளைக் கோரும் அரசியலை முன்னெடுக்கலாமே தவிர, தனிநாடு கேட்டுப் போராடுவதும், அதற்காக ஆயுதம் ஏந்திப் போராடுவதும் தவறான பாதை என ஒருவர் விவாதிக்கலாம்; விமரிசனம் செய்யலாம். தமிழ் அடையாளத்துக்குள்ளும் யாழ்ப்பாணத் தமிழர், கிழக்குத் தமிழர் மலையகத் தமிழர் எனவும், தமிழ் இசுலாமியர் எனவும் பிளவுகள் கொண்ட உண்மையை உணராமல் ஆயுதம் தாங்கியவர்கள் மனிதாபிமானவற்றவர்களாய், பாசிசத் தன்மையோடு போரிட்டதே ஈழப்போரின் பெரும் பின்னடைவுக்குக்காரணம் என விமரிசனம் செய்யவும் உரிமையுண்டு. அப்படியான விமரிசனப்பார்வையை வெளிப்படுத்தும் கட்டுரைகளை எழுதும் ஒருவர் தன்மைக்கூற்றில்தான் முன்வைத்து விவாதிக்க இயலும். ஆனால் அந்த விமரிசனத்தைப் புனைவாக்கும்போது அதே தன்மைக்கூற்றில் எழுதும்போது விமரிசனத்தின் மீது

நம்பகத்தன்மை குறைந்துவிடும். ஏனென்றால் கதைசொல்லியின் தன்னிலை உண்மையானது என நம்புவதற்கான தரவுகளைப் பிரதிக்குள் தரமுடியும். ஆனால் அவரால் உருவாக்கப்படும் எல்லாச் சித்திரிப்புகளும் சித்திரிப்புகளில் இடம் பெறும் மனிதப் பாத்திரங்களும் உண்மையானவை என்பதை நம்பவைக்க முடியாது.

புனைவின் நுட்பங்களும் அதனால் புனைவுக்குக் கிடைக்கும் நம்பகத் தன்மையும் கட்டுரை முன்வைக்கும் விவாதங்களைப் போன்றவை அல்ல. ஒருவிதத்தில் வாசகர்களின் கற்பனைக்கும் கருத்தியல் நிலைப்பாடுகளுக்கும் இடமளிக்கும் தன்மை கொண்டது புனைவு. அதன் மீது ஏற்புக்கொண்டு நம்பவும், மறுப்புக்கொண்டு நிராகரிக்கவும் புனைவு சுதந்திரம் தருகிறது. ஆனால் கட்டுரையும் கட்டுரைத் தன்மை கொண்ட தன்மைக்கூற்றுச் சொல்முறையும் அப்படியான சுதந்திரத்தை வழங்குவதில்லை. இலங்கை/ஈழ நிலப்பரப்பிற்கு வெளியே இருந்து வாசிக்கும் என்னைப் போன்ற வாசகர்கள் அவரது பிரதிகளின் வழியாக வெளிப்படும் நிலைப்பாட்டைப் புரிந்துகொள்ளமுடியும். ஆனால் அவரது சார்புநிலையோடு இணைந்து கொள்ளத்தூண்டாது.

நடுவில் வந்துள்ள இந்தக்கதையின் தொடக்க விவரிப்புகளிலிருந்தே அதனைச் சொல்ல முடியும். ஒவ்வொரு முறையும் அதிகம் செலவு செய்து விடுதியில் தங்குவதற்குப் பதிலாக, அதிகம் செலவு செய்யாமல் ஒரு அபார்ட்மெண்டை வாடகைப்பிடித்துத் தங்கிக்கொள்ளத் தயாராகும் அவரது முடிவின் வழியாக அவரது பாத்திர உருவாக்கத்தின் மீதான நம்பகத்தன்மை உருவாகிறது. ஆனால் அவரது சொற்களின் வழியாக வரப்போகும் அவரது நண்பரைப் பற்றிய சொற்களும் சொற்றொடர்களும் தரும் எள்ளலும் அங்கதமுமான முறைமை அவரது பாத்திர உருவாக்கத்தை உருவாக்காமல் அவரது அரசியல் நிலைப்பாட்டை விமரிசனப்பார்வையாகவே வெளிப்படுகிறது. ஆனால் அந்த நண்பர் இலங்கைக்குச் சென்று தம்பியின் எலும்புகளைத் தேடித் தவித்த தவிப்பும் அதனை விவரிக்கும் பகுதிகளும் போர்க்காலத்தின் துயரக்காட்சிகளாக விரிகின்றன. அவையெல்லாம் கதைசொல்லியின் கூற்றாக இல்லாமல்,

அவரால் உருவாக்கப்பெற்ற புனைவுப்பாத்திரத்தின் - நண்பரின் கூற்றாக வருகின்றன.

அதிகாலையாகிவிட்டது.

தேநீருடன் வந்த சித்தப்பாவிடம் இந்தக் கனவைச் சொல்லவும், "அவன் இயக்கத்தில் இருந்தான். இயக்கத்தின் கட்டளையை செய்திருப்பான். நீ அவன் இறந்த பின்பு நல்லவனா கெட்டவனா என்று பார்ப்பது தவறு. அவன் உனது தம்பி உனது அம்மாவின் விருப்பத்தை நிறைவேற்றுகிறாய்" என்றார்.

அடுத்து கக்கூஸ் அருகே கிண்டினேன். அங்கும் எதுவும் கிடைக்கவில்லை. என்ன செய்வதெனத் தெரியவில்லை. எதற்கும் ஒருக்கா பார்ப்போம் எனக் கக்கூசின் பின் குழியில் உள்ள சிமெந்து மூடியை உடைத்தேன். அங்கு ஒரு சிதைந்த எலும்புக்கூடு இருந்தது. பாவிக்காத மணல்ப் பிரதேசத்தில் உள்ள கக்கூசானதால் குழி சுத்தமாக இருந்தது. வெறும் கையால் எலும்புகளை விறகு மாதிரி பொறுக்கி சாக்கில் போட்டு வெளியே எடுத்துப் பார்த்தபோது எந்த அடையாளமுமில்லை. எனக்குச் சந்தேகமாக இருந்தது.

சித்தப்பாவின் முகத்தைப் பார்த்தேன்.

சித்தப்பா சொன்னார் : "நிச்சயமாக ஜீவனாகத்தான் இருக்க வேண்டும். எனக்குச் சந்தேகமே இல்லை. ஆமிக்காரன் கொன்று போட்டு அவசரத்தில் புதைக்காது கக்கூசுக்குழியில் போட்டிருக்கிறான். போர்க்காலத்தில் இரண்டு பகுதியும் கிடங்குகள் கிண்டி மினக்கிட விரும்பாத நேரத்தில் இது நடக்கும். வன்னியில் பல கக்கூசுகள் இதற்குப் பயன் பட்டிருக்கு" என்றார்.

★★★

மீண்டும் முல்லைத்தீவுக்குச் சென்று ஆக்களுக்கோ ஆமிக்கோ தெரியக்கூடாது என்பதால், அந்த எலும்புகளை தென்னமட்டை , பனை ஓலை , மற்றும் கிடைத்த விறகுகள் போட்டு இரவில் எரித்தேன். அன்றைக்குப் பார்த்து பெரிய மழை. நீ சொன்னா நம்பமாட்டாய். காம் ஃபயர் எரித்துக் குளிர் காய்வதுபோல் நெருப்பைப் பக்கத்தில் இருந்து எரித்தேன்.

அதன் சாம்பலை எடுத்துக்கொண்டு வரும்போது வாகனம் வவுனியாவில் பழுதாகிவிட்டது. மெக்கானிக்கை கூப்பிட்டு அதைத் திருத்திக் கொண்டிருக்கும்போது, எனக்கு நெஞ்சில் நோ. உடனே வவனியா வைத்தியசாலை சென்று அங்கு டொக்டரிடம் செக் பண்ணிவிட்டே கொழும்புக்கு வந்தேன்.

'உந்த எலும்பில் ஏதோ இருக்கிறது ? உனது தம்பியினது தானா என்பது ஒரு கேள்வி? அவன் எப்படியிருந்தான்? அவனில் ஏதாவது குறையிருக்கலாமா?'

'இதெல்லாம் நான் யோசிக்காமலில்லை. நான் அதை நம்பிறன். அவன் எனது தம்பியானாலும் ஏதோ கெடுதியான விடயங்களில் ஈடுபட்டிருக்கலாம் . எனது பக்கத்தில் குறையில்லையா? வீட்டை விட்டுப் படிக்காது வெளியேறினேன்.

இக்கூற்றுகளும் உரையாடல்களும் வாசிப்பவர்களை நிகழ்வின் மீதும் இடம்பெறும் பாத்திரங்களின் மீது ஒன்றிப்பை *(Empathy)* உண்டாக்கும் விதமாக எழுதப்பெற்றுள்ளது. இந்த ஒன்றிணைப்பு அப்பாத்திரங்களின் மீது பரிவை - ஈர்ப்பை *(Sympathy)* உண்டாக்கி நம்பச்செய்துவிடும். புனைவின் முதன்மையான அழகியல் அதுவாகவே இருக்கும்.இவ்விதமான ஒன்றிப்பை ஏற்படுத்தாமல் விலக்கிவைக்கும் தன்மை கொண்ட எழுத்து முறையால், நோயல் நடேசனின் எழுத்துகளும் வரலாற்றிலிருந்து விலகிவிடும் வாய்ப்பைப் பெற்றுவிடுகின்றன. தொடர்ச்சியாக ஈழப் போராட்ட நிகழ்வுகளின் மீது தனது கருத்தையும் அணுகுமுறைகளையும் எதிர்நிலைப்பாட்டையும் வைக்கும்விதமாக எழுதும் அவரது சொல்முறை காரணமாகவே அவரது பிரதிகள் கவனிக்கப்படும் பிரதிகள் என்ற நிலையிலிருந்து விலகிவிடுகின்றன. கடந்த காலத்தின் மீதான விமரிசனத்திற்கு ஏற்ற புனைவுச் சொல்முறை எப்போதும் படர்க்கைக்கூற்று நிலையே என்பதைத் தீவிரமான இலக்கியப்பனுவல்கள் உறுதி செய்துள்ளன. தன்மைக் கூற்றைத் தவிர்த்துப் புதியபுதிய வடிவத்தோடும் சொல் முறையோடும் எழுதப்பெற்றிருந்தால் நோயல் நடேசனின் புனைவுகளும் ஈழப் போர்க்காலம் பற்றிய புனைவுகள் வரிசையில் இடம்பெற்றிருக்கும். இனி எழுதும் புனைவுகளில் அதனை முயன்று பார்க்கலாம்.

★★★

11. போர்க்கால நினைவுகளும் புலம்பெயர் எதிர்வுகளும்

இலங்கையிலிருந்து புலம் பெயர்ந்த எழுத்தாளர்களின் கதைகளில் போரின் நினைவுகள் மெல்லமெல்லக் குறைந்து,புலம்பெயர்ந்த தேசங்களில் அவர்கள் சந்திக்கும் நெருக்கடிகளை எழுதும் போக்கு அவ்வப்போது வெளிப்பட்டதுண்டு. இந்நகர்வுகள் வழியாக 2009 க்கு முந்திய போர்க்காலம் பற்றிய பார்வைகளும் விமரிசனங்களும் வாசிக்கக் கிடைக்கின்றன. இப்போதும் தொடரும் விடுதலைப்புலிகள் மற்றும் போர் ஆதரவுக்கருத்துகளும், போருக்கெதிரான மனநிலைகளும் அவற்றில் பதிவாகின்றன. அந்தவகையில் இப்போது எழுதப்பெறும் கதைகள் கவனத்துக்குரியன. தனித்தனிக் கதைகளாக வாசித்த கதைகளின் விவாதங்களை இங்கே அடுக்கித் தருகிறேன்.

சந்திரா இரவீந்திரனின் கலையரசி: போர்க்காலம் பற்றிய கதை

காலச்சுவடு இதழில் (நவம்பர்,18)அச்சிதழில் வந்துள்ள இக்கதையில் இடம்பெற்றுள்ள காலப் பின்னணிக்காக வாசிக்கப்பட வேண்டிய கதை .முள்ளிவாய்க்கால் பேரழிவுக்குப் பின்னர் விடுதலைப் புலிகளின் பிடிவாதத்தையும் அரசியல் தெளிவின்மையையும் மூர்க்கமான போர் விருப்பத்தையும் குறித்துப் பல கதைகளை வாசித்திருக்கிறேன். இந்தக் கதை அதிலிருந்து விலகியிருக்கிறது.

தங்களின் போர்க்கால நினைவுகளைக் குற்றவுணர்வில்லாமல் பகிர்ந்து கொள்ளும் முன்னாள் போராளிகளின் சந்திப்புதான்

கதையின் நிகழ்வு. சந்திப்பின்போது அவர்களிடம் வெளிப்படும் அன்பும் பகிர்தலும் போர்க்கால வாழ்வின் நீட்சி-அவர்களை உருவாக்கிய தலைமையின் - அமைப்பின் வாழ்வியல் கோட்பாடு என்பதாக உணரவைத்திருக்கிறார் சந்திரா.வெற்றிகரமான தாக்குதல்களில் நேரடியாக ஈடுபட்டு உயிர் இழைப்புகளையும் உடலின் பாகங்களை இழந்ததையும் பெரும் வலியாக நினைக்காமல் ஒரு தலைமையின் மீது கொண்ட பற்றுறுதியோடு தங்களுக்கான தாயகம் ஒன்றை அமைக்கும் போரில் - விடுதலைப்போரில் - ஈடுபட்டிருக்கிறோம் என்ற லட்சிய வேட்கையோடு வாழ்ந்த காலத்தை ஆண்களும் பெண்களுமாகக் கைகோர்த்துக் கடந்ததைச் சொல்கிறது. அப்படிச் சொல்வதின் வழியாகப் போரையும் போரில் ஈடுபட்டவர்களையும் நாயகர்களாகக் கட்டமைக்கும் தளத்திற்குள் நுழையாமல் விலகி இன்னொரு பக்கம் நகர்கிறது. பயிற்சி, ஆயுதம், தாக்குதல் எனப் படையணிக்குள் வாழ்ந்த - ஒருவிதக் காட்டுவாழ்க்கையை விவரிக்கும் கதை நகர்வு அவை இப்போது - புலப்பெயர்வுக்குப் பின்னர் தூங்கவிடாமல் செய்யும் கொடுங் கனவாகவும் மாறிவிட்டது என்பதற்குள் நகர்கிறது. கொடுங்கனவிலிருந்து விடுவிக்கும் மனச்சிதைவுக்கான மருத்துவம் தேவைப்படும் கலையரசியை முன்வைக்கும் கதை, போருக்குப் பின்னான போராளிகளின் இருப்பின் மீது - உளவியல் சார்ந்த இருப்பின் மீது - கவனத்தைக் கோருகிறது.

தேதியிட்டு உண்மை நிகழ்வுகளின் - மனிதர்களின்- மீது கட்டப்பட்டுள்ள கதையின் தொனிக்குள் பெருமிதத்தையும் கழிவிரக்கத்தையும் சம அளவில் கலந்து நகர்ந்துள்ளது குறிப்பிட்டுச் சொல்ல வேண்டிய ஒன்று. கதாசிரியரின் இந்தக் கவனமான சமநிலை கதைக்குள் நிகழும் நிகழ்வுகள் நம்பகத்தன்மை கொண்டவை என்பதை உறுதிசெய்யும். கதைக்குள் வரும் பாத்திரங்களும் உண்மையானவர்கள் என்பதாக உணரப்படுவார்கள். அவர்களின் நிகழ்கால உண்மை வழியாகக் கடந்தகால வாழ்க்கையும் - போர்க்கால வாழ்க்கையும் - உண்மை என்பதாகவும், அவர்களின் போர்க்காலச் சூழலும் நம்பகத்தன்மை கொண்டது என்பதாகவும் மாறும்.போருக்குப் பின்னர் போர்க்காலம் பற்றி எழுதப் பெற்றுள்ள பல கதைகளுள் இக்கதை முக்கியமான ஒன்று.

தீபச்செல்வனின் ஆர்மிக்காரி: போர்க்களத்தில் பெண்கள்

இந்தவார ஆனந்தவிகடனில் வந்திருக்கும் கதையின் தலைப்பு ஆர்மிக்காரி.. இப்படியொரு தலைப்பில் தமிழ்நாட்டு எழுத்தாளர் ஒருவர் கதையெழுதும் வாய்ப்பில்லை. கவிதைகள், நேர்காணல்கள், அண்மையில் எழுதிய நடுகல் நாவல் வழியாகப் புரிதலை - உண்டாக்கியிருக்கும் தீபச்செல்வன் எழுதி நான் வாசிக்கும் முதல் சிறுகதை இது. ஈழப்போராட்டம் / தனிநாட்டுக்கான போரில் தனது நிலைப்பாட்டைக் கறாராக முன்வைப்பவர் தீபச்செல்வன்.

போர்க்களக்காட்சிகளைக் கண்முன் விரிக்கும் சித்திரங்களாகவும், வலி நிரம்பிய மனிதர்களின் குரலாகவும், ஆவேசம் மிக்கவர்களின் கோப வெளிப்பாடாகவும் கவிதைகளை எழுதிய தீபச்செல்வனின் ஆதரவு நிலைப்பாடுகளைச் சந்தேகம் ஏற்படாதவாறு முன்வைத்தவை அவரது பத்தி எழுத்துகளும் தனிக்கட்டுரைகளும். நேர்காணல்களிலும் ஆதரவை உறுதி செய்திருக்கிறார். புலிகள் நடத்திய போரின் நியாயங்களை எந்தவிதக் கேள்விகளும் இல்லாமல் தொடர்ந்து ஆதரிக்கும் எழுத்துகள் அவருடையவை.

இந்தக் கதையிலும் அந்த ஆதரவு வெளிப்படுகிறது என்றாலும் நோக்கம் அதுவாக இல்லை. ஆர்மிக்காரி என்று ஒருமையில் தலைப்பு இருந்தபோதிலும் இரண்டு ஆர்மிக்காரிகளின் கதை இது.தமிழ் ஈழத்துக்கான இயக்கப் போராளியாக இருந்து, போருக்குப் பின்னான உள்வாங்கலில் சிங்கள ஆர்மிக்காரியாக இருக்கும் ஒருத்தி சத்தியா. இன்னொருத்தி போர்க்காலத்தில் சிங்கள ஆர்மிக்காரனாக இருந்து காணாமல் போன கணவனைத் தேடும்பொருட்டு ஆர்மிக்காரியான சிங்களப் பெண்- ஷிவாந்திகா.

ஆண்களின் அதிகாரம் செல்லுபடியாக இருக்கும் அமைப்புகளில் பெண்களின் இடம் என்னவாக இருக்கிறது என்ற கோணத்தில் வாசிக்க வாய்ப்பளிக்கும் இந்தக் கதை பெண்ணுடல் பற்றிய பார்வையை முன்வைக்கும் கதையாக இருக்கிறது. பெண்களுக்கு மொழி, சமயம், இனம் போன்ற அடையாளங்கள் எல்லாம் இல்லை. பெண்ணுடல் எப்போதும் ஆண்களின் பாலியல் பசிக்கான தீனி; பெண்ணுடலைத் தின்று ருசிக்கும் தீராத வெறி குடிமையியல் அமைப்புகளைவிடக் கூடுதலாக ராணுவ அமைப்புகளில் இருக்கும் ஆண்களுக்குள் இருக்கிறது என ஆய்வுகள் சொல்கின்றன. அந்த உண்மையை உள்வாங்கிய கலைப்பிரதிகளும் காட்டுகின்றன.

தீபச்செல்வனின் ஆர்மிக்காரி கதை அவரின் அரசியல் நிலைப்பாடு மற்றும் சார்புக்கேற்ப, சிங்கள ராணுவத்திற்கு – ராணுவத்தில் இருக்கும் ஆண்களுக்குள் போர்க்காலத்திலும் இருந்தது; போர்க் காலத்திற்குப் பின்னான இந்தக் காலத்திலும் இருக்கிறது என்பதைச் சொல்லும் கதையாக எழுதியிருக்கிறார். தன் குழந்தைக்காகச் சிங்கள ராணுவத்தில் சேர்ந்து போர்க்களமான யாழ்ப் பாணப்பகுதிக்குக் கணவனைத் தேடி வரும் ஷிவாந்திகாவிடம் பேசும் சத்தியாவின் உரையாடல் போராளிகளின் மனிதாபிமானப் பார்வையை முன்வைக்கிறது. அந்த மனிதாபிமானப் பார்வையைச் சரியாக உள்வாங்கிய ஷிவாந்திகா, இப்போது சத்தியாவின் பாதுகாப்புக்கு உத்தரவாதம் செய்பவளாக இருக்கிறாள்.

இருவரையும் உடலாக – பெண்ணாக மட்டுமே பார்க்கிறார்கள் ராணுவ அதிகாரிகளான துவிந்த், ஷனக்காவும். ஷிவாந்திகாவை வெளிப்படையாகப் படுக்கைக்கு அழைக்கிறார்கள். வேலைசெய்யும் நேரத்தில் சத்தியாவின் உடலில் கை வைக்கிறார்கள். அவர்களிடமிருந்து தப்பிக்கத் திணறிக்கொண்டே இருக்கிறார்கள். அதிகாரி துவிந்த் அந்த முகாமிலிருந்து விடைபெறும் கடைசிநாளில் ஷிவாந்திகா தற்கொலை நடக்கிறது. அது தற்கொலை அல்ல; பாலியல் வல்லுறவுக்குப் பின்னான கொலை என்பதாக மறைமுகமாகக் காட்டுகிறது கதை. அகத்திலும் புறச்சூழலிலும் ஆர்மிக்காரியாக இருப்பதின் குற்றவுணர்வோடு வாழும் சந்தியா தனது வேலையை விட்டுவிட்டு ஷிவாந்திகாவின் மகளுக்கும் தாயாக மாறினாள் எனவும் காட்டுகிறார். சிறுகதைக்கான ஒற்றைநாள் நிகழ்வுக்குள் போர்க்கால ராணுவத்தின் முகத்தையும், போராளிகளையும் போருக்குப் பின்னான ராணுவத்தின் முகத்தையும் பற்றிய சொல்லாடல்களை எழுப்பும் தீபச்செல்வனின் கதை, அவரது சார்பையும் காட்டுகிறது.

★★★

மாலினியின் ராகுல்: போரின் பின்னொரு நிலை

இலங்கையிலிருந்து புலம் பெயர்ந்த எழுத்தாளர்களின் கதைகளில் போரின் நினைவுகள் குறைந்து, புலம்பெயர்ந்த தேசங்களில் அவர்கள் சந்திக்கும் நெருக்கடிகளை எழுதும் போக்கு அவ்வப்போது வெளிப்பட்டதுண்டு. அண்மைக்

காலத்தில் அந்தப் போக்கு அதிகமாகி வருகிறது. அகதியாக நுழைந்த நாடுகளில் அந்த உரிமையைப் பெறுவதற்காகப் படும் துயரங்கள் - சட்டவிதிகளுக்கேற்பத் தங்கள் அடையாளங்களை - தரவுகளை மாற்றுதல் போன்றவற்றில் பின்பற்றிய உத்திகளையும், தட்பவெப்ப நிலை - குறிப்பாகப் பனி பொழியும் ஐரோப்பிய, கனடியச் சூழல்களும் விரிவாகப் பதிவாகியுள்ளன கதைகளிலும் கவிதைகளிலும் .அவற்றின் தொடர்ச்சியாக இலங்கைக்குத் திரும்பும் மனமின்றி அகதியான நாடொன்றிற்குள் துணையைத் தேடிக் குடும்ப அமைப்பை உருவாக்கி இலங்கை வாழ்க்கையைத் தொடரும்போது ஏற்படும் சிக்கல்களும் குறைவாக எழுதப்படுகின்றன.

மாலினியின் ராகுல் அப்படியொரு கதை என்று சொல்வதைவிட, அதையும் தாண்டிப் பலம்பெயர்ந்த நாட்டின் சட்ட நெருக்கடிக்குள் தங்கள் குடும்ப வாழ்க்கையைத் தொடரமுடியாத அவலத்தைச் சொல்லும் கதையாக இருக்கிறது. தனிநபர்களின் வாழ்க்கைக்குள் நுழைந்து நெறிப்படுத்தாத இலங்கை/ இந்தியச் சட்டங்களுக்குப் பழக்கப்பட்டவர்களால் ஐரோப்பியச் சட்டங்களுக்குள் வாழ்வது பெரும் சிக்கலானது. ஐரோப்பியச் சட்டங்கள் குடும்பவாழ்க்கையை அந்தரங்கமான வாழ்க்கையாக வாழச் சொல்லிக் கொடுக்கும் அதே நேரத்தில் அதன் உறுப்பினர்கள் ஒவ்வொருவருக்குமான உரிமைகள் - கடமைகள் பற்றிய நடைமுறைகளையும் கற்றுக்கொடுத்துக் கண்காணிப்பு செய்யும் தன்மை கொண்டது.

எப்போதும் பாதிப்புக்குள்ளாகக் கூடிய நிலையிலிருக்கும் நபர்களுக்குச் சாதகமாக இருக்கும் அச்சட்டங்களைப் புரிந்துகொண்டால், நாம் நமது வாழ்க்கையை ஐரோப்பிய நடைமுறைகளுக்குத் தக்கவர்களாக தகவமைத்துக் கொண்டு அச்சமின்றி வாழமுடியும். அதைப் புரிந்து கொள்ளாமல், அச்சட்டங்கள் அனுமதிக்கும் உரிமைகளை மட்டும் பெற்றுக் கொண்டு, அதனை ஏமாற்றிவிடலாம் என்று நினைப்பவர்களுக்குக் கடுமையான தண்டனைகளையும் வழங்கும். அப்படி ஏமாற்றுபவர்கள் எப்போதும் அச்சத்துடனே வாழ்வார்கள். ஏனென்றால் அவர்களது மனமும் வாழ்க்கை முறையும் கீழ்த்திசை/ ஆசிய நாட்டுப் பண்பாட்டுக்குள் இருந்துகொண்டிருப்பவை. இந்தப் பின்னணியில் எழுதப்பெற்ற கதை ராகுல்.

இந்தியப் பெயராக அடையாளம் கொண்ட ராகுலின் அம்மா

இந்தியர்; அப்பா இலங்கையர். ஜெர்மனியில் சந்தித்துக் கல்யாணம் செய்துகொண்டவர்கள். கல்யாணத்துக்குப் பிறகு ஒருவர் மீது மற்றவருக்கு வெவ்வேறு காரணங்களை முன்னிட்டு ஒத்துப்போகவில்லை. ஆனால் ஜெர்மன் நாட்டுச் சட்டப்படியான உரிமைகளும், வேலைவாய்ப்பையும் கருதிப் பிரிந்துபோவதை விரும்பாமல் கணவன் - மனைவி என்ற அடையாளத்தைத் தக்கவைத்துக் கொண்டிருப்பவர்கள். மனம் ஒப்பாமல், கிடைக்கும் ஆதாயத்திற்காகக் குடும்பம் நடத்தியவர்கள் பெற்றுக் கொண்ட பிள்ளை என்ன ஆகிறான் என்பதுதான் கதை. கதையைச் சொல்லிச் செல்லும் லாவகமும் விவரிப்பும் மிக எளிமையான நேரடி விவரிப்புகள். குழந்தைமைப் பருவத்தில் பெற்றோர்களின் கவனிப்பும் அருகிருப்பும் தேவை என்பதை வலியுறுத்தும் சட்டங்களை மதிக்காத / மதிக்கத் தெரியாத அப்பா, அம்மா இருவரையும் நிராகரிக்கும் 13 வயதுப்பையன் ராகுலை மாலினியின் எழுத்து நம் முன் நிறுத்தும்போது அவர் எடுக்கும் முடிவு முக்கியமானது. எப்படி இருந்தாலும் பெற்றோரின் பாசத்தை விடமாட்டான் ஒரு ஆசியப் பையன் எனக் காட்டிவிடாமல், அந்நாட்டுச் சிறார் காப்பகச் சூழலும், அங்கிருப்பவர்களின் பரிவும் பாசமும் மேலானது என எடுக்கும் முடிவும் மேலானது என நியாயப்படுத்துகிறார்.

இந்த முடிவுதான் நடைமுறை நடப்பு. அதைச் சரியாக முன்வைத்துள்ளார் மாலினி. அவரின் கவிதைகள் பலவற்றை முகநூலில் வாசித்திருக்கிறேன். நடுவில் வந்திருக்கும் ராகுல், நான் வாசிக்கும் அவரது முதல் கதை. இன்னும் இன்னும் எழுதுவதற்கான அனுபவம் அவருடைய புலம்பெயர் வாழ்வில் கிடைத்துக் கொண்டே இருக்கும். தான் இருக்கும் சூழல் தரும் நெருக்கடியில் எந்தப் பக்கமாக நின்று எழுதுவது என்பதை முடிவுசெய்யும் ஒருவரால் தவறான கதையை எழுத முடியாது. மாலினி சரியான கதை பாத்திரங்களையும் நிகழ்ச்சிகளையும் கதைவெளியையும் தேர்வு செய்து எழுதியிருக்கிறார். அதே நடு இணைய இதழில் பின்னர் **'தலைமையைக் கொன்றவன்'** நல்லவர்கள் என்ற கதையையும் எழுதினார். அக்கதை. போர்க்காலப் பொய்யுரைகளால் - பகுமானச் சொற்களால் வாழ்க்கையைத் தொலைத்த ஓர் அப்பாவியின் துயரம் அது. போரில் தொடர்பில்லாதவர்களும் - ஆயுதத்தைத்

தொட்டுப் பார்க்காதவர்களும் பெரும்போராளிகளாகவும், அழித்தொழிப்புகளைச் செய்தவர்களாகவும் காட்டித் திரிந்த வாழ்க்கை சொந்த நிலத்தில் - நாட்டில் கண்டும் காணாமல் கடந்துபோகும் ஒன்றாக இருந்தது. ஆனால் அந்தப் பொய்யுரையும் புனைவு நிகழ்ச்சியும் ஒருவனின் புலம்பெயர் வாழ்க்கையில் ஏற்படுத்திய உச்சபட்ச வீழ்ச்சியைக் காட்டும் கதையாக எழுதப்பெற்றுள்ளது. இக்கதைக்குப் பின்னே சில உண்மைச் சம்பவங்கள் இருக்கக்கூடும்.

தனி நாடு கோரிக்கைக்காக நடந்த போர் தந்த பெருமிதம் உண்மைப் பெருமிதமாகவும், புனையப்பெற்ற பெருமிதமாகவும் மாறிய நிலையைப் பலரும் சொல்லியிருக்கிறார்கள்.

அப்படியொரு புனையப்பெற்ற பெருமிதக்காரனின் வீழ்ச்சியைச் சொன்னவகையில் மாலினியின் இந்தக் கதை முக்கியமானது.

நேர்கோட்டில் சொல்லிப்போகும் கதை: ஷமீலா யூசுப் அலியின் கிணறு

ஷமீலா யூசுப் அலி எழுதிய "கிணறு" கதையைப் படித்து முடித்தபோது ஊருணி நினைவுக்கு வந்துவிட்டது. இசுலாமியக் குடும்பங்கள் அதிகம் இருக்கும் இலங்கையின் சிறு நகரம் ஒன்றில் இருக்கும் கிணறு - பொதுக்கிணறு - கவர்மெண்ட் கிணறை மையமாக்கி விரிகிறது கதை. ஒன்றிலிருந்து இன்னொன்றுக்கு எனக் காரணங்களைச் சொல்லிச் சொல்லித்தாவும் கதைசொல் முறையும் பேச்சு வழக்கின் வேகமும் சேர்ந்து தொடங்கிய வாசிப்பை எங்கும் நிறுத்தாமல் முடிவு நோக்கி இழுத்துச் சென்று விடுகின்றன.

கிணறின் இருப்பிடம் சார்ந்து, ஒரு யுவதிக்குள் உருவாகும் எண்ணவோட்டங்கள் வழியாகக் கிணற்றைச் சுற்றிய சம்பவங்களே தனித்தனிக் கதைகளாகக் கிளை பிரிந்துள்ளன. எப்போதும் வெளியுலகத்தைப் பார்க்க அனுமதிக்காத குடும்பச் சூழலிலிருந்து விலகிப் புறவெளிகளைக் காணும் ஆர்வத்தால் வீட்டிற்குள் இருக்கும் இசுலாமியப் பெண்ணின் மனவோட்டங்கள் அவை. தனிக்கிணறுக்கும் கவர்மெண்ட் கிணறுக்குமான ஒப்புமைகள், விடுதலைப் புலிகளின் இசுலாமிய விரோதப்பார்வையால் தமிழர்கள் மீது இசுலாமியர் ஒருவருக்கு

(மனாஸிர் நானா- தேவயாணி) உண்டான கோபம். அதனால் ஒரு தமிழ்ப்பெண்ணோடு உண்டான மோதல். அம்மோதலே பின்னர் காதலான கதை, என விரியும்போது கதையின் பரிமாணங்கள் விரிகின்றன. அக்கிணற்றின் அருகில் இருக்கும் பேக்கரி, ஆண்கள் கூடிக் கொட்டமடிக்கும் தடுப்புகொண்ட மொட்டை மாடி எனச் சிலவற்றை அடையாளப்படுத்திக் கொண்டு இசுலாமிய ஆண்களின் கட்டற்ற உலகத்தையும் பெண்களின் கட்டுப்பாடு கொண்ட இருத்தலையும் பார்க்கிற பார்வையிலிருந்து நகர்ந்து கிணற்றை மூடுவதும், பிறகு சரிசெய்வதுமான ஒரு குறிப்பான நிகழ்வை நோக்கி நகர்த்துகிறார். நிஸாரா மாமியின் அசாத்தியமான துணிச்சலால் கிணறை மூடியது, அதன் பின்விளைவுகளால் அரசு - ஊர்ச்சபை தனது இருப்பைக் காட்டித் திரும்பவும் கிணற்றை உயிர்ப்பித்ததுமான நிகழ்வுகள் அடுக்கப்படு கின்றன.

மொத்தக்கதையையும் பேச்சு வழக்கிலேயே சொல்ல வேண்டும் என்று நினைத்ததும், சிடுக்குகள் இல்லாமல் நேர்கோட்டில் சொல்வதே கதையை வாசிப்பவர்களுக்கேற்ற வடிவம் என நினைத்ததும் கதாசிரியர் ஷமீலா யூசுப் அலியின் பார்வைக்கோணமாக இருக்கிறது. பொதுக்கிணறொன்றைக் காரணமாக்கி இலங்கையின் இசுலாமியப் பெண்ணுலகத்தை விவரித்துள்ள அந்தக் கதையை வாசித்துப் பாருங்களேன் (கனலி இணைய இதழ்,தமிழ்நாடு).

விவரண நடப்பியலின் வகை மாதிரி: சர்மிலா விநோதினியின் வெண்ணிலா

ஈழத்துப் போர்க்கால அழிவுகளைக் கண்முன் கொண்டுவரும் புனைவுகள் இப்போதும் - 10 ஆண்டுகளுக்குப் பின்னும் எழுதப்படுகின்றன. "அழிவுகள் நடந்தது இப்படித்தான்" எனச் சொல்லும் நடப்பியல் வகைப்பட்ட எழுத்துகளிலும் இருவகைப்பட்ட புனைவுகள் இருக்கின்றன. போரில் ஈடுபட்ட இருதரப்பையும் விவரிக்கும் விமரிசன நடப்பியல் (Critical Realism) கதைகள் ஒருவகை என்றால், பாதிக்கப்பட்டோரின் அவலத்தையும் பாதிப்பு உண்டாக்கப்பட்ட விதத்தையும் முன்வைக்கும் விவரண நடப்பியல் (Documentary Realism) இன்னொரு வகை.

நான் வாசித்த அளவில் விமரிசன நடப்பியல் தன்மையுடன் புனைவுகளை எழுதுபவர்கள் பெரும்பாலும் புலம்பெயர்ந்த எழுத்தாளர்களாக இருக்கிறார்கள். அவர்களின் விமரிசனப் பார்வை அதிகமும் புலிகளின் செயல்பாடுகள் மீதும் பிடிவாதங்களின் மீதும் இருக்கின்றன. ஆனால் விவரண நடப்பியல் கதைகளை எழுதுபவர்கள் கடைசிவரை போர்க்களத்தில் நின்று உயிர்நீத்த விடுதலைப் புலிகளின் ஆதரவாளர்களாகவும் இருக்கிறார்கள். அத்தோடு உடலாலும் மனதாலும் ஈழப்பகுதிகளில் வாழ்பவர்களாக இருக்கிறார்கள். புலம்பெயர்ந்திருந்த போதிலும் தாய்மண்ணிற்குத் திரும்பும் ஆசை அவர்களது எழுத்துகளில் வெளிப்படுகின்றன.

வெண்ணிலா என்று தலைப்பில், சர்மிலா விநோதினி எழுதியுள்ள இந்தக் கதை ஆனையிறவு, தென்மராட்சி போர்க்காலத்தில் தன் அம்மாவைப் பார்த்துவிடும் ஆசையில் ஒற்றையடிப்பாதைகள், படகு, வேளாண் வாகனம் எனப் பயணங்கள் செய்து அவள் இருக்கும் தெருவுக்குள் நுழைந்துவிட்ட நிலையில் - பார்த்துவிடக்கூடிய கடைசித்தருணத்தில் வெடித்த குண்டுகளால் பிணமாக மட்டுமே பார்க்க முடிந்த சோகத்தை நுட்பமாக ஆவணப்படுத்தியுள்ளது.

விமரிசன நடப்பியல், விவரண நடப்பியல் என்ற இருவகை நடப்பியல்களின் நோக்கங்கள் பற்றியும் பலவிதமான கேள்விகள் இருக்கின்றன. அக் கேள்விகளை முன்வைத்து விவாதிக்கும் ஆய்வுக் கட்டுரைகளை எழுதுவதற்கு ஒன்றிரண்டு பனுவல்கள் போதாது. இருதரப்புப் பனுவல்கள் பலவற்றையும் தொகுத்துக்கொண்டு அப்படியொரு கட்டுரையை எழுதவேண்டும். இப்போது சர்மிலா விநோதினியின் விவரண நடப்பியல் கதையான வெண்ணிலாவை வாசித்துப் பாருங்கள் (யாவரும்.காம்)

நெற்கொழுதாசனின் பழிகரப்பு அங்கதம்:

நெற்கொழுதாசனின் சில கதைகளை இணையப் பக்கங்களில் முன்பே வாசித்திருக்கிறேன். புலம்பெயர் வாழ்விற்குள் இருக்கும் சிக்கலோடு சேர்த்து போர்க்கால வாழ்க்கையைப் பேச நினைத்த அந்தக்கதைகள், இரண்டையும் இணைப்பதற்கான வெளிப்பாட்டு வடிவத்தைக் கண்டறிய முடியாமல் தடுமாறிக் கொண்டிருந்தன. என்னவகையான எழுத்தைக் கைக்கொள்வது என்ற தெளிவில்லாமல் சோதனை முயற்சிகளில் ஈடுபட்டுக் கொண்டிருக்கிறார் என்று அவற்றைப் பற்றிக் குறிப்புகள் எழுதியிருக்கலாம். அப்படியான

குறிப்பு அவரது எழுத்து முயற்சியைத் தடுத்து விடக்கூடும் என்பதால் எழுதாமல் விட்டுவிட்டேன். இப்போது கனலியில் வந்துள்ள இந்தக்கதை ஒரு தெளிவான வெளிப்பாட்டு வடிவத்தைக் கண்டடைந்திருக்கிறார் என்பதைக் காட்டுகிறது.

கனவும் லட்சியங்களும் நடப்பாக உண்மையாக மாறிப் பக்கத்தில் வந்தால் சாதாரண மனிதர்கள் அதனை எப்படி எதிர்கொள்வார்கள் என்பதை விவாதிக்கும் பக்குவத்தின் கதையை நகைச்சுவை வடிவத்தில் சொல்ல நினைத்திருக்கிறார் என்பதின் மூலம், ஒரு பொருண்மைக்கான வெளிப்பாட்டு வடிவத்தைக் கண்டடைந்துள்ளார். கனலி இணைய இதழில் வந்துள்ள "பக்குவத்தின் கதை" யை நகைச்சுவை எழுத்து எனச் சொல்லிவிட்டு நகரமுடியவில்லை. நகை, அங்கதம், பகடி, எள்ளல் என அதுசார்ந்த பலவற்றின் கலவையாக இருக்கிறது. என்றாலும் அங்கதம் என்ற கலைச்சொல்லால் குறிப்பதோடு 'பழிகரப்பு அங்கதம்' என்ற அதன் உள்பிரிவால் சுட்டிக் காட்டுவது பொருத்தமானதாக இருக்கும் . அங்கதம் என்பதன் பொருள் நையாண்டித்தனம் தான். பனுவல்களுக்குள் உருவாக்கப்படும் பாத்திரம் ஒன்றையோ, கருத்துநிலையையோ, அல்லது ஒரு நிகழ்வையோ பழித்து, பகடி செய்து, கிண்டல் கேலியுடன் எழுதுவது அங்கதம். அங்கதத்தின் நோக்கம் நகைப்பை உண்டாக்குவது . நகையென்பது சிரிப்பு அது முறுவலித்து நகுதலும், அளவே சிரித்தலும், பெருகச் சிரித்தலுமென மூன்றென்ப எனத் தொல்காப்பிய மெய்ப்பாட்டியலுக்கு உரையெழுதியவர் சொல்கிறார்.

அங்கதம் நகைப்பை உண்டாக்குவதோடு நின்றுவிடுவதில்லை. வாசிக்கும்போது எளிமையான வெளிப்பாட்டு வடிவமாகத் தோன்றினாலும், மற்ற வெளிப்பாட்டு முறைகள் செய்யாத ஒன்றைத் துணிச்சலுடன் செய்யும் எழுத்தாக அங்கதம் இருப்பதால், அங்கத எழுத்தாளர்கள் எப்போதும் எச்சரிக்கையோடு கவனிக்கப்படுவார்கள். சமுதாயத்தில் வேரூன்றி, நிலைபெற்று, நடைமுறையாகிவிட்ட ஒரு அதிகாரக்கட்டமைப்பை நிலைகுலையச் செய்யும் நோக்கம் அங்கதத்திற்குண்டு. அங்கதத்தில் செம்பொருள் அங்கதம், பழிகரப்பு அங்கதம் என இரண்டு வகை உண்டு என்பது தொல்காப்பியம். ஒருவரை வசைபாடுவது போல புகழ்ந்து பேசும் முறையை 'செம்பொருள் அங்கதம்' என்றும்; மாறாகப்

புகழ்வது போல பழித்துரைப்பதை ‘பழிகரப்பு அங்கதம்’ என்றும் தொல்காப்பியம் வரையறுக்கிறது.

சந்திரலிங்கம், பக்குவம் என்ற பட்டப்பெயர் பெற்ற முன்கதையை முதலில் சொல்லாமல், தமிழ்நாட்டை நோக்கிக் கடலுக்குள் இறங்கி நடக்கத் தொடங்கும் காட்சியை முதலில் சொல்வதில் தொடங்குகிறது கதை. கடலுக்குள் இறங்கியதற்குக் காரணம் அவரது கனவு நாயகி, ‘செல்வி ஜெயலலிதா அப்பல்லோ மருத்துவமனையில் சாவடைந்தார்’ என்ற செய்திதான் என்று சொல்லும்போது, அவரை நகைச்சுவைப் பாத்திரமாக முன்வைக்கப் போகிறது என்பதைக் காட்டிவிடுகிறது. அந்தச் செய்தியைக் கேட்டதால் எப்படியாவது சென்னைக்குப் போய்விட முயன்று, கால்நடையாகவே கடலைக் கடந்துவிடலாம் என்று இறங்கிய சந்திரலிங்கத்தின் ஜெயலலிதா மீதான காதல் முன் பின்னாக நகர்ந்து வெளிப்படுத்தப்படுகிறது.

சினிமா நாயகி ஜெயலலிதா மீது கொண்ட காதலால் அவரது திருமணம் தள்ளிப்போனதின் பின்னணியில் அவர் ஜெயலலிதாவுக்குக் காதல் கடிதம் எழுதிய கதையும், ‘இலை மலர்ந்தால் ஈழம் மலரும்’ என்று முழங்கிய அரசியல் நாயகி ஜெயலலிதா மீது கொண்ட பற்றும் சொல்லப்படுகிறது. அவரது “ஜெயலலிதா காதல்!” ஒருவிதக் கனவுநிலைப்பட்ட லட்சியப்பார்வை. அதனைக் கைவிடச் செய்ய, அந்தக் கனவு நெருங்கிவந்துவிட்டது என்று காட்டுவதே சரியான மருந்து. அந்த யோசனையைத் தருபவர் சரசுவதி ஆச்சியின் கணவர்.

மனிதர்களுக்கு லட்சியங்களும் கனவுகளும் வெளியில் இருக்கும்போது விரும்பத்தக்கனவாக இருக்கின்றன. ரசிக்கத்தக்க கிறுக்குத்தனமாகத் தோன்றும் அந்தக் கனவுகள், நம் பக்கத்தில் வந்து நடப்பாக உண்மையாக மாறும்போது அச்சமூட்டுவதாக மாறிவிடுவதுண்டு. பார்த்து ரசித்துவிட்டுப் போகும் நகைச்சுவைப் பாத்திரங்களைக் கலைக்குரிய ஒன்றாக ஏற்கும் நமது மனம், நமது புழங்குவெளியில் இருக்கும் மனிதர்களாக இருந்தால் ஏற்றுக்கொள்வதில்லை. எரிச்சலுடன் ஒதுக்கிவிட்டுக் கோபத்தைக் காட்டத் தொடங்கிவிடுவோம். இதனையொரு உளவியல் நிகழ்வாகச் சொல்வதைவிடச் சமூகநடப்பாக விளங்கிக்கொள்ள வேண்டும்.

திரைப்பட நாயகர்கள், நாயகிகள் மீதும், அரசியல் தலைவர்கள் மீதும் தமிழர்கள் காட்டும் ஈர்ப்பின் பின்னால் இருக்கும் சமூக உளவியலை விவாதிக்கும் நெற்கொழுதாசனின் இந்தக் கதையைத் தமிழ்நாட்டுத் தமிழர்களும் வாசிக்கவேண்டும். இந்தக் கதைக்கு ஜெயகாந்தனின் 'சினிமாவுக்குப் போன சித்தாளு' ஒரு முன்மாதிரி என்ற போதிலும் கச்சிதமான சிறுகதையாக எழுதியிருக்கும் நெற்கொழுதாசன் பாராட்டுக்குரியவர்.

12. சந்திக்கும் கணங்களின் அதிர்ச்சிகள்:
புலப்பெயர்வு எழுத்துகளின் நகர்வுகள்

புலம்பெயர் வாழ்வில் அதுவரை சந்திக்காத நிகழ்வுகளைச் சந்திக்கும்போது ஏற்படும் அதிர்ச்சிகளும் தடுமாற்றங்களும் இந்தக் கதைகளின் பொதுக்கூறாக இருக்கின்றன. இரண்டு மாத இடைவெளிக்குள் இந்த ஆறு சிறுகதைகளும் வாசிக்கக் கிடைத்தன. புலம்பெயர்ந்த எழுத்து அல்லது அலைவுறு மனங்களின் வெளிப்பாடு என்னும் அடையாளத்துக்குள் நிறுத்தத்தக்க இந்த ஆறுகதைகளில் ஆகச்சிறந்த கதை எது எனத் தேர்வு செய்யும் நோக்கம் கொண்டதல்ல இந்தக் கட்டுரை. அதேநேரத்தில் அப்படியொரு தொனி வெளிப்படுவதைத் தவிர்க்க முடியாது என்பதையும் முதலிலேயே சொல்லி விடலாம்.

ஆறுகதைகளில் மூன்று கதைகள், காலம் இதழின் 51-வது இதழில் வாசிக்கக் கிடைத்த கதைகள். அடுத்த மூன்று. அம்ருதா இதழில் வாசிக்கக்கிடைத்த கதைகள். அவை:

1. அந்திக்கிறிஸ்து- ஷோபாசக்தி (காலம் இதழ் - 51 / 54-66)
2. ஊபர்-அ.முத்துலிங்கம் (காலம் இதழ் - 51 / 77-80)
3. சோபிதாவுக்குப் பெர்லின் காட்டுதல்- பொ.கருணாகரமூர்த்தி (காலம் இதழ் - 51 / 67-76)
4. சாய்வு-அனோஜன் பாலகிருஷ்ணன் (அம்ருதா - மார்ச், 2018/14-21)

5. *உறைந்த நதி - இளங்கோ (அம்ருதா - ஏப்ரல் 2018 / 26-32)*
6. *உமையாள் - தெய்வீகன் (அம்ருதா - ஏப்ரல், 2018 / 60-66)*

முதல் மூன்று கதைகளையும் எழுதியவர்களின் எழுத்துகளைக் கடந்த கால் நூற்றாண்டு காலப்பரப்பில் வாசிக்கக்கிடைத்த எழுத்துகள் எனலாம். முதன்மையாகப் புனைகதை எழுத்தாளர்களாகவே அறியப்படும் இம்மூவரின் எழுத்துகளும் கடந்த 40 ஆண்டுகால இலங்கைத் தமிழர்களின் இருப்பை, நகர்வை, அலைக்கழிப்பை அதனதன் சூழலில் பதிவுசெய்து செய்துள்ளன. இப்போது பிரான்சில் வசிக்கும் ஷோபா சக்தி, ஜெர்மனியில் வசிக்கும் பொ.கருணாகர மூர்த்தி, கனடாவில் வசிக்கும் அ.முத்துலிங்கம் ஆகிய மூவரும் எழுத்தில் நீண்ட அனுபவங்கள் கொண்டவர்கள் என்ற வகையில் மூத்த எழுத்தாளர்கள். இலங்கைத் தமிழினச் சிக்கல்கள், அதனால் எழுந்த ஈழத் தனிநாட்டுக்கோரிக்கை, அதனை அடைவதற்காக நடத்தப்பெற்ற போராட்டங்கள், போர்கள், அதனால் ஏற்பட்ட பாரதூரமான விளைவுகள், 2009 முள்ளிவாய்க்கால் பேரழிவுக்குப் பின்னான காலகட்டத்தைப்பற்றிய பார்வைகள் போன்றவற்றைத் தங்களது புனைகதைகளில் பதிவுசெய்வதில் இம்மூவருக்கும் பெரிய வேறுபாடுகள் உண்டு. வெளிப்பாட்டு வடிவத்திலும் மொழிப்பயன்பாட்டிலும் துலக்கமாக வெளிப்படும் இந்த வேறுபாடுகளுக்கான காரணங்கள் பலவாறு இருக்கக்கூடும் என்றாலும் முதன்மையான காரணமாக இருப்பது அவர்களின் அரசியல் புரிதலும் பார்வையுமாகவே இருக்கும்.

காலம் 51 இதழில் வாசிக்கக்கிடைத்த மூன்று கதைகளோடு தொடர்புபடுத்திப் பேசப்போகும் மற்ற மூன்று கதைகளும் அம்ருதாவின் ஒரே இதழில் அச்சிடப்படவில்லை. அடுத்தடுத்த மாதங்களில் சிறுகதைப் பிரிவில் வாசிக்கக் கிடைக்கின்றன. இம்மூன்று கதைகளையும் எழுதியுள்ள இளங்கோ, தெய்வீகன், அனோஜன் பாலகிருஷ்ணன் ஆகிய மூவரும் புலம்பெயர்ந்த இலங்கைத் தமிழர்களே என்றாலும், வயது, எழுத்து அனுபவம், எழுதியுள்ள பரப்பு ஆகியவற்றில் முன்னர்க் குறிப்பிட்ட மூவரோடு நிற்கும்படியானவர்கள் அல்ல; இளையோர்கள். இம்மூவரில் இளங்கோ, டிசே தமிழன் என்ற பெயரில் எழுதும் புனைவல்லாத எழுத்துகளைப் பத்தாண்டுகளுக்கு முன்பிருந்தே வாசித்திருக்கிறேன். ஆனால் சிறுகதைகள் இப்போதுதான் வாசிக்கக் கிடைக்கின்றன.

தெய்வீகனின் கதைகளும் அனோஜன் பாலகிருஷ்ணனின் கதைகளும் கடந்த இரண்டு ஆண்டுகளாக வாசிக்கக் கிடைக்கின்றன.

பழக்கப்பட்ட பாதையில் பயணித்தல்

வாசிக்கக் கிடைத்த இந்தக் கதைகள் ஈழத்தமிழ் புலம்பெயர் எழுத்துகள் என்ற வகைப்பாட்டிற்கான அடையாளத்தோடு வெளிப்படுகின்றன என்றாலும் முக்கியமான நகர்வொன்றைக் கவனப்படுத்துகின்றன. அந்நகர்வு புலம்பெயர்த் தமிழ் எழுத்துகளின் புதிய அடையாளமாகவும் கவனிக்கத்தக்க நகர்வாகவும் இருக்கக்கூடுமா? என்ற விவாதப்புள்ளியை எழுப்புவதுமே இங்கு நோக்கம். புலம்பெயர்வு எழுத்து, பல கட்டங்களைத் தாண்டி வந்திருக்கிறது. இன்னொரு தேசத்திற்குள் நுழைவதற்குத் தேவையான ஆவணங்கள் இன்மையின் விளைவாக ஏற்பட்ட இன்னல்கள், துயரங்களில் தொடங்கி, நிரந்தர அகதியாக மாறி, குடியேற்ற உரிமைகள், அந்த நாட்டின் நிரந்தரக் குடிமக்களாக ஆதல் என்பது வரையிலான அரசியல்சார் எழுத்துக்களைத் தாண்டித் தனிமனிதர்களின் மனம், புதிய தேசங்களின் சட்ட நெருக்கடிகள், அதன்வழி கிடைக்கும் உரிமைகள், சலுகைகள், நிம்மதியான வாழ்க்கைக்குள் நுழைதல் என்பதையெல்லாம் எழுதத் தொடங்கியுள்ளன. என்றாலும் அவர்களுக்குள் ஓடிக்கொண்டிருக்கும் சொந்த ஊர் நினைவுகள் ஏற்படுத்தும் நெருக்கடிகளும் பதிவாவதின் வழியாக பூர்வீக வெளிக்கும் புகலிட வெளிக்குமான அலைவுகளில் நிலைகொள்கின்றன.

தமிழ்மொழியையும் தமிழ்ப் பண்பாட்டுக் கூறுகளையும் ஏற்றுக்கொண்ட மனிதர்கள் அந்நிய மொழி மனிதர்களை, அந்நிய மண்ணில் சந்திக்க நேரும்போது ஏற்படக்கூடிய சுவாரசியங்களைத் தொட்டுச் செல்லும் ஏராளமான கதைகளை எழுதியவராக **அ.முத்துலிங்கம்** தனது கதைகளின் வழி பதிவாகியுள்ளார். அந்த மனப்பதிவுகள் அவரது எழுத்துகளை பிற புலம்பெயர் எழுத்தாளர்களிடமிருந்து வேறுபடுத்திக் காட்டும் தன்மைகொண்டவை. பெரும்பாலும் அவர் வாழ நேர்ந்த-பயணம் செய்த நாடுகளின் பின்னணியில் மனிதர்களை நிறுத்தி அவர்களை வாசிக்கும்படித் தூண்டுபவை. இந்தத் தன்மைக்கே முதன்மையளிக்கும் அவரது கதைகளில் புலம்பெயர்வினால் அல்லது

இடப்பெயர்வுகளால் ஏற்படும் வலியையோ, ஆற்றாமையையோ வாசிக்கமுடியாது. புலம்பெயர நேர்ந்த போர்ச்சூழலின் அனுபவங்களைக் கூட அறிந்துகொள்ள முடியாது. அதற்கு மாறாக அக்கதைகளில் வெளிப்படுவனவற்றைப் பண்பாட்டு நெருக்கடிகளின் அடுக்குகள் என்பதாகப் புரிந்து கொள்ளலாம். பெரும்பாலும் சந்திப்புகளை மையமிட்டுத் தொடங்கும் கதைகளாக அவரது கதைகளை வாசித்திருக்கிறேன். அந்தச் சந்திப்புகள் தற்செயல் சந்திப்புகளாகவும் திட்டமிட்ட சந்திப்புகளாகவும் கதைகளில் இடம்பெறுகின்றன. சந்திப்பவர்களிடம் வேறு தேசத்தவர் என்ற என்ற மனவோட்டம் தொடர்ந்து ஓடிக்கொண்டே இருப்பதோடு பாலின வேறுபாடும், தலைமுறை வேறுபாடும் கதை நிகழ்வுகளை வடிமைப்பதில் முதன்மை இடம்பிடிப்பனவாக இருக்கும். ஏற்கெனவே உருவாக்கப்பெற்ற இந்த அடையாளம் "ஊபர்" கதையிலும் முழுமையாக வெளிப்படுகிறது.

"சிலருக்கு எங்கே போனாலும் ஒரு பிரச்சினை வரும். சிலர் பிரச்சினையைத் தங்களுடன் எடுத்துக்கொண்டு செல்வார்கள். நான் இரண்டாவது வகை. எங்கே போனாலும் என் கைப்பைபோல பிரச்சினையும் வந்துவிடுகிறது. இப்பொழுது பொஸ்டனுக்குப் போன போதும் இப்படி நடந்தது" எனத்தொடங்கி,

'ஐயா, நான் எப்படித் திரும்பிபோவது?'. நான் எத்தனையோ நாடுகளில் எத்தனையோ சாரதிகளிடம் வழி கேட்டிருக்கிறேன். முதன் முதலாக என்னிடம் ஒரு வாகன ஓட்டி வழி கேட்கிறார். 'வந்தமாதிரிதான். ஏசு உங்களுடன் வருகிறார்' என்றேன்.

சொல்லப்படும் கதைக்குள் பயணி கதைசொல்லியாக இருக்கிறார். அவர் ஊபரின் உதவியோடு செய்த பயணத்தின் கதையைச் சொல்வதாக நினைத்துக்கொண்டு அந்த வாகனத்தை ஓட்டும் பொறுப்பிலிருக்கும் சாரதியின் கதையையே சொல்கிறார். பல்வேறு நிலைகளில் பயணங்களை ஏற்பாடு தரும் குழுமங்களின் துல்லியமான நடைமுறைக்கு மாறாகத் தனது மனம்போன போக்கில் செயல்படும் ஒரு சாரதிக்குள் இருக்கும் / செயல்படும் நிச்சயமின்மையை வாசிக்கத் தருகிறது கதை. நவீனவாகனங்களின் சாரதிகளுக்குத் தேவையான கருவிகள் குறித்தோ, அதனைக் கையாளத் தெரியாத நிலையில் தன்னை நம்பிவரும் பயணியின் மனநிலை குறித்தோ அலட்டிக்கொள்ளாத

ஒரு மனிதனோடு செய்யும் பயணம் தரும் அச்சத்தைவிடவும் அந்த மனநிலைக்குரியவனை வாசிக்கும் மனப்பாங்குதான் கதையின் முதன்மையான பங்களிப்பு. ஒரு கதையில், நிகழ்வுகளையும் நிகழ்வுகளுக்குத் தங்கள் வினைகளால் அர்த்தங்களை உருவாக்கும் பாத்திரங்களையும் வாசிக்கிறோம் என்ற நிலையிலிருந்து வாசிப்பவர்களை விலக்கிவிடும் அ.முத்துலிங்கம், தனது கவனமான சித்திரிப்புகளின் வழிக் கூர்மைப்படுத்துவதோடு, உரையாடல்களில் ஒருவித அங்கதத் தொனியை உருவாக்கி வாசகர்களைக் கதைக்குள் இழுத்துக் கொள்ளும் திறனை இந்தக் கதையிலும் முழுமையாகச் செய்துள்ளார்.

புலம்பெயர்ந்து வாழும் தமிழர்கள் தங்களிடம் கடந்த காலத்தை – அகதி வாழ்க்கைக்குள் நுழைய நேர்ந்த நெருக்கடியை முழுமையாக மறந்து புலம்பெயர்ந்து வாழும் நாட்டிற்குள் ஐக்கியமாகிவிட்டார்கள் என்பதைச் சொல்வதோடு, போருக்கு முந்திய யாழ்ப்பாண மேட்டுக்குடி மனநிலையோடும் அலைகிறார்கள் எனப் பேசுகிறார். யாழ்ப்பாண மனநிலையைத் தக்கவைக்க இயலாது என்ற போதிலும், போலியான ஆடம்பரங்களைக் கைவிடுவதாக இல்லை என்பதை விமரிசனப்பூர்வமாகச் சொல்ல நினைத்த பொ.கருணாகரமூர்த்தி,தமிழ்நாட்டுச் சினிமாக்காரர்களின் மேல் கொண்ட ரசிக மனோபாவம் அங்கும் தொடர்வதைக் கதை நிகழ்வாக்குவதின் வழியாகப் பேசுகிறார். சொந்த நாட்டில் திருமணத்திற்குரிய வயதிலிருக்கும் சகோதரிக்காகச் சேமித்து வைத்த பணத்தை ஜெகன் என்னும் இளைஞன், தமிழ்ச் சினிமா நடிகை தந்த தற்காலிக சுகத்தில் இழந்துபோன நிகழ்வைக் காட்டுகிறார். ஜெகனின் வீழ்ச்சி தொடங்கிய இடத்தைச் சுட்டிக்காட்டினால் **பொ.கருணாகரமூர்த்தி**யின் கதை எழுப்ப விரும்பிய பரிகாசத்தொனி எளிதாகவே புரிந்துவிடும். வீழ்ச்சியின் அடையாளமாக அவனது கழுத்திலிருந்த தங்கச்சங்கிலி இடம் மாறியதில் தொடங்குகிறது. அதனை இப்படி எழுதுகிறார்:

“பெர்லின் பிள்ளையார் பால்குடித்த விந்தைக்கு அடுத்தபடியாக.. ஒரு 500 இயூரோ கைமாத்துக் கேட்டாலே ஏதோ கிட்னியைக் கேட்டமாதிரி திகைச்சு மூஞ்சூறுமாதிரி மாமாங்கம் யோசிக்கிற பயல் ஐந்து சவரன் தங்கச்சங்கிலியைத் தூக்கிக் கடாசின அற்புத த்தைப் பெர்லினில் பறையாத வாய்களே இல்லை அவனது நல்ல நண்பர்களும் ஆற்றாமையில் தமக்குள் ‘ஒருநாளைக்கு

இளித்துவிட்டுப் போகிறவளுக்கு தங்கச் சங்கிலியைக் கழற்றிக் கொடுத்தானே லூஸ¯ப் பான்னாடை, என்று புறுபுறுத்தனரே தவிர, 'தற்கால இளைஞர்களுக்கு அறிவுரைகள் பிடிக்காது, என்பதால் ஜெகனிடம் நேரடியாகக்கருத்து சொல்லத் தயங்கினர்.

சங்கிலியை மேடையில் தந்தவன், கைவசமிருந்த மொத்தப் பணத்தையும் ஸோபிதா என்னும் தமிழ்நாட்டுச் சினிமா நடிகையை இரண்டுநாள் தன்னோடு இருக்கச் செய்து பெர்லின் நகரைச் சுற்றிக்காட்டிவிட்டு, அவள் வாங்கிய பொருட்களுக்கெல்லாம் தானே பணம் தந்து தீர்த்தான் என்பதே கதையின் மொத்த விவரிப்பும். தமிழ்நாட்டுச் சினிமாக்காரர்களின் மீதான ஈர்ப்பு என்பது போர்க்கால ஈழவாழ்வில் தவிர்க்கமுடியாமல் ஒட்டிக்கொண்ட அசட்டுத்தனம். அந்த அசட்டுத்தனத்தை 30 ஆண்டுகாலப் போர்நிலை வாழ்வும், அதனால் நேர்ந்த புலம்பெயர் துயரங்களும் போக்கவில்லை என்பதை எள்ளலுடன் சொல்லி முடிக்கிறது.

பட்டாபிஷேகத்திற்கு முன்பு சீதையைத் தீக்குளிக்கும்படி ராமரே சொன்னார் என்ற அதிர்ச்சியில், "அவன் சொன்னானா?" என அகல்யா மரியாதையற்ற ஒருமையில் கேட்டதாக இந்தியத் தொன்மங்களை மறு உருவாக்கம் செய்தவர் புதுமைப்பித்தன். அதற்கிணையாகச் சொல்லத்தக்க தொன்ம மறு ஆக்கக் கதை **ஷோபா சக்தி**யின் அந்திக்கிறிஸ்து. பைபிளில் இடம்பெற்றுள்ள தொன்மக் குறிப்புகளை மறு ஆக்கம் செய்ய பைபிளின் வெளிப்பாட்டு வடிவத்தையே கையாண்டுள்ளார். அதிகாரங்களாகப் பிரிக்கப்பட்ட பைபிளின் வெளிப்பாட்டு உத்தியைக் கைக்கொண்டு புனைகதை வடிவத்தில் ஏற்கெனவே வெளிப்பட்டவர், இந்தக் கதையிலும் அதே பாணியைப் பின்பற்றியுள்ளார். 30 அதிகாரங்களில் விரிக்கப்பட்டுள்ள அந்தக் கதையின் முதல் 3 அதிகாரங்கள் இப்படித்தொடங்குகின்றன.

1. 1 கவர்னர் தூக்கத்தில் இருந்தபோது இரவோடு இரவாக அவருடைய பதவி நாட்டின் அதிபரால் பறிக்கப்பட்டிருந்தது.
2. 1 கவர்னர் பதவி பறிக்கப்பட்டு, கடுமையான இருபத்திநான்கு மணிநேர இராணுவக் காவலோடு பிலாத்து வீட்டுச் சிறையில் வைக்கப்பட்டு ஒருவாரம் ஆகிப்போயிற்று.

3. 1 எட்டாம் நாள் பிலாத்து நண்பகலிற்கு மேலேதான் படுக்கையிலிருந்து எழுந்தார். பல்கூட துலக்காமல் நேரே சமையலறைக்குச் சென்று, தென்னஞ் சாராயப் போத்தலைத் திறந்து ஒரு பெரிய கண்ணாடிக்கோப்பையை அவர் நிறைத்துக்கொண்டிருக்கும்போது சமையலறை வாசலில் ஓர் இராணுவ வீரன் தோன்றினான்.

கடைசி அதிகாரத்தின் கடைசி இரண்டு வசனங்கள் இப்படி முடிகின்றன:

- *பிலாத்து பாற்சோறால் நிறைந்த வெள்ளித் தட்டோடு சமையலறையிலிருந்து வெளியே வந்தபோது அந்த வீட்டில் யாரும் இருக்கவில்லை.*
- *எல்லா வாசல்களும் திறந்து கிடந்தன.*

நெடுங்காலப் போரில் மகன்களை இழந்தவர்களின் குரலாகவும், காணாமல் ஆக்கப்பட்ட மகன்களைத் தேடும் அம்மாக்களின் குறியீடாகவும் மரியாவைக் கதைக்குள் உலவ விட்டுள்ளார். எந்த நேரமும் கைவசம் தூக்கிக்கொண்டே அலையும் தட்டச்சு மிஷினில் புகார் மனுக்களையும் காதல் கடிதத்தையும் தட்டச்சிக்கொண்டே அலைபவளாக வரும் மரியாவின் கேள்விகளுக்குப் பதில் சொல்ல வேண்டிய இடத்தில் இருக்கும் அரசதிகாரத்தின் கண்ணிகளையும் அடையாளங் காட்டுகிறார். ஆணவமாகத் திரியும் கண்ணிகளும், ஆற்றாமையோடு அலையும் கண்ணிகளுமெனப் போருக்குப் பிந்திய இலங்கை அரசியல் ஷோபாசக்தியின் எழுத்து முறையில் தீவிரமாக வெளிப்பட்டுள்ளது. கவனமாகப் பயன்படுத்தப்படும் மொழி, சொல்முறை, எழுப்பும் உணர்வுகளின் சுழற்சி, உருவாக்கும் குற்ற மனங்களின் அடுக்குகள் என்பனவற்றின் வழியாக ஷோபா சக்தி அசலான அரசியல் கதையாக எழுதியுள்ளார். ஈழப்போராட்டத்தையும், ஈழத் தமிழர்களின் விடுதலையையும் முழுமையாகத் தனது எழுத்துப்பரப்பிலிருந்து நீக்க முடியாது என்பதை வெளிப்படுத்தும் கதை. அவருக்குப் பழக்கப்பட்ட பாதையும் கூட.

புதிய நகர்வு : *இம்மூன்று கதைகளிலிருந்து விலகி வேறுவிதமான நகர்வாக இளங்கோ, தெய்வீகன், அனோஜன் ஆகிய மூவரின் கதைகளும் வெளிப்பட்டுள்ளன. இந்தக் கதைகள் விவாதிக்க*

விரும்பும் மையங்களை - உரிப்பொருளைக் காமம் அல்லது காதல் என்பதாகச் சொல்லலாம்.

மதுபான விடுதியொன்றில் தற்செயலாகச் சந்திக்க நேர்ந்த சூஸன், எந்தக் காரணமுமில்லாமல் இன்னொருவனைச் சந்தித்து, அந்த இன்னொருவனோடு தனது உரையாடலையும், தனது உடலின் நெருக்கத்தையும் காட்டித் தொடர்கிறபோது உண்டாகும் வன்மத்தில் கொலைகாரனாக மாறிவிடுவதைச் சொல்லும் இளங்கோவின் கதையில் வரும் இந்த வரிகளே கதையெழுப்பும் உரிப்பொருளான காமத்தின் சாயைகளைக் காட்டுவன.

- மொழியாலும் கலாசாரத்தாலும், மேற்கு - கிழக்கு என்று வெவ்வேறு பின்புலங்களாலும் இருவரும் தூரத் தூரவாகவே இருந்தனர். ஒவ்வா முனைகள் அதிகம் கவர்வதில்லையா, அதுபோல் எதுவோ அவர்களை இணைத்துவைத்தது போலும்.

- நான் சொல்வதை மவுனமாய்க் கேட்டுக்கொண்டிருந்தவன் கொஞ்சநேர அமைதியைக் குலைத்து, “என்னதான் இருந்தாலும் ஒரு தமிழ்ப்பெட்டையை நான் லவ் பண்ணியிருந்தால் இப்படியெல்லாம் செய்திருக்க மாட்டாள்தானே” என்றான்.

- “தமிழ்ப் பெட்டை என்றில்லை, மனிதமனங்களே விசித்திரமானதுதான். கணந்தோறும் மாறிக்கொண்டிருப்பவை.

சந்தித்துக்கொண்ட ஆணும் பெண்ணும் உடல் ரீதியான தொடுகைக்கும் தனித்திருத்தலுக்கும் வாய்ப்பளிக்காத சமூகக் கட்டுகள் கொண்டது கீழைத்தேய வாழ்வியல். இதிலிருந்து மாறுபட்ட பெண்களை அதுவரை சந்தித்திராத ஆடவனோடு ஒரே மேசையில் அமர்ந்து மதுவருந்தவும், அவளது அடுத்த நாள் வேலைத்திட்ட நெருக்கடியைப் பகிர்ந்துகொள்ளவும், அதில் திருப்தி அடையும்போது முதல் நாள் சந்தித்தவனைத் திரும்பவும் அழைத்து நட்பாகி, உடலைத் திறந்து காட்டவும் தயாராகும் பெண் என்பவள் மேற்குலகின் பிரதிநிதி. அதே நேரத்தில் அவனைப் பிரிந்துவிடவும் அதே மனநிலையை உருவாக்கிக் கொள்பவள். இந்த மனநிலை என்பது ஒருவிதத்தில் தற்காலிகமாகவே எல்லாவற்றையும் எதிர்கொள்ளும் மனநிலை. இதனைத் தயக்கமின்றி ஏற்கத்தயங்கும் கீழைத்தேய ஆணை - இளைஞனின் தன்னிலையை **இளங்கோ**வின் கதை முன்வைத்துள்ளது. இந்தத்

தயக்கத்தை உணர்ந்த நிலையில் தான் நேர்கோடற்ற தொடர்புகள் இல்லாத - சம்பவங்களையும் மனிதர்களையும் உள்ளடக்கிய கதைசொல் முறையைக் கையாண்டுள்ளார். கதை முடிந்தபின் ஒரு குறிப்பையும் தருகிறார்.

இதேபோன்றதொரு தவிப்பாகவே அனோஜனின் கதைக்குள் வருபவனின் தவிப்புகளும் இருக்கின்றன. தன்மைக்கூற்றில் சொல்லப்படும் அந்தக் கதையின் ஆண் இலங்கையிலிருந்து படிக்கச் சென்ற மாணவனாகவும், அவனோடு பொதுக்குளியலறையைப் பகிர்ந்துகொள்ளும் வசதி மட்டும் கொண்ட வீட்டில் தங்கிக் கொள்ள வந்தவளின் உடல் மீதான விழைச்சும், இருவரும் இணைந்து கஞ்சா, மது எனக் கட்டுப்பாடுகளற்று இருந்த விடுதலை மனநிலையும் திடீரென்று ஒருநாள் இல்லாமல் போவதை ஏற்றுக்கொள்ள முடியாத மனநிலையுமாக விரிந்துள்ளது அந்தக் கதை.

இருவருக்கும் ஒரே பொதுக்குளியலறை. அதைப்பற்றி உனக்கு எந்தவிதக் கவலையும் இல்லை. குறைந்தவிலையில் வாடகைவீடு கிடைத்ததில் மகிழ்ச்சி என்றுதான் சொல்லியிருந்தாய்.

என ஆரம்ப அறிமுகங்களிலிருந்து நகர்ந்து கடைசியில்,

"குற்றவுணர்வைக் கடப்பது என்பது எத்தனைக் கடினம்" என்றாய் ஒரு பெருமூச்சு வெளிப்பட

"அதை யார் மீதாவது சாய்த்துவிட்டு கடப்பதுதான் இருக்கும் வழி" என்றேன்.

என்னைப்பார்த்துப் பார்த்து புன்னகைத்துக்கொண்டே அன்றைய தின வகுப்புக்கு நீ புறப்பட்டுச் சென்றாய். உன் அண்ணாவின் பெயரை இதுவரை நான் கேட்டதில்லை, நீயும் சொன்னதில்லை. என் பெயரை எனக்குள் நானே சொல்லிப் பார்த்தேன்.

தன்னிடம் அவள் உடல்ரீதியாக கொண்ட உறவின் காரணங்களைத் தேடும் பதின் மூன்று வயதில் அவளோடு உறவுகொண்ட அவளது அண்ணனின் இடத்தை நிரப்பிய இன்னொரு ஆடவனாக நிறுத்திப் பார்த்து முடிக்கிறது. தனது சகோதரனின் ஆசைக்கு இணங்கியதின் விளைவாக ஏற்பட்ட குற்றவுணர்வை நீக்கிக்கொள்ளும் பொருட்டே அவள், இவனுடன் உறவுகொண்டாள் என்பது தொனிக்கும் இந்தக் கதைத் தன்மைக் கூற்றுக்குப் பதிலாக நேர்கோடாகச் செல்லாமல்

படர்க்கை நிலையில் எழுதப்பெற்றிருந்தால் உண்டாக்கியிருக்கக் கூடிய வாசிப்பு அனுபவம் வேறாக இருந்திருக்கலாம். **அனோஜன் பாலகிருஷ்ணன்** இலங்கையிலிருந்து இங்கிலாந்திற்குச் சென்று படித்துக்கொண்டிருக்கிறார் என்ற தகவலோடு இணைத்து வாசிக்கும்போது கதையின் விரிவு தன் வெளிப்பாடாகச் சுருங்கிவிட அந்தத் தன்மைக்கூற்றுச் சொல்முறை காரணமாகியிருக்கிறது.

குடியேற்ற சிக்கலால் துரத்தப்படும் ஒருவனின் காதல் உணர்வு மட்டுப்படுத்தப்படும் சூழல்களைச் சொல்லும் தெய்வீகனின் உமையாள் கதையில் வரும் ஆணும் பெண்ணும் மொழியால் வேறுபட்டவர்கள் அல்ல. இருவரும் புலம்பெயர்ந்து வாழ்பவர்களே. அவர்களிடம் ஏற்படுவது உடல் சார்ந்த காமத்தின் நீட்சியல்ல; மனம் சார்ந்த காதலின் தொடர்ச்சி. பண்பாட்டு முரண்களை எதிர்கொள்வதையோ, மீறத் துடிப்பதையோ கதைப்பொருளாக ஆக்காமல், பழைய தடத்திலேயே பயணிக்கிறது. காதலின் அடுத்த கட்டமான காமத்தைப் புலம்பெயர் வாழ்விலும் பேணிப்பாதுகாக்கும் இலங்கைப் பெண்ணையும் ஆணையும் நிறுத்துவதின் வழியாக காதல் என்ற எல்லைக்குள்ளேயே நின்றிருக்கிறது. அகதி வாழ்வில் தனிமனிதர்களின் காதல் சார்ந்த மனவுணர்வுகளின் அல்லாட்டத்தைப் பேசும் முயற்சி என்ற வகையில் கவனிக்கத்தக்க கதை. அதில் வரும் கடைசிப் பத்திகள் இதனை உறுதி செய்கின்றன.

- *சயந்தன் முழுதாக ஒன்பது மாதங்கள் அந்த வீட்டிலிருந்தான். இதே வெட்கம், இதே விசுவாசம், எல்லாம் இதே இதே இதேதான்.*

- *அப்போது மாத்திரமல்ல பிறகு எப்போதும் சயந்தனின் மீதான காதலை வேணியால் அவனது அண்ணனிடம் சொல்ல முடியவில்லை. வீட்டிலிருந்தபோது இதுதான் நடந்ததா என்ற கெட்ட பெயர் சயந்தன் மீது அண்ணனுக்கு வந்துவிடுமோ என்ற அச்ச உணர்வும், அதே வேளை, விஸா கிடைக்கும்வரை தனது காதலை அண்ணனின் ஊடாகச் சொல்வதற்கு காத்திருந்தவளாக சயந்தனிடம் தன்னைக் காண்பிக்க வேண்டுமா என்ற குற்ற உணர்வும், வேணியை அவளது காதலை முற்றாகவே துறக்க செய்தது.*

ஆறுகதைகளில் **இளங்கோவும், அனோஜனும்** புதிய நகர்வைச் செய்திருக்கிறார்கள். இந்த நகர்வுக்குப் பின்னால்,

ஆண்பெண் உறவை இரு மனங்களின் வெளிப்பாடாகவும் அலைக்கழிப்பாகவும் கருதும்போது காதல் என்ற சொல்லாலும் எதிர்பால் உடல்களின் தேடலாகக் கருதும்போது காமமென்ற சொல்லாலும் விவாதிக்கும் மனப்போக்கின் எண்ணங்கள் செயல்பட்டிருக்கின்றன. கீழைத்தேயங்களின் (இந்திய / இலங்கை) முதன்மையான மனநிலைகளில் ஒன்று இது. அம்மனநிலைக் காதலையும் காமத்தையும் நிரந்தரமான ஒன்றாகவும் ஒருதடவை வெளிப்பட்டால், வேறுபக்கம் திரும்பாமல் கடைசிவரை தொடரவேண்டும் எனக் கட்டுக்குள் வைக்கும் நிலைப்பாடாகவும் கணிக்கிறது; நம்புகிறது; தொடர்கிறது. அதனாலேயே அதனைச் சுற்றிப் புனிதம் கற்பிக்கப்படுகிறது. அப்புனிதக் காரணங்கள் தொடர்ச்சியாகவே 'ஒருவன் ஒருத்தி' என்பதான நிலைப்பாட்டைப் பரப்புரை செய்கிறது. ஆனால் காதல் அல்லது காமம் குறித்த மேற்குலகின் எண்ணங்கள் வேறானவை. உடல் மீதான ஈர்ப்பாகக் கணித்து அதன் இருப்பு தற்காலிகமானது என்ற முடிவில் நகர்பவை. அதன் காரணமாகத் தனது உடலை - உடலின் இச்சையைத் தீர்த்த இன்னொருவனை/ இன்னொருவளைப் பிரிந்துவிடுவதைப் பெரிதாக நினைத்து அல்லாடுவதில்லை. எளிதாகக் கடந்துசென்றுவிடும்.

பேசப்பட்ட ஆறு கதைகளிலும் உலவும் பாத்திரங்களின் தன்னிலைகள் இலங்கை அகதிகள் என்ற அடித்தளத்தின் மேல் உருவான தன்னிலைகளே என்றாலும், அதன் பரிமாணங்கள் வேறானவையாக இருக்கின்றன. பூர்வீக வெளியை மறந்து வாழிடத்தின் நெருக்கடிகளுக்கு முகங்கொடுப்பவர்களாக மாறாமல், நினைவில் தங்களை ஈழத்தவர்களாக நிறுத்திக்கொண்டு அல்லாடும் நபர்களை எழுதவேண்டுமா? புதிய நகர்வுகளுக்குள் நுழைவார்களா என்பதை இனியும் எழுதப்பட இருக்கின்ற கதைகளின் வழி விவாதிக்க வேண்டும்.

இரண்டு குறிப்புகள்:

1. இதுவரை 51 இதழ்கள் இலங்கையிலிருந்து ப்ரான்சிற்குப் புலம்பெயர்ந்து கிடைத்த கணதியான ஐரோப்பிய அனுபவங்களோடு கனடாவில் குடியேறியிருப்பவர் செல்வம் அருளானந்தம். அவரது ஆசிரியப்பொறுப்பில் வரும் காலம் இலக்கியக்குழுக்கள், அரசியல் அடையாளங்கள்

போன்றவற்றோடு தன்னை இணைத்துக்கொள்வதைத் தொடர்ந்து தவிர்த்து வருகிறார். காலம் இதழில் வந்துள்ள கவிதைகள், கதைகள், கட்டுரைகள், மொழிபெயர்ப்புகள். நேர்காணல்கள், திறனாய்வுகள் போன்றவற்றை வாசிக்கும் ஒருவர், முழுமையும் தனது வாசிப்பு, தனது புரிதல், தனது ஈடுபாடு என்பதை மட்டுமே உறுதியாக நம்பித் தமிழ் இலக்கிய வளர்ச்சிக்குப் பங்களிப்பு செய்துவருகிறார் செல்வம் என உணரமுடியும். இதனை நடுநிலையான போக்கு என்பதைவிடச் சார்பின்மையைக் காட்டும் மனநிலை எனச் சொல்லத் தோன்றுகிறது. உலகத்தமிழ் இலக்கிய வரைபடம் ஒன்றை உருவாக்கும் நிலையில் காலத்தின் பங்களிப்பு முதன்மையான அடர்த்தியான வண்ணத்தால் குறிக்கப்படும் வாய்ப்புண்டு

2. காலத்தில் வெளியிடுதல் என்பதில் கறாரான கொள்கையைக் காட்டாத சிறுபத்திரிகைகள் என்னும் அடையாளம் பின்னுக்குத் தள்ளப்பட்டதின் முதன்மையான அடையாளம் இடைநிலை இதழ்கள். அவை இந்திய அரசின் தபால் துறையின் சலுகையைப் பயன்படுத்திக் கொள்ளும்பொருட்டு மாத இதழ்களாக வெளிவந்த காலம் இந்த நூற்றாண்டின் தொடக்கக் காலம். மாத இதழ்களாக வரும் இவ்விடைநிலை இதழ்கள் பெரும்பாலும் அதே பெயரில் பதிப்பகங்களையும் தொடங்கி நடத்துகின்றன. இவ்விரு அடையாளத்தோடும் பொருந்திப் போகும் இதழாக வந்துகொண்டிருப்பது அம்ருதா. தமிழின் குறிப்பிடத்தக்க பெண்ணெழுத்தாளரான திலகவதியின் ஆசிரியத்துவத்தில் வரும் அம்ருதா, மற்ற இதழ்களிலிருந்து மாறுபடும் ஓரம்சம் உண்டு. காலம் இதழில் செல்வம் கடைப்பிடிக்கும் சார்பின்மையைக் கடைப்பிடிப்பதோடு, இலங்கை, மலேசியா, சிங்கப்பூர் போன்ற பிற தமிழ் நிலங்களின் எழுத்தாளர்களுக்கும் தொடர்ச்சியாக வாய்ப்புகளைத் தந்து எழுதத்தூண்டுகிறது. தொடர்ச்சியாகப் புலம்பெயர் எழுத்தாளர்களின் படைப்புகளையும் படைப்புகள் குறித்த பதிவுகளையும் வெளியிடுகிறது. இந்த நகர்வின் மூலம் அம்ருதாவும் தன்னை உலகத்தமிழ் இலக்கியத்தின் பகுதியாக மாற்றிக்கொண்டு வருகிறது.

– மே 05, 2018

13. வீரத்திலிருந்து காமம் நோக்கி :
   புலம்பெயர்ப்புனைவுகளின் நகர்வுகள்

இலக்கியப்பரப்பில் புலப்பெயர்வு *(daispora)* இலக்கியங்கள் என்ற அடையாளம் பழையது. ஆனால் தமிழ் இலக்கியப் பரப்பில் அதன் வருகை அடையாளப்படுத்துதல் தனி ஈழத்துக்கான போருக்குப் பின்னான புலப்பெயர்வின் வழியாகவே நிகழ்ந்தது. அதற்கும் முன்பே காலனிய காலத்தில் இந்தியாவிலிருந்தும் இலங்கையிலிருந்தும் தமிழர்கள் ஐரோப்பியர்களின் காலனியாதிக்கக் கண்டங்களுக்கும் நாடுகளுக்கும் புலம் பெயர்க்கப்பட்டார்கள் என்பது வரலாறு. இலங்கையின் மலையகத்துத் தேயிலைக் காடுகளுக்கும் மலேசியாவின் ரப்பர் தோட்டங்களுக்கும் தென் ஆப்பிரிக்கச் சுரங்கத் தொழில்களுக்கும் நகர மேம்பாட்டு வேலைகளுக்கும் இந்தியர்கள் / தமிழர்கள் கொண்டு செல்லப்பட்டார்கள். அப்பெயர்வுகளைப் புலப்பெயர்வாக அடையாளப் படுத்தத் தவறிய தமிழ்ச் சொல்லாடல் உலகம் அதனை இடப்பெயர்வாகக் கவனப்படுத்தியது. ஒரே நாட்டிற்குள் - ஒரு மொழி பேசும் எல்லைப்பரப்புக்குள் நிகழும் நிகழ்வுகளுக்கும் மொழி தெரியாத வேறு தேசங்களுக்குள் நுழையும் நிகழ்வுகளுக்கும் பெரிய வேறுபாடுகள் உண்டு. அந்த வகையில் இடப்பெயர்வைவிடப் புலப்பெயர்வின் வழிமுறைகளும் உணரும் வலியும் அதிகம். அதன் காரணமாகவே ஈழப்போருக்குப் பிந்திய புலப்பெயர்வை

மையமிட்ட இலக்கியப்பனுவல்களையே புலப்பெயர்வு இலக்கியங்கள் என வகை பிரித்துப்பேசுகின்றது இலக்கியத் திறனாய்வு.

தனிநாட்டுக்கான போர்களின் பின்னணியில் நடந்த புலப்பெயர்வின் தொடக்கம் எப்போது? எந்த நாட்டுக்குப் புலம்பெயர்ந்து ஈழத்தமிழர்கள் அகதி வாழ்க்கையைத் தொடங்கினார்கள்? நாடு துறந்த குடும்பங்கள் இப்போதைய நிலை என்ன? குடியுரிமை தந்த நாடுகள் எவை? போன்ற தகவல்கள் வரலாற்றாய்வாளர்களின் கவனத்துக்குரியவை. அதேபோல் இலக்கிய வரலாற்று ஆய்வும் புலப்பெயர்வின் காரணமாக எழுதப்பெற்ற பனுவல்களின் தொடக்கம் எவை? எதனை முன்வைத்து புலப்பெயர்வு இலக்கியம் வெளிப்பட்டது? யாரால் அந்தத் தொடக்கம் நிகழ்ந்தது? போன்ற தகவல்கள் சேகரிப்பில் கவனம் கொள்ளும். இத்தகைய கவனக்குவிப்புகள் தேவையானவையே; ஆனால் இலக்கியத்திறனாய்வு இதனைச் செய்வதில்லை. அவற்றையெல்லாம் சற்று ஒதுக்கி வைத்துவிட்டு, புலப்பெயர்வு இலக்கியங்கள் எவ்வகையான மாற்றங்களை நோக்கி நகர்கின்றன என்பதில் கவனப்படுத்தும்.

தமிழின் தொடக்க நிலையில், புலப்பெயர்ந்த எழுத்தாளர்களின் புனைவுப் பனுவல்கள் அவர்களின் வாழிடத் தேச அடையாளங்கள் எதுவும் இல்லாமலேயே வெளிப்பட்டன. எழுதியவர்களின் உடல்கள் புலம்பெயர் நாடுகளில் - ஐரோப்பிய/ஆஸ்திரேலிய/ கனடிய நாடுகள் - எதாவதொன்றில் இருந்தபோதிலும் மனம் முழுவதும் இலங்கையில் தமிழர்கள் வாழும் பரப்பிலேயே இருந்தன. இனவாதம், ஒதுக்கப்படுதல், போராட்டக் காரணங்கள், போர்க்களங்கள், உள் முரண்பாடுகள், வெளி முரண்பாடுகள் என நகர்ந்து கொண்டிருந்தன. அவற்றின் வாசக இலக்காகப் புலம்பெயர்ந்த தமிழர்களும் புலம்பெயராத ஈழத்துத்தமிழர்களும், ஈழப்போராட்டத்தின் ஆதரவு சக்திகளாகக் கருதப்பெற்ற இந்தியத் தமிழர்களுமாக இருந்தார்கள்.

புலம்பெயர் நாடுகளிலிருந்து அச்சிடப்பெற்ற சிற்றிதழ்களிலும், அந்தந்த நாடுகளில் தொடங்கப்பட்ட அமைப்புகளின் தொகைநூல்களிலும் வந்த கவிதைகளிலும் புனைகதைகளிலும் அவர்கள் எந்த நாட்டில் வாழ்கிறார்கள் என்ற பின் குறிப்புகள்

மட்டுமே புலம்பெயர் அடையாளங்களாக இருந்தன. இந்தப்போக்கில் பெரும் திருப்பத்தை உண்டாக்கிய நிகழ்வாக முள்ளிவாய்க்கால் பேரழிவு இருந்தது. தனிநாடு என்னும் இலக்கும், அதனைப் பெற்றுத்தரும் என்ற பெருநம்பிக்கையாகவும் இருந்த விடுதலைப்புலிகளின் சரணடைவும் ஈழத்தமிழர்களின் மனநிலையில் மட்டுமல்லாமல் எழுத்தாளர்களின் மனநிலைகளிலும் பெரும் மாற்றங்களை உண்டாக்கின. அதற்குப் பின்பான கவிதைகளிலும் புனைகதைகளிலும் தன்னிரக்க வெளிப்பாடுகளும், கடந்த காலத்தின் மீதான விமரிசனங்களும் பேசுபொருட்களாயின. வெளிப்பாட்டு நிலையில் இழந்ததை நினைந்திரங்கும் தொனிகள் தூக்கலாக மாறின.

கவிதை, சிறுகதைகளின் நிலையிலிருந்து விரிவான களங்களைக் கொண்ட நாவல்கள் காலம், வெளி என்ற அடிப்படை இலக்கியக் கூறுகளிலும் பல தளங்களைக் கொண்டனவாக வெளிப்பட்டுள்ளன. முள்ளிவாய்க்கால் பேரழிவுக்குப் பின்னர் எழுதப் பெற்ற நாவல்களின் புனைவுக்காலம் போர்க்காலத்தில் தொடங்கிப் போருக்குப் பிந்திய காலத்தில் முடிந்ததைப் பொதுத்தன்மையாக வாசிக்க முடிகிறது. அதேபோல புனைவு வெளியிலும் ஈழத்தமிழ்ப் பரப்பும் புலம்பெயர் பரப்பும் சம அளவில் இடம் பெறுவதையும் காண முடிகிறது. அதே நேரம் புனைவுகளில் உருவாக்கப்பட்ட கதை மாந்தர்கள் பெருமளவு புலம்பெயர்ந்த இலங்கையர்களாகவே இருந்தனர்.

★★★

இப்போது கனடாவில் வாழும் அ.முத்துலிங்கத்தின் எழுத்துகளே புலப்பெயர்வு எழுத்துகளில் காலத்தால் முந்தியவை. ஆனால் அவரது எழுத்துக்களை ஈழப் போர் காரணமாகப் புலம்பெயர்ந்தவரின் எழுத்து என்ற வகைப்பாட்டிற்குள் வைக்க முடியாது. தனது வேலை காரணமாகப் பல நாடுகளில் வாழ்ந்த அனுபவம் பெற்றவர். 1990 களின் தொடக்க ஆண்டுகளில் அவரது கையெழுத்துப் பிரதியொன்றை எனக்கு வாசிக்கக் கொடுத்தார் கி.ராஜநாராயணன். வாசித்துவிட்டு, இலங்கையல்லாத நாடுகளில் வேலை நிமித்தம் சென்றபோது கிடைத்த அனுபவங்களின் பின்னணியில் தனது எழுத்தை ஒரு பயணியின் பார்வையில் முன் வைக்கிறார். இதனை நவீனச் சிறுகதைகளாகவோ, நாவலாகவோ

வகைப்படுத்தி விவாதிக்க இயலாது என்று சொன்னேன். அந்தக் கூற்றுக்குப் பொருத்தமாகவே இப்போதும் அவரது எழுத்துகள் இருந்து வருகின்றன. அதே நேரம் அவரது இலக்கியத்தின் பொதுக் கூறுகளுடனும், பொது நோக்கங்களுடன் விவாதிக்கப்படத்தக்க பனுவல்களாக இருக்கின்றன.

அவரளவுக்குப் பல்வேறு நாட்டு மனிதர்களை எழுதிய எழுத்தாளர்கள் குறைவே. இலங்கைத் தமிழரல்லாத பல நாட்டு மனிதர்களை எழுதுவது என்பதற்குள், அம்மனிதர்களின் வாழ்வியல் வழமைகளும் அந்தந்த நாட்டுச் சட்டங்களும், அதனைப் பின்பற்றுவதில் காட்டும் நீக்குப்போக்குகளும் மட்டுமல்லாமல், ஒரு இலங்கையர் எதிர் கொள்ளும் சிக்கல்களும் எனப் பலவிதமாக அ.முத்துலிங்கத்தின் பனுவல்களில் வாசிக்கக் கிடைக்கின்றன. பல கதைகளில் அவரே கதைசொல்லியாக இருக்கிறார். அதன் காரணமாக சொல்லத்தொடங்கும்போது ஒருவித அங்கத நடையை உருவாக்கிக்கொள்ள முடிகிறது. அந்த அங்கத விவரிப்பு பெரும்பாலும் கதைக்குள் இடம் பெறும் இலங்கைத் தமிழரல்லாத மனிதர்களின் பழக்கவழக்கங்கள், நடைமுறைகள் போன்றவற்றின் மீது எள்ளலையும் உருவாக்கிக்காட்டுகின்றன.

அ.முத்துலிங்கத்தின் கதைகளில் போர்க்காலமும் போர்க்களங்களும் குறைவாகவே இடம்பெற்றுள்ளன என்றாலும் புலம்பெயர்ந்த அகதிகள் அதிகமாகவே இடம் பெறுகின்றனர் என்பதை மறுக்கமுடியாது. நாடிலியாக மட்டுமல்லாமல், கல்வி மற்றும் உடல் உழைப்பில் ஈடுபடும் தொழில்களுக்காகப் பல்வேறு நாடுகளிலிருந்து புலம்பெயர்ந்து கனடாவில் குடியேறியவர்களை - அகதிநிலை மனிதர்களை - எழுதும்போது அவரது விசாரணைகள் பெரும்பாலும் ஆண் - பெண் உறவுசார்ந்த சிக்கல்களையே தூக்கலாக விவாதித்துள்ளன. பணிசார் உறவு நிலை, நட்பு, காதல், காமம் என்ற எல்லைகளைக் கிழக்கத்திய மனநிலையில் நின்று விளங்கிக் கொண்ட ஒருவரின் நுட்பமான நோக்குநிலையை அவற்றில் வாசிக்கலாம். கிழக்கும் மேற்கும் சந்தித்துக்கொள்ளும் போது எழும் நெருடல்கள் கொண்ட பாத்திரங்களாக அவை வெளிப்பட்டுள்ளன. இந்த நோக்குநிலையைப் பல கதைகளில் காணமுடியும் என்றாலும் தூக்கலாக வெளிப்பட்ட இரண்டு கதைகளின் பெயர்களை இங்கே குறிப்பிடத் தோன்றுகிறது. அமெரிக்காக்காரி கதையில் இடம்பெறும் மையக் கதாபாத்திரம்

கல்விக்காக அமெரிக்கா போன ஒரு அகதிப் பெண். அவள் சந்திக்கும் ஆண்கள் வெவ்வேறு தேசத்து ஆண்கள். இன்னொரு கதை மட்டுப்படுத்தப்பெற்ற வினைச் சொற்கள். அக்கதையில் இடம்பெறும் பரிசாரகி கறுப்பினப் பெண். அவள் சந்திக்கும் – மனதில் அலையடிக்க வைக்கும் ஆண் போலந்துக்காரன். அ.முத்துலிங்கம் ஒருவிதத்தில் அச்செழுத்துக்காரர். அவரது கதைகள் அச்சுப்பனுவல்களாகவே வாசிக்கக் கிடைத்தன.

அச்செழுத்திலிருந்த இலக்கியம் இணையதள வெளிக்கு நகர்ந்து 10 ஆண்டுகளுக்கு மேலாகிவிட்டது. அதில் முன்னோடியாக நான் வாசித்த இதழ் பௌசர் தொடங்கிய எதுவரை. அவ்விதழ் தொடர்ச்சியாக வராத நிலையில் பிரான்சிலிருந்து நடுவும், லண்டனிலிருந்து அகழ் இதழும் கவிதைகள், கதைகள், கட்டுரைகள், நேர்காணல்கள் எனப் புலப்பெயர் எழுத்துகளோடு வருகின்றன. இவ்விணையதள இதழ்களிலும் தனியாள் வலைத்தளங்களிலும் சமூக ஊடகங்களான முகநூல் போன்றவற்றிலும் எழுதும் புலம்பெயர் எழுத்தாளர்களின் வெளிப்பாடுகள் - எழுத்தாக்கங்கள் இன்னொரு திசைமாற்றத்தைச் சந்தித்துக் கொண்டிருக் கின்றன.

கணினி உருவாக்கித் தந்துள்ள வெளியை ஆறாம் திணை என்றார் கவி சேரன். குறிஞ்சி முல்லை மருதம் நெய்தல் பாலை என்ற ஐந்துக்கும் திணை அடையாளங்களான முதல்பொருளும் கருப்பொருளும் சுட்ட முடிந்ததுப்போல் கணினி உருவாக்கித்தரும் இணையவெளிக்குச் சுட்ட முடியாது. நிலமும் பொழுதும் திணையின் புலப்படு அடையாளங்கள். இணையவெளி புலப்படா அடையாளங்கள் கொண்ட வெளியல்லாத வெளி. அரூபவெளியான இணையவெளியின் வருகைக்குப் பின்னான தமிழ்ப் புனைவுலகம் பலவிதமான மாற்றங்களை நோக்கி நகர்ந்துள்ளது. அம்மாற்றங்கள் இந்திய மொழிகள் பலவற்றிலும் நடக்காத ஒன்று. அதற்குக்காரணமாக இருப்பவர்கள் இந்தியத் தமிழ் எழுத்தாளர்கள் அல்ல. அவர்கள் இப்போதும் பழைய சிறுபத்திரிகைகளின் இலக்கிய உரிப்பொருள்களான குற்றமனம், பாவம், ஆன்மத் தேடல், தன்னை முன்னிறுத்திய தானழிவு போன்றவற்றை எழுதுவதிலேயே கவனம் செலுத்துகின்றனர். ஈழத்தமிழ்ப் புலம்பெயர் எழுத்தாளர்கள் சமகால இருப்பில்

அன்றாட வாழ்வில் சந்திக்கும் எதிர்ப்பாலினம் மீதான ஈர்ப்பைக் குறித்து விசாரிக்கும் கதைகளை எழுதத் தொடங்கியுள்ளனர்.

இந்நகர்வினால், மறக்க முடியாத துயரமாகவும் மனவோட்டங்களில் படிந்த நிழல்களாகவும் இருந்துவந்த சொந்த ஊர் நினைவுகள் பின்னுக்குப் போய்க் கொண்டிருக்கின்றன. வீரம் செறிந்த தனிநாட்டுக்கான போர்க்காலம் நினைவுகளிலிருந்து விலகிக் கொண்டிருக்கிறது. இப்போது வாழும் புலம்பெயர் தேசத்து வெளிகளும், நேரக் குறிப்புகளும் இடம்பெற்றுப் புலம்பெயர் தேசத்துப் பனுவல்களாக மாறிக் கொண்டிருக்கின்றன. அந்த மாற்றத்தில், உருவாக்கப்படும் பாத்திரங்களிலும் வேகமாக மாற்றம் நிகழ்கின்றன. புலம்பெயர்ந்த ஈழத்து ஆண்கள் சந்திக்கும் பெண்களும், பெண்கள் சந்திக்கும் ஆண்களும் புனைவுகளில் உலவத் தொடங்கியிருக்கின்றனர். அதன் மூலம் சொந்த ஊர்சார்ந்த நிலவெளிகள் மெல்ல மெல்ல அழியத்தொடங்கியிருக்கின்றன. அதனிடத்தில் புலம்பெயர் தேசத்து பனிக்காட்சிகளும், ஐரோப்பிய பெருநகரச் சதுக்கங்களும் பூங்காக்களும் பணியிடங்களும், வசதியற்ற வாடகைக்குடியிருப்புகளும் பதிவாகி வருகின்றன.

இலக்கியத்திற்கான முதல், கருப்பொருள் மாற்றத்தோடு உரிப்பொருள் மாற்றத்தையும் முன்னெடுக்கின்றனர் இப்போதைய புலம்பெயர் எழுத்தாளர்கள். வீரத்தைப் பேசிய போர்க்காலம் முற்றிலுமாக மறக்க வேண்டிய நிலையில் கதைக்குள் புகைமூட்டமாக மட்டுமே இடம்பெறுகிறது. அதற்குப் பதிலாக மனித உடலின் இன்னொரு தீராத தேவையான காமத்தின் அலைவுகள் தூக்கலாக எழுதப்படுகின்றன. இந்நகர்வில் இப்போது தொடர்ச்சியாக எழுதிவருபவர் அனோஜன் பாலகிருஷ்ணன். அவருக்கும் முன்பே இவ்வுரிப்பொருளில் நீண்ட காலமாகப் புனைகதைகள் எழுதி வருபவர் கலாமோகன். அனோஜனை ஆசிரியராகக் கொண்டு இணைய இதழாக வரும் அகழ் இதழின் கதைகளில் தொடர்ந்து இவ்வுரிப்பொருள் எழுதும் பொருளாக்கப்பட்டுள்ளதை வாசிக்கமுடிகிறது.

ஆண் பெண் சார்ந்த உறவை தற்காலிகம் X நிரந்தரம் என்ற அணுகல் முறையோடு இணைத்துப் பார்க்கும் பேச்சைப் புனைவின் உரிப்பொருளாக்கும் - விவாதப் பொருளாக்கும் கதைகளை இப்போது எழுதத் தொடங்கியிருக்கிறார்கள். அகழ்

இதழில் நெற்கொழுதாசன் எழுதிய புத்தரின் மௌனம் (ஜூலை-ஆகஸ்டு 2021), நோயல் நடேசன் கர்ப்பம், அகரன் எழுதியுள்ள சின்னப்பன்றி, கலாமோகன் இரண்டு பெண்கள் (செப்டம்பர்-அக்டோபர் 2021) போன்றன இப்போது வாசித்த அவ்வகைக் கதைகள்.

பொதுவாக ஐரோப்பிய மனம் ஆண் - பெண் அருகிருப்பையும் உடல் தேவையையும் ஒருவிதத் தற்காலிகத்தன்மையோடு அணுகக்கூடியது. அதனால் தான் அங்கே விவாகரத்துச் சட்டங்களும் பிற நடைமுறைகளைப் போலவே பார்க்கப்படுகின்றன. ஆண் - பெண் உறவில் காதல் அல்லாத காமத்தை முதன்மைப்படுத்தாத உறவுகள் இருக்கமுடியும் என்ற நம்பிக்கை அவர்களுக்கு இருக்கிறது. இதற்குப் பழக்கப்படாத இந்திய / இலங்கை மனமோ ஆண் பெண் உறவுகளை நிரந்தரத்தன்மை கொண்ட காதலாகவும், காமமாகவும் அதன் தொடர்ச்சியாக உடல் உறவால் பிணைக்கப்படும் குடும்ப அமைப்பாகவும் பார்க்கிறது. இந்த விலகலை உள்வாங்கியும் அதிர்ச்சியாகவும் விவாதிக்கும் கதைகளை நோக்கிப் புலம்பெயர்ப் புனைவுலகம் நகர்கிறது.

- செப்டம்பர் 19, 2021

14. புலம்பெயர் எழுத்துகள்: வரலாறாக்கப்படும் புனைவுகள்

இலங்கையின் தமிழ்ப் பகுதியில் நடந்த போர்க்காலம் தொடர்ந்து புனைகதைகளாக எழுதப்படுகின்றன. போர் நிகழ்ந்த காலத்தில் வந்த எழுத்துகளைவிட, போருக்குப் பின் அந்தக் காலங்களை நினைவில் கொண்டு எழுதப்படும் புனைவு எழுத்துகள் - நாவல்களும் சிறுகதைகளும் தொடர்ச்சியாக வந்துகொண்டே இருக்கின்றன. அதனை எழுதுபவர்களில் பெரும்பாலோர் புலம்பெயர்ந்து வாழும் எழுத்தாளர்களாக இருக்கின்றனர்.

போரின் காலம்

"போர்க்காலம்" என்ற பரப்பிற்குள் சிங்களப் பெரும்பான்மைப் பேரினவாத ஆதிக்கத்திற் கெதிராக நடந்த மக்கள் திரள் போராட்டங்களைவிடவும், ஆயுதம் ஏந்தவேண்டிய நெருக்கடிகள் தொடங்கிய காலத்தைத் தொடக்கப் புள்ளிகளாகக் கொண்டே அதிகம் புனைவுகள் எழுதப்பெற்றுள்ளன. ஆயுதப்போருக்கான காரணங்களில் தொடங்கி, பல்வேறு இயக்கங்களின் தோற்றம், அவற்றிற்கிடையே எழுந்த உள்முரண்பாடுகள், மாறிமாறிக் கொன்றொழித்துக்கொண்ட இயக்கங்களுக்கிடையேயான சண்டைகள் எழுதப்பெற்றுள்ளன. அதிலிருந்து மேலெழும்பிய தமிழீழ விடுதலைப்புலிகள் பேரினவாத அரசோடும், அதற்கு

உதவிய இந்திய அமைதிகாக்கும் படையெனத் தமிழ்ப்பகுதிக்குள் இறங்கிய இந்திய ராணுவம் நடத்திய அத்துமீறல்கள், அது வெளியேறிய பின்னர் சிங்களப்படையின் அறமற்ற போர்முறைகள், சொந்த நாட்டு மக்கள் என்ற உணர்வின்றிக் கொன்றொழித்த சர்வதேச அமைப்புகள் வலியுறுத்தும் போர்முறைகளைப் பின்பற்றாத அழித்தொழிப்பு யுத்தங்கள் எனப் போர்க்காலத்தை நினைவில் கொண்டுவந்து பதிவுசெய்த நாவல்கள் எனத்தேடித் தொகுத்தால் அரைநூறு என்ற எண்ணிக்கையில் கிடைக்கக்கூடும். அதே பின்னணிகளையும் உள்ளடக்கங்களையும் கொண்ட சிறுகதைகளும் பலநூறு கதைகள் கிடைக்கும்.

புலம்பெயர்ந்து தூரதேசங்களில் வாழ்பவர்கள் இவற்றை எழுதிக்கடக்கும் ஒன்றாக நினைத்து எழுதிக் கொண்டே இருக்கிறார்கள். ஆனால் இப்போதும் இலங்கைத் தமிழ்ப் பகுதியில் வாழ்பவர்களுக்கு அந்த நினைவுகள் எழுதியும் கடக்க முடியாத ஒன்றாக இருக்கக்கூடும். அதனால் குறைவாகவே எழுதுகிறார்கள். அதிகமாக எழுதப்படும் புலம்பெயர் எழுத்துகளுக்கும் குறைவாக எழுதும் புலத்துவாழ் எழுத்தாளர்களின் எழுத்துகளுக்கும் ஒற்றுமைகள் காணப்பட்டாலும் அடிப்படையான வேறுபாடுகளும் இருக்கவே செய்கின்றன. நடந்த நிகழ்வுகளை வரலாற்றின் பகுதிகளாகக்காட்ட நினைப்பதை ஒற்றுமைக்கூறுகள் எனவும், அதற்குக் கையாளும் உத்திகளையும் சொல்முறைகளையும் வேறுபாடுகள் எனவும் அடையாளப்படுத்தலாம்.

அரசியல் புனைவுகள்

போர்க்காலப் பேச்சுகளை உள்ளடக்கிய புனைவுகள் என்பது அடிப்படையில் அரசியல் சொல்லாடல்களை முன்வைப்பதே. அரசியல் சொல்லாடலைப் புனைவாக்கும் எழுத்தாளர், நடந்து முடிந்த நிகழ்வுகளின் மீதான தன் பார்வையைத் தனது நிலைப்பாட்டை தனது விமரிசனத்தை வைப்பதின் மூலமாக தனது அரசியல் நிலைப்பாட்டை உருவாக்க முடியும். அதே நேரம் தனது புனைவு முன்வைக்கும் விமரிசனம் காரணமாகத் தனது எழுத்துக்குத் தடைகளும், தனது இருப்புக்கு ஆபத்தும் ஏற்படக்கூடும் என நினைக்கும்போது எழுத்து முறைமைசார்ந்த உத்திகளுக்குள் நுழைந்துகொள்வார்கள். உண்மை நிகழ்வின் சாயல் சிறிதும் வெளிப்பட்டுவிடக் கூடாது; அப்படி வெளிப்பட்டால்

அதிகாரத்தில் இருப்பவர்கள் அல்லது இருந்தவர்களின் வாரிசுகளால் தண்டிக்கப்படும் வாய்ப்புண்டு என்பதால், முழுவதும் புனைவாக எழுதுவார்கள்.

காலம், வெளி, பாத்திரங்கள் என்ற புனைவின் மூன்று கூறுகளிலும் குறிப்பான தன்மையை நீக்கும் புனைவுகள் ஒருவிதக் கற்பனாவாதப் புனைவாக ஆகிவிடும். அப்போது எழுத்தாளர் உருவாக்க நினைத்த அரசியல் சொல்லாடல்கள் உருவாகாமல் போய்விடும். அதற்கு மாறாக மனிதர்களின் உலகத்தை விலங்குகளின் உலகமாக மாற்றிக் காட்டலாம். அதன் மூலம் ஒருவிதமான குறியீட்டுப் புனைவின் வழி அரசியல் விமரிசனத்தை முன்னெடுக்க முடியும். இன்னும் சில எழுத்தாளர்கள் காலத்தை முன் - பின்னாகவோ கொண்டு போய்ப் பகடிவகைப் புனைவுகளை எழுதுவதுண்டு. ஜார்ஜ் ஆர்வெல்லின் குறியீட்டுப் புனைவுகளான விலங்குப்பண்ணை, 1984 அதற்கான எடுத்துக்காட்டுகள். இன்னும்சிலர், காலத்திற்குப் பதிலாக புனைவின் வெளியை மாற்றி, தேவலோகத்தில் நடக்கும் கதை என்பதாக எழுதி, அங்கதப்புனைவாகவும் எழுதுவதுண்டு. சமகால அரசியல் தலைவர்களை நேரடியாக விமரிசிக்கப் பயந்து அல்லது தவிர்த்துவிட்டு அவர்களின் செயல்பாடுகளை, வரலாற்றில் வாழ்ந்த அரசர்களின் செயல்பாடுகளின் ஏற்றி எழுதியதும் உண்டு. கன்னட நாடகாசிரியர் கிரிஷ் கர்நாடின் துக்ளக்கும், தமிழ் நாடகாசிரியர் இந்திரா பார்த்தசாரதியின் ஔரங்கசீப்பும் அப்படி எழுதப் பெற்ற நாடகங்களே.

பிரிந்துழல்வதின் துயரங்கள்

பிரிந்துழல்வதைப் பேசுவது இலக்கியத்தின் முதன்மையான உரிப்பொருள். பிரிவின் காரணங்களும், பிரிவும் பிரிவின் நிமித்தங்களும் இலக்கியமாக்கலில் முதன்மையான ஒன்றாக இருந்ததைத் தமிழ்ச்செவ்வியல் கவிதைகள் விரிவாகப் பதிவுசெய்துள்ளன. கிடைத்துள்ள அகக்கவிதைகளில் பிரிவையும் பிரிவின் நிமித்தங்களையும் எழுதிய பாலைத் திணைக்கவிதைகளே மொத்த எண்ணிக்கையில் பிற திணைகளின் கூட்டுத்தொகைக்குச் சமமாக இருக்கின்றன. ஓதல், தூது, பகை என்ற மூன்றும் பிரிவுக்கான முதன்மைக் காரணங்களாகச் சொல்லப்பட்டாலும், ‘பொருள்வயின் பிரிவும்’ இன்னொரு காரணம் எனச் சொல்லும் தொல்காப்பியம், முல்லையின்

உரிப்பொருளான இருத்தலைக் கூடப் பிரிவின் பகுதியாகவே கணித்து ‘ஆற்றியிருத்தலும் ஆற்றாதிருத்தலும்’ அவ்வுரிப்பொருளின் விரிவாகப் பேசும். ஆற்றியிருத்தலும் ஆற்றாதிருத்தலும் காதலின் சிக்கல் மட்டுமே அல்ல. குடும்ப வாழ்வின் அகச்சிக்கலும் சமூகவெளியின் புறச்சிக்கலும் கூடத்தான். காதல் மற்றும் காம ம் சார்ந்த பிரிவுகள் மட்டுமல்லாமல், நாடு, வீடு, செல்வம் எனத் தனது சொந்தமென நினைத்த பலவற்றையும் பிரிந்து வாழ நேரும் நிலையையும் விளைவுகளையும் உலக இலக்கியங்கள் முதன்மையான பொருண்மையாகக் கையாண்டுள்ளன.

ஈழப்போருக்குப் பிந்திய நிகழ்காலத்துப் புலம்பெயர்வுக்கும் பகையும் போரும் ஒரு காரணம். சரியாகச் சொல்வதானால், அதுவே முதன்மைக்காரணம். ஆனால் செவ்வியல் காலப் பொருண்மையில் பகையும் போரும் இப்போது இல்லை. செவ்வியல் காலப் போர்வயின் பிரிவு, எதிரியின் மீது படையெடுத்துச் சென்ற சொந்த நாட்டுப் படையின் பகுதியாக இருப்பது. நிகழ்காலப் பகைகள் உட்பகையாலும் புறப்பகையாலும் ஏற்பட்டவை. இவ்வகைப்பகைகளால் ஏற்பட்ட போரில் பங்கெடுக்கத் தயாராக இல்லாத நிலையில் வெளியேறிய புலப்பெயர்வுகளே புனைவுகளில் அதிகமும் இடம்பெறுகின்றன. முள்ளிவாய்க்கால் பேரழிவுக்குப் பின் , போர் நிறுத்தம் நிகழ்ந்துவிட்ட நிலையில் தண்டிக்கப்படும் ஆபத்தைத் தவிர்ப்பதற்காகவும், போர்க்களப்பகுதியில் வாழ்க்கையை மீட்டெடுக்க முடியாது என்ற நிலையிலும், புதுவாழ்க்கைக்கான பொருள் தேடிப்போன புலப்பெயர்வுகளும் அதற்குள் அடக்கம் . இந்தப் புலப்பெயர்வுகள் குறித்த எழுத்துகள், போருக்குப் பிந்திய தொடர்ச்சியில் குற்றமனத்தின் வெளிப்பாடுகளாகவும் கருதப்படலாம். அதனால், புலத்திற்கு/நாட்டிற்குத் திரும்பாமல் இருப்பதற்குத் தேடும் காரணங்களாக வெளிப்படவும் வாய்ப்புண்டு.

இணையம் உருவாக்கும் புனைவுப்பரப்பு

இலங்கைத் தமிழ்ப்பகுதியில் நடந்த போர்க்காலத்தை எழுதும் புலம்பெயர் எழுத்துகள் வாசகர்களை வந்தடைவதில் இருந்த கால இடைவெளிகள் இப்போது முற்றிலும் இல்லை. இணைய இதழ்களின் வரவுக்குப் பின் புலம்பெயர் தமிழ் எழுத்து உடனுக்குடன் உலகம் முழுவதும் இருக்கும் தமிழ் வாசகர்களுக்குப் படிக்கக் கிடைக்கின்றன. கிடைக்கும் பனுவல்களில் அதிகமும்

முள்ளிவாய்க்கால் பேரழிவுக்கால நிகழ்வுகளைத் தொடர்ந்து நினைவுபடுத்தப்படுகின்றன. அத்தகைய பனுவல்கள் ஒற்றைப்பரிமாணமாக இல்லாமல் பலதளங்களுக்குள் செல்கின்றன என்பதையும் கவனித்துப் பேசவேண்டியுள்ளது.

புதுவகை விமரிசனச் சொல்லாடல்கள், முள்ளிவாய்க்கால் படுகொலைகளுக்குச் சிங்களப் படைகள் மட்டுமே காரணம் என்று சுட்டும் முந்தைய போக்குக்குப் பதிலாக வேறு காரணங்களையும் முன்வைக்கின்றன. நீண்டகாலப் போரை முடிவுக்குக் கொண்டுவருவதன் மூலம் புதிய உலகமய வணிக நோக்கங்களுக்குத் தொடரும் போர்ச்சூழல் பெரும் தடையென உலகப் பெருநாடுகள் நினைத்தன. பன்னாட்டு வணிகக் குழுமங்கள் அரசுகளுக்கு நெருக்கடிகளை உருவாக்கின. அவற்றின் நலனை முழுமையாகப் பாதுகாக்க நினைக்கும் அந்நாட்டு அரசுகள் ஈழப்போரை முடிவுக்குக் கொண்டுவர நினைத்தன என்ற பின்னணியை இவ்வகைப் புனைவுகள் கோடிட்டுக்காட்டுகின்றன. தமிழர்களுக்கெனத் தனிநிலமும் தனி அரசும் உருவாவதைத் தடுக்க நினைத்த எதிர்தரப்பைச் சுட்டுவதைத் தாண்டி, நிலவியல் மற்றும் புதிய உலகமயச் சூழலையெல்லாம் கவனத்தில் கொள்ளாமல் பிடிவாதமாகப் போரை நடத்தியே தீரவேண்டும் என்று முடிவெடுத்த போராளிகளும் - குறிப்பாக விடுதலைப்புலிகளும் அதன் தலைமையும்கூடப் படுகொலைகளின் பங்காளிகள் எனப் பேசத் தொடங்கியுள்ளன. இப்படிப் பேசத் தொடங்கும் புலம்பெயர் எழுத்துகள் புனைவாக்கத்தில் புதுவகைச் சொல்முறையாகப் புனைவுப்பாத்திரங்களை முன்வைப்பதோடு அறியப்பட்ட வரலாற்றுப் பாத்திரங்களையும் புனைவின் பகுதிகளாக மாற்றுகின்றன.

புனைவை வரலாறாக்குதல்

புனைவை வரலாறாக மாற்ற நினைக்கும் புனைகதை ஆசிரியர்கள் தங்களின் புனைவுக்கு ஒருவித நம்பகத்தன்மையை உண்டாக்க நினைப்பார்கள். புனைவுக்குள் இடம்பெறும் காலத்தையும் வெளிகளையும் குறிப்பானவைகளாக மாற்றுவதன் மூலம் அதனைச் சாத்தியமாக்கலாம். போர்க்கால எழுத்துகளில் எதிரெதிர்ப் படையணிகள் பற்றிய தகவல்களை இடம்பெறச் செய்வதின் மூலம் குறிப்பான காலங்கள் உருவாக்கப்பட்டுள்ளன. அதேபோல்

தாக்குதல் நடந்த இடங்களின் பெயர்கள், தமிழர்கள் வாழும் இடங்களின் உண்மைப் பெயர்களாகவே தரப்பட்டுள்ளன. இவ்விரண்டும் உண்டாக்கும் நம்பகத் தன்மை வழியாகப் புனைவுக்குள் விவரிக்கப்படும் ஆயுதப்பொழிவுகள், கெரில்லாத் தாக்குதல்கள் முதலான போர்க் காட்சிகளும், வீடுகளையும் காணிகளையும், உடைமைகளையும் கைவிட்டு உயிர்பிழைத்தால் போதுமென ஊர்விட்டுப் பெயர்ந்த இடப்பெயர்வுகளும் உண்மை நிகழ்வுகள் என நிறுவ முயன்றுள்ளன. இதற்கு அந்தந்த வட்டாரம் சார்ந்த பண்பாட்டு நிகழ்வுச் சித்திரிப்புகளும் மொழிப் பயன்பாடும் கூடுதல் பங்களிப்புச் செய்துள்ளன. அதே நேரம், புனைவுகளில் இடம்பெற்ற பாத்திரங்களில், பாதிக்கப்படும் மனிதர்களாக இருப்பவர்கள் பெரும்பாலும் புனைவுக்கதாபாத்திரங்களாக இருக்க, போராளிகளும், சிங்கள ராணுவமும் படைப்பிரிவுப் பெயர்களாலும், அவற்றில் இருக்கும் பதவிப்பெயர்களாலும் குறிப்பிடப்பட்டுள்ளனர்.

இவ்வகையான நம்பகத்தன்மை கொண்ட சித்திரிப்புகள், நாவல் இலக்கியத்தின் பொதுப்போக்காக இருக்க, சிறுகதைகள் இன்னும் குறிப்பான பின்னணிக்குள் நகரத் தொடங்கியுள்ளன. அதற்கு எடுத்துக் காட்டாக அண்மையில் லண்டனிலிருந்து பதிவேற்றம் பெற்றுள்ள அகழ் இணைய இதழில் இடம்பெற்றுள்ள இரண்டு கதைகளைச் சொல்லத் தோன்றுகிறது. அவ்விதழில் இடம் பெற்றுள்ள ஏழு சிறுகதைகளில் மூன்று கதைகள் புலம்பெயர் எழுத்தாளர்களின் கதைகள்.

முள்ளும் மலரும் என்ற கதையை நட்சத்திரன் செவ்விந்தியனும், வெப்பச் சூத்திரம் என்ற கதையைச் சக்ரவர்த்தியும், புத்தரின் மௌனம் என்ற கதையை நெற்கொழுதாசனும் எழுதியுள்ளனர். இவர்கள் மூவருமே இதற்கு முன்பே கவிகளாகவும் கட்டுரை ஆசிரியர்களாகவும் அறியப்பெற்ற புலம்பெயர் தமிழ் எழுத்தாளர்களே. நெற்கொழுதாசனின் கதை, புலம்பெயர்ந்து ஐரோப்பிய நாடொன்றில் தனியனாக வாழும் இளைஞன் ஒருவனின் காமம் சார்ந்த நகர்வை முன்வைக்கும் கதையாக எழுதப்பெற்றுள்ளது. அத்துடன், முழுவதும் புலம்பெயர் வாழ்வை-புலம்பெயர் தேசத்து வெளியின் பின்னணியில் பேசுவதால்

முழுமையான புனைவை வாசிக்கும் தோற்றத்தைத் தருகிறது. ஆனால் நட்சத்திரன் செவ்விந்தியனின் கதையும், சக்ரவர்த்தியின் கதையும் ஈழநாடு கோரிக்கை சார்ந்த போரில் அறியப்பெற்ற பெயர்களை இடம்பெறச் செய்கின்றன. இரண்டு கதைகளின் தொடக்கமுமே வெளிப்படையாக அதனை முன்வைத்துவிட்டே கதைக்குள் வாசிப்பவர்களை அழைத்துச் செல்கின்றன:

"ஒற்றன் பிரிகேடியர் கரும்புலி மொஹமத்.

ஒரு 19 வயதுக் கரும்புலி ஒற்றன் 2009ஆம் ஆண்டு முள்ளிவாய்க்கால் இறுதி நாட்களில் பொட்டம்மானின் தொடர்பறுபட்டுக் கொழும்பில் மாட்டிக்கொண்டான்.

இது முள்ளும் மலரின் (நட்சத்திரன் செவ்விந்தியன்) தொடக்கம்.

எனது பெயர் ஷாரிகா. எனது அம்மாவின் பெயரைச் சொன்னால் என்னைத் தெரிந்து கொள்ள இன்னும் உங்களுக்கு இலகு. விடுதலைப் புலிகளால் படுகொலை செய்யப்பட்ட மனித உரிமைச் செயற்பாட்டாளர் மருத்துவர் ராஜினி திரணகமவின் மகள். ஷாரிகா திரணகம."

இது வெப்பச்சூத்திரம் (சக்ரவர்த்தி) கதையின் தொடக்கம். அறியப்பெற்ற உண்மைப்பெயர்களோடு தொடங்கும் இவ்விரு கதைகளும் புனைவுத்தன்மை கொண்ட நிகழ்வுகளை முற்றிலும் ஒதுக்கியிருக்கின்றன என்றும் சொல்லமுடியவில்லை.

கரும்புலி மொஹமத், தனது பெயரையும் பிறப்பிடத்தையும் மாற்றிக் கொழும்பில் கல்வி கற்கும் காலத்து வாழ்க்கையையும் சிங்களத் தோரரின் நட்புக் காலத்தையும் புனைவை அதிகப்படுத்திய மொழிப் பயன்பாட்டோடும் காட்சிகளோடும் விரித்துள்ளார் நட்சத்திரன் செவ்விந்தியன். அதேபோல நேர்காணலைப் பதிவுசெய்யும் ஷாரிகா திரணகமவிடம், பேசுபவன், தன் கதையைச் சொல்வது போல ஒரு கதையை விவரிக்கிறான். அந்த விவரிப்பில் இடம் பெறும் இடமாற்றங்களைக் கொண்டு, 'சொல்லப்படும் கதை - கதையில் வரும் ' யூட்' என்பவன் நீ அல்லதானே என்று அவள் கேட்கும் போது, உண்மைப் பதிவு என்பது மாறி, புனைவின் பகுதியாக மாற்றம் அடைகிறது. யூட்

என்னும் இளைஞனின் குழந்தைமைப் பருவம் தொடங்கி, சிங்கள ராணுவத்தின் மீதிருக்கும் கோபத்திற்கிணையாகவே, அவனைக் கடை வேலைக்கு அழைத்துவந்து, பாலியல் அத்துமீறல் செய்த முதலாளியின் மீதும் கோபம் இருந்தது என்பதை விவரிப்பதும், புனைவாக்கத்தோடு கூடியனவாக தோன்றக்கூடிய பகுதிகள்.

இருவரது புனைவாக்கத்திற்குள்ளும் புனைவெழுத்துகள் வழியாக அல்லாமல் வரலாற்று நூல்கள் வழியாகவும், அரசு அறிக்கைகள் வழியாகவும் அறியப்பெற்ற பெயர்கள் இடம் பெற்றுள்ளன. குறிப்பான இப்பெயர்கள் புனைகதை எழுத்தைக் கட்டுரை எழுத்து என்னும் நிலைக்கு நகர்த்தக்கூடியன. இப்பெயர்கள் மட்டுமல்லாமல், இவ்விரு கதைக்குள்ளும் இடம் பெறும் நிகழ்வுகளும் வெளிகளும் முரண்களும் கூடப் புனைவல்லாத எழுத்துகளின் வழியாக வாசிக்கப்பட்ட தகவல்களை முன்வைக்கின்றனவாக இருக்கின்றன. தமிழ்ப் பேசும் மக்களுக்கிடையே இருக்கும் கிழக்கு மாகாணம், மலையகம், யாழ்ப்பாணம் என்ற வட்டார வேறுபாடுகளும் அவ்வட்டாரத்து மனிதர்களுக்கு இருந்த மனக்குறைகள் போன்றனவற்றையும் தருகின்றன.

இவ்விரண்டு கதைகளுமே சிறுகதை இலக்கணத்தை வலியுறுத்தும் திறனாய்வு எதிர்பார்க்கும் ஓர்மைகளையும் எல்லைகளைத் தாண்டியனவாக இருக்கின்றன. எழுத நினைக்கும் உரிப்பொருள் மற்றும் நோக்கங்களுக்கேற்பச் சிறுகதை வடிவ ஓர்மைகள் மாறும் என்பதை ஒத்துக்கொள்வதையும் நவீனத் திறனாய்வு மறுப்பதில்லை. ஒரு புனைவெழுத்தை வரலாற்றின் பகுதியாக நம்பகத்தன்மை கொண்ட உண்மை நிகழ்வுகளைப் பேசும் புனைவெழுத்தாக ஆக்குவதின் மூலம் அப்புனைகதை உருவாக்கும் அரசியல் சொல்லாடல் காத்திரமானதாக வலுவடைய வாய்ப்புகள் உண்டு. அந்த வகையில் அப்புனைவுகள் வரவேற்கப்படவேண்டியனவே. அதே நேரத்தில் அக்கதைக்குள் இடம்பெறும் புனைவுப் பகுதிகள் நம்பகத் தன்மையைக் குறைத்து புனைவையே சாகசமும் இயலாமையும் கொண்ட பாத்திரங்களை முன்வைக்கும் புனைவையே வாசித்து முடித்த மனநிலையை உருவாக்கவும் வாய்ப்புண்டு. இவ்வகையான எழுத்துகள் உருவாக்கும்

மனநிலைகளும் வாசிப்பனுபவங்களும் அரசியல் நிலைப்பாட்டு நகர்வுகளும் இன்னும் விரிவாக விவாதிக்கப்பட வேண்டியவை.

கதைகளை வாசிப்பதற்கான இணைப்புகள்

முள்ளும்மலரும் *https://akazhonline.com/?p=3450*

வெப்பச்சூத்திரம் *https://akazhonline.com/?p=3447*

புத்தரின் மௌனம் *https://akazhonline.com/?p=3443*

- ஜூலை 24, 2021

15. தெய்வீகனின் கதைகளுக்குள் போர்நிலை உளவியல்:

புலம்பெயர் எழுத்தாளர்களில் கவனிக்கத்தக்க கதைகளை எழுதிவரும் ப.தெய்வீகன் ஆஸ்திரேலியாவில் வசிப்பவர். அவரது கதைகள் புலம்பெயர் வாழ்வை வெவ்வேறு தளத்தில் வெவ்வேறு உணர்வுகளில் மாறுபட்ட கோணத்தில் முன்வைக்கின்றன. அவை குறித்த பார்வைகள் இங்கே:

தராசு : பகடியிலிருந்து எள்ளலுக்குள்

நாடு முழுவதும் ஒரு நாளில் சுமார் ஒரு லட்சம் பிரதிகளுக்கு மேல் விற்பனையாகும் ஆஸ்திரேலியாவின் "த ஏஜ்" பத்திரிகையின் முதல் பக்கத்தில் அன்று அந்தச் செய்தி வெளியாகியிருந்தது. இடமிருந்து வலமாக நீளமாக போடப்பட்ட பெரிய தலைப்பின் கீழ் கட்டம் கட்டப்பட்ட அந்தச் செய்தி தலைப்புச் செய்திக்கு இணையான முக்கியத்துவத்துடன் பிரசுரமாகியிருந்தது.

> 'தும்பளை' ஆறுமுகசாமி ஜட்டி போடாததற்கு எதிரான வழக்கு விசாரணை ஐந்து நாட்களாக மெல்பேர்ன் நீதிமன்றத்தில் நடைபெற்று முடிந்து அன்று தீர்ப்பு வெளியிடப்படவிருந்தது'

என்று தொடங்கி, கிராம சேவகர் கார்த்திகைச் செல்வன் வீட்டுக்குள் சென்று ஆஸ்திரேலியாவுக்கு வழக்கு விஷயமாகப் போக வேண்டும்

என்று ஆறுமுகசாமிக்கு விளங்கப்படுத்தினார். ஆறுமுகசாமிக்கு எதுவுமே விளங்கவில்லை. ஆனால், எங்கேயோ போக வேண்டும் என்று புரிந்தது. அனுராதபுரத்தில் அந்தக் காலத்தில் வாங்கிப் போட்ட அதிர்ஷ்ட சேர்ட் ஒன்று வைத்திருந்தார். வெளியில் நல்ல காரியங்களுக்குப் போகும்போது அதைத் தான் தவறாமல் போடுவார். அதனை எடுத்துப் போட்டார். கைக் குலுங்க குலுங்க வேட்டியைச் சுற்றிக் கட்டிக்கொண்டு கார்த்திகைச் செல்வனின் கையைப் பிடித்தவாறு வீட்டுக்கு வெளியே வந்தார்.

> எதையோ அனுங்கிய குரலில் சொன்னார். பொலீஸ் அதிகாரி ஒருவர் அருகில் சென்று அவரது வாயருகில் காதை வைத்து கேட்டார்.
>
> "போகும்போது பனம்பாத்திய ஒருக்கா பாத்திட்டுப்போவமே" என்றார்.

என்று கதையைத் தொடங்கிய இடத்தில் முடித்துவிட்டு நிமிரும் ப.தெய்வீகனின் கதையொழுங்கு ஒருசிறுகதையின் வடிவத்தை மீறவில்லை.

சொல்லத் தொடங்கும்போது வெளிப்படும் நீண்ட நீண்டச் சொற்றொடர்கள் வழியாக இந்தக் கதையைப் பகடிவகை எழுத்தாக அமைக்கவேண்டும் என நினைத்து எழுதியிருக்கிறார். அபலைப் பெண்களை ஏமாற்றும் ஆணாதிக்க சமூகக் காலத்தில் ஏமாற்றப்பட்ட பூட்டிக்கு, நாலாம் தலைமுறைப் பெண் நீதிபெற விரும்பி - மீடு போன்ற நவீனப் பெண் ஆதரவுச் சட்டத்தின் கீழ் வழக்குத் தொடுத்தாள் என விரியும்போதும் கதை பகடியாகவே - நகைச்சுவையாகவே நகர்கிறது. அத்தோடு, மெல்பார்ன் நகரின் தினசரி ஒன்றின் தலைப்புச் செய்திக்கு இணையாக இடம்பிடித்த செய்தி என்ற முன்வைப்பும் நகைச்சுவைக்காகத் தூவப்படும் ஒன்றுதான். அங்கிருந்து, அந்தச் செய்திக்குப் பின்னால் இருக்கும் வரலாற்றைத் தேடி - மூலத்தைப் பார்க்க இலங்கையின் யாழ்ப்பாணப் பகுதி பருத்தித்துறைக் கிராமம் ஒன்றில் - தும்பளை- ஆரம்பித்துக் கொழும்பு, ஐரோப்பா, ஆஸ்திரேலியா எனக் கண்டம்விட்டுக் கண்டமும், தேசம் விட்டுத் தேசங்களும் தாண்டிச் செல்லும்போதும் வெளிப்படும் நகைச்சுவை முழுவதும் ஒருபக்கச் சார்பிலிருந்து விலகவில்லை.

பனம்பழம் பொறுக்கப்போன அப்பாவி பற்குணம் கோமேதகத்திற்குத் தும்பளை ஆறுமுகச்சாமியின் ஆணுடம்பைக் காட்டிய குற்றச்செயலின் திசைவிலகலால் ஒரு தலைமுறை அல்ல; நான்கு தலைமுறையாக விலகல்கள் தொடர்கின்றன.

கோமேதகத்தின் மகள் சத்தியராணி கல்யாணம் கட்டிக்கொள்ளாமலேயே ஜெர்மன்காரனுக்கும், ஹங்கேரியானுக்கும் உடம்பைக் காட்டுகிறாள். சத்தியராணியின் மகள் வேழினி லண்டனிலிருந்து ஆஸ்திரேலியாவுக்குப் போய் ஓர் இலங்கையனுக்குத் தனது பெண்ணுடம்பைக்காட்டுகிறாள். அவளும் முறைப்படியான திருமணம் செய்துகொள்ளவில்லை; செய்துகொள்ள வேண்டிய அவசியமில்லை என நினைக்கும் கூட்டத்தின் தலைவியாகிப் போகிறாள். அவள் மகள் மெரீட்டாவும் அதே வழியில் பயணம் செய்கிறாள் என நீள்கிறது. ஆனால் அவர்கள் ஒவ்வொருவரின் மனத்திற்குள்ளும் இப்படி ஆனதற்கான காரணத்தை - ஆரம்பப்புள்ளியை நினைத்துக் குறுகும் நிலையும் இருக்கிறது.

அந்தக்காட்சியை எழுதும்போது,

வேழினி காரை கரையாக நிறுத்தினாள். நெத்தியை இரண்டு விரல்களினால் அழுத்தியபடி குனிந்தாள்.

"உங்களுக்கு இதுநாள் வரைக்கும் இதுபற்றி ஒருநாள்கூட தோன்றினதில்லையாம்மா? யோசிச்சுப் பாருங்கோ, எங்கட குடும்பம் ஒவ்வொன்றாக சிதறிக் கொண்டு போகத் தொடங்கி, உங்கட அண்ணா போதைப் பொருளுக்கு அடிமையாகி அநாதையாக அடிபட்டு செத்து, அதுக்குப் பிறகு உங்கட அம்மா செத்து, குடும்பம் மொத்தமாக சீரழிஞ்சு போனதுக்கு ஆரம்பக் காரணம் அந்த விபத்து தான்"

அதற்குப் பிறகும் மெரீட்டா பேசிக்கொண்டே போனாள். அவளுக்கு முன்னால் பெரிய கூட்டமொன்று இருப்பதற்கு பதிலாக வேழினி இருந்து கொண்டிருந்தாள். அந்தப் பல நூற்றுக்கணக்கானவர்கள் கேட்க வேண்டிய பேச்சை தனியொருத்தியாக வேழினி கேட்டாள். மெரீட்டாவுக்கு சொல்வதற்கு அவளிடம் பல இடங்களில் பதிலில்லை,

என்றாலும் ஆங்காங்கே சில இடங்களில் குறுக்கிட முயன்றாள். ஆனால், அதனைச் சொல்வதற்கு எங்குமே மெரீட்டா இடைவெளி கொடுக்கவில்லை. தான் சொல்லப்போகும் பதில்கள் அவளுக்கு வேறு பக்கத்தைக் காண்பிக்கும் என்று வேழினியும் நம்பவில்லை.

மெரீட்டா பேசி முடித்த பிறகு அமைதியாக காரை ஸ்டார்ட் செய்துகொண்டு வீட்டை நோக்கிப் போனாள் வேழினி.

என நகைச்சுவை உணர்வைத்தவிர்த்துவிட்டே எழுதுகிறார் தெய்வீகன்.

குற்றமுள்ள மனத்தின் குறுகுறுப்பைப் போக்கத்தான் நாலாம் தலைமுறைப் பெண் மெரீட்டா, தன் பூட்டிக்காக அந்த வழக்கைத் தொடுக்கிறாள் என நீட்டித்துக் கொண்டுபோகும்போது முழுமையும் பெண்களின் பக்கம் மட்டுமே கவனம் செலுத்திக் கொண்டே செல்கிறது. ஒவ்வொரு ஆண்களின் செயல்களையும் தவறவிட்டுள்ளது.

வாய்ப்புக்கிடைக்கும் நேரத்தில் பெண்களுக்குத் தனது ஆணுடம்பைக் காட்டும் ஆண்களைப் பற்றிய கதையாக எழுதுவதற்குப் பதிலாக, பேசிப்பழகும் வாய்ப்புக்கிடைத்த ஆண் உடம்பைப் பார்க்க ஆசைப்பட்டு மோசம்போன நான்கு தலைமுறைப் பெண்களின் கதையாக விரித்திருக்கிறது ப.தெய்வீகனின் தராசு கதை. குடும்ப அமைப்பின் இறுக்கத்தையும் அதற்குள் ஆண்களின் தலைமை மட்டுமே சாத்தியமாகியிருக்கிறது என்று பேசிய பெண்ணிய வாதங்களையெல்லாம் கணக்கில் எடுக்காமல், பாலியல் சுதந்திரம் பேசும் பெண்ணியத்தின் மீதும், மனித உரிமை பேசும் குழுக்களின் மீதும் தனக்கிருக்கும் ஒவ்வாமையைக் காட்டியிருக்கும் கதை சொல்லியின் சார்புநிலை வழியாக இந்தக் கதை பகடிவகை எழுத்திலிருந்து எள்ளல்வகைக்குள் நகர்ந்திருக்கிறது.

கோமேதகத்தின் நடவடிக்கைகளைப் பற்றிய சித்திரிப்பு இப்படி இருக்கிறது:

லண்டன் போய்ச்சேர்ந்த மாத்திரத்திலேயே சுடச்சுட வேலை. சத்தியராணிக்கு தாயோடு தனி வாழ்க்கை பெரிதாக பிரச்சினையிருக்கவில்லை. நன்றாகத் தான் போய்க் கொண்டிருந்தது. ஒருநாள் வழக்கம் போல

வேலைக்குப் போய் வரும் போது ரயிலில் கண்ட உயரமான ஜேர்மன்காரன் ஒருத்தனோடு பழக்கம் வந்தது. கூடவே பரஸ்பரம் குடும்பக் கதைகளும் பரிமாறப்பட்டன. மிச்சக்கதையை கேட்பதற்கு அடுத்த நாளும் வரச் சொல்லியிருக்கிறான் அந்த தடித்த மீசைக்காரன். கதை கேட்கப் போன இடத்தில் பற்குணத்தின் பேரன் வயிற்றில் தங்கி விட்டான். தகவலைச் சொன்னவுடன் ஜேர்மன்காரன் "நோ ராணி" என்று தலையை ஆட்டிக் கொண்டு லண்டனை விட்டே ஓடிவிட்டான்.

கோமேதகத்தையும் பிள்ளையையும் ஒருமாதிரி வளர்த்து வந்த சத்தியராணி அடுத்து ஹங்கேரி நாட்டுக்காரன் ஒருவனோடு காதலோ கருமமோ ஏதோ ஏற்பட்டு இன்னொரு பிள்ளையையும் வயிற்றில் வாங்கி விட்டாள். அவனுக்கும் நல்ல பெரிய மீசை.

இதற்கும் ஒருபடி கூடுதலாக இருக்கிறது வேழினியின் நடவடிக்கைகள் பற்றிய சித்திரிப்பு. ஒருபடி கூடுதலில் மனித உரிமைகள் பேசுபவர்களையும் சேர்த்து எள்ளி நகையாடுகிறார் கதாசிரியர்:

தாய்க்காரி போலவே நாடுவிட்டு நாடுபோய்த் தான் படிக்க வேண்டும் என்று ஆஸ்திரேலியாவுக்கு வந்தாள் வேழினி. வந்து மூன்று மாதங்களில் ஒரு வெளிநாட்டுக்காரனோடு நெருக்கம் கூடியது. அவனொரு இலங்கைக்காரன். வேலையெதுவும் இல்லை. பகலில் மீன் பிடிப்பான். இரவிலே மீன் பொரிப்பான். வேழினி பொரியல் சாப்பிடப் போன ஒருநாளிரவு மீன் கருகிவிட்டது. கட்டிலிலிருந்து இரண்டு பேரும் இறங்கி ஓடிப்போய் தாச்சியை இறக்குவதற்கிடையில் பக்கத்து வீடு வரைக்கும் புகை போய்விட்டது. இலங்கைக்காரன் திரும்பவும் தாச்சியை கழுவி மீனைப் பொரித்துக் கொடுத்தான். வேழினி சுவைப்பதைப் பார்த்து மகிழ்ந்தான். அவள் சிரிக்கும் போது குலுங்கும் கண்கள், தான் பிடித்த மீன்களைப் போலவே துள்ளுவதாக சொல்லி கன்னத்தைக் கிள்ளினான். அதன் பிறகு இருவரும் சிரித்தார்கள்.

> அந்த இலங்கைக்காரன் ஆஸ்திரேலியாவில் நடைபெறும் உரிமைப் போராட்டங்களில் கலந்து கொள்பவன் என்ற செய்தியை அடுத்தடுத்த நாட்கள் மீன் பொரியல் சாப்பிடப் போன போது தான் வேழினி அறிந்துகொண்டாள். கொஞ்சம் கொஞ்சமாக அவனோடு போய்வந்த இடங்களும் பழகிய தோழர்களும் கூட 'கண் சிவந்தால் தான் மண் சிவக்கும்' என்று பாடமெடுப்பவர்களாக தெரிந்தார்கள். அவனது தோழர்கள் குழுவிலிருந்த இரண்டு பெண்கள் தாங்கள் ஆண்களுக்கு சமமானவர்கள் என்பதற்காக மார்பு கச்சையே அணிய மாட்டார்கள். ஒருவரை ஒருவர் காணும் போது தோள்களினால் இடித்து வணக்கம் சொல்வார்கள். ஆங்கிலத்தில் பேசினாலும் வேழினியை 'தோழர்' என்றே தமிழில் அழைத்தார்கள். அந்தச் சொல்லுக்காகவே ஏதாவது செய்து தன்னை தோழராக நிரூபிக்க வேண்டும் என்று கலவரப்பட்டுக் கொண்டிருந்தாள் வேழினி. இலங்கைக்காரனுக்கும் அவனது புரட்சிக் குழுவுக்கும் ஒரேயடியாக தன்மீது மதிப்பு வர வைக்கும் வகையில் ஏதாவது செய்ய வேண்டும் என்று தொடர்ந்து கரிசனைப்பட்டாள்.

பொதுவாக நகைச்சுவை அல்லது பகடிவகை எழுத்துகள் மொத்தப்பனுவலையும் அதே உணர்வுகளை நிரம்பி நகர்த்திச் செல்லக்கூடியன. அது ஒருபக்கச் சார்பாக மாறும்போது நையாண்டி அல்லது எள்ளல் வகையில் சேர்ந்துவிடும் ஆபத்துக் கொண்டது. எள்ளல் இருபக்கமும் பார்க்காது; ஒருவழிப்பாதையாகவே பயணம் செய்யும். பிரெஞ்சு நாடகாசிரியர் மோலியரின் புகழ்பெற்ற எள்ளல் நாடகங்கள் பெரும்பாலும் மையப்பாத்திரத்தைக் கேலிக்குரியதாக முன்னிறுத்தும் தன்மை கொண்டவை என்பதை நினைவுபடுத்திக் கொள்ளலாம். தமிழிலும் கூட அவ்வகை நாடகங்களைத் திராவிட இயக்க எழுத்தாளர்கள் எழுதியிருக்கிறார்கள். குறிப்பாக நிலச்சுவான்தார்களையும் பூசாரிகளையும் சனாதனம் பேணும் பிராமணர்களையும் எள்ளல் வழியாகவே எழுதிக் கடந்தார்கள்.

அதே தன்மையிலேயே தெய்வீகனின் தராசு நடுநிலையைப் பேணாமல் , ஆண்நோக்குப் பார்வையில் பெண்களின் மீதான - பெண் உரிமை உள்ளிட்ட உரிமைப்போராட்டங்களை

முன்னெடுக்கும் குழுக்களின் மீதான ஒவ்வாமையைக் காட்டியதின் வழி எள்ளலைக் காட்டியிருக்கிறது. (இணைய இதழ்: தமிழினி)

கறைநதி : பதறும் கீழ்த்திசை மனம்

வல்லினத்தின் (மலேசியா)வந்துள்ள ப.தெய்வீகனின் கறைநதி தலைப்பில் உருவாக்கும் படிமம் கதைநிகழ்வுகளில் வெளிப்படவில்லை. கதைக்குள்ளிருந்து தனது கதையைச் சொல்பவன், இலங்கையிலிருந்து ஆஸ்திரேலியாவுக்குச்சென்று வேலைபார்த்துக் கொண்டே படிக்க நினைக்கும் இளைஞன். அதற்காக ஒரு வாடகை இடம் தேடியபோது தங்கள் வீட்டின் ஓரத்து அறையொன்றை ஒதுக்கித்தந்த முதிய தம்பதிகளின் பூர்வீகம் இத்தாலி. பக்கத்து வீட்டுக்காரர் மாரியோவும் இத்தாலியிலிருந்து 30 ஆண்டுகளுக்கு முன்பு வந்தவர் தான். நான்கு கொலைகள் செய்துவிட்டு இன்னொரு கொலை செய்துவிடக் கூடாது என்று வாழ்ந்து கொண்டிருப்பவர். மாரியோவின் சிபாரிசின் மூலம் இவனுக்குக் கிடைத்த வேலை மதுக்கூடத்தில் குடுவைகள் சுத்தம் செய்யும் வேலை. மதுக்கூடத்தின் உரிமையாளர் கலியோ தொங்கோ தீவுக்காரன்.

மதுக்கூடத்தில் நடந்த பிறந்தநாள் விழா நிகழ்வொன்றில் அவன் பார்த்த காட்சி - பிறந்தநாள் கொண்டாடிய பெண்ணோடு மதுக்கூட உரிமையாளர் மாரியோ உறவுகொண்டிருக்கும் காட்சியில் பதற்றமானவன் வேலை இடத்தைவிட்டு வெளியேறிவிடுகிறான். காலையில் காலியாவின் மரணத்தை முன்வைத்து ஆஸ்திரேலியக் காவல் துறை விசாரணைக்கு வருகிறது. கதைநிகழ்வுகள் இவ்வளவுதான்:

கதைசொல்லியிடம் வெளிப்படுவது பதற்றம் உணர்ச்சி வசப்படுதலும். ஆனால் கதையில் இருக்கும் மற்ற பாத்திரங்களிடம் வெளிப்படுவது நிதானமும் அன்றாடத்தை அன்றாட நிகழ்வாகக் கண்டு விலகிநிற்கும் மனோபாவமும். இவ்விரு மனநிலையை கீழைத்தேய மனநிலை X மேற்கத்திய மனநிலை எனப்புரிந்துகொள்ளவேண்டும். கதை நடக்கும் வெளி ஆஸ்திரேலியா. அவ்வெளி புவியின் கீழ்த்திசையில் இருந்தாலும் மேற்கத்திய மனம் கொண்ட மனிதர்கள் நிரம்பிய வெளி.

புலம்பெயர் எழுத்தாளர்களிடம் மட்டுமல்லாமல், இந்தியா போன்ற கீழ்த்திசை நாடுகளிலிருந்து அமெரிக்கா, ஐரோப்பா போன்ற மேற்கத்திய நாடுகளுக்கு வேலைக்காகச் சென்றவர்களிடமும் வெளிப்படும் பண்பாட்டுச் சிக்கலும் பதற்றமும். தனிநபராக கீழ்த்திசை மனிதர்கள் மேற்கத்திய மனநிலைக்குள் நுழையமுடியாமல் தவிப்பது நீண்ட காலச் சிக்கல். அச்சிக்கலை ப.தெய்வீகன் சரியாகக் கதையாக்கியிருக்கிறார்.

இக்கதையின் விவாதம் - சொல்லாடல் தேர்ந்தெடுத்த ஒன்றாக இருந்தபோதும், திரும்பவும் ஒருமுறைச் சரிசெய்ய வேண்டிய - எடிட் செய்ய வேண்டிய கதை என்பதையும் குறிப்பிட்டாக வேண்டும். தேவையற்ற அடைமொழிகள், குழப்பமான வாக்கிய அமைப்புகள், எழுத்துப் பிழைகள் எனப் பல பிழைகள் அக்கதையில் வெளிப்பட்டுள்ளன என்பதையும் சொல்லவேண்டும். அச்சாக்கும்போது தெய்வீகன் கவனத்தில் கொள்வார் என நினைக்கிறேன்.

உச்சம் - திசைமாறும் பெண் மனம்

நீண்ட காலப் போரின் - புலம்பெயர் வாழ்வின் - உளவியல் நிலைப்பாடுகளை எழுதிப்பார்க்கும் தெய்வீகனின் இன்னொரு கதை உச்சம். என்ற அளவில் வாசிக்கத்தக்க கதை. புலம்பெயர் தேசங்களின் வாழ்முறை தரும் சுதந்திரத்தை - வாய்ப்புகளை - மரபான தமிழ்க்குடும்ப அமைப்புகளிலிருந்து விலகியவர்கள் சோதித்துப் பார்க்கும்போது இப்படியெல்லாம் நடந்துவிட வாய்ப்புகளுண்டு. இக்கதையின் எண்ணவோட்டங்களும் நிகழ்வுகளும் இந்தியச் சூழலில் - இலங்கையின் சூழலிலும்கூட அரியன. வெளியில் சொல்லப்படக்கூடாதன.

நெருக்கடியால் அல்லது உணர்ச்சி மேலீட்டால் போராளியாக மாறிய மோகனா என்னும் நிலா போன்றவர்கள் போருக்குப் பின் நெருக்கடிகள் இல்லாதபோது - உணர்ச்சிக்கொந்தளிப்புகள் நீங்கிவிடும்போது பழைய அடிமை மனோபாவத்திற்குத் திரும்பிவிடும் உளவியல் தமிழ்ப் பெண்ணின் தனிமனித உளவியலா? தமிழ்ப் பெண்களின் சமூக உளவியலா? என்று விவாதிக்கத் தூண்டுகிறது கதை.

திருமணத்திற்கு முன்பு காதல், பெண் விடுதலை, சம உரிமை என்றெல்லாம் கதைத்துவிட்டுத் திருமணத்திற்குப் பின்பு நல்ல அடிமையாக ஆகிவிடும் பொதுவான பெண்கள்போலவேதான் போராளிப் பெண்களும் மாறிப் போவார்களா? சமூகம் தரும் "குடும்பப்பெண்" பட்டமும் அடையாளமும் போதும் என்று அடங்கிவிடச் செய்வன எவை? பெண் நிலைப்பாடு சார்ந்து இத்தகைய கேள்விகளை எழுப்பத்தூண்டும் ப. தெய்வீகனின் கதையில் வரும் ஜெயந்தன் போராளிப் பெண்ணுக்கு வாழ்வுதர வேண்டும் என்ற புரிதலுடனும் அவசரமான இலட்சிய வேட்கையுடனும் இருக்கிறான். அதையும் தாண்டி தன்னால் உடலுறவில் அவளுக்கு உச்சநிலையைத் தரமுடியவில்லை என்ற புரிதலையும் கொண்டவனாக இருக்கிறான்? அதற்காக இன்னொரு ஆணை ஏற்பாடு செய்து ஒருநாளாவது அவளின் உடலைத் திறந்து மூடிக்காட்டி உச்சநிலையனுபவத்தைத் தந்துவிடத் துடிக்கும் பக்குவத்தைக் கொண்டவனாக இருக்கிறான்? அந்த ஒருநாள் திறப்பைவிடத் தொடர்ச்சியான திறப்பாக இன்னொரு பெண்ணுடன் கொள்ளும் தன்பால் புணர்ச்சித்தேர்வை அவள் தெரிவுசெய்யும்போது கலங்கிப்போகிறான்.

குடும்ப எல்லைக்குள் கட்டிப்போட்ட குற்றமனம் ஒருநாள் விடுதலையை - வேட்கைத் தீர்ப்பை வழங்கிய ஆண்மனம் நிரந்தரமான இன்னொரு வேட்கைத்தீர்வை ஏன் மறுக்கிறது? அவனுள் இருக்கும் மரபான ஆதிக்க ஆண் மனம்தானே?

அப்படியானால் தெய்வீகனின் உச்சம் கதையை ஆணின் பார்வையில் எழுதப்பெற்ற ஆண்மையக்கதை என்று சொல்லிவிடலாம் தானே? பெண்களின் உடலியல் விருப்பம்சார்ந்த உளவியலை ஆண்களால் எழுதி விட முடியாது என்ற பெண்ணிய வாதம் சரியான பார்வைதானோ என்றெல்லாம் கேட்க முடிகிறது.

சயனைடு - ஆயுதங்களின் நகைமுரண்

ஈழப்போரின் வீரம் - போராளிகளின் வீரம் இருநிலைப்பட்டது. எதிரிகளை அழித்தொழிப்பது; இயலாதெனில் தன்னை அழித்துக்கொள்வது. எதிரிகளை அழிப்பதற்கான கருவிகளை - பிஸ்டலைத் தூக்கித் திரியும்படி பயிற்சி அளித்த இயக்கம், தன்னை

அழித்துக்கொள்வதற்கான சயனைடையும் கழுத்தில் கட்டித் திரியும் படியாகவும் பயிற்சி அளித்திருந்தது. யோசித்தால் ஒருவிதத்தில் நகைமுரண் தான். தன்னை அழித்துக்கொள்ளுதல் சூழல் சார்ந்து வீரமாகவும் பெருந்தியாகமாகவும் கட்டமைக்கப்படும் வாய்ப்போடு இருக்கிறது. அதே விஷமருந்து தந்தையிடம் தற்கொலைக்கான கருவியாக மாறியிருக்கிறது. இந்த இரண்டையும் எளிமையான கதைசொல்லலில் வெளிக்காட்டியுள்ளார் ப.தெய்வீகன்.

போர்க்கள நெருக்கடியில் தேசவிடுதலைக்கான கருவி - தன்னுயிரைத் தரத் தயாரான வீரத்தின் குறியீடு சயனைடு. தந்தையிடம் தன் பிள்ளைகளுக்குச் சுமையாகிவிடக்கூடாதென நினைக்கும் தனிமனித அழுத்தத்தின் விடுபடலின் கருவியாகிறது. அதுவும் ஒருவிதத்தில் விடுதலைதான். எப்படியாயினும் சயனைடு விடுதலையின் ஆயுதம். பொருள் ஒன்றுதான். பொருளுக்கான பெயர்ச்சொல்லும் ஒன்றுதான். சூழலில் அதன் இருப்பையும் அர்த்தத்தையும் மொழி மாற்றிவிடுகிறது. வாழ்க்கை என்பதும் வாழ்க்கையை எழுதும் கதையென்பதும் மொழியின் விளையாட்டுதான் போலும் (ஆனந்தவிகடன்)

ரம்போ : போர்ச்சத்த உளவியல்

தனிமனிதர்களின் உளவியல் சிக்கல்கள் எழுதத் தூண்டும் காரணிகளாக இருக்கின்றன. ஆனால் எவ்வகையான உளவியல் சிக்கல்கள் எழுதத் தூண்டுகின்றன என்ற கேள்விக்கு ஒவ்வொரு எழுத்தாளர்களும் வெவ்வேறு விடைகளையே சொல்வார்கள். ஆண் பெண் உறவில் இருந்த மீறல்கள் தொடர்ந்து விமரிசனத்திற்கும் விவாதத்திற்கும் உரியனவாக இருந்ததை மரபுத்தமிழ் இலக்கியங்கள் முன்வைத்துள்ளன. பிறன்மனை நோக்குதல் என்ற வாசகம், ஒருவன் ஒருத்தி என்ற நிலையை விசாரிக்கும் ஒரு சொல்லாடல். அந்நிலையை மறுதலித்துப் பேசியதின் வெளிப்பாடே பிறனில் விழையாமையைக் கொண்டாடும் போக்கு. மரபு இலக்கியத்திலிருந்து வடிவரீதியாகவும் கருத்தியல் ரீதியாகவும் விலகிய நவீனத் தமிழ்ப் புனைகதை ஆசிரியர்கள், காமத்தையும் நிறைவேறாத பாலியல் விருப்பங்களையும் எழுதுவதற்குரிய கச்சாப்பொருளாக நினைக்கின்றனர். சமூக நடைமுறைகள் ஏற்படுத்தியுள்ள பாலியல் உறவுகளை மீறுவதாக நினைக்கும் மனம் அதனைக் குற்றமாகக் கருதிக் குமைவதும் எழுதப்பட்டுள்ளது. குற்றமாகக் கருதாமல்

இயல்பான உடலின் வேட்கை என்பதாகவும் எழுதிக் கடப்பதும் நடந்துள்ளது.

பாலியல் மீறல்களையும் பிறழ்வுகளையும் தாண்டிய உளவியல் சிக்கல்களைச் சிந்திக்காத போக்கு தமிழ்நாட்டுத் தமிழ்ப் புனைகதைகள் வெளிப்பட்டாலும், புலம்பெயர் தமிழ் எழுத்துகளில் அந்நிலையே தொடர்கின்றன என்று சொல்வதற்கில்லை. தொடர்ச்சியாக அச்சமூட்டிய போர்க்காலமும் போர்க் களங்களும் இடப்பெயர்வுகளும் உருவாக்கிய அச்சவுணர்வு உருவாக்கிய மனச்சிதைவைச் சித்திரிப்பாகக் கொண்ட கதைகள் ஈழத்தமிழ்ப் பகுதியில் தொடர்ந்து வாழ்ந்து கொண்டிருக்கும் எழுத்தாளர்களிடம் கதைகளாக மாறியிருக்கின்றன. அவர்களை விடவும் அதிகமாகப் புலம்பெயர் எழுத்தாளர்களின் கதைகள் அகதி வாழ்வு உருவாக்கும் மனச்சிக்கல்களை அதிகம் எழுதத்தொடங்கியுள்ளனர்.

மனித உயிர்களின் ஐம்புலன்களும் அதனதன் வேலையைச் சரியாகச் செய்து கொண்டிருக்கும்போது மூளை இயல்பாக இயங்குவதாக வெளிப்படும். அவ்வைம்புலன்களில் ஒன்று செயல்படாத நிலையை உடல் குறையாகக் கருதுகிறது மருத்துவ அறிவு. அதே மருத்துவ அறிவு உடல் குறைகளின் தொடர்ச்சியில் மூளையின் இயக்கத்தில் பிறழ்வு ஏற்படும் நிலையில் அதனை உடல் குறையாகக் கணிக்காமல் உளச்சிக்கலாக வகைப்படுத்துகிறது. குறிப்பாக ஐம்புலன்களின் நுண்ணுணர்வுப் பாதிப்புகளால் அவ்வகை உளச்சிக்கல்கள் உருவாவதாகக் கணித்து அதற்குரிய மருத்துவ முறைகளைப் பரிந்துரைக்கின்றது.

குறிப்பிட்ட பகுதியில் நீண்ட காலமாக நடக்கும் யுத்தங்களும் கலவரங்களும் இடப்பெயர்வுகளும் உருவாக்கும் காட்சிகளை மறக்க முடியாமல் தவிக்கும் அகதி வாழ்க்கையைத் தொடர்ந்து தனது கதைகளில் எழுதும் ப.தெய்வீகன், ஈழ அகதிகளின் நிலையோடு வெவ்வேறு யுத்தங்களால் புலம்பெயர்ந்தவர்களையும் பாத்திரங்களாக்கியிருக்கிறார். அந்நகர்வின் தொடர்ச்சியில் இப்போது வனம் இதழில் வந்துள்ள "ரம்போ" கதையையும் இணைத்து வாசிக்கத் தூண்டியுள்ளார்.

ஈராக் யுத்தத்தில் நேச நாட்டுப் படைகளுக்காகப் போரில் ஈடுபட்டு நடக்க முடியாமல் சக்கர நாற்காலியில் இயங்கும் ஒருவனின் (பேர்கஸன்) நட்பை விவரிக்கும் ஈழத்தமிழ் அகதியின் கூற்றில்

நகரும் கதைக்குள் 'ரம்போ' என்ற துப்பறியும் நாயின் வரவு புதிய தளங்களை அறிமுகம் செய்கிறது. போர்க் காட்சிகளும் உயிரிழப்புகளும் மனிதர்களை மட்டுமே பாதிப்பதில்லை, நுண்ணுணர்வு கொண்ட விலங்குகளையும் கூடப் பாதித்து மனச்சிதைவுக்குள்ளாக்குகிறது என்பதை விவரிக்கும் ரம்போ கதையில் ஈராக் யுத்தத்தில் பங்கெடுத்து உடல் இயக்கத்தைத் தொலைத்த மனிதனின் - பேர்கஸனின் மனநிலையோடு இணையும் ஈழ அகதி மனநிலையும் என இணைநிலைகள் விரிக்கப்பட்டுள்ளன. உலகின் சில பகுதிகளை நீண்டகாலப் போர் நிலங்களாக வைத்திருக்கும் வல்லாதிக்கச் சக்திகளுக்கு எதிராகப் போர் மறுப்புப் பேசும் தொனியில் அமைந்துள்ள கதைக்காகத் தெய்வீகன் பாராட்டப்பட வேண்டியவர்.

(கதை வனம் இணைய இதழில் இடம்பெற்றுள்ளது.)

★★★

16. அனோஜனின் புனைவுலகில் பெண்கள்

இளம் வயதிலேயே கவனிக்கத்தக்க கதைகள் எழுதியவராக அறியப்பட்ட அனோஜன் பாலகிருஷ்ணன் தொடர்ந்து ஆண் பெண் உறவுச் சிடுக்குகளைக் கதையாக்குகிறார். ஈழப்பின்னணிக் கதைகளைத் தாண்டிப் புலம்பெயர் வெளிகளிலும் பாலியல் சார்ந்த சுரண்டல்கள் நிகழும் உரிப்பொருளைக் கதையாக்குகிறார். அகழ் என்னும் இணைய இதழின் ஆசிரியரான அவரது இரண்டு கதைகளில் பெண்களின் உளவியல் விவாதம் முன்வைக்கப்படுவதைச் சுட்டுகிறது இந்த வாசிப்பு.

கர்ப்பப்பை : ஆண் நோக்கும் அரசியல் ஒவ்வாமையும்

புணர்ச்சி, காமம் என்ற பெயர்ச்சொற்களின் பயன்பாட்டை மையமாக்கி விவாதிக்கும் கதைகள் எப்போதும் இரண்டுவிதமான மனநிலைகள் கொண்டவை. குற்றவுணர்வும் பாவச்செயலும் என்பதான இருநிலைகள் அவை. பெரும்பாலும் குற்றவுணர்வு கூடிய நிகழ்வாகப் புணர்ச்சியையும், அதனை நோக்கித் தூண்டிய காமத்தைப் பாவச்செயலின் வெளிப்பாடாக நினைக்கும் மனப்பாங்கும் ஏராளமான கதைகளில் வாசிக்கக் கிடைக்கின்றன. இவ்விரு சொற்களின் அர்த்தத்தை உருவாக்குவதில் மனிதர்கள் சார்ந்திருக்கும் சமய நம்பிக்கைக்கும் அதன் வழியாக உருவான வாழ்வியல் மதிப்பீடுகளுக்கும் பங்கில்லாமல் விவாதிக்கும் கதையை யாரேனும் எழுதியிருக்கிறார்களா? என்று தெரியவில்லை.

கர்ப்பப்பை இல்லாத பொம்மையைப் புணர்ந்து கிடைக்கும் இன்பத்தை அனுபவிக்கும் ஓர் இளைஞனுக்கு, அவன் மீது அனுதாபம் கொண்டு தனதுடலைத் தரத்தயாராகும் ஒரு பெண்ணின் தயக்கமின்மையைக் கதை நிகழ்வாக ஆக்கியிருக்கிறார் அனோஜன் பாலகிருஷ்ணன். காதலித்துத் திருமணம் செய்து புணர்ச்சியில் ஈடுபடும் வழமையான காமத்தைத் தாண்டி, உடல்கள் எப்போதும் புணர்ச்சிக்குத் தயாராகவே இருக்கின்றன; அதில் பெண்ணுடல்- ஆணுடல் என்ற பேதங்கள் எல்லாம் இல்லை. கிடைக்கும் தருணங்களில் அவை செயல்பட்டுத் தீர்த்துக் கொள்கின்றன. பின்னர் அச்செயலைக் குற்றமனத்தொடும் நினைக்கின்றன; கிளர்ச்சி நிலையிலும் கடக்கின்றன என்பதான கதை நிகழ்வுகள் பல கதைகளில் எழுதப் பெற்றிருக்கின்றன; அனோஜனும் சில கதைகளில் அப்படியெழுதியிருக்கிறார். எழுதப்படவேண்டிய சங்கதிகள் தான்.

கர்ப்பப்பை என்ற தலைப்பிட்டு எழுதப்பெற்றுள்ள இந்தக் கதையின் பின்னணிக் காலமாக தனிநாட்டுக்கான ஈழப்போரின் கடைசிக் காலமும் விடுதலைப்புலிகளின் படையணிகளுக்கு ஆள்சேர்க்கப்பட்ட முறைகளும் வைக்கப் பட்டுள்ளன. அவள் நேரடியாகப் போராளியாகப் படையணியில் இருந்ததால் காயம்பட்டவள் அல்ல. போராளியாக ஆக்கப்படும் ஆபத்திலிருந்து தப்பிப்பதற்காகப் பால்யவயதில் திருமணம் முடித்துக் கொண்டு முரட்டுக் கணவனின் வன்முறையான உடலுறவால் கர்ப்பமாக்கப்பட்டுக் கர்ப்பத்தைக் கலைக்கும் மருத்துவ வசதிகள் இல்லாததால் முரட்டுத் தனமாகக் குழந்தையை உருவியபோது, கர்ப்பப்பையில் சிதைவு ஏற்படுகிறது. போருக்குப் பிந்தியஅரசின் நல்லெண்ண வேடத்தில் கிடைத்த மருத்துவ உதவியில் அவளது விருப்பத்தோடு நீக்கப்பட்டது அவளது கர்ப்பப்பை. நீக்கப்பட்ட கர்ப்பப்பை அவளது பழைய வாழ்க்கையின் நினைவுகளைத் தூர எறிவதோடு, லண்டன் பல்கலைக்கழகத்தில் படிக்கும் மாணவியாக மாற்றியிருக்கிறது. லண்டனுக்கு அவள் வந்துசேர்ந்த பின்னணி கதையில் இருக்கிறது. கதைசொல்லியாக இருக்கும் நான் - அனோஜன் லண்டன் பல்கலைக் கழகத்திற்குப் படிக்கப்போன விதம் கதையில் இல்லை. [கதையில் இருக்கும் நான் என்னும் கதைசொல்லி அனோஜன் பாலகிருஷ்ணன் தான் என்பதை மறைக்கவில்லை. வல்லினம் ஆசிரியர் கதையொன்று கேட்க,

அமலா என்ற அவளது உண்மைப்பெயரிலேயே கதையை எழுதியிருப்பதாகவும் சொல்கிறார். கதை நிகழ்வுகள் உண்மை எனக்காட்டுவதற்காக அனோஜனின் கதைகளில் இந்த உத்தியைத் தொடர்ச்சியாக வாசிக்க முடிகிறது].

கர்ப்பப்பை கொண்ட பெண்ணோடு கொள்ளும் உறவும் கர்ப்பப்பை இல்லாத பொம்மையோடு கொள்ளும் உறவும் சமநிலைப்படுத்தப்படும் நிலைக்குள் கதை நிகழ்த்தப்படாமல், கர்ப்பப்பை இல்லாத பெண்ணின் உடலில் இருக்கும் தழும்புகளும் அதன் வழியாக உருவாகும் பயமுமே அவனது இயலாமைக்கான காரணங்கள் என நினைக்கிறாள். எப்போதும் வன்முறையான உறவே அவளுக்குக் கிடைத்திருக்கிறது என்பதால், இவனையும் வன்முறையான உறவுக்குத் தயார் படுத்துகிறாள். முடியவில்லை எனத் தீர்மானித்து எழுந்தவனைக் கால் தடுக்கி விழச் செய்வதும், கன்னத்தில் கீறுவதும் உதைப்பதுமான செயல்களால் தூண்டப்பட்ட இளைஞன், அவளைத் திருப்திப்படுத்தி அனுப்புவதே ஒரே வழி என்ற முடிவில் மூர்க்கமாகப் புணர்கிறான். வந்த வேலை முடிந்தது என்பதுபோல ஆடைகளை அணிந்து கொண்டு வெளியேறுகிறாள்.

ஆண் நோக்கிலிருந்து எழுதப்பட்டுள்ள இந்தக் கதையின் பின்னணி வைப்புமூலம் விடுதலைப் புலிகள் மீதான விமரிசனம் தூக்கலாக வந்துள்ளது. ஆனால் கதையின் மைய விவாதம் அதுவல்ல. கர்ப்பப்பை இல்லாத பெண்ணோடு கொள்ளும் உடலுறவில் ஆண் உடலும் மனமும் கொள்ளும் நிலைப்பாடுகளே விவாதமாக வேண்டியன. ஈடுபாடான உறவும் திருப்தி ஏற்படுத்திவிடத் துடிக்கும் ஆண்மையும் சந்திக்கும் பின்னடைவுக்கான காரணங்கள் அந்த நேரத்து மனநிலையா? கடந்த காலத்தில் இருவரும் சந்தித்த போர்ச்சூழலா? என்பது கதைக்குள் இல்லை.

போர்ச்சூழல் பின்னணி பெண்ணுக்கு மட்டுமே தரப்பட்டுள்ளது. அவளோடு உறவு கொள்ளும் ஆணின் கடந்தகாலம் கதையில் இல்லை. அதன் காரணமாக இந்தக் கதை முழுக்கவும் ஆண்நோக்கில் காமத்தைச் சொல்லும் கதையாக எழுதப் பெற்றுள்ளது எனச் சொல்லலாம். அத்தோடு விடுதலைப்போராட்டத்தின் மீதான ஒவ்வாமை கொண்ட ஒருவரின் அரசியல் மனத்தையும் கதைக்குள் வாசிக்கமுடிகிறது என்பதும் சொல்லப்படவேண்டிய ஒன்று. (வல்லினம், மலேசியா)

சமநிலை பேணும் குடும்ப அமைப்பு

ஆதிக்கம் செய்தல், அடங்கிப்போதல் என்ற இரட்டை நிலைகள் எப்போதும் ஒருபடித்தானவை அல்ல. இவ்விரண்டுக்குமே மாற்று வெளிப்பாடுகள் உண்டு என்பது தனிநபர் உளவியலும் சமூக உளவியலும் பேசும் சொல்லாடல்கள். போலச் செய்யும் மந்திரச்சடங்குகளில் கூட ஆதிக்கத்திற்கெதிரான மந்திரச் சடங்குகள் உண்டு எனப் பேசும் மானிடவியல், அதிகாரத்தின் குறியீட்டைக் கேலிசெய்தும், இழிவுசெய்தும் ஏவல்கள் செய்து திருப்தி அடைவதுண்டு எனப்பேசுகிறது.

தமிழ்க் குடும்பங்கள், வெளிப்படையான இயங்கு நிலையில் பெரும்பாலும் எல்லா நிலையிலும் சமநிலை பேணாதவை என்றே புரிந்து வைத்துள்ளோம்; பேசிவருகிறோம். தமிழ்/ இந்தியக் குடும்பங்கள் எப்போதும் ஆண் தலைமைத்துவக் குடும்பங்கள். கணவன் என்னும் ஆணின் அதிகாரத்திற்குக் கட்டுப்படும் பெண்கள், அவனிடத்தில் இன்னொரு ஆடவனாக மகனை நிறுத்தி அவனின் அதிகாரத்திற்குக் கட்டுப்படவும் தயாராக இருப்பதாக மரபான கதைகள் பல எழுதப்பட்டுள்ளன. ஜெயகாந்தனின் உன்னைப்போல் ஒருவன் குறுநாவலில் இந்த அம்சம் விரிவான விவாதப்பொருளாக எழுதப்பட்டுள்ளதை வாசித்திருக்கிறேன்.

குடும்ப வெளிக்குள் பேணப்படும் சமநிலையற்ற தன்மை என்பது உண்மையில் புனைவானது. சமூக வெளியில் ஆணின் அதிகாரத்தை ஏற்பதாகப் பாவனை செய்யும் பெண், அந்தரங்க வெளியில் ஆணை ஆதிக்கம் செய்பவளாக இருக்கிறாள். மூன்றாவது நபரின் முன்னாள் தனது கணவனிடம் அடங்கிப்போகும் மனைவிகள், தனித்திருக்கும் நிலையில் காட்டும் உடல் வலிமை ஆணின் உடல் வலிமையைவிடக் கூடுதலானது என்பதைச் சோதித்துப் பார்த்துக் கொள்வார்கள். ஆனால் வெளியில் காட்டிக் கொள்ளமாட்டார்கள். கணவன் - மனைவி சண்டைக்குப் பின்னால் வீட்டு வாசலில் நின்று குய்யோ முறையோவென்று கத்திக் கூச்சல் போடும் பெண்களைப் போல, தோல்வி அடையும் ஆண்கள் அழுது புலம்புவதில்லை. தங்களின் தோல்வியை மறைத்துக்கொள்ள சாராயக்கடைக்குச் சென்று திரும்பி வந்து ஆவேசம் காட்டும் ஆண்களின் வெளிப்பாடு மனைவியிடம் தோற்றதின் வெளிப்பாடுகளே.

தனது அதிகாரத்தின் வெளிப்பாடுகளைக் கணவன்மார்கள், மனைவிகளின் மீது செலுத்தும் உடல் சார்ந்த வன்முறைகள் தங்களின் வாரிசுகளின் உளவியலைப் பாதிக்கும் என்ற புரிதல் கூட இல்லாமல், வளர்ந்த பிள்ளைகள் முன்னாலும் அதனைக்காட்டுவார்கள். அதனைப் பார்க்கும் பிள்ளைகளுக்கு - குறிப்பாக ஆண்பிள்ளைகளுக்குத் தந்தையர் மீது கோபமும், அம்மாக்களின் மீது பரிதாபமும் உண்டாகும். அனோஜனின் உதிரம் கதையில் வரும் இளைஞனுக்கு இதற்கு மாறாகத் தாயின் மீது கோபம் உண்டாகிறது; தந்தை மீது விலகல் ஏற்படுகிறது.

அம்மாவின் கடைசி உதிரப்போக்கு - மாதவிலக்கை மையமிட்டு எழுதப்பட்டுள்ள இக்கதையில் ஆணின் உடல் வலிமை அதிகாரம் செல்லுபடியாகும் சமூக வெளிக்கு மாறாகப் பெண்ணின் வலிமை, ஆதிக்கம் செலுத்தும் அந்தரங்க வெளிமையைச் சமநிலைப் படுத்திக்காட்டுகிறது கதை. பேசப்படாத உள்ளடக்கங்களைப் பேசவேண்டும் என்ற தேடல் உள்ளவர்களுக்குத் தமிழ்க் குடும்பவெளியில் மறைந்து கிடக்கும் ரகசியங்கள் நிறைய இருக்கின்றன [யாவரும்.காம்]

பின்குறிப்பு

நான்காண்டுகளுக்கு முன்னால் இலங்கை போனபோது தென்னிலங்கையில் ஒரு மலையடிவாரத்தில் வைத்து ஒன்றிரண்டு வாக்கியங்கள் பேசியிருக்கிறேன். அப்போது அவர், என்னோடு வந்திருந்த எழுத்தாளர் இமையத்துடன் பேசுவதில் ஆர்வமாக இருந்தார். மட்டக்களப்பில் கவி.ரியாஸ் குரானாவுடன் வந்திருந்தார். ஆனால் பேசிக்கொள்ளவில்லை. அப்போதே அவரது சில கதைகள் வாசித்திருந்தேன். ஒரு எழுத்தாளரின் சிறுகதைத் தொகுதியை மொத்தமாக வாசிக்க வேண்டும் என்ற விருப்பம் இப்போதெல்லாம் தோன்றுவதே இல்லை. அவ்வப்போது இதழ்களில் வரும்போது வாசிக்கத்தொடங்கி ஒரே மூச்சில் வாசித்துவிட்டால் முடிந்து விடும். பாதியில் நின்றால் நின்றதுதான். இரண்டு மூன்று ஆண்டுகளில் அனோஜனின் கதைகள் இணைய இதழ்களிலும் சில அச்சு இதழ்களிலும் வாசிக்கக் கிடைத்துள்ளன. வாசிக்கத் தொடங்கினால் முடித்துவிட வேண்டும் என்ற

ஆர்வத்தை உண்டாக்கும் கதைகளாகவே அவரது கதைகள் இருக்கின்றன. பெரும்பாலும் ஆண் - பெண் உறவுகளில் காமம் சார்ந்த நம்பிக்கைகள் மாறிக்கொண்டிருப்பதைப் பேசுபொருளாக்கும் அவரது கதைகள் தமிழ்ப் புனைவு வெளியில் புதிய பரப்புக்குள் நுழைகின்றன. தயங்காமல் எழுதுவதின் மூலம் விவாதங்களை முன்வைக்கிறார். இங்கே அண்மையில் மலேசியாவிலிருந்து வரும் வல்லினம். காமில் கர்ப்பப்பை என்றொரு கதையை எழுதியிருந்தார். அண்மையில் தமிழகத்திலிருந்து வரும் யாவரும். காமில் உதிரம் என்றொரு கதையை எழுதியிருக்கிறார். அவ்விரு கதைகளையும் குறித்து எனது முகநூல் பதிவுகளை இங்கே தருகிறேன். கவனம் பெறும் கதைகளை எழுதும் அனோஜனின் கதைகள் வாசிக்கப்பட வேண்டியன.

- 2022

17. க.கலாமோகனின் விலகல் மனம்

நீண்ட இடைவெளிக்குப் பின் கலாமோகனின் சிறுகதை ஒன்றை வாசிக்கும் வாய்ப்பைக் கனலி இணைய இதழ் தந்துள்ளது. 1999 இல் எக்ஸில் வெளியீடாக வந்த நிஷ்டை தொகுதிக்குப் பிறகு சிவகாமியின் ஆசிரியத்துவத்தில் வரும் புதிய கோடாங்கியில் சில அபுனைவுகளையும் புனைவுகளையும் எழுதினார். அதன் பிறகு நீண்ட இடைவெளி. இப்போது மிருகம் என்ற தலைப்பில் இந்தக் கதையை எழுதியுள்ளார். இருபதாண்டுகளுக்கு முன்பு வந்த நிஷ்டை தொகுப்பில் இருந்த கதைகளை வாசித்த பின்பு அதன் ஆசிரியரான க.கலாமோகனைப் பற்றிய அப்போதைய மனப்பதிவாக இருந்தது இதுதான்: "நிகழ்கால வாழ்க்கையில் தான் வாழ நேர்ந்த வெளிகளில் சந்திக்கும் மனிதர்களோடான உரையாடலையும் உணர்வுகளையும் பதிவுசெய்துவிட வேண்டும்; பதிவுசெய்யும்போது கடந்த காலத்தின் துரத்தல்களையோ, எதிர்காலத்தின் இலக்குகளையோ பற்றி மிகையான சொற்களால் சொல்லிவிடக் கூடாது. அதே போல் வாழ நேர்தலில் எதையும் மறைத்து எதுவும் ஆகப்போவதில்லை; சொல்ல நினைப்பதை சொல்லத்தெரிந்த மொழியில் வடிவத்தில் சொல்லிவிட வேண்டும் என்பதாக இருந்தது".

நிஷ்டையின் 12 கதைகளிலும் எழுதப்பெற்ற வெளிகள் பெரும்பாலும் அகதியாக அலைந்து திரிந்த ஐரோப்பிய நாடொன்றின் வெளிகளாகவே இருந்தன. அக்கதைகளில் வரும் அகதிகளுக்குத்

துரத்தப்பெற்ற வாழ்க்கை இருந்தது என்றாலும், அதைப்பற்றிப் பெரிதான புனைவுகள் இடம் பெறவில்லை. விரிவாகக் கடந்த காலத்தின் சாகசங்களைப் பேசிக் கொண்டிருக்காமல், இப்போது சந்திக்கும் - சந்தித்த மனிதர்களையே வாசிப்பவர்களுக்கு அறிமுகப்படுத்தினார். அவர்களின் பெரும்பாலோர் அவரைப்போலவே வெவ்வேறு நாடுகளிலிருந்து அகதியாகவும் துரத்தப் பட்டவர்களாகவும் வந்த மனிதர்களாகவே இருந்தார்கள். அவர்களின் அன்றாட வாழ்க்கையைத் தாண்டிச் செல்ல - அடிப்படைத் தேவைகளான- வசிப்பிடம், உணவு, உடை ஆகியவற்றோடு உடலின் பசியான பாலியல் வேட்கையையும் தீர்த்துக் கொள்ளத் திட்டவட்டமான முறைமைகள் எதுவும் இல்லாதவர்களாக இருந்தார்கள். இப்படியான சூழல் உருவாக்கும் நெருக்கடிகளில் மக்கள் பின்பற்றுவதாகச் சொல்லிக்கொள்ளும் அன்பு, நம்பிக்கை, உண்மை, நேர்மை, புனிதம் போன்றவற்றிற்கு இடமில்லை என்பதைச் சொல்லிக் கொண்டிருக்காமல் மீறலான வாழ்க்கையை நடத்துபவர்களின் உலகமாக இருப்பதைத் துண்டு துண்டான சித்திரங்களாக எழுதித்தந்திருந்தார்.

இந்தக் கதைகள் வாசிப்பவர்களுக்குத் தரும் செய்தி ஜி.நாகராஜனின் கதைகளில் வருபவர்களைப் போல ஒவ்வொரு நாளையும் ஒவ்வொரு நாளாகவே கடந்துபோகிறவர்களே. தந்தையின் மரணச் செய்தியைக் கூட ஒரு செய்தியாக வாங்கி விலகிச் செல்லும் மனநிலையை எழுதிய மூன்று நகரங்களின் கதை, உடைமையுறவு என்று சொல்லிக் கொள்ள முடியாத பெண்களைச் சந்தித்ததைச் சொல்லும் தெரு, கனி போன்ற கதைகள் உதிரியாக அலையும் மனிதர்களின் வாழ்க்கையின் கோடுகள். சந்திக்க நேரும் ஒவ்வொரு மனிதர்களும் தான் வாழும் - வாழ நேர்ந்த வாழ்க்கையின் மீது பிடிப்பையும் நம்பிக்கையையும் கொண்டிராத விலகல் மனப்பான்மையைக் கொண்டவர்களின் கதைகள் அவை. அக்கதைகளில் வெளிப்பட்ட மனநிலையின் தொடர்ச்சியை இப்போது வந்துள்ள விலகலை இப்போது வந்துள்ள விலங்கு கதையிலும் காணமுடிகிறது.

கால் நூற்றாண்டைத் தாண்டிய பின்னும் புலம்பெயர் நாடுகளின் மனிதர்களின் சமூக வாழ்க்கையையும் அந்தரங்க வாழ்க்கையையும் விலகி நின்று பார்க்கும் கீழைத் தேய வாழ்க்கையின் படிமங்களை இந்திய / இலங்கையர்களின் மனநிலையைப் புரிந்துகொள்ள

நினைப்பவர்களுக்குப் பளிச்சென்று புலப்படும் வேறுபாடு ஆண் - பெண் உறவுகளும், குடும்ப அமைப்பைப் பற்றிய கணிப்புகளும் தான். உடலின் வேட்கைக்கான ஒன்றாகப் பார்க்கும் மேற்கின் ஆண் - பெண் உறவுக்கு மாறாக அதற்கு நிரந்தரத் தன்மையைத் தர நினைப்பது கீழைத்தேயம். அதன் தொடர்ச்சியாகச் சொத்துடைமை, அதனை வாரிசுகளுக்குக் கடத்துதல் என நீளும் நீட்சியைக் கொண்டது. கலாமோகனின் கதைகளில் வரும் கீழைத்தேய மனிதர்கள் - இலங்கையர்கள் இத்தகைய தற்காலிகத் தன்மை மீது அசூயை - கொள்ளாதவர்களாக வருகிறார்கள். அதே நேரம் அதன் மீது விருப்பமும் ஆர்வமும் கொண்டு பின்பற்ற நினைப்பவர்களாகவும் காட்டப் படுவதில்லை.

உடலுறவுத்தேவை சார்ந்த மனநிலை ஐரோப்பிய / மேற்குலக வாழ்க்கையில் பெருமளவு மாற்றங்களை நோக்கி நகர்ந்துள்ளது. குழந்தைகளைப் பெற்று வளர்ப்பதைச் சுமையாகக் கருதிய மனநிலையில் பிள்ளைப்பேற்றைத் தடுக்கும் கருவிகளையும் மருந்துகளையும் உற்பத்தி செய்து சந்தைப்படுத்திய முதலாளிய வணிகம் பாவனைப் புணர்ச்சிகளை ஊக்குவிக்கிறது. உடலுறவு தரும் இன்பத்தை / உடலின் தீராத்தாகத்தையும் வேட்கையையும் தீர்த்துக்கொள்ளக் கருவிகளைச் செய்து கொடுத்து எதிர்பால் நபர்களின் தேவையைத் தவிர்க்கத்தூண்டியது. அதன் அடுத்த கட்டமாக எதிர்பாலினரின் தேவையின்றி ஆண்களுக்குத் தேவையான பெண்களையும், பெண்களுக்குத் தேவையான ஆண்களையும் பொம்மைகளாகச் செய்து விற்றுப் புணர்ச்சியின் உச்சபட்ச அனுபவத்தைக் கற்பனை செய்துகொள்ளத் தூண்டிக்கொண்டிருக்கிறது. பொம்மைகளின் இடத்தில் வளர்ப்பு மிருகங்களும் இருக்கின்றன எனப் பேசுகிறது கலாமோகனின் மிருகம் கதை.அந்தக் கதை இப்படித் தொடங்குகிறது:

> “எலெனாவை எனக்குத் தெரியும். ஆனால் நான் அவரைச் சந்திப்பது அபூர்வமாகவே.
>
> மதுச்சாலைகளிலும் தோட்டங்களிலும் சில வேலைகளில் கலைகள் காட்டும் கண்காட்சி சாலைகளிலும். இவளது வீட்டுக்கு நான் சில தடவைகளில். ஆனால் நான் அங்கு சென்றதும் பயப்பட்டு விடுவேன். காரணம் அவள் வளர்க்கும் நாய்தான். அது மிகவும் பெரியது. மிகவும்

நீளமான பற்கள். அது ஒரு பயங்கர மிருகத்தைப் போல.

எலெனாவைப் பற்றிய அறிமுகத்தை அவளது நாயோடும், அதனுடன் அவளுக்கிருக்கும் நெருக்கத்துடன் அறிமுகப்படுத்தும் கதையில் அல்ஜீரியா நாட்டு ஆணுக்கும் நாய்க்குமான உறவோடு கூடிய நிகழ்வொன்றும் இடம் பெற்றுள்ளது. காதலியைப் போல உடனிருந்த நாயின் மாமிச வேட்கைக்குப் பின் அதைக் கொன்றவன். அதே போல் கதையில் இடம்பெறும் ரவி என்ற இலங்கை அகதியின் வாழ்வில் மிருகங்கள் குறித்து அச்சமே இருந்தது என்பதையும் கதை குறிப்பாகத் தருகிறது. ஐரோப்பியரல்லாதவர்களின் வாழ்வில் விலங்குகளின் இடம் எத்தகையது எனக் காட்டும் அந்தப் பகுதியைக் கதையில் இணைத்துள்ள கலாமோகன், விலங்குகள் வளர்ப்புகளுக்கான சட்டங்கள், தண்டனைகள் பற்றிய அக்கறைகள் கொண்ட ஐரோப்பிய பொதுவாழ்க்கையையும் சொல்லிவிட்டு, எலெனாவுக்கு நாயுடன் உள்ள உறவைக் குறித்து எழுதுகிறார். அவர்கள் இருவரும் பழகத் தொடங்கியபின் நடக்கும் உரையாடலின் பகுதிகள் சிலவற்றை வாசிக்கலாம். ரவியோடு இப்படி உரையாடுகிறாள்:

"மாலை வணக்கம்" கேட்டு திரும்பினேன். அழகிய பெண் அருகில் ஒரு நாய் கையில் ஒரு பியர். அவள்தான் எலெனா.

"நான் எலெனா. நீங்கள் இந்தியர் என நினைக்கிறேன். உங்களது நாடுகளிலும் இத்தகைய கண்காட்சிகள் நடக்கின்றனவா?"

எனது பெயர் ரவி. நான் இலங்கையில் பிறந்தவன். நான் அங்கு ஒருபோதுமே ஓவியக்கண்காட்சிகளுக்குச் சென்றதில்லை. ஆனால் அங்கு படைப்புகளை அழிக்க மாட்டார்கள் என நினைக்கிறேன்.

★★★

"எனக்கு ருக்கியில் நிறைய விருப்பம்" என்றாள்.

"உங்களோடு வாழ்வோருக்கும் இந்த விருப்பம் இருக்கலாம்" என நினைக்கிறேன்.

"நான் ஒரு ஆணுடன் அல்லது பெண்ணோடும் வாழ்வதில்லை நான் ரூக்கியுடன் தான் வாழ்கிறேன்."

"பிராணிகளும் மிருகங்களும் மனிதர்களைக் காட்டிலும் மேலானவர்கள்"

★★★

"ரோக்வெய்லர் என்னைப் பார்த்து வாயைத் திறந்தது. எனக்குள் நடுக்கம் பயப்படவேண்டாம் ரவி என அதனை அவள் தனது மடியில் கிடத்தினாள். அவளது உதடுகளை முத்தமிட்டது ரூக்கி.

★★★

எனது பயத்தைக் காட்டாமல், "ரூக்கிக்கு ஆடுகளிலும் விருப்பம் உள்ளதா?" எனக்கேட்டேன்.

"இல்லை; ஒரு போதும் தொட்டது இல்லை. கண்டால் கோபம் வரும்."

★★★

ரவி எனக்கு தூக்கம் வருகிறது. இது உங்கள் வீடு. சாப்பிடுங்கள். நாளை சந்திப்போம். கோப்பையில் ஓர் இறைச்சித்துண்டும் இல்லை.

ரூக்கியுடன் தூங்கும் அறைக்கு சென்றாள். நான் அன்று சாப்பிடவில்லை. இரவில் நிறைய சப்தங்கள் வந்தன. காலையில் விழித்தால், ரூக்கியை ஒரு கிழிந்த பிரேசியருடன் கண்டேன்.

இந்த உரையாடல்கள், எலெனாவுக்கு நாயின் மீதான விருப்பங்களையும், ரவிக்கு அந்த உறவின் மீதான விலகலையும் உணர்த்தும் விதமாக நகர்கிறது என்பதே கவனிக்க வேண்டியது.

மனிதர்களிடம் கிடைக்கும் அந்தரங்க அனுபவத்தை மிருகங்கள் வழியாகப் பெற முடியும் என நம்பும் மனிதர்களின் நம்பிக்கைக்கு வயது பல்லாயிரம் ஆண்டுகள். மனித உருவமும் மிருக உருவமும் கலந்து உருவான தெய்வ உருவங்களின் தொன்மக்கதைகளைக் கீழைத்தேயப் புராணங்களும் மேலைத்தேய இதிகாசங்களும் தருகின்றன. அதன் நிகழ்கால உதாரணங்களாக மனிதர்கள் விலங்குகளோடு தங்களின் அந்தரங்கத்தை/ படுக்கையைப் பகிர்ந்துகொள்கிறார்கள். ஆணிடம் கிடைக்கும் உடலுறவுத்

தேவைக்காக அவனைத் தன்னோடு வைத்துச் சுமந்து திரிய வேண்டுமென நினைப்பதில்லை ஓர் ஐரோப்பியப் பெண். அந்த இன்பத்தைத் தன்னை நேசிக்கும் விலங்கு ஒன்றிடமிருந்து பெற முடியுமென்றால், அதனையே பராமரித்து வைத்துக்கொள்வதை விரும்புகிறாள் எனக் காட்டும் கதையாக விலங்கு கதையை எழுதியுள்ளார் கலாமோகன். கீழைத்தேயப் பண்பாட்டை முன்வைத்து இந்த அனுபவத்தை மிருகத்தோடு தனது வாழ்க்கையைப் பிணைத்துக்கொண்டே எலெனாவைக் குறித்து மதிப்பீடுகள் எதனையும் வைக்காத ரவியின் வழியாகத் தனது விலகல் மனத்தைக் காட்டியுள்ளார் என்பதுதான் அவரின் எழுத்தடையாளம்.

கனலியில் வந்த மிருகத்தைத்தொடர்ந்து அகழ் இணைய இதழில் நானும் நாயும் முழுமையும் மனிதன் மீது - மனிதர்களின் சிந்திக்கும் திறன்மீது அவநம்பிக்கையையும் வன்மத்தையும் குவிக்கும் விதமாக எழுதப்பட்டுள்ளது. அக்கதையைச் சிந்தனையின் வன்மம் என்ற சொல்லால் குறிப்பதே நல்லதொரு விமரிசனச்சொல்லாடலாக இருக்கும்.

மனிதன் - மிருகத்திலிருந்து மட்டுமல்ல; மற்ற உயிரினங்களிலிருந்தும் வேறுபட்ட உயிரி என நினைத்துக் கொள்ளவும், அவற்றின் மீது அதிகாரம் செலுத்தவும் உரிமை கொண்டாடவும், உடைமையாக்கவும் காரணமாக இருக்கும் கருவிகள் எவை என்பது பற்றிக் கருத்துவேறுபாடுகள் உள்ளன. சிந்தனைகள் என்றும், செயல்கள் என்றும் நம்பும் மனிதர்கள் அதற்கேற்பக் கருத்தியல்களையும் தத்துவங்களை உருவாக்கிக் கொண்டு விவாதம் செய்கிறார்கள். இவையெல்லாம் எதுவுமில்லை என நம்புபவர்கள் கடவுளே காரணம் எல்லாப் பொறுப்பையும் அதனிடம் ஒப்படைத்துவிட்டு நிம்மதியாக இருக்கிறார்கள். மனிதர்கள் கண்டுபிடித்துக்கொண்டுள்ள மொழியின் கூறுகளே மனிதர்களை மற்ற உயிரினங்களிலிருந்து வேறுபடுத்துகிறது என்ற கருத்தியலும் நிகழ்கால அறிவுப்புலங்களில் வலுவான ஒன்றாக இருக்கிறது. அறிந்துகொள்ளக்கூடிய பரந்த இந்த உலகத்தையும், அறிதலைத் தாண்டி உணர்ந்துகொள்ளக்கூடிய இந்தப் பிரபஞ்சத்தைத் தனது மொழியின் வழியாகச் சுருக்கிக் கொள்பவர்கள் மனிதர்கள். மொழியின் வழியாக உணர்த்தப்படும் செய்தியை - உணர்வை உணர்ந்துகொள்ளும் இன்னொரு

உயிரியோடு ஏற்படுத்தும் நெருக்கத்தை விளங்கிக்கொள்ள உருவாக்கும் சொற்கள் மனிதர்களை விதம்விதமான சிறைகளில் அல்லது குறுகிய பரப்பில் வாழும்படி கட்டமைக்கின்றன.

இனம், மதம், சாதி போன்ற பருண்மையற்ற சொற்களால் உறவென அறியப்படும் மனித வாழ்க்கை மிகப்பெரிய அபத்தம் அல்லது அர்த்தமின்மை. ஆனால் வாழிடம் அல்லது தேசம் என்ற பருண்மையான வெளி மிகப்பெரிய அர்த்தம். அந்த அர்த்தத்திற்குள் வேறுபட்ட மொழிக்காரர்களோடு, இனத்தினரோடு, மதத்தினரோடு, சாதியினரோடு உறவாக - நட்பாக - அன்பும் நேசமும் செலுத்தி வாழமுடியாதவர்களாக இருப்பவர்களும் இந்த மனிதர்கள்தான். சொந்த தேசம் என நினைக்கும் நிலத்திலேயே இத்தகைய நெருக்கடிகளைச் சந்திக்கும் மனிதர்கள், நிலத்தை விட்டுவிலகிப் புலம்பெயர்வு வாழ்வுக்குள் நுழையும்போது சந்திக்கும் நெருக்கடிகள் வேறுவிதமானவை; விளக்கிச் சொல்லமுடியாதவை. புனைவற்ற கட்டுரை எழுத்தில் விவாதிக்கவேண்டிய இவ்வகையான சொல்லாடல்களைத் தனது புனைகதை எழுத்தாக மாற்றும் கலாமோகனின் புனைகதைகள் மரபான நேர்கோட்டுச் சிறுகதை வடிவங்களையும், நேர்கோடற்ற சிறுகதை வடிவங்களையும் உதறிவிட்டு ஒவ்வொரு புனைவுக்கும் ஒவ்வொரு சொல்முறையைக் கொண்டிருக்கின்றன.

இப்போது வந்திருக்கும் நாயும் நானும் (அகழ் *https://akazhonline.com/?p=2944)* கதை, மனித வாழ்க்கையை விலங்கு நிலையோடு இணைகோட்டில் நிறுத்திக் காட்டுகிறது. அடிப்படைத் தேவையான உணவு, உடை, உறையுள் என்ற மூன்றிலும் நாயின் இருப்பும் நான் என்னும் மனித இருப்பும் எந்தவிடத்திலும் வேறுபட்டுவிடவில்லை என்பதை முகத்தில் அறைந்து சொல்லிவிட்டு நகர்கிறது. தன்னைப் பற்றிய அறிமுகத்தை இரண்டாவது பத்தியில்,

"நான் எங்கு பிறந்தேன்? நினைவே இல்லை. நீண்ட ஆண்டுகளாகப் பிரான்சில். விசா? நிச்சயமாக இல்லை. பொலிஸார் என்னைப் பிடிப்பார்களா? அதுவும் தெரியாது. அவர்களே என் முன் சிகரெட்டுகளைப் போடுபவர்கள். எனது இடம் ஓர் வீதி. எனக்குத் தொழிலும் இல்லை, சம்பளமும் இல்லை."

என விவரங்கள் தரும் கதைசொல்லி, தன்னை அறிமுகப்படுத்து வதற்கு முன்னால் நாயை அறிமுகப்படுத்துவதோடு கதையைத் தொடங்குகிறான்.

"இது எனது நாய். என்னுடன்தான் இருக்கும். ஒருபோதுமே என்னை விட்டு ஓடாது. நாயின் பெயர்? தெரியாது. 20 வருடங்களுக்கு மேலாக என்னுடன். ஆம், நாம் வீதியில். நான் அதனை நாய் என அழைப்பதில்லை. எந்தப் பெயர் எனக்கு நினைவில் வருகின்றதோ அந்தப் பெயரால் அழைப்பேன். உண்மையிலேயே எனக்கு எனது பெயரும் தெரியாது. ஆனால் எம் முன் சில சில்லறைகள், சாப்பாடுகள் வைப்போரது பெயர்கள் அவ்வப்போது எனது நினைவுக்கு வரும்."

இந்த அறிமுகங்களிலேயே ஒருவித இணைநிலையைக் கலாமோகன் தந்துவிடுவதைக் காணலாம். தொடர்ச்சியாகப் பாரிஸ் நகரத்துப் புலம்பெயர் வாழ்க்கையில் இருக்கும் நிச்சயமின்மையையும், பாதுகாப்பின்மையையும் இலக்கற்ற அலைதலையும் முன்வைக்கும் காட்சிகள். அதற்குள் ஒரு குழந்தையின் வசதிகள் நிரம்பிய வியாபாரியின் குழந்தையிடம் வெளிப்படும் பரிவு. அப்பரிவு நாய்க்குக்கிடைத்த பரிவா? நாயோடு திரியும் அவனுக்குக் கிடைக்கும் பரிவா? என்று திட்டமாகத் தெரியாத நகர்வு. அந்த நாயைக்கூடத் தனது நாயாக நினைத்துக்கொண்டாலும் உடைமையாகக்கருதாத விலகல் மனம் அவனுடையது. அப்படி நினைத்திருந்தால் அதற்கொரு பெயரைச் சூட்டி அழைத்திருக்கக்கூடும். அந்த நாயின் மீதான அவனது உறவு பற்றி இப்படியொரு குறிப்பைக் கதையில் தருகிறார்:

"எனது நாய் ஓர் பெண்ணா, ஆணா அல்லது அலியா என்பது எனக்குத் தெரியாது. இந்தத் தெரிவு எனக்கு மிகவும் அவசியமானதா? இந்த இரவில் நான் எனது நாயை ஜூலியா என்று அழைத்தேன்."

இந்தப் பெயரிட்டு அழைத்ததின் தொடர்ச்சியாக அந்த இரவில் ஒரு பெண்ணோடு முதலில் சச்சரவும் தொடர்ந்து திட்டமிட்டுக்கொள்ளாத காம வெளிப்பாடுமாக மாறுகிறது. நாயிடமிருந்து கிடைக்கும் முத்தம் போலவே அவளின் முத்தமும் அவனைத் தின்கிறது.கடித்துக்கொள்கிறார்கள்; சுவைத்துக் கொள்கிறார்கள்.

உணவையும் உடலையும் கொடுத்த ஜூலியாவும் கூடத் தற்செயலாகக் கிடைத்த ஒன்றுதான். அடுத்த நாள் காலையில்

அவள் அங்கு இல்லை. ஜூலியாவும் அவனைப்போலவே அகதி வாழ்க்கையில் இருப்பவள். அந்தக் காரணத்திற்காக அவளை அவன் தேடப்போவதில்லை. அவளும் இவனைத் தேடி வரப்போவதில்லை. இருவரும்-நண்பர்களாகி, காதலர்களாகவெல்லாம் ஆகப் போவதில்லை. எல்லாம் தற்செயல்தான். மனிதர்களுக்குத் தேவையான அடிப்படைத் தேவைகளில் மட்டுமல்ல; காமமும் அதனைத் தீர்த்துக்கொள்ளும் வினையிலும்கூடத் தற்செயல் தன்மையே தங்கியிருக்கிறது. இப்படியான நேர்தலை விலங்குப் பண்பாக நாயின் குணமாக மனித நாகரிகம் வரையறுக்கக் கூடும். ஆனால் அந்த அவனின் வாழ்க்கை அவனோடு அலையும் நாயின் வாழ்க்கையைவிட எந்த விதத்திலும் வேறுபட்டதில்லை; மாறுபட்டதில்லை என விரித்துக்காட்டிவிட்டு விலகிக் கொள்கிறார் கலாமோகன். கதைசொல்லியாகவோ, பாத்திரமாகவோ கதைக்குள் இருந்துகொண்டு எதனையும் உறுதியாகச் சொல்லாத காட்சி நகர்வில் அந்த அவனைப் போலவே நாயும் தெருவில் தூங்குகிறது; பல நாட்கள் அவனைப் பிரிந்து போய்விடுகிறது. கிடைப்பதை அவனோடு சேர்ந்து சாப்பிடுகிறது.

யோசித்துப்பார்த்தால், அந்த அவனைப்போல பல்லாயிரக்கணக்கான மனிதர்கள் வாழ்ந்துகொண்டுதான் இருக்கிறார்கள். மிக உயர்ந்த நாகரிகம் கொண்ட பாரிஸ் நகரத்துத் தெருக்களில் அலையும் அவனது வாழ்க்கையும் அந்த நாயின் வாழ்க்கையும் ஜூலியாவின் வாழ்க்கையும் இப்படியானதின் பின்னணியில் என்னவெல்லாம் இருக்கக் கூடும். இந்தக் கேள்வியைக் கலாமோகன் நேரடியாக எழுப்பவில்லை. சிந்திப்பவர்களாக நினைத்துக்கொண்டு விடுதலையை விரும்புபவர்களாகக் காட்டிக் கொண்டு வன்மங் கொண்டு, பகைமை பாராட்டித் தேசம்விட்டு தேசம்தாண்டி அலையும் மனித வாழ்க்கை நாயின் வாழ்க்கையோடு இணைநிலையாக இருக்கிறது என்ற மனக்கொதிப்பு அடங்கிய நிலையில், கதையின் காட்சிகளாக -மொழியின் விளையாட்டாக வாசகர்களை நோக்கித் தந்துவிட்டு ஒதுங்கிக் கொள்கிறார் கலாமோகன். ஜெர்மானிய அரங்கியலாளர் பெர்ட்டோல்ட் பிரெக்டின் தூரமாக்கலை ஒத்த விலகல் இது. தொடர்ச்சியாகக் கலாமோகன் தனது கதைகளில் இதனைச் சாத்தியமாக்குகிறார்.

- நவம்பர் 26, 2020

18. கடவுளும் காமமும்– உமையாழின் மூன்று கதைகள்

எழுதப்படும் இலக்கியப் பனுவல்கள் எழுதியவருக்குச் சில அடையாளங்களை உருவாக்கித் தருகின்றன. உருவாக்கப்படும் அடையாளங்களுக்குக் காரணமாக இருப்பதில் முதல் இடம் எதை எழுதுகிறார்கள்? என்பதாகத் தான் இருக்கும். அதனைக் கொஞ்சம் விளக்கிச் சொல்ல நேர்ந்தால் யாரை எழுதுகிறார்கள் என்பதாக மாறிவிடும். இதற்குப் பின்பே எப்படி எழுதுகிறார்கள்? என்பது வருகிறது. எதை அல்லது யாரை என்ற கேள்விக்கான விடையைக் கண்டுசொல்ல நினைக்கும் திறனாய்வு, எழுத்திற்குள் அலையும் பாத்திரங்களையும், உடல் மற்றும் மன ரீதியான அலைவுகளையும் முன்வைத்துப் பேசுகிறது. இதனைச் சரியான இலக்கியத்திறனாய்வுக் கலைச்சொல்லால் குறிக்க வேண்டுமென்றால் 'உள்ளடக்கச் சொல்லாடல் (Content Discourse)' எனக் குறிக்கலாம். உள்ளடக்கத்தை வெளிப்படுத்தும் நோக்கத்தை விவரிக்கும்போதுதான் 'எப்படி எழுதுகிறார்கள்?' என்பதைப் பேச நேரிடுகிறது. அந்தப் பேச்சு, எழுதுபவர்கள் பயன்படுத்தும் கருவிகளைப் பற்றிய பேச்சுகளாக மாறிவிடும். அதனைக் குறிக்கும் கலைச்சொல்லாக வடிவச் சொல்லாடல் (Structural Discourse) என்பது பயன்பாட்டில் இருக்கிறது. வடிவச்சொல்லாடல் தான் இலக்கிய நுட்பங்களைக் கண்டறிந்து விதந்து பாராட்டுகிறது. சொல் முறைமைகள், மொழிப்பயன்பாடுகள், இவற்றின் வழியாக

உருவாக்கப்படும் புலனீர்ப்பு விளைவுகள், நம்பகத்தன்மை போன்றனவே வடிவச் சொல்லாடல்களாக விரிக்கப்படுகின்றன.

யார்? எது? எப்படி? என்ற மூன்றில் ஒன்றின் காரணமாகவேகூட ஒரு இலக்கியப் பனுவல் வாசிப்புக் கவனத்தை ஈர்த்துவிடுவதுண்டு. அப்படி ஈர்க்கப்படும் பனுவல்களை எழுதும் எழுத்தாளர்கள் கவனிக்கப்பட்டு பேசப்படுவதுண்டு. ஆனால் அவ்வகைப் பனுவல்களும் எழுத்தாளர்களும் குறிப்பிட்ட காலத்திற்குப் பிறகு மறந்து போனவர்களாக ஆகிவிடவும் வாய்ப்புண்டு. ஆனால் யாரை? எதனை? எப்படி? என முப்பரிமாணக்கேள்விகளையும் எழுப்பி விவாதிக்க வாய்ப்பளிக்கும் பனுவல்கள் பெறும் கவனம் முழுமையானது. முழுமையான பனுவல்கள் காலங்கடந்தும் வெளியைக் கடந்தும் கவனிக்கப்படக்கூடியன. பல நூற்றாண்டுகளுக்குப் பிறகும் வாசிப்பனுபவத்தைத் தரும் கவிதைப் பனுவல்கள் பழந்தமிழில் இருக்கின்றன. வேறுமொழியில் மொழிபெயர்த்துத் தரப்படும்போதும் வாசிப்பின்பத்தைத் தருவதோடு, மனித வாழ்வியலின் போக்கோடு வைத்து விவாதிக்கத்தக்க பனுவல்களாக ஏற்கப்படுகின்றன. செய்யுளிலிருந்து, உரைநடைக்கு நகர்ந்த பின்பு உருவான புனைகதைகளிலும், முழுமையான பனுவல்கள் எழுதப்பட்டுள்ளன. தன் காலத்தைச் சரியாக எழுதும் பொருட்டாகவே புனைகதைகள் உருவாக்கப்பட்டாலும் அதற்குள் உருவாகும் முழுமையே அத்தகைய பனுவல்களை மற்றைய பனுவல்களிலிருந்து வேறுபடுத்திக் காட்டுகின்றன. தமிழில் முழுமையை உறுதிசெய்யும் பனுவல்களை எழுதியவர்களின் பட்டியலை இங்கே தரலாம். பட்டியல்கள் உண்டாக்கும் மனச்சிக்கல்கள் காரணமாகத் தவிர்க்கப்படுகிறது.

சமகாலத்தில் அச்சிதழ்கள், இணைய இதழ்கள் வழியாக வாசிக்கக் கிடைக்கும் எல்லாவகைப் பனுவல்களையும் தொடர்ந்து வாசிக்கும்போது பலரது கதைகள் வாசித்தவுடன் இருவகையான நெருக்கடிகள் உண்டாகும். உடன்பாட்டு நிலையில் தரும் இந்நெருக்கடிகளே பெரிதும் எழுதத் தூண்டுகின்றன. எதிர்மறை நிலையில் நெருக்கடித் தரும் பனுவல்களையும் பேசித்தான் ஆகவேண்டும். என்றாலும் அவற்றைத் தள்ளிப்போடும்படுதல் நடந்துவிடுகிறது. வாசிக்கப்பட்ட பனுவல்களின் எழுத்து முறைகளிலும் எழுதுவதற்காகத் தெரிவுசெய்யும் பாத்திரங்களும்,

அவர்களின் வழியாக முன்வைக்கப்படும் கருத்துநிலையும் சேர்ந்து பேசவேண்டிய கதைகள் எனத்தூண்டிக் கொண்டே இருக்கும். அத்தகைய கதைகளைப் பற்றிய கதைகளின் குறிப்புகள் என்னிடம் உண்டு. குறிப்புகள் எடுத்துக்கொள்ளத் தூண்டாமல் விலகிப்போகும் கதைகளும் வாசிக்கப்படுவதுமுண்டு. என்றாலும், அவற்றைப் பெரும்பாலும் பேசாமல் தவிர்ப்பது மனதிற்கு நல்லது. இது இவ்விடத்து நிற்க.

★★★

கதைகள், விமரிசனக்குறிப்புகள், இலக்கிய நிகழ்வுகள் குறித்த பதிவுகளை எழுதும் புனைபெயர் உமையாழ். இரண்டு வருட இடைவெளியில் அவர் எழுதிய மூன்று சிறுகதைகளைப் பிரான்சிலிருந்து பதிவேற்றம் பெறும் நடு இணைய இதழ் வெளியிட்டுள்ளது. முகம்மது அப்துல் ரபீக் அகமது லுத்பி என்ற பெயரையும் கொண்ட உமையாழ் இலங்கையிலிருந்து புலம்பெயர்ந்து ஐக்கிய ராச்சியம் என்னும் பிரித்தானியாவில் வசிக்கும் நபர் என்ற தகவல் இந்தக் கதைகளை வாசிப்பதற்கு உதவக்கூடிய தகவல். வாசிக்கப்பட்ட அவரது மூன்று கதைகளின் பின்னோக்கு வரிசை இது:

3. ஆமினாவின் வாழ்க்கை குறித்து எழுதப்பட்ட எட்டு சிறிய குறிப்புகள் - இதழ் 29 / சித்திரை 2020

2. பிறழ்வு - இதழ் 15 / மாசி 2019

1. பாவமும் பலியும்- இதழ் 08 / தை மாசி பங்குனி

தமிழின் ஆகச் சிறந்த கதைசொல்லியான இளங்கோ, 'ஊழ்வினை உருத்துவந்தூட்டும்; உரைசால் பத்தினியை உயர்ந்தோர் ஏத்துவர்; அரசியல் பிழைத்தோர்க்கறங்கூற்றாகும்' என்ற மூன்று உறுதிப்பொருட்களை கருத்துகளை - வலியுறுத்துவதற்காகச் சிலப்பதிகாரத்தை எழுதியதாகப் பாயிரம் சொல்கிறது. அப்படிச் சொல்லப்பட்டாலும் இம்மூன்று உறுதிப்பொருள் மட்டுமே அதில் வெளிப்படுகின்றன என்பதற்கில்லை. அதற்கும் மேலாகப் பல பொருண்மைகளை வாசிப்பவர்களுக்குத் தரும் பனுவலாகத் திகழ்வது சிலப்பதிகாரம். நம்காலத்துப் புனைகதைகளில் "இதுதான் எழுதப் பெற்றிருக்கிறது என்று உறுதியாக ஒருவரும் சொல்லிவிட முடியாது; அப்படிச் சொல்லும் வாசகத்தை

மறுக்கும் நிலைக்குக் காரணமான ஒரு பகுதியை இன்னொருவர் அதே பனுவலில் எடுத்துக்காட்டிவிட முடியும் என்பதும் முழுமைப்பனுவல்களின் சிறப்பு. பனுவல்களை வாசித்து முடிக்கும் ஒருவர், 'இந்த உறுதிப்பொருளை முன்வைப்பதற்காகத் தனது கதைப்பனுவலில் பாத்திரங்களையும் சொல்முறையையும் கால இடப்பின்னணிகளையும் இவ்வாறு அமைத்துள்ளார் என எடுத்துக்காட்டி விவாதித்து முன்வைக்கும்போது அதனை ஏற்பவர்கள் விமரிசனத்தோடு உடன்படுவார்கள். உடன்படாதவர்கள் வேறொரு கருத்தை முன்வைக்கலாம். நவீனப் பனுவல்கள் பல வாசிப்புகளை எதிர்பார்ப்பனவாக இருக்கின்றன.

உமையாழின் மூன்று கதைகளையும் வாசித்து முடித்த நிலையில் அம்மூன்றிலும் ஒரு பொதுத் தன்மை இருப்பதை உணரமுடிகிறது. கதை வழியாக உணர்த்த நினைக்கும் உறுதிப்பொருளை வாழ்க்கை பற்றிய புரிதலை - கதையின் கடைசியில் ஒரு மாயக்குடுவைக்குள் வைத்துவிட்டு, அதை நோக்கி வாசிப்பவரைக் கைபிடித்து அழைத்துக்கொண்டு போகிறவராக இருக்கிறார் உமையாழ். அழைத்துப் போய் அதன் முன்னே நிறுத்திவிட்டு விலகிவிடுகிறார். இந்தத் தன்மையை நான் வாசித்த மூன்று கதைகளிலும் இருக்கும் பொதுக்கூறாகப் பார்க்கிறேன். மாயக்குடுவைக்கு முன்னால் நிற்கும் வாசகர், கதைக்குத் தரப்படும் தலைப்பு என்னும் திறவுகோலைப் பயன்படுத்திக் குடுவைக்குள் நுழைந்து, அந்த ரகசியத்தைக் கண்ட அனுபவத்தில் திளைத்துக் கொள்ளலாம். எழுதியவரைப் பாராட்டலாம்; கொண்டாடலாம்.

மூன்று கதைகளில் கடைசியாக வந்த ஆமினாவின் வாழ்க்கை குறித்து எழுதப்பட்ட எட்டு சிறிய குறிப்புகள் என்ற கதையின் எட்டாவது குறிப்பு இது:

ஞாயிற்றுக் கிழமை. சமீமின் உம்மா அழைத்திருந்தார். அவன் உம்மாவிடம் ஆமினாவிற்கு குழந்தை உண்டாகி இருக்கிற செய்தியை மகிழ்ச்சியாகப் பகிர்ந்துகொண்டான். ஆமினா தனக்குச் சுகமில்லை எனச் சொல்லி, குழந்தை உண்டான நாளில் இருந்து படுத்துக்கிடந்தாள். செல்மாவின் குழந்தைகள் வெளியே விளையாடிக்கொண்டிருந்த சத்தம் அந்த வீட்டிற்குள் கேட்டுக்கொண்டே இருந்தது.

இந்தக் குறிப்புதான் அந்த மாயக்குடுவை. அந்தக் குடுவைக்குள் மிதக்கும் ரகசியம் ஒன்றிருக்கிறது. ஆமீனா குழந்தை உண்டாகக் காரணம் அவளது கணவனான சமீமா? பள்ளிக்காலத்துக் காதலன் அன்வீயா? என்பதே அந்த ரகசியம். இலங்கையின் மரபான இசுலாமியக் குடும்பத்திலிருந்து இருபக்கத்துப் பெற்றோரும் தேடிப்பிடித்து சமய நம்பிக்கை மற்றும் சடங்குகள் அடிப்படையில் லண்டன் மாப்பிள்ளைக்கு மனைவியாகி, லண்டனுக்கு வந்த பெண்ணான ஆமீனாவின் வயிற்றில் உருவாகும் குழந்தைக்கு யார் பொறுப்பு? இந்த ரகசியத்தை நோக்கி வாசகர்களை நகர்த்திக் கொண்டு வரும் உமையாழ், நெருடலற்ற மனத்தோடு ஒரு பெரும் மீறலைச் செய்யும் பாத்திரத்தை ஏற்கும்படிச் செய்கிறார். அந்த ஏற்பைச் செய்வதற்கு ஏற்ற கதைசொல்லும் உத்தியைக் கையாண்டிருக்கிறார். மனிதர்களின் மனதிற்குள் உள்ளூறையும் காமம் சார்ந்த மீறலை இயல்பாக ஏற்கிறாள் ஆமீனா. தான் வளர்த்தெடுக்கப்பட்ட சமய நம்பிக்கை சார்ந்த வாழ்க்கையில் இதுபோன்ற மீறல் தண்டனைக்குரியது; பாவகரமானது என்பதை அறிந்திருக்கும் நிலையிலும் மீறத் தயாராகும் வாய்ப்பைக் கதையின் நிகழ்வுகள் வழியாகத் தொடுத்துக் கொண்டே போகிறார் கதாசிரியர்.

இந்தக் கதையில் கதை நிகழ்வுகளை அடுக்கும் உத்தியைக் கதையின் தலைப்பிலேயே குறிப்பிடுகிறார். அந்த உத்திக்கு அவர் வைத்துள்ள பெயர் குறிப்புகள் *(Notes)*. எட்டுக்குறிப்புகளில் முதல் குறிப்பு கொஞ்சம் நீளமாகவே உள்ளது.

வந்த முதல்நாளே ஆமினாவிற்கு இந்த வீடு பிடிக்கவில்லை. எலிப்பொந்து போல அறைகளும், சூரிய ஒளியோ, காற்றோ புகாத இடங்களும் அவளில் ஒவ்வாமையை உண்டாக்கிற்று. ஊரில் அரை ஏக்கர் காணியில் மாளிகை போல வீடும் தோட்டமும். லண்டன் மாப்பிள்ளை என காசிம் மௌல்வியின் மகனை மணமுடித்துக் கொடுத்தார்கள். ஆங்கிலம் பேச எழுதத் தெரிந்த பெண்தான் வேண்டும் என மகன் சொல்ல, காசிம் மௌலவி ஊரெல்லாம் சொல்லி வைத்துச் சல்லடை போட்டுத் தேடிக் கண்டு பிடித்த பெண் ஆமினா.

★★★

வேலையால் பாதியில் வந்த கோவம், செல்மா கதவைச் சாத்திய கோவம் என எல்லாமும் புது மனைவி மீது வசையாய் இறங்கிட்டு, அன்றுதான் முதன்முதலாக ஆமினாவைக் கடுஞ்சொல் சொல்லித் திட்டி வைத்தான். அழுதுகொண்டே மூலையில் போய் இருந்த ஆமினாவைப் பார்த்து தன்னை நொந்துகொண்டான். என்ன இருந்தாலும் தான் அப்படி நடந்திருக்கக் கூடாது என்பதைப் புரிந்துகொண்டான். சமையலறையில் முழங்கால் மடித்து முகம் புதைத்து அழுதவளை வாரி அணைத்துக் கொண்டான். முத்தமிட்டான். அவள் சிணுங்கினாள். அந்தப் பகல் மசங்கிய பொழுதில் அவர்கள் உறவு கொண்டார்கள். உடற்சூடு இறங்கிய களைப்பில் மாடப்புறாக்கள் அணைத்துக்கொள்வதைப் போல அணைத்துக் கிடந்தார்கள். செல்மாவின் குழந்தைகள் பக்கத்து வீட்டில் சத்தமாக ஏதோ சொல்லி விளையாடிக் கொண்டிருந்தது அப்போதும் கேட்டுக்கொண்டிருந்தது. அவன் புன்னகைத்தான். அல்லாஹ் தங்களுக்கும் ஒரு குழந்தையைத் தருவான் என ஆமினாவின் காதருகில் மெல்லமாகச் சொன்னான். அவள் வெட்கத்தாலும் காமம் உதிர்த்த களைப்பினாலும் பூரித்துப் பூத்துக்கிடந்தாள்.

ஊரில் வசதியான வீட்டிலிருந்து வந்தவளுக்கு, லண்டனில் நெருக்கடியான வீட்டையும், அண்டை வீட்டாரின் (செல்மா) தொல்லைகளையும் சேர்த்துத் தந்த கணவன் என்று, கதைக்கான வெளியையும் முரணையும் வெளிப்படுத்த வேண்டும் என்பதால் முதல் குறிப்பு நீளமாகவே இருக்கிறது எனக்கொள்ளலாம். இரண்டாவது குறிப்பு ஆமீனாவின் பள்ளிப்பருவத்திற்கும் பணியாற்றிய காலத்திற்கும் செல்கிறது. அக்குறிப்பில் பெறப்படும் தகவல் ஒன்பதாம் வகுப்புப் படித்தபோது உடன் பயின்ற அன்வரும் அவளும் சொல்லத் தயங்கிய காதல்.

வளர்ந்த பின்னர் ஆமினாவிற்கு களுத்துறை ஆங்கில ஆசிரியர் கல்லூரியில் இடங்கிடைத்தது. அங்கே அவள் இருந்த மூன்றாண்டுகளில் இரண்டுமுறை அவனைக் கண்டாள். முதல் முறை கல்லூரி வளாக உணவகத்தில் யாரோ ஒருவருடன் உட்கார்ந்து பேசிக் கொண்டிருந்தான். அவனைப் பார்த்த மாத்திரத்தில் அவளுக்கு அதே நடுக்கமும் கண்ணீரும் பீறிட்டது. ஆனால் இந்த முறை அவளது உள்ளுணர்வு வேறுவிதமாக

இருந்தது. மின்வெட்டி மறைந்ததைப் போல அவளுள் எழுந்த உணர்ச்சிகளை அவள் வெகுவாக ரசித்தாள். ஒருகணம் தோன்றி மறைந்த அந்த அரூபத்தை, பொட்டலில் விழுந்த முதற் சொட்டு மாரி போல பத்திரப்படுத்திக் கொண்டாள்.

மூன்றாவது குறிப்பில் லண்டன் வாழ்க்கையில் குடியிருக்கும் வீடும் சூழலும் பிடிக்கவில்லை என்ற தகவல் கிடைக்கிறது. மனைவி லண்டன் வருவதற்கு முதலே புதுப் பெயின்ட் பூசி, வீட்டுக்குத் தேவையான பொருட்களைக் கொஞ்சங்கொஞ்சமாக வாங்கிச் சேகரித்தான். இப்போது அவளுக்கு இந்த வீடு பிடிக்கவில்லை. அவளுக்கு மூச்சு முட்டுகிறது

நான்காவது குறிப்பில் கிடைக்கும் தகவல் தொல்லைதரும் பிள்ளைகளோடு எப்போதும் சத்தம் எழுப்பும் அண்டை வீட்டுக்காரி செல்மாவைப் பிடித்துப் போனது என்ற தகவல்.

இரண்டு பெண்களும் புன்னகைத்துக் கொண்டார்கள்.

'எனக்கு உன்னை பிடித்திருக்கிறது.' எனச் சொன்னாள் செல்மா.

"எனக்கும் உன்னைப் பிடித்திருக்கிறது. நான் லண்டன் வந்து தேடிக்கொண்ட முதலாவது நட்பு உன்னுடையதுதான்." என்றாள் ஆமினா. இருவரும் கட்டி அணைத்து முகங்களை உரசி அன்பை வெளிப்படுத்திக்கொண்டார்கள். செல்மாவின் குழந்தைகள் இன்னமும் வெளியே விளையாடிக் கொண்டிருந்தார்கள்.

செல்மாவிற்கு ஆமீனாவைப் பிடித்துப் போகக் காரணம் அவளது அழகான ஆங்கிலம். ஆமீனாவிற்குச் செல்மாவைப் பிடித்துப் போகக் காரணம் அதுவரை கிடைக்காத பாராட்டும் உடலுரசலோடு கூடிய நட்பும்.

ஐந்தாவது குறிப்பு அவளின் கடந்த காலத்திற்குள் சென்று இலங்கைக்குப் பதிலாக இந்தியாவில் திருமணம் நடந்த தகவலைத் தருவதோடு,அல்லாஹ் நமக்கொரு குழந்தையைத் தருவான் என அவளது காதுகளில் அவன் மெல்லமாகச் சொன்னான். அவள் பூரித்துப் போனாள்.

எனத் திருமண வாழ்க்கைக்குப் பின்னால் இருக்கும் பெரும் நம்பிக்கையின்படி வாழ நினைத்தவர்கள் என்பதையும் தருகிறது. ஆனால் ஆறாவது குறிப்பில் அந்த நம்பிக்கை குலைக்கப்பட்ட

தகவல் முன்வைக்கப்படுகிறது. அதற்குக் காரணம் ஆரம்பத்தில் வெறுக்கப்பட்ட பக்கத்துவீட்டுக்காரி செல்மா.

தனது இரண்டாவது குழந்தைக்கு தகப்பன் யாரெனத் தனக்குத் தெரியாது எனச் செல்மா சொன்ன போது ஆமினா அதை நம்ப மறுத்தாள். தான் வாழ்நாளில் ஒருமுறை கூட சுயமைத்துனம் செய்ததில்லை. அது எப்படிச் செய்வது என்றுகூடத் தனக்குத் தெரியவில்லை என ஆமினா சொன்னதைச் செல்மா ஏற்க மறுத்தாள். நம்பிக்கையும் ஏற்பும் அவர்களுக்கிடையே விளையாடிக்கொண்டிருந்தது.

பிறிதொரு சந்தர்ப்பத்தில் உடல் சுதந்திரம் குறித்து செல்மா அவளுக்கு பாடம் எடுத்தாள். வேட்கை வேட்டை நாயை விட மூர்க்கமானது எனச் செல்மா சொன்னதைப் பற்றி, பின் வந்த பல இரவுகளில் ஆமினா சிந்தித்துக் கிடந்தாள். ஆமாம், செல்மா தன்நம்பிக்கையின் திருவுருதான் என ஆமினா ஆழமாக நம்பினாள்.

ஏழாவது குறிப்பு வாழ்க்கை ஒரு பெரிய வட்டம் எனச் சொல்லப்படும் நம்பிக்கையை நிகழ்த்திக் காட்டும் குறிப்பைத் தருகிறது. ஆமீனாவின் கணவனான சமீமின் நண்பர்களில் ஒருவனாக ஆமீனாவின் பள்ளிக்காலத் தோழன் அன்வர் இருந்தான். சந்திப்பு பேச்சாக மாறியது. கணவனின் நம்பிக்கைக்குரிய நண்பனாக அன்வர் இருந்தான். அவனால் மருத்துவமனைக்கு வரமுடியாத போது அன்வரை அனுப்பி வைத்தான் கணவன். அவனோடு அவனது வசதியான காரில் போகும்போது உடல் மறைத்துக் கொண்டு போன ஆமீனா, பள்ளி நிகழ்வுகளையும் தான் பணியாற்றிய கல்லூரிக்கு அவன் வந்தபோது பார்த்ததையும் சொல்கிறாள்.

அவனை ஆங்கில ஆசிரியர் கல்லூரியில் இரண்டு முறைக் கண்டதையும், இரண்டாவது முறை தான் பேச எத்தனித்ததையும் அவள் சொன்ன போது, தான் அங்கே பதினாறுமுறை வந்ததாகவும், வந்த ஒவ்வொரு முறையும் அவளைப் பார்த்ததாகவும் அவன் சொன்னான். இரண்டு பேரும் அமைதியாக இருந்தார்கள். அவள் அவனது காதலி பற்றிக் கேட்டு அந்த அமைதியைக் குலைத்தாள். அவன், சமீம் எப்படி இருக்கார் எனக் கேட்டான்.

அமைதி மிக ஆழமானதும் மிகக் கனமானதும் என அவர்கள் உணரத்தொடங்கி இருந்தனர்.

★★★

அவளது வீட்டுக்கு வந்து சேர்ந்திருந்தார்கள். அவள் முன்னிருக்கையில் இருந்து கொண்டாள். அன்வர் அவளது சமையலறையில் இருவருக்கும் சேர்த்தே தேயிலைத் தயாரித்துக்கொண்டு வந்தான். அவள் அவனது தோளில் சாய்ந்து கொண்டே முழுத் தேநீரையும் பருகினாள்.

நிகழ்காலத்திற்கும் கடந்த காலத்திற்கும் பயணம் செய்யும் ஏழாவது குறிப்பு அவர்கள் இருவரும் எந்தவிதக் குற்றவுணர்வும் இல்லாமல் காமத்தில் கலந்துபோனார்கள் என்பதைக் குறிப்பாகச் சொல்கிறது. இந்த அடுக்குதலின் இறுதியாக இருப்பதுதான் அந்த எட்டாவது குறிப்பு.

ஞாயிற்றுக் கிழமை. சமீமின் உம்மா அழைத்திருந்தார். அவன் உம்மாவிடம் ஆமினாவிற்கு குழந்தை உண்டாகி இருக்கிற செய்தியை மகிழ்ச்சியாகப் பகிர்ந்துகொண்டான். ஆமினா தனக்குச் சுகமில்லை எனச் சொல்லி, குழந்தை உண்டான நாளில் இருந்து படுத்துக்கிடந்தாள். செல்மாவின் குழந்தைகள் வெளியே விளையாடிக்கொண்டிருந்த சத்தம் அந்த வீட்டிற்குள் கேட்டுக்கொண்டே இருந்தது.

எட்டாவது குறிப்பாக இருப்பது இது மட்டும்தான்.

தீர்மானிக்கப்பட்ட வாழ்க்கை என்ற நம்பிக்கையையும் அதிலிருந்து விலகிவிடும் மனிதச்சூழலையும் எதிரெதிராகவும் சில நேரங்களில் இணையாகவும் நிறுத்தி அடுக்கப்படும் இக்கூற்று முறையில் ஆமீனா தனது மீறலைக் குறித்து காமம் சார்ந்த அறிதல் குறித்தும் அதனை ஏற்கும் மன நிலைக்கு மாறியது குறித்தும் - எந்தவிதக் குற்றவுணர்வும் கொள்ளாமல் நகர்கிறாள். உமையாழால் நகர்த்தப்பட்டுள்ளாள். அப்படி நகர்த்துவதற்கு உதவியாகக் குறிப்புகளை அடுக்கும் சொல்முறை இருக்கிறது.

குறிப்பு என்னும் தொடர்பாடல் முறை நெருக்கத்தை உருவாக்கும் தொடர்பாடல் தன்மை கொண்டது. அதே நேரத்தில் ஒருவித அதிகாரத்தைப் பேணும் சொல்முறையும்கூட. நவீன அலுவலக

நடைமுறைகளை அறிந்தவர்களுக்குக் குறிப்பின் பயன்பாட்டைத் தனியாக விளக்கவேண்டியதில்லை. பெரும்பாலும் இருவர் மட்டுமே பங்கெடுக்கும் தொடர்பாடலில் ஒருவர் சொல்ல, இன்னொருவர் கேட்டுக் குறித்துத் தொகுத்து வைத்துக்கொள்பவராக இருப்பார். அதிகார அடுக்கில் சொல்பவரின் அதிகாரத்திற்குக் கட்டுப்படும் இடத்திலேயே இருப்பார் குறிப்பு எடுப்பவர். அவர் எடுத்த குறிப்புகள் சொல்லும் தகவல்கள் நம்பகத்தன்மை கொண்டவை. கூடுதல் குறைவுக்கு அதில் இடமில்லை.

கூட்டுதல் குறைத்தல் இல்லாத எட்டுக் குறிப்புகள் வழி, மாறிவிட்ட வாழ்க்கைச் சூழலில் மரபான இசுலாமியக் குடும்பத்திலிருந்து வந்த ஆமீனாவின் காமம் சார்ந்த மீறலில் கடவுளும் கணவனும் எந்தவிதக் குற்றவுணர்வும் இல்லாமல் விலக்கிவைப்பதைச் சொல்லிவிடுகிறார் உமையாழ். அப்படிச் சொல்லும்போது, மீறலான ஆமீனாவின் நகர்வு பற்றி ஆசிரியர் உமையாழுக்கும் சொல்வதற்கு எதுவும் இல்லாமல் இருப்பதுதான் சிறப்பு.

இந்தக் கதையில் ஆமீனாவின் வயிற்றில் இருக்கும் குழந்தைக்கான காரணம் யார் என்னும் ரகசியத்தைக் கொண்ட மாயக்குடுவையைக் கடைசியில் வைத்திருப்பதுபோலப் பிறழ்வு கதையிலும் மாயக்குடுவையைக் கதையின் கடைசிப் பத்தியில் தான் வைத்துள்ளார்.

நான் எப்படி இருக்கன் எண்டு நீங்க வருத்தப்படுவது போல இருக்கு. வேணாம். வருத்தப்படாதிய. நான் நல்லாத்தான் இருக்கன். எனக்கு யார் மேலேயும் கோவம் இல்ல. வாப்பாதான் மௌத்தா போய்ட்டார். அவர் இருந்திருந்தா ஆம்புள புள்ள இப்படி ஊட்டுக்குள்ள அடஞ்சி இருக்கப்டாது. வெளிய போயிட்டு வான்னு ஒரு அறைய போட்டு சரி அனுப்பி வைப்பார். இப்ப எனக்கு அப்படி போகச் சொல்லத்தான் யாருமில்ல. எனக்கு போகவும் ஏலாது. கதவ மூடி வச்சிருக்காங்க. சில நேரம் அதோ அந்த சங்கிலியால கட்டி வைப்பாங்க. உம்மாவையும் இப்படித்தான் வச்சிருந்தாங்க. எப்பவாச்சிம் தான் தொறந்து விடுவாங்க. அதுவும் டொக்டர் சொல்லி ஊசி போட்டுத்தான் அனுப்புவார். போன மொற என்னய வெளிய விட்டபோது தான் நான் பானுற கொழந்தைய பார்க்க போனன். அவதான் அஜிமிர் மூஸா சேர் ஊட்ட ஒடைச்ச கதைய சொன்னா. அடுத்த மொற

வெளிய போறப்போ, அஜிமிரையும், நெடிய மூஸா சேரையும் பாக்கணும். மூஸா சேருக்கு இனி அடிக்காத, கோவப்படாத எண்டு அஜிமிர்ட சொல்லணும். எதுக்கு கோவப்படணும்!? நான் சொன்னா அஜிமிர் கேட்பான். ஆனா எப்போ வெளியே போவன் எண்டுதான் சரியா சொல்ல தெரியல. ஆனா போகணும்.

ஒரு இளைஞன் மனப்பிறழ்வு காரணமாக அடைத்து வைக்கப்பட்டிருக்கிறான். அடைத்து வைத்த தந்தை இறந்துபோனதில் தொடங்கும் கதை, அவனுக்குத் தந்தை மீது உண்டான வெறுப்புக்கான காரணங்களை அடுக்கிக் கொண்டே போகிறது. இந்தக் கதையின் அடுக்குமுறையும் வேறு யாரையும் நுழைய அனுமதிக்காத நெருக்கம் கூடிய சொல்முறையைக் கொண்டது என்பதை மட்டுமே இங்கு விவரித்துக் காட்டலாம். கதையின் தொடக்கம் முன்வைப்புக்குரிய தொடக்கமாக இருக்கிறது:

'அந்தச் சம்பவம்' நடந்து சரியா ஏழாண்டுகள் கடந்து, என்ட பதினஞ்சாவது வயசில வாப்பா மாரடைப்பால காலமானார். அது ஒரு வெள்ளிக்கிழமை. கவலையை விட ஆறுதல் மிகைச்சிருந்த நாள் அது. மூச்சு முட்ட அடைச்சு வைச்சவன வெளிய உட்டது போல காற்றில ஒரு ஆசுவாசம் படர்ந்திருந்திச்சு. சுற்றி இருந்த எல்லோரும் அழுதார்கள் என்பதால எனக்கும் கண்கள் பிசுபிசுத்திருந்திச்சு. மத்தப்படி மனசு கொஞ்சமும் கவலையில அழல. நீங்களே சொல்லுங்க, வாப்பா அகாலமா மௌத்தா... போயிட்டார் என சொல்றதுல உங்களுக்கு ஆறுதல் என்று சொல்ல நேர்வது எவ்வளவு பெரிய துர்பாக்கியம்!?

என்னதான் காரணமாக இருந்தாலும் வாப்பாவ வெறுப்பத அல்லது வாப்பாட மரணத்தில ஆறுதல் அடைவத நியாயப்படுத்த முடியாது என நீங்க சொல்ல வருவதும் எனக்குப் புரியாமலில்ல. ஆனா அது நீங்க நினைப்பத போல இல்ல. அத பத்தி நான் கொஞ்சம் விரிவ தெளிவாகச் சொன்னா உங்களால என்னைய புரிஞ்சிக்க முடியும். அதுக்கு நான் அஜிமீர்ல இருந்து ஆரம்பிக்கணும். உங்களுக்கு ஆறுவிரல் அஜிமீர தெரியுமா?

கொஞ்சம் பொறுங்கோ, நான் வலது பக்கமாக கொஞ்சமா திரும்பிக்கிறேன். அப்பதான் நீங்க சொல்றத என்னால தெளிவா கேட்க முடியும்.

ம்ம், இப்ப சொல்லுங்க.

வாப்பாவ வெறுத்ததற்கான காரணத்தையா கேட்கிறீங்க?

என்று கேள்விகேட்டுத் தொடங்கி, அவனே பதிலைச் சொல்கிறான்.

ஆரம்பத்தில் மட்டுமல்லாது ஒவ்வொரு நிகழ்வைச் சொல்லவும் அவனே ஒரு கேள்வியைக் கேட்டுக்கொண்டு பதிலைச் சொல்லும் விதமாகக் கதை நிகழ்வுகளை அடுக்கித் தருகிறான். ஆனால் அவனிடம் கேட்டுக் கொண்டிருக்கிறார்கள் என்பது கதைக்குள் இடம்பெறவில்லை. கதைசொல்பவன் என்னும் தன்மை இடமும், கேட்பவர் என்ற முன்னிலை இடமும் கதைக்குள் உருவாக்கப்படுவது பொதுவான சொல்முறை. இந்தக் கதையில் சொல்பவன் யார் என்று தெரிகிறது. ஆனால் முன்னிலையில் இருந்து கேட்பவர் யார் என்பது மறைக்கப்பட்டிருக்கிறது.

கதைசொல்பவனை மேலோட்டமாக ஓரளவு தெரிந்தவராகவும், அவனது கடந்த காலத்திற்குள் இடம்பெற்ற பாத்திரங்களை - அவனது நண்பன் ஆறுவிரல் ஆஜிமீர், அவனது வகுப்புத் தோழி பானு, ஆசிரியரான நெடிய மூஸா சேர், பானுவின் உம்மாவாகிய சபீஹா டீச்சர் என வெளியில் இருக்கும் பாத்திரங்களையும் அவனது குடும்பத்து உறுப்பினர்களான உம்மா, வாப்பா ஆகியோரை அவ்வளவாகத் தெரியாதவர்களாகவும் ஆக்கிக் கொண்டு அவனுடைய கூற்று வழியாகக் கேட்டுக் கொண்டிருக்கும் தொடர்பாடல் உத்தியைப் பின்பற்றிக் கதை நிகழ்வுகளை அடுக்கிக் காட்டுகிறார். அவன் நடத்தும் உரையாடல்களில் ஒருபக்கம் மட்டுமே இருக்கிறது*:*

“இல்ல கோவமா சொல்லல. ஆனா நீங்க புரிஞ்சிக்கிடனும்.”

“என்னுடைய சிறு ப்ராயம் பற்றியா கேட்கீங்க. அத பத்தி என்ன சொல்றது?”

இதெல்லாம் எப்படி எண்ட ஞாபகத்தில இருக்கு என்கிற ஒங்கட கேள்விக்கு எப்படி பதில் சொல்றது!

ஏன் அமைதியாகிட்டீய!

ஓ...... அந்த பைசா பெறாத சம்பவத்த பத்தி யோசிக்கயலா?

ஏன் பைசாபெறாத சம்பவம்னு சொன்னன்னு கேட்கீங்களா?

என்று கேள்வியை எழுப்பிக் கொண்டு அவன் சொல்லும் பதில்கள் சிலவற்றையும் பார்க்கலாம்:

“வலது காது ஏன் மந்தம் என்றா கேட்கீங்க?”

“மூஸா சேர் வீதியால கடக்கும் போது பார்த்த அந்தச் சம்பவத்திற்குப் பொறகும், இப்படித்தான் வாப்பா என்ட வலது கன்னப் பக்கமாக அறைஞ்சதில, வலது காதில ‘ங்கொய்’ என ஒரு இரைச்சல் ஒரு வாரம் பத்துநாள்”

★★★

“பானுவிற்கு என்ன நடந்தது என்றா கேக்கீங்க?”

“பெரிசா ஒன்றுமில்லை. அவளுக்கு பதினொரு வயசா இருக்கும் போது அவ வயதுக்கு வந்துடா. அதற்குப் பிறகு அவள் மரம், மதில் ஏறுவது முற்றாக நின்று போனது. வாய்க்கு வாய் பேசுவதும் படிப்படியாக குறைஞ்சி போச்சு. அவளது உம்மாவைப் போல அவளது மார்பகங்களும் பெரிதாகிப் போய் இருந்திச்சி. படிப்படியாக அவள் மீது எனக்கிருந்த ஒரு விதமான கிறுக்குத்தனமும் குறஞ்சி போச்சி. அவள மற்ற பிள்ளைகள போல பார்க்கப் பழகிவிட்டன். அவள் அதிகதிகமாக வெட்கப்பட்டதும் எனக்குப் பிடிக்கல்ல.”

★★★

“என்ன கேட்டீங்க?”

“இப்ப வாப்பவ பத்திய எண்ணங்களையா கேட்டீங்க! இப்போ கூட வாப்பா பற்றி எண்ணும் போது நாவுக்கடியில வைச்ச வேப்பம்பூ போல அடிமனதில் ஏதோ ஒரு கசப்பு இருக்கத்தான் செய்யிது. இப்போ அதுபற்றி எல்லாம் நான் அதிகம் அலட்டிக் கொள்றதில்ல. அந்தக் கசப்பு பழகிவிட்டது. அதுவுமில்லாம மௌதான அந்த மனுசன பத்தி பேசி என்னாகப் போகிது!? ஆனா அந்த மனுசன பத்தி பேசாம எப்படி முடியும்!?”

★★★

“பானு என்னானாளா?”

அவளுக்கு என்ன! நல்லா இருக்காள். ஒரு இன்ஜினியர் மாப்புள்ளைய கலியாணம் முடிச்சிக்கிட்டு சந்தோசமா

இருக்காள். இப்பதான் ஒரு புள்ள பொறந்திருக்கு. பொம்புள புள்ள. நான் போய் பார்த்துவிட்டு வந்தன். ஆனா பானுதான் மாறி போய்டா. கொஞ்சங் குண்டாகி, சத போட்டு... நான் போனப்ப பேசுறத்துக்கே தயங்கினா. பயந்து நிண்டது போலவும் இருந்தது. சரிதானே, நான் திடீரென போய், பேயப் போல நிண்டா அவ பயப்புடுவாதானே! அதுவுமில்லாம பானு பழைய பானு இல்லயே; நானும் பழைய நானில்லையே."

இந்தக் கதைக்குள் ஆண் தலைமைத்துவக் குடும்பங்களின் சித்திரம் தீட்டப்படுவதைப் பார்க்கிறோம். ஆண் தலைமைகளின் குடும்ப வன்முறை அவர்களின் மனைவிமார்களையும் தன் போக்கில் செயல்பட நினைக்கும் அடுத்த தலைமுறையினரையும் அடக்கி ஒடுக்கிக் கட்டுக்குள் வைத்துப் பிறழ்வு நிலைக்குக் கொண்டுபோய்ச் சேர்க்கிறது. அவனது வாப்பா மட்டுமல்லாது பழைய தலைமுறை ஆட்கள் எல்லோருமே பெண்களையும் சிறுவர்களையும் பேசவிடாது அடித்து ஒடுக்கும் நபர்களாகவும், சிறுவர்கள் செய்யும் செயல்களைப் பகீரங்கப்படுத்திக் குற்றவுணர்வு கொள்ளச் செய்யும் குரூர நடவடிக்கைகள் கொண்டவர்களாகவும் இருக்கிறார்கள் எனவும் காட்டுகிறார்.

அவனது வாப்பாவைப் போலவே, பானுவின் அப்பாவும் கோபக்காரர்தான்; கோபம் வந்தால் அடித்துவிடுவதுதான் அவருக்குத் தெரிந்த வழிமுறை. நெடிய மூஸா ஸாரோ ஒரு மாணவன் அச்சத்தில் காற்சட்டைக்குள் ஒண்டுக்குப்போனதைத் திரும்பத் திரும்பச் சொல்லிக் குற்றவுணர்வுக்குள் தள்ளுபவராக இருக்கிறார். இப்படியான சித்திரங்களை உருவாக்கிக் காட்டும் உமையாழ், அவற்றை நகரும் சித்திரங்களாக நகர்த்துகிறார் என்பது கவனிக்க வேண்டிய ஒன்று. சித்திரங்களை நகர்த்துவதைத் தவிர உமையாழின் கதைகளில் பாத்திரங்களின் மீதான ஆசிரியக்கூட்டுப் பண்புருவாக்கச் சொற்கள் எதனையும் நாம் வாசிக்க முடிவதில்லை. கதைசொல்லிக்குள் தன்னைக் கரைத்துக் கொண்டு சித்திரக்காட்சிகளை உருவாக்கி நகர்த்தும் இவ்வுத்தி அண்மைக்காலச் சிறுகதை ஆசிரியர்களிடம் காணக்கிடைக்காத உத்தி.

இவ்விரண்டு கதைகளிலும் தேர்வுசெய்யப்பெற்ற சிறப்பான சொல்முறையைப் பின்பற்றியுள்ள உமையாழ், இரண்டு

ஆண்டுகளுக்கு முன்பு எழுதிய பாவமும் பலியும். கதையை நேர்கோட்டுக் கதைசொல்லலில் எழுதியுள்ளார்.

இக்கதையின் இயங்குவெளி சௌதி அரேபியா. கதைக்குள் பாத்திரங்களாக அலைபவர்கள் அங்கு உதிரித் தொழில்கள் செய்வதற்காக வங்காளதேசம், பாகிஸ்தான், இந்தியா, இலங்கை, இந்தோனேசியா, பிலிப்பைன்ஸ் போன்ற நாடுகளிலிருந்து புலம் பெயர்ந்தவர்கள். அவர்களில் முறையான விசாவோடு தங்கியிருப்பவருமுண்டு; விசா இல்லாமல் பாய்ந்து பிடிபட்டுக் கிடப்பவர்களுமுண்டு. ஆண்கள் மட்டுமல்லாது, வீட்டுவேலை செய்வதற்காக கிழக்காசிய நாடுகளிலிருந்து கொண்டுவரப்பட்ட பெண்களும் உண்டு. மனைவியைப் பிரிந்த ஆண்களாகவும், கணவனைப் பிரிந்த பெண்களாகவும் இருக்கும் அவர்களின் பாலியல் தேவைகள் கட்டுப்படுத்தப்பட்டவை. இத்தகைய கட்டுப்படுத்தப்பட்ட பாலியல் விருப்பத்தை நிறைவேற்ற நினைத்துத் தவறிழைத்து மாட்டிக்கொள்ளும் ஒருவனின் கதையே பாவமும் பலியும்.

சொந்த நாட்டில் வறுமை காரணமாகப் புலம்பெயர்ந்து வந்து அரபிகளிடம் வேலை இடத்தில் படும் துயரங்களையும், குடியிருப்புச் சிக்கல்களையும், விசா மீறல் வாழ்க்கையையும் விவரிக்கும் ஒரு துன்பியல் சித்திரத்திற்குள், பாலியல் வறுமையைத் தனியாகப் பேச நினைத்தபோது கவனிக்கத்தக்க கதையொன்றைத் தருகிறவராக மாறுகிறார். பாலியல் உணர்வும் ஈர்ப்பும் குறிப்பிட்ட வயதிற்குப் பின் ஆணுடலும் பெண்ணுடலும் அடையும் மாற்றங்கள் வழியாகத் தோன்றும் ஓர் உயிரியல் இயற்கை. அதிகமும் எதிர்பால் உடல்களின் மீதான நாட்டமாகவும் அதற்கான வாய்ப்புகள் குறைகின்ற போது தன்பால் உடலின் மீதான ஈர்ப்பாகவும் கிளர்ந்தெழும் பாலியல் விருப்பங்களைச் சமய நம்பிக்கைகள் பாவச்செயல்களாகவே கருதுகின்றன. அப்பாவச் செயல்களை ஒழுங்குபடுத்தும் ஏற்பாடாகத் தோன்றியனவே மண உறவும் குடும்ப அமைப்பும். ஒரு குறிப்பிட்ட சமூகச் சூழலில் செல்லுபடியாகத் தக்க குடும்ப அமைப்பும், திருமணத்திற்குப் பிந்திய பாலியல் உறவுகளும் எல்லாச் சூழலிலும் நடைமுறைப் படுத்தக்கூடியனவாக இல்லை என்பதை மாறிவரும் சமூகச் சூழல்கள் காட்டுகின்றன. இதை ஒத்துக்கொள்ளாத - ஏற்றுக்கொள்ள மறுக்கும் ஷரியாச்

சட்டங்களையும் கலாச்சாரக் காவலர்களான முத்தவ்வாக்களின் செயல்களையும் ஏற்றுத்தண்டனை வழங்கும் நடைமுறை மீது விசாரணை செய்யும் விதமான கதைக்குள் இரங்கத் தக்க பாத்திரம் ஒன்றை உருவாக்கி நேர்கோட்டில் கதை சொல்கிறார். மனித உடல்களைத் திணறடிக்கும் காம உணர்வையும் விருப்பத்தையும் தண்டனைகள் வழியாகத் தடுத்து நிறுத்தும் சமயவழிச் சட்டங்களைக் கொண்ட நடைமுறைகள் மீது விமரிசனத்தை முன்வைக்கும் இந்தக் கதையிலும் அவரது தனித்துவமான கடைசிப் பத்தியில் அடைத்துவைக்கப்படும் ரகசியம் என்னும் முறையையே பின்பற்றியுள்ளார்.

பள்ளியில் ஏதோ அறிவிப்புச் செய்வதற்காக ஒலிவாங்கியை 'ஆன்' செய்தவர் செருமியது கேட்கிறது. அநேகமாக அந்த அறிவிப்பு இவனுக்கு இன்னும் சற்று நேரத்தில் பொதுமக்கள் முன்னிலையில், நிரூபிக்கப்பட்ட விபச்சாரக் குற்றச்சாட்டுக்காக நிறைவேற்றப்படப் போகிற மரண தண்டனை பற்றியதாக இருக்கலாம்.

என முடியும் அந்தக் கதையின் ஆரம்பம்,

தலையை மூடி இருந்த கனமான கறுத்த ஈரக் கம்பளித் துணியில் இருந்து மூத்திர வாடையை அவன் நுகர்ந்தான். நீரேறிய கம்பளியில் மூத்திர வாடைதான் அடிக்கும். அந்த ஜூன் மாதத்தின் பட்டப் பகலின் மரண வெயிலில், கம்பளியின் வெளிப்புறத்தே இருந்த நீரெல்லாம் நொடியில் ஆவியாகி இருக்க வேண்டும். ஆனாலும் உள்ளே இன்னமும் ஈரலிப்பு இருக்கத்தான் செய்தது. ஒவ்வொரு ஐந்து நிமிடத்துக்கும் ஒருமுறை, தலையில் கோணிப்பையைக் கௌட்டது போல இருந்த அந்தக் கம்பளியின் மீது தண்ணீரை யாரோ ஊற்றி ஈரப்படுத்திக்கொண்டிருந்தார்கள். இருந்தும், அது போதவில்லை. தகிக்கும் சூரியன் தலைக்கு மேல் ஒரு சாண் இடைவெளியில் வந்து நிற்பது போல இருந்தது. காற்றில் ஈரப்பதனே இல்லாத அந்தத் தேசத்தில் யாருக்கும் வியர்ப்பதே இல்லை. ஆனாலும், அவன் தனது முள்ளந்தண்டுக்கு சமாந்தரமாய், நெடுங்கோடென தன் முதுகில் வியர்வை கீழ் நோக்கி இறங்குவதை உணர்ந்தான். தலையில் ஊற்றிய நீர், முதுகில் வழிந்தோடி அவன் அணிந்திருந்த நீண்ட வெள்ளை ஆடையின் முதுகுப் பகுதியை அவனது உடலோடு சேர்த்து ஒட்டிற்று. வியர்வையுடன் கலந்த நீரின் பிசுபிசுப்பை போக்க எண்ணி, கைகளை உயர்த்தி ஆடையை

உடலில் இருந்து பிரித்துவிட எத்தனித்தான். வெகுநேரமாய் ஆளுயர மரக் கட்டையுடன் சேர்த்து பின்னி இழுத்துக் கட்டப்பட்டிருந்த அவனது கைகளின் மணிக்கட்டுகள் மரத்துப் போயிருந்தன. காலுக்கடியில், சூடேறி இருந்த பூமி, ஆண்டுகளாய் கனலும் எரிமலையைப் போல வெக்கையைக் கக்கிக்கொண்டிருந்தது. அவன் அணிந்திருந்த பெரிய றப்பர் அடியைக் கொண்ட சப்பாத்துகள் பூமியின் சூட்டில் உருகுவது போல உணர்ந்தான். நாசியைக் கூர்ந்து உள்ளிழுத்து றப்பர் உருகும் வாசனையை நுகர முனைந்தான். தலையை மூடி இருந்த கம்பளியால் அவன் புலன்களைச் சூழ்ந்திருந்த இருள், அவன் பார்வையை மட்டும்தான் இருளாக்கி இருந்தது. நாசியைப் போலவே செவியும் கூர்மையாகவே இருந்தது. அவன் நின்ற இடத்தில் இருந்து ‘ஜும்மா’ பிரசங்கத்தை அவனால் தெளிவாகக் கேட்க முடிந்தது. அப்படி என்றால் இன்று வெள்ளிக்கிழமை, நேரம் நண்பகல் 1:00மணி போல இருக்க வேண்டும். கொஞ்சம் முந்தியோ, பிந்தியோ இருக்கலாம். ஏதோ ஒரு பள்ளிவாசலுக்கு முன்னால் உள்ள மணற்தரையில் தான் நிறுத்தி வைக்கப்பட்டிருப்பதாக அவன் ஊகித்துக்கொண்டான். ஆண்டவா, ஒரு வாரம் ஓடிப்போயிற்றா!?

ஒருவாரத்திற்கு முன் இந்தோனேசியப் பெண்ணோடு உடல் உறவுகொண்டபோது பிடிபட்டு மரண தண்டனைக் காத்திருக்கும்போது அவனது 23 ஆண்டுகால புலம்பெயர் வாழ்வின் துயரங்களில் பாலியல் தூண்டலும் இச்சையும் செலுத்திய ஆதிக்கத்தையும் வெளிப்படையாகப் பேசுகிறது.

★★★

தனது பனுவலை வாசிக்கும் ஒருவருக்கு எந்தவொரு காரணம் பற்றியும் புரியாத தன்மை ஏற்பட்டுவிடக் கூடாது என்று நினைப்பவர்கள் ஒருவிதத்தில் வாசகர்களுக்கு வாசிப்பின்பத்தை வழங்க நினைப்பவர்கள். அவர்களின் பனுவல்களில் இருக்கும் சிறப்பு உத்திகளும்கூடத் தான் முன்வைக்க நினைத்த கருத்தை - உறுதிப்பொருளைச் சரியாக அர்த்தப்படுத்த வேண்டும் என்றே நினைப்பார்கள். புதியபுதிய சொல்முறையைக் கையாளும் உமையாழின் கதைகள் வாசகர்களுக்கு வாசிப்பின்பத்தைத் தருவதை முதன்மை நோக்கமாகக் கொண்டிருக்கிறது என்பதை யாரும் மறுத்துவிட முடியாது. அதனைச் சுட்டிக்காட்டுவதோடு,

பொருளியல் நெருக்கடி காரணமாகப் புலம்பெயர் வாழ்க்கை வெளிக்குள் நுழையும் இசுலாமியப் பாத்திரங்களே உமையாழின் கதைவெளி மனிதர்கள். காலத்திற்கேற்ற மாற்றங்களை முன்னெடுக்காமல், இறுக்கமான கட்டுப்பாடுகளோடு நகரும் சமயச் சட்டங்களையும் நடைமுறைகளையும் அவர்கள், தங்களின் உடல் தேவைக்கான முன்னுரிமை வழியாக மீறும் காலத்தில் இருக்கிறார்கள் என்பதாகக் காட்டுகிறார். அந்த மீறல்கள், கடவுளின் இடத்திற்குக் காமம்போட்டியிடும் ஒரு விளையாட்டுக்களத்தை விவரிப்பதாக இருக்கிறது.

பகுதி - இ
கவிதைகளின் உணர்வுகள்

1. உணர்வுகளை எழுதும் தர்க்கம் : சேரனின் கவிதைகள்

மூன்று தெருக்கள் என்று தலைப்பிட்ட இந்தக் கவிதையை முதல் தடவை வாசித்தபோது 'ஒரு கவிதை எளிமையானதாக இருக்கிறது' என்பதற்கு உதாரணமாகச் சொல்லத்தக்க கவிதை இது என எனக்குத் தோன்றியது. தொடர்ந்து கவிதைகளை வாசித்துப் பழக்கப்படுத்தி வரும் கவிதை வாசகர், முதல் வாசிப்பில் ஒரு கவிதையின் நோக்கம் என்ன? கவிதைக்குள் கவிஞன் உண்டாக்கிக் கடத்த விரும்பிய உணர்வின் தளம் எத்தகையதாக இருக்கிறது என்பதை அறிந்து கொள்ளும் நிலையில் அந்தக் கவிதையை எளிய கவிதை என அடையாளப்படுத்திக் கொள்கிறார். அப்படியான அடையாளத்திற்குள் அடைபடாமல் தப்பிக்கும் கவிதை, திரும்பவும் வாசிக்கும்படித் தூண்டும். திரும்பத் திரும்ப வாசிக்கும் போதும் தன்னை அடையாளப்படுத்தாமல் போய்விடும் நிலையில் வாசகரிடம் தோன்றுவது அலுப்பு. தொடர்ந்த முயற்சிக்குப் பின்னும் வாசகரின் மனப்பரப்புக்குப் பிடிபடாமல் அலுப்பை உண்டாக்கி, ஒதுக்கிய கவிதையை வாசகரும் ஒதுக்கி வைத்துவிட்டு ஒதுங்கிப் போய்விடுகிறார். கவிதை வாசிப்பில் நடக்கும் இந்த இயக்கம் பொதுவானது.

சேரனின் மூன்று தெருக்கள் என்ற தலைப்பிட்ட அந்தக் கவிதை முதல் வாசிப்பிலேயே வாசகரிடம் தனது நோக்கம் மற்றும்

உணர்வு நிலையை ஒருசேரக் கடத்தி விடும் இயல்பு கொண்டதாக இருக்கிறது. அந்தக் கவிதையை வாசித்துப் பாருங்கள்.

கடவுளரும் பிசாசுகளும்
இணைந்து
புரிந்த
இனப்படுகொலையின்
ஒரு குருதித்துளி
பாலைப்பட்டினத்தின்
ஒதுக்குப் புறத்தில்
தெறித்து வீழ்ந்தது.

அந்தப் புள்ளியிலிருந்து
மூன்று தெருக்கள்
கிளை பிரிந்தன.
ஒன்று தெற்கே போயிற்று
எவரும்
திரும்பி வர முடியாத தெரு அது எனப்
போனவர்க்குத் தெரியாது
அவர் சாம்பலையும் காணோம்

இன்னொன்று மேற்கே போயிற்று
கடலும் காடுகளும் தாண்டி
இரவல் முகங்களுடன்
குளிர்காலத்து
ஆறுகளின் குறுக்கே நடந்து
எல்லைக்காவலர்களின்
கொள்ளிக் கண்களுக்கும்
தப்பிஇரவுப் பயணங்களில்
புதிய நாடுகளுக்குச் சென்றனர்.
கறுப்பு முகங்களில்
அவர்களுடைய வெள்ளை அநியாயம் படிந்தது.

திரும்பி வரும் கனவுகள்
தொலைந்து போக
வந்து சேர்ந்த வழியும்

மறந்து போய்த்
திசை கெட்டது உலகம்.
மூன்றாவது தெருகிழக்கே
கானகத்துக்குப் போயிற்று
போனவர்கள் போர்க்குரலுடன்
திரும்பி வந்தனர்.
மூன்று தெருக்களிலிருந்தும்
மூன்று உலகங்கள்
பிறந்தன
மூன்று உலகங்களிலிருந்தும்
முந்நூறு பார்வைகள் விரிந்தன
முந்நூறு பார்வைகளிலிருந்தும் மூன்று கோடி முகங்கள் .....

அதன் அமைப்பில் ஒரு, நிகழ்வு, அதன் விளைவு, அதனால் ஏற்பட்ட பலன் என்ற தொடர்ச்சி இருப்பது புரிய வரும். பாலைப்பட்டினத்தின் ஒதுக்குப் புறத்தில் இனப் படுகொலையின் ஒரு துளி தெறித்து விழுந்தது நிகழ்வு;மூன்று தெருக்கள் உண்டானது விளைவு; அதனால் மூன்று கோடி முகங்கள் உண்டானது பலன். கடவுளர்களாலும் பிசாசுகளாலும் உண்டாக்கப்பட்ட இனப்படுகொலை என்னும் நிகழ்வின் விளைவு மூன்று தெருக்கள் உண்டானதும், அத்தெருக்களின் வழியே அப்பட்டினத்தின் மக்கள் பயணம் மேற்கொள்ள நேர்ந்ததும். பயணம் மேற்கொண்டவர்களில் தெற்கே போனவர்கள் சாம்பலாகிப் போனார்கள். மேற்கே போனவர்கள் முகம் இழந்து, அடையாளமிழந்து, பட்டணம் திரும்பும் ஆசைகளும் இன்றித் திசைகெட்டுத் திரிகிறார்கள்; கிழக்கில் போனவர்கள் போர்வெறியுடன் இன்னும் கானகத்திற்கும் பட்டணத்திற்குமாக அலைந்து கொண்டிருக்கிறார்கள் என்பது நிகழ்வின் விளைவு. இந்த நிகழ்வையும் விளைவையும் நேரடியாக அர்த்தப்படுத்திக் கொள்வதோடு பாலைப்பட்டினம் என்பதை இலங்கையில் இருந்த ஒரு நகரம் எனப் புரிந்து கொண்டால் , அந்த நகரத்தின் மக்களுக்கு நேர்ந்த கதியைக் கவிதை சொல்கிறது எனப் புரிந்து கொள்ளலாம். ஒரு நகரம் என்பதற்குப் பதிலாக இலங்கை என்னும் தேசத்தில் தமிழர்கள் வாழ்ந்த நகரங்கள் எல்லாவற்றையும் தான் இந்தப் பாலைப் பட்டினம் என்ற குறியீடு குறிக்கிறது எனப் புரிந்து கொண்டால் கவிதை வெறும் அர்த்தத்தையும்

அந்த அர்த்தத்தினால் உண்டாக்கப்படும் காட்சி ரூபத்தையும் மட்டும் சொல்வதாக இருக்காது. காட்சி ரூபங்களினூடாக இனப்படுகொலையின் தொடர்ச்சியால் இலங்கைத் தமிழர்களின் வரலாறு என்னவாக ஆக்கப்பட்டது என்பதைக் கவிதை விரித்துச் சொல்கிறது என்பது புரியலாம்.

இனப்படுகொலைக்குப் பிந்திய இலங்கைத் தமிழர்களின் வரலாறு மூன்று கிளைகள் கொண்டது. தெற்கே போனவர்களின் வரலாறு என்பது இனப்போரில் காணாமல் போனவர்களின் அல்லது கொல்லப்பட்டவர்களின் வரலாறு. மேற்கே போனவர்களின் வரலாறென்பது தேசத்தை விட்டு வெளியேறி, அகதிகளாக அலைந்துழலும் வாழ்க்கையை மேற்கொண்டவர்களின் வரலாறு. கிழக்கே போனவர்களின் வரலாறு என்பது போர்க்களத்தை விரும்பியவர்களின் வரலாறு. போரையே விரும்பி, போர்க்களமே வாழ்க்கையாக, போரே உணவு, போரே மூச்சுக்காற்று, போரே காதல், போரே திளைப்பு என யுத்தத்தின் நேசர்களாக வாழ்ந்து கொண்டிருப்பவர்களின் வரலாறு என விரியும். ஒரு நிகழ்வையும் அதன் விளைவையும் மட்டும் விளக்கி விட்டு அதனால் உண்டான உணர்வையும் சொல்லி முடிப்பது கவிதைகளின் பொது இயல்பாக இருக்கிறது. தமிழில் சமூக நிகழ்வுகளைச் சார்ந்து கவிதை எழுதும் முக்கியமான கவிகள் பலரும் இந்த அமைப்பிலேயே தங்கள் கவிதைகளை எழுதியுள்ளனர்; எழுதுகின்றனர். வானம்பாடிக் கவிஞர்களிடமும் அதிகம் வெளிப்பட்ட அமைப்பு அதுதான். அவர்களின் நேரடி வாரிசுகளாக இல்லாமல் மாற்று முகங்களுடன் வெளிப்பட்ட ஆத்மாநாம், பழமலய், கலாப்ரியா, கல்யாண்ஜி, மனுஷ்யபுத்திரன், சல்மா, கனிமொழி எனச் சமூக நிகழ்வு சார்ந்து கவிதை எழுதிய / எழுதும் பலரின் கவிதைகளில் இந்த அமைப்பு உள்ளதைக் காணலாம். மொத்தத்தில் பட்டணம் காணாமல் போனது என்பதாக முடித்து, அதனால் உண்டாகும் சோகத்தை வாசிப்பவனிடம் கடத்திவிட்டு முடித்திருந்தால் சேரனின் இந்தக் கவிதையும் அந்த அமைப்பிற்குள் தான் இருக்கிறது எனச் சொல்லி விடலாம். ஆனால் சேரன் பட்டணம் காணாமல் போன துயர நிகழ்வின் பின் விளைவாக வேறு சில பலன்களும் ஏற்பட்டன எனத் தன் கவிதையை விரிக்கிறார் சேரன். மூன்று தெருக்களிலிருந்தும் மூன்று உலகங்கள் பிறந்தனமூன்று உலகங்களிலிருந்தும்முந்நூறு பார்வைகள் விரிந்தனமுந்நூறு பார்வைகளிலிருந்தும் மூன்று

கோடி முகங்கள்... என விரிந்துள்ளதை வாசித்துப் பாருங்கள்.

அந்த விரிப்பின் காரணமாக நிகழ்வின் பலன் வெறும் துயரம் மட்டும் அல்ல; துயரங்களின் ஊடாகச் சில நன்மைகளும் ஏற்பட்டுள்ளன எனக் கவி சொல்ல விரும்பியது புலப்படும். அந்தப் புலப்பாடு தான் கவி சேரனின் கவிதையியலின் தனித் தன்மை இதுவென அடையாளப்படுத்துகிறது. உணர்வுகளை உண்டாக்குவது மட்டுமல்ல; உணர்வுகளைத் தாண்டி விமரிசனங்களுக்குள்ளும் வினாக்களுக்குள்ளும், அழைத்துச்செல்வதும் கவிதையியலின் வேலைதான் எனச் சேரன் கருதுகிறார்.

மூன்று தெருக்கள் என்ற இந்தக் கவிதையில் மட்டும் அல்ல; அவரது பெரும்பாலான கவிதைகளில் இந்த அமைப்பினை- இயல்பினைக் காணலாம். மீண்டும் கடலுக்கு என்ற இத்தொகுதியிலிருந்து இன்னொரு கவிதை.

மனிதர்களின்
கைகளையும் கால்களையும்
தலைகளையும்
துண்டித்துக் கொண்டிருந்த போது
இவனை முதன் முதலில் கண்டேன்
'என்ன செய்கிறாய்?'
என்று அலறினேன்பீதியில்
முற்றாக வெளிவர மறுத்ததுஎன் குரல்
"மிரளாதே.
இந்த அழகிய
உடல்களுக்குப்
பொருந்தாத உறுப்புக்கள் இவை.
புதியவற்றைப் பொருத்தவே
இவற்றைத் துண்டாடுகிறேன்
இப்போது தெரியாது என் ரூபம்
பொறுத்திரு ஒரு தலைமுறைக்கு
பிறக்கும் ஒரு புது அழகு"
என்று இவன்
சொல்லிமுடிக்கும் முன்பே
மனிதர்கள்
வரிசையாக இவனிடம் வருகிறார்கள்

இவன் துண்டாடுகிறான்
இவனது பெருவாளின் கூர்மை
பரிதிச் சுடரின் பொறிகளில்
மோதிப்பேரொளி கிளப்புகிறது.
இவனது கைவீச்சில் மனிதருக்கு வசப்படாத
துரிதமும் நளினமும்பிரிபடா
முழுமையாய் இணைகின்றன
நெடுங்காட்டுள் நுனிவிரலில்
நூறாண்டு தவமிருந்துபெற்ற உடல்
பிளந்தெறியும் போதும்
சாந்தம்
குடியிருக்கும்முகபாவம் அவனுக்கு
நிகழ்கால அவலங்களுள்
சிக்குண்டிராதஒரு முனிவனின் மனோநிலை
இவனது இதயத்துள்
சிலந்தி வலையாகப் படர்ந்திருக்கிறது.
இவன் வெட்டியான் அல்லன்
கொலைக் கலைஞன்.

இந்தக் கவிதையின் தலைப்பு **கொலைக்கலைஞன்** என்பது. மூன்று பகுதிகளைக் கொண்ட நீண்ட கவிதையின் முதல் பகுதி இது (மீண்டும் கடலுக்கு... ப.49). இலங்கைத் தமிழர்களின் வாழ்க்கையில் யுத்தமும் வன்முறையும் என்னவாகத் தொடங்கி, என்னவாக ஆகி, இப்பொழுது என்னவாக இருக்கிறது என்பதைச் சொல்லும் அந்தக் கவிதையின் அமைப்பும் நிகழ்வு, விளைவு, பலன் என்ற அமைப்பிற்குள் தான் இருக்கிறது. இந்த அமைப்பிலிருந்து முற்றிலும் விலகாமல் இம்மூன்றையும் இடம் மாற்றி வைத்திருக்கும் கவிதைகளும் சேரனின் கவிதைத் தொகுப்புகளில் உள்ளன.

எல்லாவற்றையும் மறந்துவிடலாம்

இந்தப் பாழும் உயிரை
அநாதரவாக இழப்பதை
வெறுத்துஒருகணப்
பொறியில் தெறித்த
நம்பிக்கையோடுகாலி

வீதியில்திசைகளும்,
திசைகளோடு இதயமும்குலுங்க
விரைந்த போது.
கவிழ்க்கப்பட்டு
எரிந்த
காரில்வெளியே
தெரிந்த தொடை எலும்பை,
ஆகாயத்திற்கும் பூமிக்குமிடையில்
எங்கோ ஒரு புள்ளியில் நிலைத்து
இறுகிப் போன ஒரு விழியை
விழியே இல்லாமல்,
விழியின் குழிக்குள்
உறைந்திருந்த குருதியை,
'டிக்மண்ட்ஸ்' ரோட்டில்
தலைக்கறுப்புகளுக்குப் பதில்
இரத்தச் சிவப்பில் பிளந்து
கிடந்தஆறு மனிதர்களை,
தீயில் கருகத் தவறிய
ஒரு சேலைத் துண்டை,
துணையிழந்து,
மணிக்கூடும் இல்லாமல்
தனித்துப் போய்க்கிடந்த
ஒரு இடது கையை
எரிந்து கொண்டிருக்கும் வீட்டிலிருந்து
தொட்டில் ஒன்றைச்
சுமக்க முடியாமல் சுமந்து போன
ஒரு சிங்களக் கர்ப்பிணிப் பெண்ணை
எல்லாவற்றையும்,
எல்லாவற்றையுமே மறந்து விடலாம்.
ஆனால்உன்
குழந்தைகளை ஒளித்து வைத்த
தேயிலைச் செடிகளின் மேல்
முகில்களும் இறங்கி மறைத்த
அந்தப் பின் மாலையில்
நீண்ட நாட்களுக்குப் பிறகு கிடைத்த

கொஞ்ச அரிசியைப் பானையிலிட்டுச்
சோறு பொங்கும் என்று ஒளிந்தபடி
காத்திருந்த போதுபிடுங்கி
எறிபட்ட என் பெண்ணே,
உடைந்த பானையையும்
நிலத்தில் சிதறி உலர்ந்த
சோற்றையும்நான் எப்படி மறக்க?

எல்லாவற்றையும் மறந்து விடலாம் என்ற தலைப்பிட்ட இந்தக் கவிதையில் - பலரும் விரும்பி மேற்கோள் காட்டும் இந்தக் கவிதையில் - அந்த அமைப்பு இடம் மாற்றி வைக்கப்பட்டிருக்கிறது (நீ இப்பொழுது இறங்கும் ஆறு ,ப.79) என்பதை வாசிக்கும் போதே உணரலாம். நிகழ்வு, விளைவு, பலன், அதனைச் சார்ந்து வினாக்கள் அல்லது விமரிசனங்கள் என்ற அமைப்பு சேரனின் கவிதைகளில் காணப்படும் பொது அமைப்பு என்பதை அவரது தேர்ந்தெடுத்த கவிதைகளை (நீ இப்பொழுது இறங்கும் ஆறு-சேரனின் ஒரு நூறு கவிதைகள், ஆகஸ்டு, 2000) வாசிக்கும்போது சுலபமாகப் புரிந்து கொள்ளலாம். சேரன் கவிதைகளில் காணப்படும் இந்த அமைப்பு தான் ஈழத்தின் மற்ற கவிகளிடமிருந்து - இன்னும் சொல்வதானால் தமிழில் இப்போது எழுதிக் கொண்டிருக்கும் பலரிடமிருந்தும் அவரைத் தனித்து அடையாளப் படுத்துகிறது. தனது கவிதைகளை வாசிக்கும் வாசகர்களுடன் நேரடியாக, ஒரு புனைகதையின் அம்சங்கள் நிரம்பிய உரையாடல் தொனியுடன், கவிதையின் வடிவ ஒழுங்குச் சிதையாமல் விரியும் கவிதை அடையாளத்தைச் சேரன் தனதாக்கி இருக்கிறார். தமிழில் நவீன கவிதை எழுதும் சிலரிடம் இந்த அடையாளம் உண்டு.

ஞானக்கூத்தன், கலாப்ரியா போன்றவர்களிடத்தில் ஆங்காங்கே இந்த அடையாளத்தைக் காண முடியும். ஆனால் சேரனிடம் இது தான் அவரது கவிதை வடிவம் என்பதாக வெளிப்படுகிறது என்பதுதான் அவரது சிறப்பு. மீண்டும் கடலுக்கு என்ற கவிதைத் தொகுதியை அடுத்து அவரது நேர்காணல்கள் தனி நூலாகத் தொகுக்கப்பட்டு வந்துள்ளது (கடவுளும் பிசாசும் கவிஞனும்-சேரன் நேர்காணல்கள், டிசம்பர், 2006). இந்த நேர்காணல்களைக் கவனமாக வாசிக்கும் ஒருவர் அவரது பதில்கள் போகிற போக்கில் சொல்லும் பேச்சாக இல்லாமல் இருப்பதை அவதானிக்கலாம்.

தன்னிடம் கேட்கப்படும் கேள்விகளுக்கும் கூட நிகழ்வு, விளைவு, காரணம், தனது மாற்றுக் கருத்து என ஒருவித அமைப்பிலேயே விடை சொல்கிறார். தர்க்கம் சார்ந்து பேசும் இந்த அமைப்பையே கவிதையின் அமைப்பாகவும் கைக்கொண்டிருக்கிறார் சேரன் என்பதை நேர்காணல்கள், கவிதைகள் என இரண்டையும் ஒருசேர வாசிக்கும் போது புரிகிறது. சேரனின் கவிதைகளுக்குத் தனித்த அடையாளத்தை உண்டாக்கியுள்ள இந்தக் கவிதை அமைப்பு மேற்கத்திய தர்க்கம் சார்ந்து இயங்கினாலும், அதன் சாராம்சம் மேற்கின் தொடக்கம் அல்ல; தமிழ்க் கவிதை மரபின் தொடக்கம் தான். தமிழ்க் கவிதையின் தொடக்கமாகக் கருதப்படும் வீரயுகப் பாடல்களில் இரண்டு போக்குகள் உண்டு. ஒன்று காதல்/காமம் சார்ந்த உரிப் பொருள்களைக் குறிப்பான நிலம், காலம் என்ற பின்னணியில் எடுத்துரைக்கும் அகத்திணைக் கவிதைகள்.

இன்னொரு போக்கு போர்க் களக்காட்சிகளைக் குறிப்பான நபர்களை அல்லது நிகழ்வுகளை மையப்படுத்தி எடுத்துரைக்கும் புறத்திணைக் கவிதைகள். இப்புறத்திணைக் கவிதைகள் எப்பொழுதும் நிகழ்வு, விளைவு, பலன், அல்லது விமரிசனம் என்பதாகவே அமைந்துள்ளன. போர் வேண்டாம் என்று சொல்லும் போதும், போரைத் தவிர வேறு வழியில்லை என்று சொல்லும் போதும் புறநானூற்றுக் கவிகள் இந்த அமைப்பைத் தான் பின்பற்றியுள்ளனர். பொருள் வேண்டும் என்று கேட்டாலும் சரி, நீ தர வேண்டாம்; எனக்குத் தரப் பல மன்னர்கள் இருக்கிறார்கள் என மறுக்கும்போதும் புறநானூற்றுக் கவிதைகள் இந்த அமைப்பையே கொண்டிருக்கின்றன. போர்க்களத்தைப் பாடும் ஏழு திணைகளின் எல்லாத் துறைப் பாடல்களிலும் இந்த அமைப்பு பொதுவான கூறுதான். போரைப் பாடாத பொதுவியல் துறையின் பாடல்களில் நேரடி எடுத்துரைப்பு முறை மேலும் கூடுதலாகவே இருக்கிறது. இந்தக் காரணமே கூட சேரனின் கவிதைகளும் அத்தொன்மைத் தொடக்கத்தின்- புறப்பாடல் பெருமரபின் நீட்சியாக இருக்கிறது எனச் சொல்ல வைக்கிறது. இந்தக் காரணமே கூடச் சேரனின் கவிதைகளை எளிமையாகவும் உணர்வை எழுதும் தர்க்கத்தோடும் இருப்பதாகத் தோன்றச் செய்யலாம். இந்த அம்சம் கவனித்துச் சொல்ல வேண்டிய அம்சம் மட்டும் அல்ல; புதிதாகக் கவிதை எழுதத் தொடங்கும் இளங்கவிகள் பின்பற்ற வேண்டிய ஒன்றுமாகும்.

தமிழில் நவீனக் கவிதை எழுதும் பலரும் தங்களின் கவிதை வடிவத்தை மேற்குலக முன்னோடிகளிடமிருந்து பெற்றுக் கொண்டதைப் போல சேரன் தனது வடிவத்தை மேற்கிலிருந்து பெறவில்லை. வடிவத்திற்கு மாறாகச் சேரன் மேற்கிலிருந்து சிந்தனை முறையைப் பெற்றிருக்கிறார் என்று மட்டும் சொல்லலாம். பொதுவெளி, தனிமனித வெளி என்பன பற்றியெல்லாம் அவரிடமிருந்து வரும் கருத்துக்கள் பெரும்பாலும் மேற்கின் நவீனத்துவ சிந்தனைகள் தான் என்பதை அவரது நேர்காணல்கள் தெளிவுபடுத்துகின்றன. மேற்கின் கல்வி முறையில் படித்து, சில பத்தாண்டுகள் மேற்குலகில் வாழ்ந்து வரும் ஒரு தமிழ்க் கவி மேற்குலகத்திடமிருந்து எதனைப் பெற வேண்டும்; மரபில் எதனைத் தக்க வைக்க வேண்டும் என்பதில் தெளிவாக இருந்துள்ளார் என்பது ஒருவிதத்தில் ஆச்சரியம் தான். ஆச்சரியங்களிலிருந்து கற்றுக் கொள்ள வேண்டியது நிறைய இருக்கும். சேரன் கவி கற்க வேண்டிய ஆச்சரியம்.

இந்தக் கட்டுரைக்குப் பயன்பட்ட சேரனின் நூல்கள்

கடவுளும் பிசாசும் கவிஞனும்-சேரன் நேர்காணல்கள்-காலச்சுவடு, டிசம்பர்- 2006

மீண்டும் கடலுக்கு, சேரன் கவிதைகள், மறுபதிப்பு-டிசம்பர்-காலச்சுவடு,ஆகஸ்டு- 2005

நீ இப்பொழுது இறங்கும் ஆறு -சேரன் கவிதைகள் ஒரு நூறு-காலச்சுவடு,ஆகஸ்டு- 2000

2. சேரன்: கவியின் பகுப்பாய்வு மனம்

இருப்பையும் சூழலையும் நிகழ்காலத்தில் மட்டும் விரித்துக்காட்டி விடுவது தன்னெழுச்சிக் கவிதைகளின் வெளிப்பாட்டுவடிவமாக இருக்கிறது. அவ்வடிவம் முன்னேயும் போவதில்லை; பின்னேயும் நகர்வதில்லை. ஒருவிதத்தில் காலத்தை உறையச்செய்துகொண்டு அங்கேயே முன்வைக்கும் காட்சிகளைப் படிமங்களாக்கி, பாத்திரங்களாக்கி, குறியீடுகளாக்கி வாசிப்பவர்களைத் தன்வசப்படுத்த நினைக்கின்றன. சமகாலத்தமிழில் - குறிப்பாகத் தமிழ்நாட்டில் கவிதை எழுதும் பலரும் இவ்வகையான தன்னெழுச்சியில் - காலத்தை உறையச்செய்தே கவிதைகளைத் தருகின்றனர்.

உணர்வுநிலை வெளிப்பாடு கவியின் அடிப்படையான அடையாளம் எனச் சொல்லப்பட்டாலும் சமூக நிகழ்வுகளையும் அரசியல் போராட்டங்களையும் கவிதையின் உரிப்பொருளாக்கும் கவிகளுக்கு - புறநிலைக் கவிதைகளை எழுதுபவர்களுக்கு உணர்வுநிலையோடு பகுப்பாய்வு மனமும் தேவைப்படும் ஒன்றாக இருக்கிறது. நீண்டகாலமாக எனது வாசிப்புக்குரிய கவியாக இருக்கும் சேரனின் கவிதை அடையாளமாக நான் கண்டுணர்ந்தது அவரது பகுப்பாய்வு மனமே. குறிப்பான நிகழ்வொன்றை விரிக்கும் நீண்ட கவிதையாக இருந்தாலும், ஒரே தன்மையுடைய பல நிகழ்வுகளுக்குள் செயல்படும் பலதளங்களையும் அடுக்குகளையும் பேசும் ஒற்றைத் தொனியுடன் எழுதும் பல கவிதைகளாக இருந்தாலும் அக்கவிதைகளில் அவருள் பகுப்பாய்வு மனமே தூக்கலாகச் செயல்படுகிறது.

இந்த மாதம் வந்துள்ள காலச்சுவடில் ஒரே தலைப்பிட்டு 5 கவிதைகளை எழுதியுள்ளார். "இந்தத் தெருவில் எப்போதும்" என்பது அந்தத் தலைப்பு. ஐந்து கவிதைகளிலும் விரியும் தெரு ஒன்றுதான். ஆனால் விவரிக்கப்படும்போது கவிதைக்குள் நிறுத்தப்படும் மனிதர்கள் - பாத்திரங்கள் வேறானவர்கள். தெருக்களின் காலப்பின்னணிகளும் வேறாகின்றன. சூழலும் மனிதர்களும் வேறானவர்கள் என்பதால் உணர்வுகளும் வேறானவைகளாகின்றன. விருப்பங்களும் நோக்கங்களும் வேறுபடும் நிலையில் உருவாகும் படிமங்களும் குறிப்பீடுகளும் மாறுபடுகின்றன. அப்படிமங்களையும் குறிப்பீடுகளையும் கொண்டு வாசிக்கும்போது ஒன்று தெருவின் இருப்பையும் வேறுபாட்டையும் பேசுகின்றது; இன்னொன்று உரிமை கோரலைச் சொல்கிறது; வேறொன்று தொலைதலைச் சொல்கிறது. ஒன்று காதலையும் மற்றொன்று காமத்தைப் பேசுகிறது.

அந்தக் கவிதைகள் இங்கே:

இந்தத் தெருவில் எப்போதும் 1

இந்தத் தெருவில் எப்போதும் /நேரே நடந்து சென்றால்
உறையும் பாலங்கள்
தீ வண்டி விரைய என இருக்கும் வழிகளில் /பனி

இரு கூறாகப் பிரியும் பெருந்தெரு/ வலப்புறம்
பணத்தின் செழிப்பும் பகட்டும் /இரவும் பகலும் மினுங்கும்
நடைவழி

இடப்புறம்
நாங்கள் கூலிகள் வாழ் நிலம் / பலருக்கும் தெரியாத பாதை
அதில் விரைந்தால் புரட்சி வெடிக்கலாம்
எனினும்
இப்போ / அணைந்த கனவு.
எரியும் நெஞ்சம்

இந்தத் தெருவில் எப்போதும் 2

ஒரு காய்ந்த பலா இலை வீழ்கிறது/அது இரவில் பறக்காது
ஆளரவம் அற்ற நண்பகலில் / படையினரின் கவச வாகனம் மட்டும்

அதன்மேல் விரைகிறது / வெய்யில் அதனைத் தெருவில்
உயிர்ச் சுவடாக மாற்றுகிறது

இந்தத் தெருவில் எப்போதும் ஒருவனை/எப்போதாவது ஒருத்தியை
இழுத்துவந்து சுடுவார்கள்

குருதி வீணாகாது.
முதலில் துரிதமாகவும் பின்னர் ஆறுதலாகவும்/நெல் வயலுக்குள்
இறங்கும்

கொல்லப்படமுன் / அவனின் அவளின் கண்களைப்/பார்த்த
சாட்சியங்கள் ஏராளம்
அவற்றைத் தொகுப்பது கவிஞனின் / பணி அன்று

மிகுந்த களைப்புடன்/இந்தத் தெருவில் எப்போதும் /
ஒரு கொலையாளி சரிந்து விழுகிறான்/அவன்
கைவிரல்களில் எரிபற்றக் காத்திருக்கும் சிகரெட்டுக்கு
அன்பிலாது என்பிலாது / கொள்ளி தருபவன்தான்
எப்போதும் நமது தேசிய கீதம்.

இந்தத் தெருவில் எப்போதும் 3

இந்தத் தெருவில் எப்போதும் / நீங்கள்
உடலோடு உடலைக் கொள்ளலாம்.
துய்ப்பு அதில் ஒரு கூறு / ஈரம் வெறும் காயம்
இந்தத் தெருவில் எப்போதும்/நாம்/உடலும் உயிரும் என உருகலாம்
பிரிபடா வடிவ முழுமை போல/நாய்கள் போல
சிட்டுக்குருவிகள் போல/நிறமற்ற வண்ணத்துப்பூச்சிகள் போல
பாம்புகள் போல
நாம் கூடலாம்/இலையுதிர்கால முடிவில்
எஞ்சியிருந்த இலைகள் மட்டுமே சாட்சி
வீழும் இலைக்கு ஞானம்/துளிர்க்கும் இலைக்கு மோனம்

இந்தத் தெருவில் எப்போதும்
நாங்கள் காதலற்றுப் புணரலாம்
உறைபனி மேல் சிந்திய சுக்கிலத்துக்கு

எத்தகைய வெப்பம் எஞ்சியிருக்கும்
எனத் தெரியாது
இந்தத் தெருவில் எப்போதும்/அழகிய வண்ணத் தாள்களில் எழுதிய
நிறைவற்ற கவிதைகளை எறிகிறேன்/தெருவில் யாருடைய காலடிகள்
அவற்றின் மீது?

இந்தத் தெருவில் எப்போதும் 4

இந்தத் தெருவில் எப்போதும் காத்திருக்கிறது
செப்பனிடப்படாத ஒரு குழி
கார்காலத்தில் மழை நீர்
கூதிரில் உதிரும் இலைகள்
பின்பனியில் உறையும் காற்று
அந்தக் குழியை நிரப்பும்
அதனருகே/வெள்ளைப் பொலிஸ்காரன்/சுட்டான்.
இருவரை./பலமுறை.
இரண்டுமுறை அந்தக் குழி
குருதியால் நிரம்பிற்று.

இருவரும் என் மகனைப் போலவே இருந்தனர்
உயரம். அழகு. கறுப்பு. துணிவு.

இந்தத் தெருவில் எப்போதும் 5

இந்தத் தெருவில் ஒருபோதும்
இத்தகைய வெறுமையைக் கண்டதில்லை
காதலின் வறுமை
வெய்யிலை மீறிக் கொளுத்துகிறது

நம் உடல்களை மூன்றாம் யாமமும் உருக்கியது,
காலைச் சுக்கிலத்தின் வீச்சில் கூரையும்
அதன்மேல் படர்ந்த மல்லிகையும் நடுங்கிற்று என்பது
மாய நெடுங்கனவு

உலர்பனியும் உதிர்ந்த இலைகளும்
நாளும் பொழுதுமற்று
எங்கள் வெற்று ஆவியின் கிண்ணங்களை நிரப்புகின்றன

நேசமற்றிருக்கும் நெஞ்சு
ஈரமற்றிருக்கும் அல்குல்

காதலில் பொய்மை ஆண்மைக்கு மட்டுமல்ல
பெண்மைக்கும் என்ற களிப்போடு
இந்தத் தெருவில்
என்னை விட்டுவிட்டு அலைகிறாள்
அவளோடு கூடவர மறுக்கிறது ஒரு கவிதை
அதன் முதல் வரி:
இந்தத் தெருவில் எப்போதும்.

– ஜூன் 10, 2020

3. புறமாகவும் அகப்புறமாகவும் கருணாகரனின் கவிதைகளுக்குள் ஒரு பயணம்

தொடர்ச்சியாகக் கவிதை வடிவத்தைத் தனது முதன்மையான வெளிப்பாட்டு வடிவமாகக் கொண்டிருக்கும் கவி. கருணாகரன். அவரது மூன்று கவிதைகளை யாவரும் வெளியிட்டுள்ளது. ஒவ்வொரு கவிதைக்கும் தனித்தலைப்புகளின்றி- கருணாகரன் கவிதைகள் எனப் பதிவேற்றம் பெற்றுள்ள அம்மூன்று கவிதைகள் உருவாக்கும் உணர்வுகள் அதற்குள் இருக்கும் காலப்பின்னணியால் அர்த்தம் கொள்கின்றன.

மூன்று கவிதைகளில் கிடைக்கும் காலக்குறிப்பு கொண்டு முதலிரண்டு கவிதைகளைக் கடந்த கால நினைவுகள் எனவும், மூன்றாவது கவிதையை நிகழ்காலச் சலனங்கள் எனவும் வகைப்படுத்திவிட முடிகிறது. கடந்தகாலத்திற்குள் அழைத்துச் செல்லும் இரண்டு கவிதைகளும் நேரடியாகப் பத்து ஆண்டுகளுக்கு முந்திய பெரும் நிகழ்வை அந்நிகழ்வின் வெளியை வாசிப்பவர்களுக்குத் திறந்துகாட்டி கேள்விகளையும் உணர்வலைகளையும் எழுப்புகின்றன. முள்ளிவாய்க்கால் பேரழிவுகளைப் பத்தாண்டுகளுக்குப் பின்னர் நினைவுபடுத்தும் இரண்டு கவிதைகளும் ஒன்றுபோல் எழுதப்படவில்லை. முதல் கவிதையில் வெளிப்படுவது குறிப்பானதொரு துயரம். இரண்டாவதில் வெளிப்படுவது பொதுவானதொரு அழுகைப்

பரம்பல். குறிப்பானதொரு நபரின் வழியாகவும், பொதுவானதொரு கூட்டத்தின் வழியாகவும் விவரிக்கப்படும் முள்ளிவாய்க்கால் பேரழிவுச் சோகத்தை அங்கேயே நிறுத்திவிடாமல், நிகழ்காலத்திற்கு இழுத்துவருவதின் மூலம் கருணாகரன் தனது தனி அடையாளத்தை உருவாக்குகிறார்.

காணாமல் ஆக்கப்பட்ட மகள்களை இழந்த ஒரு தகப்பனின் கதறலாக விரியும் முதல் கவிதையில் இரண்டு படிமங்கள் உருவாக்கப்பட்டுள்ளன. ஒன்று பருண்மையானது; இன்னொன்று அரூபமானது. சிதறிக்கிடக்கும் சோற்றுப் பருக்கைகள் என்னும் பருண்மையான படிமம் அச்சமூட்டக்கூடிய ஒன்று. சிதறிக்கிடக்கும் முற்றத்திலிருந்து நகர்ந்து நகர்ந்து பரவும் அந்தப் படிமம், காணாமல் போனவர்களை இல்லாமல் போனவர்களாகக் கணக்கெழுதும் அதிகாரத்தையும் அமைப்புகளையும் அச்சுறுத்தும் படிமம். அதன் இருப்பு எளிய வீடொன்றின் முற்றமாக இருக்கலாம்; ஆனால் ஊர்கள் தோறும் அப்படியான பருக்கைகள் சிதறிக்கிடக்கின்றன என்ற உண்மையைச் சொல்லும் ஒன்றாகவும் இருக்கின்றன. அந்நிலையில் சிதறிக்கிடக்கும் சோற்றுப் பருக்கைகள், தேசங்களைத் தாண்டி உலகத்தின் மனச்சாட்சியை உலுக்கும் ஒன்றாக மாறிவிடுகின்றன. அதே கவிதைக்குள் ‘புதைக்கப்பட்ட மாங்கனியின் வாசனை’. என இன்னொரு படிமம் தேவையா? என்றொரு கேள்வி எழுந்தாலும், அந்தப் படிமம் தான் இழப்பின் வலியையும் ஆழத்தையும் திரும்பக் கொண்டுவந்து கடைசியில் எழுப்பப்படும் கேள்விகளுக்கான நியாயத்தைச் செய்கிறது.

ஏனிந்தக் கனத்த மௌனம்
ஏளனமா? புறக்கணிப்பா? இயலாமையா?
இந்தக் காலம் உனக்காகவும் இல்லை
எனக்காகவும் இல்லாமலாயிற்றுப் பெண்ணே!
அது நம்மை விட்டுச் சென்று விட்டதடி
நம்மைக் கொல்லாமற் கொன்று விட்டதடி

தான் எழுப்பும் கேள்விகளுக்கான பதிலை இந்த உலகம் தரப்போவதில்லை என்பது தெரிந்து விட்டதால், அந்தத் தகப்பன் தன்னையே அந்தத்துயரத்திற்குள் கரைத்துக் கொள்பவனாக மாறிப்போகிறான்.

இரண்டாவது கவிதையிலும் கவிதையின் வெளி முள்ளிவாய்க்கால் தான். ஆனால் கவிதைக்குள் இருப்பவர் ஒருவர் அல்ல; பெருங்கூட்டம்.

“இதோ இந்த வங்கக் கடலின் கரையில்தான் நாங்கள் அன்றிருந்தோம்” என உள்முக விவரிப்பாகத் தொடங்கியபின் இடையில் வெளிமுகம் நோக்கிப் பேசும் அந்தக் கவிதையின் கட்டமைப்பும் எழுப்பும் உணர்வுகளும் கூட அதே தன்மை தான். இக்கவிதைக்குள் உருவாக்கப்பட்டுள்ள மொட்டைப்பனை மரங்கள் என்னும் குறியீடு ஈழப்போராட்ட எழுத்துகளில் திரும்பத்திரும்ப வரும் ஒன்று.

> இந்தக் கரையும் கரை நீளப் பூத்துக் கிடக்கும் மணலும் தகிக்க
> மொட்டைப் பனைகள் இன்னும் அப்படியே நிற்கின்றன
> நாமும்தான்.

இப்படி விவரிப்பதோடு, தொடர்ச்சியாகத் தேச எல்லைக்குள் எந்தப் பதிலும் விடைகளும் கிடைக்காத போது உலகத்தோடு பேசிப்பார்க்கலாம் எனத் திரும்புகிறது. அந்த முயற்சிகளும் வெற்றியைத் தரப்போவதில்லை என்ற நிலையில் அதே சலிப்பும், இயலாமையும் கைவிடப்பட்ட சோகமுமாக முடித்துக்கொள்கிறது.

> உலகம் எந்தக் கொந்தளிப்புமின்றி ஆழ்துயில் கொண்டிருக்கிறது
> ஆமாம், “உறங்குவது போலும் சாக்காடு..”
>
> கொலைக்குக் கொலைதான் தீர்ப்பென்ற கால நியதி இதுவென
> இந்த அலைகள் சொல்கின்றனவா
> இதுவே உண்மையென இந்த மணல்வெளி உரைக்கிறதா?
> அப்படி முடிக்கும்போது இந்த உலகத்தின் மீது – அதன் புதிய நடைமுறைகளின் மீது துப்பிவிட்டே மனதை ஆற்றிக்கொள்கிறது.
> ‘இன்று நகரம் காலவரையற்றுத் திடீரென மூடப்பட்டது’

எனத் தொடங்கி,

> “மாபெரும் பூட்டோடு வளர்ந்து கொண்டேயிருக்கிறது இந்த நெடுங்கதவு.”

என முடிந்துள்ள மூன்றாவது கவிதை நிகழ்காலத்தை நாம் சந்தித்துக்கொண்டிருக்கும் கொரோனா அடங்கல் காலத்தைப்

பேசுவதற்கேற்ப மெல்லிதான எள்ளலையும் அங்கதத்தையும் வெளிப்பாட்டு உணர்வாக்கியிருக்கிறது. கவிதைக்குள் இருப்பது கவி மட்டுமே. அக்கவி, இப்போதைய தற்செயலாக அடங்கிக் கிடக்கும் உலக இருப்பைக் கண்டு தனக்குள் நகைத்துக் கொண்டிருக்கும் கவி. தனது மனநிலையைத் தன்னைச் சுற்றியிருப்பவர்களுக்குப் பகிர்ந்தளிக்கும் ஆசை வந்ததால் சொற்களைத் திரட்டி அடுக்கித் தன் கவிதையைத் தந்துள்ள கவி.

வளர்ச்சி, மாற்றம், நாகரிகம் என்ற சொல்லாடல்களின் வழி இயற்கையின் போக்கைக் காணமறுத்து, நுகர்வுப்பண்பாட்டிற்குள் அலைந்துகொண்டிருந்த நிகழ்கால வாழ்க்கையின் மீது பெருந்தாக்குதல் நடத்தியிருக்கிறது கொரோனா என்பதை உள்வாங்கித் தனது கவிதையை விவரிக்கும் கவி, மனித இருப்பும் நடைமுறைகளும் இதுதான்; இப்படித்தான் எனத் தீர்மானிக்கப்பட்டதோ என்ற ஐயத்தைச் சரியாகவே எழுப்புகிறார். உருவாக்கப்பட்டுள்ள தற்காலிக அமைதி பற்றிய அந்த வருணனை இது:

அமைதியென்றால் அப்படியொரு அமைதி
தேனில் குழைத்து வாயில் ஊட்டுகிறது.
வல்லரசு சிற்றரசு எல்லாம்
இந்த அமைதியில் மயங்கியும் முயங்கியும் கிடக்கின்றன.
இப்படியே இந்த அமைதி வளர்ந்து
உலகப் பேரமைதியாகி விடுமோ என்றொரு எண்ணம் முளைக்கிறது

தற்செயலாக கிடைத்துள்ள அடங்கல் அமைதியா? ஒடுக்கமா? என்ற விவாதத்திற்குள் நுழைந்து கிளம்பும் கவிதை, காணாமல் புகையிரத வண்டி என்னும் படிமத்தை உருவாக்கி அதிகாரத்தின் கோமாளித்தனத்தையும் பேசியிருப்பதன் மூலம் நீண்ட புன்சிரிப்பையும் உள்ளடங்கி நிற்கும் கோபத்தையும் தூண்டிவிடவும் செய்கிறது.

14 நாட்கள் தனிமைப்படுத்தலுக்குள்ளாக்கப்பட வேண்டும் என்று மருத்துவ அறிவிப்புச் சொல்கிறது.

இதற்குள் அந்தப் புகையிரதம்
நகரத்தின் முடிவில் உள்ள ஆற்றில் நீராடுவதாக

யாரோ உளவுப் பிரிவுக்குத் தகவல் கொடுக்கிறார்கள்.
யாருடைய கண்களிலும் சிக்காமல் நதியோடு கலந்து போகிறது புகையிரதம்.

இந்த அடங்கல் காலத்தை உள்ளடக்கி எழுதப்பெற்ற பனுவல்களில் நான் வாசித்த அளவில் மனதில் நிற்கப்போகும் ஒன்றாக இந்தக் கவிதை நிற்கப்போகிறது.

★★★

கடந்த காலத்திற்குள் வாசிப்பவர்களை அழைத்துச் செல்லும் பனுவல்கள், சித்திரங்களைத் தீட்டிக்காட்டி, உணர்வலைகளை எழுப்புவதோடு நின்றுபோனால் அதன் தாக்கம் பெரிதானதாக இருப்பதில்லை. அதிலும் உணர்வெழுச்சியையே முதன்மையாக நினைக்கும் கவிதை வடிவத்தில் அவை, கழிவிரக்கத்தை அல்லது இயலாமையின் துயரத்தைத் தூண்டிய ஒன்று என்பதாக முடிந்துபோய்விடும். அப்படி எழுதிவிட்டுச் செல்லும் கவிகளில் ஒருவராக இல்லாமல், கடந்த காலத்தை நிகழ்காலத்திற்கு இழுத்துவரும் வேலையைச் செய்பவராக இருப்பதே கருணாகரனின் தனித்த அடையாளமாக இருக்கிறது. வெற்றி அல்லது தோல்வி என்ற முடிவுகளின் விளைவாகக் கடத்தப்படும் கடந்த காலம் அதற்கேற்ப உணர்வுகளைத் தனதாக்கிக் கொள்கின்றது. ஈழத்தமிழர்களின் தனிநாட்டுக்கான போர் தோல்வியில் முடிந்தது என்பது வரலாறு. தோல்வியைப் பற்றிய நினைவுகள் துயரத்தின் படலங்களாக விரிவதும் தவிர்க்கமுடியாதது. அப்படி விரித்துவிட்டதோடு முடிக்காமல், தனது பார்வையைப் பதிவுசெய்வதைத் தனது கவி அடையாளமாக வைத்திருக்கிறார் கவி.கருணாகரன். அந்த அடையாளத்தை உருவாக்குவதற்கான ஓர் உத்தியாகக் கேள்வி எழுப்பும் முறை இருக்கிறது. நீண்ட காலமாக ஈழப்போராட்டத்தின் சாட்சியாக அங்கேயே இருப்பதால் அவரிடம் ஒவ்வொரு நிகழ்வுக்கும், அவற்றின் நேர்மறை - எதிர்மறை விளைவுகளுக்கும் காரணங்கள் இருக்கின்றன. அந்தக்காரணங்களை அவரால் சொல்லமுடியும். ஆனால் அவர் அதனைச் சொல்வதில்லை. தான் சந்தித்த நிகழ்வொன்றிற்கு அவர் சொல்லும் காரணத்தை, அடுத்து நடக்கும் இன்னொரு நிகழ்வும் விளைவுகளும் அழித்துப்போட்டுவிட்டுத் தன்னைப் பார்த்துச் சிரிக்கும் என்பதையும் அறிந்து வைத்திருக்கிறார். அப்படி அறிந்து

வைத்திருப்பவர்களே அவர்களின் காலத்தில் பெருங்கவிகளாக அறியப்படுகிறார்கள்.

1.

முருங்கைப் பூக்கள் உதிர்ந்து காற்றில் பறக்கும்
இந்தக் கோடை காலக் காலையில்
முடிக்காத கவிதையைக் கிழித்தெறிகிறேன்
எதற்காகக் கவிதை?
யாருக்காகப் பாடல்?
எதற்குத் தோத்திரமும் பிரார்த்தனையும்?

உயிரில் மூண்டெரிகிற அக்கவிதையில்
காணாமலாக்கப்பட்ட மகள்
என்னை அமைதிப்படுத்த
விம்மலை அடக்கிக் கொண்டு சிரிக்கிறாள்.
அதை மீறித் துயரத்தின் நிழல்
நெடுமரங்களாக அசைந்தாடுகிறது எங்கும்.

அவளுக்கென ஆக்கப்பட்ட சோறு
இதோ உலர்ந்த பருக்கைகளாகி முற்றமெங்கும் சிதறுகின்றன
அப்படியே அது உலகம் முழுவதும் பரவுகிறது
"சோற்றுப் பருக்கைகளால்
உலகம் முழுவதையும் மூடிச் செல்கிறாய்" என்று
கைது செய்யப்படலாம் நான்.

தேடிக் கண்டடைய முடியாத மகளின் பசிக்கு வேறெப்படி நான்
இந்தச் சோற்றை ஊட்ட முடியும்?

முற்றத்தில் அதைக் கொத்திச் செல்லும்
காக்கை, குருவிகளிடம் கேட்கிறேன்
"காக்கை, குருவியெல்லாம் எங்கள் ஜாதி... என்றும்மைப்
பாடித் திரிந்த இனிய தோழியல்லவோ அவள்!
அவளிடம் இந்தச் சோற்றுப் பருக்கைகளைச் சேர்த்து விடுங்கள்
அல்லது
அவளின் நிமித்தமான பிதுர்க்கடனாக இதை ஏற்றுக் கொள்க" என்று.

இதோ அவள் முற்றத்தில் நட்ட மாமரம் பழுத்துச் சொரிகிறது
அந்தப் பழங்களின் வாசனை அவளைத் தேடியலைகிறது.
தாங்க முடியாத அவளின் நினைவுகளோடு
அந்தப் பழங்களை மரத்தின் அடியில் புதைக்கிறேன்.
என்னிதயத்திலிருந்து பீறிட்டெழும் துயரத்தைப்போல
பழங்களின் வாசனை கிளர்ந்து கிளர்ந்து மேலெழுகிறது
அதுதான் உன்னுடைய வாசனை மகளே
அதை எங்கே நான் புதைப்பேன்?
அந்த வாசனை பழங்களைப் போல இனிப்பதில்லை.

"அம்மா" என்றொரு சொல்
அல்லது
"நான் இங்கிருக்கிறேன்" என்றொரு வார்த்தை சொல்!
நீண்டெரியும் எனதிந்தத் தூக்கமற்ற நாட்களும்
பசியும் தாகமும்
அலைவும் முடிவுற்று விடும்.

ஏனிந்தக் கனத்த மௌனம்
ஏளனமா? புறக்கணிப்பா? இயலாமையா?

இந்தக் காலம் உனக்காகவும் இல்லை
எனக்காகவும் இல்லாமலாயிற்றுப் பெண்ணே!
அது நம்மை விட்டுச் சென்று விட்டதடி
நம்மைக் கொல்லாமற் கொன்று விட்டதடி...

2.

இதோ இந்த வங்கக் கடலின் கரையில்தான்
நாங்கள் அன்றிருந்தோம்
புரண்டு புரண்டு குமுறியபோதும்
கரை மீற முடியாத அலைகள்
மீண்டும் மீண்டும் கடலிலேயே கரைந்து அழிந்தன.

அன்று நடத்தப்பட்ட ஆயிரமாயிரம் கொலைகளுக்கும்
அந்தரிப்புகளுக்கும் முன்பாக
சாட்சிகளாக நிறுத்தப்பட்டோம்.
வழியும் விதியுமற்று /கையறுநிலைக்காளாகி
குமுறும் அலைகளோடு நின்றோம்
செத்தழிந்தோம்.
மிஞ்சியவரெல்லாம் கரையடங்கும் அலைகளோடு கரைந்தொடுங்கினோம்.

இன்று மீளவும்
அந்தக் கொலைகளின் நினைவுகளோடும் துயரோடும்
அதே கரையில் தீரா அலைகளோடு நிற்கிறோம்

பத்தாண்டுகளாகிய பின்னும்
கொதிப்பாறா நினைவுகளில்
இந்தக் கரையும் கரை நீளப் பூத்துக் கிடக்கும் மணலும் தகிக்க
மொட்டைப் பனைகள் இன்னும் அப்படியே நிற்கின்றன
நாமும்தான்.

ஒரு கொலைக்கும் விசாரணையில்லை
நியாயமில்லை
தீர்ப்பில்லை தோழா?

ஏதொன்றும் எந்தக் கணக்கிலும் இல்லாமல் காலமாகிற்றா?
அந்தக் காலமும் நம் கண்ணீரும்
காற்றோடு கரைந்து போயிற்றுப் போமோ!

வண்ணக் கொடிகளில் வானுயரப் பறக்கும்
இந்த உலகத்தின் நீதியை
அதன் கருணை மிகுந்த கண்களை
எப்படிப் புரிந்து கொள்வதென்று தெரியவில்லை

உலகம் எந்தக் கொந்தளிப்புமின்றி ஆழ்துயில் கொண்டிருக்கிறது
ஆமாம், "உறங்குவது போலும் சாக்காடு.."

கொலைக்குக் கொலைதான் தீர்ப்பென்ற கால நியதி இதுவென
இந்த அலைகள் சொல்கின்றனவா
இதுவே உண்மையென இந்த மணல்வெளி உரைக்கிறதா?

3.

இன்று நகரம் காலவரையற்றுத் திடீரென மூடப்பட்டது
மூடப்பட்ட நகரத்திலிருந்து திடீரென பறவைகளின் குரல் உயர்ந்தது
திடீரென ஒளி கூடியது தெருக்களில்
தங்கள் வீடுகளில் உள்ள பூக்களையும் செடிகளையும் கூட
ஆச்சரியத்தோடு பார்த்தனர் எல்லோரும்

இத்தனை நாளும் எங்கிருந்தன என்று தெரியாமல்
ஏராளம் பறவைகள் சுவர்களிலும் கூரைகளிலும் வந்தமர்ந்தன.

தினமும் எல்லோரும் வீடுகளில் பொழுது முழுதும்
ஒன்றாகக் கூடியிருந்தனர்
அமைதியாகச் சமையல் நடந்தது
குளியல், பிரார்த்தனை, பரிமாறுதல், படுக்கை,
தூக்கம், பேச்சு, புத்தகம் படித்தல் எல்லாமும் கூட
மிக அமைதியாகவே நிகழ்ந்தன
காலம் வேகமிழந்து இப்படியொரு யோகம் சித்திக்கும் என்று
நேற்றிரவு கூட யாரும் எதிர்பார்த்திருக்கவில்லை
அமைதியென்றால் அப்படியொரு அமைதி
தேனில் குழைத்து வாயில் ஊட்டுகிறது.

வல்லரசு சிற்றரசு எல்லாம்
இந்த அமைதியில் மயங்கியும் முயங்கியும் கிடக்கின்றன.
இப்படியே இந்த அமைதி வளர்ந்து
உலகப் பேரமைதியாகி விடுமோ என்றொரு எண்ணம் முளைக்கிறது

அமைதிக்கும் உள்ளிருத்தலுக்கும் அடையாளமாக
ஆமைகளின் சித்திரத்தைத் தீட்டிக் கொண்டிருக்கிறான் மகன்

ஆமைகளைப் பற்றி டிஸ்கவரிச் சனலில் ஏதோவொரு நிகழ்ச்சி
போய்க் கொண்டிருக்கிறது
Bear Grylls ஒரு ஞானியின் வாக்கினைப்போல
ஆமைகளின் வாழ்க்கையைப் பற்றிச் சொல்லிக் கொண்டேயிருக்கிறார்
ஆமைகள் எவ்வளவு அழகாக வாழ்கின்றன
எவ்வளவு அழகாக உறங்குகின்றன
ஆமைகள் மட்டுமல்ல, நண்டுகளும் எலிகளும் கூடத்தான்.
சமயங்களிலெல்லாம் வளைகளில் ஓடிச் சென்று மறைந்து விடுகின்றன.
நாங்களும் ஆமைகளாயினோம்
இது லொக் டவுண் யுகமல்லவா!
செத்துக் கிடக்கும் தெருக்களைப்போலவே
கடற்கரைகளும் உறைந்து போயின.
கடலில் அலைகள் அசைவதை ஏனின்னும் யாரும் தடுக்கவில்லை?
அரச கட்டளை பற்றியும் சமூகப் பொறுப்புப்பற்றியும்
அலைகளின் சிந்தனை என்ன?
ஊரடங்கி வீடுகளில் உறைந்திருக்கும்போது
நிலவு எப்படி மேலேறி வருகிறது?
ஆனால், அந்த நிலவு தங்கத்தில் அல்லவா உருக்கி வார்க்கப்பட்டிருக்கிறது
ஒரு தேவதூதனாகி அது நம்முடைய மடியில் இறங்குகிறது
வா வா நிலாவே அருகே வா என்று பாடுகிறோம்
இதோ எங்களோடு வந்து விருந்துண் என்று அழைக்கிறோம்
இதுதான் இன்றைய நம் விடுதலைப்பாடலா?

சேர்த்து வைத்த புத்தகங்கள் எல்லாம்
எழுந்து வருகின்றன ஒவ்வொன்றாய்
மறந்த உறவினர்கள் தொலைபேசிகளில் கொண்டாடுகிறார்கள்
மூடப்பட்ட நகரத்திலிருந்து தப்பிச் சென்றது புகையிரதமொன்று
அதைக் கண்காணிக்கத் தவறினர் என்ற குற்றச்சாட்டில்
நாற்பது காவலரும் தலைமை அதிகாரியும் பணி நீக்கம் செய்யப்பட்டனர்.
அனுமதியின்றித் தப்பிச் சென்ற புகையிரதத்தைக் கைது செய்வதற்கு
படையணியொன்றை அனுப்பி வைத்தது அரசாங்கம்.
தப்பிச் சென்ற புகையிரதமோ தலைமறைவாகி விட்டதால்
அதைக் கண்டு பிடிக்கவே முடியவில்லை என்று சொல்கிறார்கள்.

தலைமறைவாகிய புகையிரதத்தைக் கண்டு பிடிக்கவில்லை என்று
அந்தப் படையணியையே நீக்கிவிட்டார் நாட்டின் அதிபர்
தற்செயலாக அதைக் கண்டு பிடித்தால்
14 நாட்கள் தனிமைப்படுத்தலுக்குள்ளாக்கப்பட வேண்டும் என்று
மருத்துவ அறிவிப்புச் சொல்கிறது.

இதற்குள் அந்தப் புகையிரதம்
நகரத்தின் முடிவில் உள்ள ஆற்றில் நீராடுவதாக
யாரோ உளவுப் பிரிவுக்குத் தகவல் கொடுக்கிறார்கள்.
யாருடைய கண்களிலும் சிக்காமல் நதியோடு கலந்து போகிறது
புகையிரதம்.

அடுத்து வரவுள்ள தேர்தலில்
வாக்களிப்பது எப்படி என்று மறந்து போய் விட்டது பலருக்கும்.
அது கூட நல்லதுதான்.
லொக் டவுண் இப்படிப் பலதையும் மறக்கடித்து விடுவதற்கு நன்றி

மூடப்பட்ட நகரத்திற்கு யாரும் வரவும் முடியாது
நகரத்திலிருந்து யாரும் வெளியேறிச் செல்லவும் முடியாது.

மாபெரும் பூட்டோடு வளர்ந்து கொண்டேயிருக்கிறது
இந்த நெடுங்கதவு.

அண்மையில் வந்த இக்கவிதைகளின் தொனியையும் வெளிப்பாட்டுப் பார்வையையும் உள்வாங்கிக்கொண்டால் அவரது அண்மைத் தொகுதிகள் இரண்டையும் இலகுவாகவே விளங்கிக் கொள்ளவும், அக்கவிதைகள் எழுப்பும் உணர்வுகளுக்குள் பயணம் செய்யவும் முடியும். 73 கவிதைகளோடு ஒரு தொகுதியும், 88 கவிதைகளோடு இன்னொரு தொகுதியுமாக இரண்டு தொகுப்புகளோடு இந்த ஆண்டு வெளிப்பட்டுள்ளார் கவி.கருணாகரன்.

இனவாத இலங்கையின் அரசியலுக்குள் செயல்படும் ஒருவர் வெளிப்படையாக ஓர் இயக்கத்தை ஆதரித்து எழுதுவதின் மூலம் உருவாக்கிக்கொண்ட அரசியல் அடையாளத்தைக் கருணாகரனின் பிரதிகளுக்குள் தேடினால் கிடைக்காமல் போகலாம். அதற்குப்

பதிலாக அரசியல் நிலைப்பாடுகள் இல்லாமல், வாழ்க்கையை நகர்த்திக் கொண்டிருந்த சாதாரணமனிதர்களின் அல்லாட்டத்தைக் கவனித்து, அதனைப் போக்கும் அரசியலின் தேவையைத் தொடர்ந்து வலியுறுத்தும் அரசியலை அவரது உரைநடைப் பிரதிகள் முன்வைத்துக்கொண்டே இருந்தன; இருக்கின்றன. இக்கவிதைப் பிரதிகளுக்குள்ளும், தன்னையும் தனது சூழலையும் எழுதி வெளிப்படுத்திக் கொள்ளும் நிலைப்பாட்டைத் தொடர்ச்சியாக மேற்கொண்டிருப்பவர் என்பது வெளிப்பட்டுள்ளது. ஈரோஸ் அமைப்பின் பொதுமை, விடுதலைப்புலிகளின் வெளிச்சம் ஆகியவற்றின் ஆசிரியத்துவத்தில் இருந்து போராட்டங்களையும், போர்க்காலத்தையும் கவனித்தவர். போர்க்காலம் தந்த பெரும் நெருக்கடியிலும் முள்ளிவாய்க்கால் பேரழிவுக்குப் பின்னர் கிடைத்திருக்கக் கூடிய வாய்ப்புகளிலும் புலம்பெயர்ந்துவிட வேண்டும் என்ற எண்ணத்தைப் புறமொதுக்கிவிட்டு நாட்டைவிட்டுக் கிளம்பாமல் நாட்டுக்குள்ளேயே வாழ நேர்ந்துள்ளதின் அனுபவச் சேகரமாக அவரது எழுத்துகளை வாசிக்கமுடியும். கட்டுரைகளில் வெளிப்படும் இந்தத் தன்னிலையைக் கொஞ்சமும் குறையாமல் கவிதை சொல்லியின் தன்னிலையாகவும் ஆக்கியிருப்பதை இந்த இரண்டு தொகுதிகளிலும் வாசிக்க முடிகிறது. இவ்விரு கவிதைத் தொகுப்புக்கு முன்பே 1. ஒரு பொழுதுக்குக் காத்திருத்தல் 2. ஒரு பயணியின் நிகழ்காலக் குறிப்புகள் 3. பலியாடு 4. எதுவுமல்ல எதுவும் 5. ஒரு பயணியின் போர்க்காலக் குறிப்புகள் 6. நெருப்பின் உதிரம் 7. படுவான் கரைக்குறிப்புகள் 8. இரத்தமாகிய இரவும் பகலுமுடைய நாள் என எட்டுக் கவிதைத் தொகுதிகளை வெளியிட்டுள்ள கருணாகரன் வேட்டைத்தோப்பு என்ற சிறுகதைத் தொகுதியையும் இப்படி ஒரு காலம், அன்பின் திசைகள் என இரண்டு பத்தி எழுத்துகளின் தொகுதியையும் வெளியிட்டுள்ளார் என்பது கூடுதல் தகவல்கள்.

அகநிலை உருவாக்கமும் புறநிலை உருவாக்கமும்

கவிதை வடிவம் முதன்மையாகக் கவிதைக்குள் சொல்லியின் தன்னிலையை உருவாக்குகிறது. அதற்கான மொழிக்கூறுகள் உறுதியான பின்னர் கேட்கும் முன்னிலையை அல்லது பிறநிலையை உருவாக்கும் முயற்சியில் இறங்குகிறது. இவ்விரண்டு நிலைகளையும் இணைப்பதாக இருப்பதுவே சொல்லப்படும்

சங்கதிகள். இத்தொடர்பாடலில் தெளிவான முறைமையைக் கைக்கொள்ளும் கவிகளே பெருங்கவிகளாக நிலைபெறுகின்றனர். கருணாகரனின் நினைவின் இறுதி நாள் (புதுஎழுத்து, டிசம்பர்,2019) உலகின் முதல் ரகசியம் (புலம் வெளியீடு, 2019) என்ற இரண்டு தொகுதிகளையும் ஒருசேர வாசிக்கும் நிலையில் இரண்டு தொகுப்புக்கும் அடிப்படையான வேறுபாடொன்றை உணர முடிக்கின்றது. பொதுவாகக் கவிதை வடிவம் தனியொரு தன்னிலையின் உணர்வு என்பதை நாம் அறிவோம். உணர்வு வெளிப்பாடுகள், நேர்நிலையில்- அகநிலையில் ஒருவிதமாகவும், மறைநிலையில்-புறநிலையில் இன்னொருவிதமாகவும் இருப்பது தவிர்க்க முடியாதது. இவ்வேறுபாட்டை உருவாக்குவதில் சொல்பவருக்கும் கேட்பவருக்குமிடையே உள்ள தூரம் முக்கிய வினையாற்றுகின்றது.

நேர்நிலை வெளிப்பாட்டைக் கொண்டிருக்கும் நவீனத்துவ உள்முகக்கவிதைகள் உள்பட்ட காமமும் காதலும் சார்ந்த அகக் கவிதைகளில் கேட்பவரின் அருகிருப்பு காரணமாக நெருக்கமும் ரகசியங்களும் பரிமாறிக்கொள்ளப்படும் வாய்ப்புகளுண்டு. சொல்பவர் தனது சொற்களோடு உடல் மொழியையும் பயன்படுத்தும் நிலை இருப்பதால் எல்லாவகையான மெய்ப்பாடுகளின் மிகைத் தன்மையையும் காட்டி அருகிருப்பவரைத் தம்மோடு இணைத்துக் கொள்ளும் முயற்சிகள் அதன் முதன்மையான கூறு. அகக் கவிதைகளுக்கான நெருக்கமான உறவுகளாகச் செவ்வியல் கவிதை வரையறுத்துச் சொன்ன கதாமாந்தர்கள் பத்து. அப்பத்துக் கதாமாந்தர்கள் வழியாக உருவாகும் வாழ்க்கை குடும்ப வாழ்க்கையே. ஆக அகக்கவிதை அல்லது நேர்நிலைக் கவிதைகள் தனக்குள்ளும் தன்னைச் சுற்றியிருக்கும் குடும்ப உறுப்பினர்களோடும் கொள்ளும் உறவை முன்வைப்பன எனக் கொள்ளலாம். நிகழ்காலத்தில் இந்த நெருக்கம் நட்பு, பணியிடம் என நகர்ந்தும் உள்ளது. அதற்கு மாறாகப் புறநிலை அல்லது மறைநிலைக்கவிதைகள் கேட்பவரின் அடையாளமின்மை அல்லது தூரம் காரணமாகப் பொதுநிலைப்பட்ட பேச்சுகளையே முன்வைக்கின்றன. பொதுநிலைப்பட்ட பேச்சுகள் எப்போதும் ஒருவரை நோக்கியனவாக இல்லாமல் பலரையும் உள்ளடக்கியனவாக இருக்கின்றன. சொல்பவர் ஒருவராக இருக்க, கேட்குமிடத்தில் பலரும் இருக்கிறார்கள் என்பதால்,

அவர்களை நம்பச்செய்ய வேண்டும் என்னும் நோக்கத்தில் "நடந்தவை இவை, நேரில் கண்டவை, எங்கள் சந்திப்பு இது, சந்திப்பின்போது இருந்தவர்கள் இவர்கள், அது நடந்த இடத்தை மட்டுமல்ல, காலத்தைக்கூட என்னால் சொல்ல முடியும்" என்றெல்லாம் ஆதாரங்களை முன்வைத்துப் பேசும் தன்மையில் இருக்கின்றன புறநிலைக்கவிதைகள். இதன் தொடக்கத்தைப் புறநானூற்றுக் கவிதைகளிலும் தொடர்ச்சியை அறக்கவிதைகளிலும் வாசித்துள்ளோம்.

இந்த அடிப்படையிலேயே இப்போது வந்திருக்கும் கருணாகரனின் இரண்டு தொகுதிகளில் - நினைவின் இறுதிநாள் தொகுப்பைப் புறநிலைக் கவிதைகளின் தொகுதி என்றும், உலகின் முதல் ரகசியம் தொகுப்பை அகமும் புறமும் கலந்த தொகுதி என்று வகைப்படுத்திப் பேச முடியும் என்று நினைக்கிறேன். நினைவின் இறுதிநாள் தொகுப்பிற்குள் இருக்கும் நினைவுகள் பெரும்பாலும் ஈழத்தில் நடந்த போர் பற்றி நினைவுகளாகவே இருக்கின்றன. அந்த நினைவுகளுக்குள் நபர்கள் இருக்கிறார்கள்; நிகழ்வுகள் இருக்கின்றன; வலிகள் இருக்கின்றன; சாவுகள் இருக்கின்றன; கொலைகள் இருக்கின்றன; துரோகங்கள் இருக்கின்றன; தியாகங்கள் இருக்கின்றன. அழித்தொழிப்புகளும் பேரழிவுகளும் பதிவாகியிருக்கின்றன. இவற்றிற்கெல்லாம் காரணமானவர்களும் அடையாளப் படுத்தப்பட்டிருக்கிறார்கள். அத்தொகுப்பின் முதல் கவிதை,

"அறுத்தெறிந்த பின் பார்த்தாள்
அது துடித்துக்கொண்டிருந்த உறவொன்றின்
மின்னற்கொடி என்பதை
வலிக்கும் ஒளித்துண்டு
குருதியின் மணம் பெருகி/ இதயத்தை நிரப்பியது நினைவாய்
பிறகு,
இதயத்தைக் கூசச்செய்யும் ஒளித்துண்டை
மறைத்து வைக்க முடியாமல்
காலம் முழுவதும் அலைந்து திரிந்தவள் /
ஒருநாள் அப்படியே மின்னலாகினாள்
அந்த மின்னல்தான்
உங்களுக்குள்ளும் துடித்துக் கொண்டிருக்கிறது

    அவளாய்
    அழியாத காவியமாய்"(9)

என்று முடிக்கப்பெற்றுக் 'காவியம்' எனத் தலைப்பிடப்பட்டிருக்கிறது. தொகுப்பின் முடிவுக்கவிதையாக, அமைந்துள்ள கவிதையின் தலைப்பு: ஞானமுகம்–

    நாங்கள் ஒன்றாகவே உறங்கினோம்
    நீண்ட வழிகளில் ஒன்றாகவே நடந்தோம்
    பசித்த வேளை சேர்ந்தே உண்டோம்
    ஆறுகளைச்சேர்ந்தே கடந்தோம்
    நீர்மட்டும் ஞானம் பெற்றதெப்படி? என்றபோது
    புன்னகைத்தார் புத்தர்
    இது வஞ்சனையற்றி வேறென்ன என்ற போது
    புன்னகைத்தார் புத்தர்
    அந்தப்புன்னகையே ஆயுதமும் சினேகமுமாயிற்று என்றென்றும் (128)

முதல் கவிதைக்குள் இருக்கும் சொற்களின் வழியாகக் கிடைக்கும் காட்சிப் படிமங்கள் போர்க்காலக் காட்சிகளின் நம்பிக்கைகளும் அசைவுகளுமான "துடித்துக் கொண்டிருக்கும் உறவு, மின்னற்கொடி, வலிக்கும் ஒளித்துண்டு, குருதியின் மணம், மின்னலாகுதல்" என்பதில் தொடங்கிக் கடைசிக்கவிதையில் "புத்தரின் புன்னகையை ஆயுதமாகவும் சினேகமுமாகவும்" பார்க்கும் மனநிலையில் முடிந்திருக்கிறது. அது ஒருவிதத்தில் நீண்டகாலப் போர்நிகழ்வுகளும் அழிவுகளும் உருவாக்கிய ஞானம். இவ்விரு கவிதைகளும் ஏறத்தாழ போர்க்காலத்தின் தொடக்கத்தையும் முடிவையும் சுட்டுவனபோலவே அமைந்துள்ளன. இரண்டிற்குமிடையே பலப்பல போர்க்கால நிகழ்வுகளைக் காட்டும் கவிதைகள் வரிசைப்படுத்தப்பட்டுள்ளன. போர்க்காலச் செய்திகளில் அடிபட்ட வெள்ளைவான், நினைவுப்பாடல், முள்ளிவாய்க்கால் 2017, காணாமல் போனவன், மண்டேலாவின் காத்திருப்பு, மீட்பர், வித்தகன் எனத் தலைப்பிட்டு நேரடியாகவும், மறைமுகமாகப் போர்க்காலப்படிமங்களை உருவாக்கும் உக்கல், பறக்கும் கூடுகள், தோப்பின் கதை, இரண்டாவது பாவத்தின் கதை, கனவுகளைத் தின்ற இரவு, ஒளிகூடிய சொற்கள், வேரற்றுப் போன காலம் எனத் தலைப்பிட்டும் போரையும் போர்க்காலத்தையும் நினைவுபடுத்துகின்றன கவிதைகள்.

நேரிடையாக ஈழப்போரின் பெரும் நிகழ்வுகளை - கொலைகளை நினைவூட்டும் ஒரு கவிதையை இங்கே வாசித்துப்பார்க்கலாம். அதன் தலைப்பு: ***ஆடுபுலியாட்டம் அல்லது அன்னுங்கையும் முள்ளி வாய்க்காலும்***

எந்த வாய்ப்புக்கும் இடமளியாமல்
உன்னைக் கைவிட்டன எல்லா வியூகவளையங்களும்
காத்திருந்து செய்த சதியைப்போல
என்னையும் கைவிட்டன எல்லா அரண்களும்
நம்பிக்கை வேர்களை வெட்டியெறிந்து
சுற்றியிருந்த அரண்கள் அனைத்தையும் உடைத்து
உன்னை நெருங்கினேன்
சர்ப்ப வியூகம் சகட வியூகம் சக்கர வியூகம்
கருட வியூகம் மகரவியூகம் பத்மவியூகம்
பிரம்ம வியூகம்
என்றெல்லா வியூகங்களையும் நொறுக்கி
என்னை நெருங்கினர் அவர்கள்
புகையிலைத்தோட்டத்தில்
தனித்துத் தவித்த நீயோ
காடற்ற முயல்
கண்ணாப் பற்றையோரத்தில்
ஒற்றையாய்த் தனித்த நானோ
நீரற்ற மீன்
நம் பயணத்தின் இறுதிக்கணம்
இப்படி ஒருமை கொள்ளுமென
யார் கண்டார்?
தோழ, தோற்றது நம்விதி
தயவுடன் இறைஞ்சுகிறேன்
இக்கணத்திலேனும் எனை நம்பு
இந்தக் கண்ணாப் பற்றைகளிடம் கேள்
இக் கணத்தில் உன்னையன்றி
வேறெதையும் நினைத்த தில்லை தோழா!
அன்று அந்தப் புகையிலைச் செடிகள்
கொண்ட துயரையும் சீற்றத்தையும்

இந்த இறுதிப் பொழுதில்
என்னிடம் சொல்லியழுதன கண்ணாப்பற்றைகள் நம்மை நாமே
தின்று முடித்தோம்
தோற்றது நம்விதி (62.63)

இந்தக் கவிதையின் அடியில் தரப்பட்டுள்ள குறிப்பு, அந்தக் கவிதையின் பொருண்மைக்கான நம்பகத்தன்மையை உருவாக்குகிறது. அந்தக் குறிப்பு: அன்னுங்கை இங்கேதான் தமிழீழ விடுதலை இயக்கத்தின் - டெலோ - தலைவர் புலிகளால் தனிமைப்படுத்திக் கொல்லப்பட்டார். முள்ளிவாய்க்கால் - இங்கேதான் தமிழீழ விடுதலைப்புலிகள் - எல் டிடி இ - தலைவர் வே. பிரபாகரன் இலங்கைப் படையினரால் தனிமைப்படுத்திக் கொல்லப்பட்டார் . கருணாகரனின் போர்க்கால நினைவுகளையும் அதன் மீதான விமரிசனப் பார்வையையும் தரும் இன்னும் இரண்டு கவிதைகளை இங்கே தருகிறேன். முதல் கவிதையின் தலைப்பு.

ஆயுதம்.

யாரோ விட்டுச்சென்ற யோனி
தனித்துக் கிடக்கிறது கட்டிலில்.
யாரதை விட்டுச் சென்றது
எதற்காகக் கைவிடப்பட்டது ஒன்றுமே புரியவில்லை.
என்னைக் கண்டதும் அது
எதையோ சொல்லத் துடித்து
சட்டெனத் தன் நினைவடுக்குகளில்
பதற்றத்துடன் இறங்கிச் சென்று
எதையோ தேடுகிறது
பார்த்துக்கொண்டிருக்கிறேன்
திறக்க முடியாத ஞாபகங்களை எடுத்து வந்து
மௌனமாக என் முன்னே
கண்ணீர் மல்க நிற்கிறது.
தானொரு பயன்பாட்டுப் பொருளாக மாற்றப்பட்ட
துயரமாக இருக்கலாம்
உயிருற்பத்திச் சுடராக
இன்பக் குழலின் இனிய கீதமாக
உயிருறவாக
மர்மத்தின் தீராத புதிர்களையுடைய

அந்தரக் கண்ணாக எனப்பலவாக இருக்கும்
தன்முகவடிவை மாற்றியதைப் போல
கைவிட்டுச் சென்ற கணத்தை
அதனால் தாங்கிக் கொள்ள முடியவில்லை
விம்மி அழத்தொடங்குகிறது.
எந்த ஞாபகங்களையெல்லாம் அழிக்க விரும்பியதோ
அதெல்லாம் பெருக்கெடுத்து வந்து அதைச் சூழ்ந்தன
இப்பொழுது அதை மறைத்து நின்றன
அதனுடைய ஞாபக முத்திரைகள்
நான் பார்த்துக் கொண்டேயிருக்கிறேன்
யாரோ ஒருவர் வந்து பொருத்திக் கொள்ள அவதிப்படுகிறார்
அது பொருந்த மறுத்துத் திணறுகிறது.
திணறிக்கொண்டேயிருக்கும்
அந்த யோனி யாருடையதென்று தெரியவில்லை
அந்தக் கணம் யாரோ ஒருத்தி வந்து
அது தன்னுடையதானென்று
எடுத்துச் செல்ல மாட்டாளா
எனக்காத்துக் கொண்டிருக்கிறேன்
அவளால் தான் அதற்கு விடுதலையளிக்க முடியும்
யாரோ விட்டுச் சென்ற அது
தனித்தே கிடக்கிறது இன்னும்
அது தன் நினைவுகளை இழக்கட்டுமென்று
யாரோ ஒருத்தி காத்திருக்கிறாள். (84,85)

ஆயுதங்களைப் பெண்ணின் 'யோனி'யாக உருவகப்படுத்திப் பேசும் கருணாகரன், யுத்தத்தைக் வேட்டைக்காடாக உருவகப்படுத்திக் காட்டுகிறார். அவ்வேட்டைக்காட்டில் வேடனும் அரசனும் இருக்கிறார்கள். இருவரும் ஒரேவகைத் தொழிற்பாட்டை மேற்கொண்டாலும் இருவருக்கும் வேறுபாடுகளும் இருக்கிறது என்று முன்மொழிந்து தனது சார்பை - நிலைப்பாட்டைக் காட்டவும் செய்கிறார். இனி அந்தக் கவிதை:

யுத்தம்

அந்தக் காடுகளைக் கடந்துதான் வந்திருக்கிறான்
அரசனுக்கும் வேடனுக்குமிடையில்

வேறுபாடுகள் எதையும் நான் காணவில்லை
நலிந்து,
நகரமுடியாமல்,
மணலில் இறகிக் கரையும் துயரோடிருக்கும்
ஆற்றின் இடுக்கிலிருந்து
விடுபடத்துடிக்கும்
கூழாங்கற்களின் மீதுறங்கும் மீன்வாசனையை
அறிந்தவர்கள் ஆற்றினோரம் களைத்திருக்கிறார்கள்
அவர்களை விலகிச் செல்கிறான் அரசன்
பேரிருள் மூடிய மரங்களின் கீழே
ஆழ்ந்த உறக்கத்தில் படுத்திருக்கிறது நிழல்
மரமும் வளர நிழலும் வளர்ந்ததை
அறிந்தவர்கள் மரங்களைச் சூழ்ந்திருக்கிறார்கள்.
அவர்களை வந்தடைகிறான் வேடன்
குதூகலித்துப் புரண்டோடுகிறது மகிழ்ச்சி ஆறு
மிருகத்தின் வாசனையை மறைத்து வைத்திருக்கும்
மரங்களின் அடிவயிற்றில்
கனிந்திருக்கிறது மரத்தின் கருணையும்
மிருகத்தின் அன்பும்.
வேடனின் அன்பில் மலர்ந்திருக்கிறாள் வனத்தாய்
வனத்தின் அன்பில் கனிந்திருக்கிறான் வேடன்
இலையுதிரும் போதுணரும் வலியை வேடனும்
மலர்கள் உதிரும்போதுணரும்
துயர்ப்பெருக்கை மிருகங்களும்
கனிகள் சொரியும் மகிழ்ச்சியைப் பறவைகளும்
உணர/வனம் ஆழ்ந்து கதகதத்தது.
குதூகலித்துப் புரண்டோடிக்கொண்டிருக்கிறது மகிழ்ச்சி ஆறு
தன்னுறவுகளிடத்தில் மரம் நெகிழ்ந்து பெருகிக் கனியவே
வந்தான் அரசன் அங்கே.

இத்தொகுப்பில் இடம்பெற்றுள்ள ஒவ்வொரு கவிதையும் போர்க்காலத்தை நினைவுகொள்ளும் கவிதைகள் என்பதைத் தலைப்பிலேயே கொண்டிருக்கின்றன.

காடதிர
கூட வந்த படைகளிடம் பிறந்த கலவரத்தீயில்
எரிந்தழிந்தன ஆறும் நிழலும்
ஆறும் நிழலுமற்றதோரிட த்தில்
ஏதொரு உயிருக்கும் இடமில்லையே
வேடனும் அரசனும் ஒன்றல்ல
ஒன்றேயல்ல என்றறிந்தேன் அப்போது. (122,123)

இத்தொகுப்பில் உருவாக்கப்பட்டுள்ள மத்தியூ என்ற பாத்திரம் ஒன்றிற்கு மேற்பட்ட கவிதைகளின் தலைப்பாக ஆகியிருக்கிறது. அக்கவிதைக்குள் இருக்கும் மத்தியூ ஒருவராக இல்லாமல் பல்வேறு ஆளுமைகள் பற்றிய நினைவுகளாக எழுதப்பெற்றுள்ளது. மத்தியூ, மத்தியூவின் சிரிப்பு, மத்தியூவின் வருகை, மத்தியூவின் டயறி 01, மத்தியூவின் டயறி 02. மத்தியூ என்னும் கற்பனைப்பாத்திரத்தை முன்வைத்து விரிக்கும் நினைவுகள் தனியாகப் பேசப்படவேண்டியவை. ஒரேயொரு கவிதையை மட்டும் இங்கே வாசிக்கத் தருகிறேன்:

மத்தியூ

நாங்கள் மத்தியூவைச் சந்திக்கச் சென்றபோது
அவன் இறந்து கிடந்தான்.
என்ன செய்வது என்று தெரியாமல்
ஒரு கணம் தடுமாறி விட்டோம்.

அப்போது
"கவலைப்பட வேண்டாம் நண்பர்களே.
இது என்னுடைய பதினான்காவது மரணம்
இதுவும் ஒரு தற்கொலைதான்" என்றான் மத்தியூ

அவனுடைய இறப்பைவிட
இது தற்கொலை என்பதும்
பதினான்காவது மரணம் என்பதும்
பயத்தையும் குழப்பத்தையும் உண்டாக்கியது

"உங்களுக்குத் தெரியுமா,
ஏற்கனவே நான் ஐந்து தடவைகள்
இந்த மாதிரித் தற்கொலைகள் செய்திருக்கிறேன்" என்று
சிரித்தான்.
இதற்கு என்ன சொல்வதென்று தெரியாமல் நாங்கள்
தடுமாறிக் கொண்டிருப்பதற்கிடையில்..

"மற்ற ஒன்பது கொலைகள்,
ஆனால், இப்படித்திரும்பத் திரும்பக்
கொலையாவதுதான் சலிப்பூட்டுகிறது"
என்றான் மத்தியூ.

கொலைகளின் நடுவில்
கொலையாளியின் முன்னே
கொல்லப்பட்டவனின் அருகில்
என்ன செய்வதென்று தெரியாத தத்தளிப்பில்
நாங்கள் நின்று கொண்டிருந்தபோது..

"நண்பர்களே!
எல்லாக்கொலைகளுக்கும் சாட்சியங்களிருந்தன
ஆனால், எந்தச் சாட்சியும்
சாட்சியமளிக்கவில்லை" என்றான்

எங்களையும் அப்படிச் சொல்கிறானா
இதோ இந்தக் கணத்தில்
அவனுடைய உடலின் முன்னே
சாட்சியாக நிற்கிறோமே...!

அவன் எங்களைப் பொருட்படுத்தியதாகத் தெரியவில்லை

"சாட்சியங்களில்லாத கொலைகளுக்கு நீதியுமில்லை
கருணையுமில்லை
கருணையுமிருந்தால் கொலைகளே நேராது"
எனத் தன்னிரு கைகளையும் நீட்டி வரவேற்றான்.

என்ன சொல்வது அவனுக்கு என்று தெளிவதற்கிடையில்
"உங்களுக்கான தேநீரைத் தயாரித்து வைத்திருக்கிறேன்.
பருகிச் செல்லுங்கள்.
திரும்பிச் செல்லும்போது
தயவுசெய்து என்னுடைய நினைவை மட்டும்
அங்கேயே விட்டுவிட்டுச் செல்லுங்கள்
அதுவொரு தீண்டாப் பொருளாக இருக்கட்டும்" என்றான்.

அது கட்டளையா
அன்பிலான கோரிக்கையா என்று தெரியவில்லை
ஆனாலந்தக் குரலில் கொண்டிருந்த குழைவில்
நேசத்தின் பருக்கைகள் மின்னின.
அந்தத் தேநீரில் குருதி வாசனை வீசியபோது
நாங்கள் தலைகளைத் தாழ்த்திக் கொண்டோம்
கண்களிலிருந்து பூக்கள் சிந்தின

மத்தியூவை நாங்கள் பிறிதொரு
நத்தார்ப் பண்டிகையில்தான் சந்திக்க வாய்த்தது.
அதுவுமொரு எதிர்பாராத சந்திப்புத்தான்
அது பாலன் பிறந்த நேரம்

இது தன்னுடைய பத்தொன்பதாவது பிறப்பு என்று
கண்களைச் சிமிட்டினான்

இரண்டுவருடம் கழித்து
ஒரு நாள்
"இனந்தெரியாத முறையில்
மர்மமாகக் கொல்லப்பட்ட சடலமொன்று
பாலத்துக் கீழே கிடக்கிறது" என்று யாரோ சொல்லவும்
பதட்டமாய்ச் சென்று பார்த்தேன் –
மத்தியூ.

அது கொலையா
தற்கொலையா என்று தெரியவில்லை
எத்தனையாவது மரணமென்றும்

அந்த உடலைப் படம்பிடித்துக் கொண்டிருந்தார்கள் யாரோ
அதற்கு ஏற்றவாறு
அந்தக் கோணத்தில் தன்னை வைத்திருப்பது எனத்
தெரிந்திருக்குமா அவனுக்கு என்று
ஏனோ ஒரு எண்ணம் வந்தது எனக்கு

"இது எதற்கென்றே தெரியாமல் நடந்த கொலை
யாரால் ஆனதென்றும் தெரியவில்லை
வழமையைப் போல இதற்கும் சாட்சியங்களில்லை
அதனால் என்ன?"

என்றான் மத்தியூ, மிகச் சாதாரணமாக. இதுபோலப் பிடித்த கற்பனைப் பாத்திரங்களை/ நினைவிலிருக்கும் பாத்திரங்களை உருவாக்கிய நகுலன் (சுசிலா) கலாப்ரியா (சசி) போன்றவர்கள் ஒரே நபரின் வெவ்வேறு சாயலைத் தந்திருக்கிறார்கள். ஆனால் கருணாகரன் மத்தியூவுக்குள் பலரை நடமாடவிட்டிருக்கிறார். அதற்குக் காரணம் மத்தியூ புறநிலையில் பார்த்த மனிதர்களின் சாயல் என்பதுதான்.

அகநிலையும் அகப்புறநிலையும்

தமிழ்க்கவிதை மரபில் காமமும் காதலும் மட்டுமே அகநிலை வெளிப்பாடுகள் அல்ல. கடவுளை அருகிருக்கும் நாயகனாகவும் நாயகியாகவும் பாவித்துப் பாடப்பெற்ற பக்திக்கவிதைகளும்கூட அகநிலையுணர்வின் வெளிப்பாடுகளே. கடவுளும் மனிதனும் ஒன்றுதான்; வேறுவேறல்ல என்ற அத்வைத நிலை தொடங்கி, இரண்டும் வேறுவேறு எனப்பேசும் துவைதா, ஜீவன் பரமாத்வை அடையும் வழிகளை விவரிக்கும் விசிஷ்டாத்வைதா வரை கடவுளை மனிதர்களின் அருகிலிருக்கும் வஸ்துவாக அல்லது பரம்பொருளாக நினைக்கின்றன. இந்நினைப்பின் நவீன வடிவமே உள்ளொளியாகவும் உள்ளுணர்வாகவும் நினைத்துக்கொண்டு அகவயமாகப் பேசும் மனநிலை. இம்மனநிலையில் எழுதப்படும் கவிதைகள் கேட்பவரை அருகிருக்கும் நபராக நினைத்துக்கொள்ளும் பாவனையைக் கைக்கொள்ள வேண்டும் என்பது முதல் நிபந்தனை. அண்மையிலிருக்கும் நபரோடு தனது அந்தரங்கத்தை - விருப்பத்தை - ரகசியத்தை - காதலை - காமத்தைப் பேசிவிடும் ஆசையின் நீட்சியாக அவை வடிவங்கொள்கின்றன. சில

நேரங்களில் அந்தரங்கத்தைப் பொதுமைப்படுத்தும் தொனியைக் கைக்கொள்ளும்போது அகப்புறமாக மாறிப் பொதுநிலை வெளிப்பாடாகவும் ஆகிவிடுவதுண்டு. இத்தகைய கவிதைகளைக் கருணாகரனின் உலகின் முதல் ரகசியம் என்ற தொகுப்பில் ஏராளமாக வாசிக்க முடிகிறது. தொகுப்பின் தலைப்பாக இருக்கும் அந்தக் கவிதையே ஓர் அந்தரங்கத்தின் வெளிப்பாடுதான்.

>
> அவர்கள் வந்துவிட்டனர்
> நானின்னும் வரவில்லை
> அவளும் வந்துவிட்டாள்
> நானின்னும் வரவில்லை.
> ஆனால், அவர்களுடனேயே நானிருந்தேன்.
> அது ஒரு சிறிய முற்றம்
> பிறகு அதை வசதிக்கேற்றவாறு பெருக்கிக் கொண்டோம்
> அங்கே ஒரு மரம் முளைத்துப் பழங்களை நிறைத்தது
> பூக்களைச் சூடினாள் அவள்
> வாசனையை உண்டாக்கினேன் நான்/தோட்டமும் முற்றமுமாகிய
> அந்த இடத்தில்
> ஒரு படகின் வடிவத்தில் அமர்ந்திருந்தோம்
> மெல்ல அசைந்தபடி நகர்ந்தன எல்லாம்
> எல்லோரும் கூடி
> ஒன்றாகவே விருந்துண்டோம்
> ஒன்றாகவே சேர்ந்து பாடினோம்.
> ஒன்றாகவே ஆடி மகிழ்ந்தோம்
> இரவின் ஆழத்துள் சென்று
> ஒன்றாகவே கனவுகள் கண்டோம்
> அவள் என்னை முத்தமிட்டது மட்டும்
> தனித்து நடந்தது
> யாருமறியாத அந்த முத்தமே
> ரகசியமாகியது இந்த உலகத்தில்
> அவள் சென்றுவிட்டாள்
> அவர்களும் சென்றுவிட்டனர் (21,22)

மேலும் இரண்டு சிறுகவிதைகள். **சுடர்** என்னும் தலைப்பில்:

நீ வருகிறாய்
நான் போகிறேன்
விடைபெறுதல் இல்லை
வழியனுப்புதலும் இல்லை
காலம் எப்படி நெருப்பாயிற்று
நான் எரிந்துகொண்டிருக்கிறேன்
நீயும் தான் எரிந்துகொண்டிருக்கிறாய்
நம்மை நாமே எரித்துக்கொண்டிருக்கும் நெருப்பாகினோம்.(61)

★★★

நெருப்பு என்னும் தலைப்பில்,

இன்னும் பொழுதடங்கவில்லை
மாடுகள் பட்டியில் சேரவில்லை
கோழிகள் கூடடையவில்லை
மல்லிகை மலர்ந்துகொண்டிருக்கிறது
நீ இன்னும் வரவில்லை!
ஊற்றி வைத்த தேநீர் ஆறுகிறது
உடலும் மனமும் கொதிக்கிறது
முப்பதாண்டுகளாய். (67)

அந்தரங்கமும் நெருக்கமும் குறைந்து பொதுநிலையான காட்சிகள், படிமங்கள், ஐயங்கள், களிப்பு மனநிலை போன்றனவற்றை முன்வைக்கும்போது அகப்புறக்கவிதைகளாக மாறுகின்றன. அப்படி மாறிய இரண்டு கவிதைகளை இங்கே வாசிக்கலாம்: முதல் கவிதை ஒரு பரவசநிலையை விவரிக்கும் மனப்பாங்கு கொண்ட வெண்பூனை வெண்ணிசை வெண்கிளிகள் என்று தலைப்பிட்ட கவிதை.

இருளையும் ஒளியையும் இத்தனை அளவாகக்கலந்து
நம்முன்னால் வைத்துச் சென்றது யார்?
இந்தக் கணங்கள் இப்படியே இருக்கக்கடவது என்று
பிரார்த்திக்கிறது வெண்பூனை
தியானத்தில்

விழிமூடிச் சிரிக்கின்றன
வெண்கிளிகள்

பரவசமா துயரிழைய அவிழ்தலா?
அமுதமாய்ப் பொங்கல் வழிகிறது
மூண்டெரியும் நெருப்பின் நடனத்தோடு
ஆற்றோரம் நடந்து செல்கிறாள் என்னுடைய கிளி
கிண்கிணி மணியொலிக்கத்
தலையசைக்கும் எருதுகளை அழைத்துக் கொண்டு
மரங்கள் அடர்ந்த சிற்றொழுங்கையில் போகும் / வெண்ராஜனைத்
தொடர்கிறது வெண் பரிதி
ஒற்றைச் சுடராகி ஒளிரும் வெண்விளக்கை
நோக்கிக் குவிகிறதென் சிரசு (121)

இரண்டாவது கவிதையின் தலைப்பு:
தேவதேவனைச் சந்திக்கும்போது

தேவதேவனைச் சந்திக்கும்போது கேட்க வேண்டும்
தொலைவிற்கும் அண்மைக்குமிடையில்
மேய்ந்துகொண்டிருக்கும் ஆடுகள்
உங்களிடம் சொன்ன ரகசியங்கள் என்ன என்று
அவர் அதைச் சொல்லாமல்
ரகசியமாகவே வைத்திருக்கவும் கூடும்
ஆனாலுமென்ன
நாம் கேட்பதிலொன்றும் தவறல்லவே
அவர் சொல்லாமல் விட்டாலும் கூடத்தான். (14)

ஒரு கவியின் பிரியமான வாசகர்களுக்கு இப்படிக் கேட்பதற்குப் பல கேள்விகள் இருக்கும். ஐயங்களாகவும், ஆச்சரியங்களாகவும், கோபமாகவும் இருக்கக் கூடிய கேள்விகளைக் கருணாகரன், தேவ தேவனிடம் கேட்கும் கேள்விகளாக மட்டுமே சுருக்கிவிட முடியாது. அவரைப்போலத் தேவதேவனிடம் கேட்கப் பலருக்கும் வினாக்கள் இருக்கலாம். தேவதேவனை வாசித்திருக்காத ஒருவருக்கு அவருடைய அந்தரங்கக் கவியிடம் அல்லது எழுத்தாளிடம் கேட்க வினாக்கள் இருக்கலாம். அதனை எழுதும்போது அகவெளிப்பாடாகவும்

பொதுமைப்பட்ட நிலையில் புறநிலையாகவும் மாறிவிடும் நிலையில் அகப்புறமாகவும் ஆகிவிடும். உலகின் முதல் ரகசியம் தொகுப்பில் இவ்வகைக்கவிதைகள் பாதிக்கும் மேல் இருக்கின்றன.

பின்குறிப்புகள் சில:

கருணாகரனின் இவ்விரு தொகுப்பையும் ஒருசேர வாசித்துள்ள நிலையில் நூலாக்கம் பற்றிச் சில செய்திகளைக் குறிப்பிட வேண்டும் எனத் தோன்றுகின்றது. புறநிலைக்கவிதைகளாக எழுதப்பெற்றுள்ள நினைவின் இறுதிநாள் தொகுப்பில் உள்ள கவிதைகள் எழுதப்பெற்ற காலக்குறிப்பு தரப்பட்டிருந்தால், அதன் பொருண்மையும் எழுப்பும் உணர்வும் கூடுதலாகிவிடும். கருணாகரன் நினைத்திருந்தால் அதனைச் செய்திருக்கலாம். அதேபோல் உள்ளடக்க வரிசை தரப்பட்டிருக்க வேண்டும். புதுஎழுத்துப் பதிப்பகம் அதனை ஏன் தவிர்த்தது என்று தெரியவில்லை. புலம் பதிப்பகம் உள்ளடக்க வரிசையைத் தந்திருக்கிறது. ஆனால் அக்கவிதைகளைச் சில பொருண்மை அடிப்படையில் வகைப்பாடு செய்து தந்திருக்கலாம். அப்படியான வகைப்பாடுகள் வாசிப்பவர்களுக்கு உதவும் என்பதைப் புரிந்துகொள்ள வேண்டும். பொதுவாகவே நவீனத்துவக் கவிகள் வாசகர்களுக்கு உதவக்கூடாது என்ற பிடிவாதத்தோடு செயல்படுபவர்கள். ஆனால் கருணாகரன் அப்படியானவர் அல்ல என்பதை நானறிவேன். அவரது மொத்தக் கவிதைகள் தொகுக்கப்படும் நிலையில் இவையெல்லாம் கணக்கில் கொள்ளப்படவேண்டும் என நினைக்கிறேன்.

- 2022

4. விரித்தலின் அழகியல்:
கருணாகரனின் கவிதை மையங்கள்

இலக்கியத்தின் இயக்கமும் வாசிப்பும்

எழுத்தின் இயக்கம் எல்லாவகையான பனுவல்களிலும் ஒன்றுபோல் நிகழ்வதில்லை. நாடகம், புனைகதை, கவிதை என அதனதன் வடிவ வேறுபாடுகளுக்கேற்பவே நிகழ்கிறது. வடிவ வேறுபாட்டிற்குள்ளும் ஒவ்வொரு எழுத்தாளரும் கைக்கொள்ளும் முன்வைப்பு முறைகளுக்கேற்பவும் இயக்கம் நிகழும். பனுவல்களுக்குள் நிகழ்த்தப்படும் இயங்குமுறையை, அதன் வடிவப்புரிதலோடு வாசிக்கும் வாசிப்பே முழுமையான வாசிப்பாக அமையும்.

இலக்கியப்பனுவல்களை எப்படி வாசிக்கவேண்டும் என்பதற்கான அடிப்படைகளைச் சொல்லும் அரிஸ்டாடிலின் கவிதையியல் நாடகத்தை வாசிக்கும் முறையை விரிவாகப் பேசியுள்ளது. அதன்படி நாடகப்பனுவல்களுக்குள் உருவாக்கப்படும் முரணைக் கண்டறிந்து வாசிக்கவேண்டும். உச்சநிலைக்குப்பின்னான விடுவிப்பின் விளைவில் அந்த வாசிப்பு நிறைவடையும். பெருங்காவியங்களை வாசிக்கும் முறையிலிருந்து புனைகதைகளுக்கான வாசிப்பை நவீனத்திறனாய்வு உருவாக்கிக் கொண்டுள்ளது. அதன்படி, பனுவல்களுக்குள் உருவாக்கப்படும் காலம் அல்லது வெளியின் விவரிப்பில் விரிந்து பாத்திரங்கள் அதற்குள் இருக்க நேரும் இருப்பின் பாடுகளை விளங்கிக்கொள்ளுதலில் நிறைவுபெறும். கவிதை

வாசிப்புக்கான அடிப்படைகளைத் தொல்காப்பியச் செய்யுளியலின் அடிப்படைகளிலிருந்து உருவாக்கிக் கொள்ளமுடியும். அதன்படி, முன்வைக்கப்பட்ட உணர்வுகளில் / மெய்ப்பாடுகளில் நின்று, சுற்றிச்சூழலும் மனிதர்கள், சூழலின் காரணிகள், அதனால் விளைந்த விளைவுகள் எனக் காட்சிகளுக்குள் பயணம் செய்யலாம். முடிவில் கிடைக்கும் உணர்தலிலும் அறிதலிலும் கவிதை வாசிப்பு நிறைவுபெறும். இதன் காரணமாகவே கவிதை வாசிப்பென்பது மற்ற இரண்டு வடிவங்களையும் வாசிப்பதைவிடக் கூடுதல் நுட்பம் கொண்டதாக அமைகின்றது.

கவிதை வாசிப்பின் மாதிரி

ஒரு கவிதையின் முன்வைப்பு கவிதைக்குள், கவியால் உருவாக்கப்படும் சொல்லி *(Narrator)* அல்லது கூற்றுநிலைப் பாத்திரத்தால் நிகழ்த்தப்படுகிறது. அதன் வழிகாட்டலில் வாசிப்பவர்கள் காட்சிகளை உள்வாங்குகிறார்கள்; அலையும் பாத்திரங்களின் உணர்வுகளைப் புலனுணர்வாக அடைகிறார்கள். தொடர்ச்சியாக வினாக்களும் விவாதங்களும் வாசிப்பவர்களின் மனதிற்குள் எழுகின்றன. அதற்கான விடைகளும் விளக்கங்களும் கவிதைக்குள்ளேயே கவியால் முன்வைக்கப்படலாம்; முன்வைக்கப்படாமலும் போகலாம். முன்வைத்தால், அதன் மீது விவாதங்களைக் கோரும் தொனியை உருவாக்குவது கவியின் வேலையாகிறது. முன்வைக்க வேண்டும் என்று நினைக்காத நிலையில் விடைகளையும் விளக்கங்களையும் கவிதைக்கு வெளியே வாசிப்பவர்களின் அனுபவங்களிலிருந்து தேடிக்கொள்ளும்படி கவி தூண்ட வேண்டியது அதன் எதிர்நிலையாகிறது.

இப்போது எட்டுப் பத்திகளாகப் பிரித்து அடுக்கப்பட்டுள்ள கவிஞர் கருணாகரனின் இந்தக் கவிதையைப் படித்துக்கொண்டே வாருங்கள்:

மின்னற் பொழுதில்/உடைந்தது ஒரு எலும்புதான்
வலியோ உடல் முழுவதும்.

உயிரே பாரமாகிக் கனக்க / உபாதையின் மொழி
ஆஸ்பத்திரி வளாகமெங்கும்
பரவித் தொற்றியது எல்லோரிடத்திலும்.

தூக்கமும் பசியும் தொலைந்து/வலியும் வேதனையும் எழுந்த காட்டில்
சுருண்ட புலியாகி
கண்களில் துயரப் பீழை சாற
வழியற்றவன் போலாகிக் கிடந்தேன் / இரவு முழுதும்.

அருகில் / வழித்துணைவராக
மரத்திலிருந்து விழுந்தவர்/மரம் விழுந்தவர்
மாடு மோதியவர் / மாட்டில் மோதியவர்
சறுக்கியும் தடக்கியும் விழுந்தவர்

பாய்ந்து முறிந்தவர்
வண்டி சாய்ந்து வயிறு கிழிந்தவர்
வழுக்கி வீழ்ந்தவர் எல்லோரும்
பாரம் பொறிந்தவராகிச் சிதறிக் கிடந்தனர்.

எல்லோரிலும் எழுந்தாடியது வலி
பெருங் கூத்தொன்று
நிகழ்ந்து கொண்டிருந்தது அங்கே.

இரவையும் பகலையும்
தின்ற வலியின் கீழே
படுத்திருந்தோம் துடித்திருந்தோம் எல்லோரும்
அத்தனை பேரும்/அன்று தொழுத தெய்வம்
வலி நீக்கிய தாதியரே
அன்று கண்ட அற்புதம்
வலி நீக்க ஊசியே.

உடைந்த எலும்போடு கூடிய ஓர் உடல் வலியால் துடிப்பதைத்
'தன்னிலை முன்வைப்பாக' தொடங்குகிறது முதல் பத்தி.
இரண்டாவது பத்தி அந்த உடல் இப்போது கிடக்கும் இடம்
மருத்துவமனை என வெளியை விரிக்கிறது. திரும்பவும் தனது
உடலைப் பிற உடல்களோடு சேர்த்துக் காட்டுவதன் மூலம்,
விபத்தொன்று நடந்தது என்பதை முன் காட்சியாக - நினைக்கப்பட
வேண்டிய காட்சியாகப் பரப்பிவிட்டு, நேரடிக்காட்சியாக

மருத்துவமனை ஒன்றின் விபத்துச் சிகிச்சைப்பிரிவுக்குள் அழைத்துச்செல்கிறது. அடுத்த மூன்று பத்திகளும் மருத்துவமனையில் கிடக்கும் உடல்களும், குரல்களும் அடையும் வேதனைகளை வாசிப்பவர்களுக்குக் கடத்துகின்றன. கடத்தப்பட்ட உணர்வுகளுக்கு வடிகாலாக அங்கு கிடைத்த மருத்துவச் சேவையையும் கவிதை சொல்லியே - கூற்றுப்பாத்திரமே முன்வைத்து விடும் நிலையில் மொத்த நிகழ்வும் முடிந்துவிட்ட மனநிலை உருவாகிறது. இந்த வாசிப்பு வகைமாதிரியை நாம் வாசிக்கும் ஒவ்வொரு கவிதைக்கும் அதன் இயங்குநிலைக்கேற்ப நகர்த்திக்கொள்ளலாம். அதற்கு மாறாக ஒன்றைப் பலவாக விரிக்கும் கவிதையின் அழகியல் செயல்படுகிறது. கூற்றுப்பாத்திரமும் நிகழ்வெளியும் காலமும் மாறாத நிலையில் உருவாக்கப்படும் உணர்வுகளின் வேறுபாட்டால் புதியபுதிய தளங்களுக்குள் விரிவடையும்.

நிதானமாக வாசிக்கப்பட்ட ஒற்றைக்கவிதைக்குள் விவரிக்கப்படும் விபத்தும் வேதனையும், கவி கருணாகரனுக்கு நேர்ந்த நேரடி அனுபவம். அதனைப் பகிர்வதற்கான முன்மொழிவை அடுக்கிக் காட்டுவது அவர் மேற்கொள்ளும் உத்தி. அவ்வுத்தி மூலம் வாசிப்பவர்களுக்குக் கடத்த நினைப்பது மருத்துவர்களும் தாதியர்களும் செய்யும் சேவையையும் தொண்டையும்.

> 'அத்தனை பேரும்
> அன்று தொழுத தெய்வம்
> வலி நீக்கிய தாதியரே.
> அன்று கண்ட அற்புதம்
> வலி நீக்க ஊசியே.'

என உணர்த்திவிட்டு முடிகிறது.

ஒன்றைப் பலவாக விரித்தல்

தனக்கு ஏற்பட்ட விபத்தொன்றை அடுத்துக் கவிஞர் கருணாகரன் அனுமதிக்கப்பெற்ற மருத்துவமனை இருப்பைக் குறித்த 20 கவிதைகளில் 14 வது கவிதை இது. விபத்தில் தனக்கு நேர்ந்த உடல் நோவையும் மருத்துவமனை இருப்பையும் வலியின் தொடர்ச்சியையும் இந்த ஒற்றைக்கவிதையில் வாசித்துவிட முடிகிறது. அதே நேரம், அதற்கு முன்னும்பின்னுமாகக் கவி எழுதித் தந்துள்ள 19 கவிதைகளும் சேர்ந்து சாதாரண

மனிதர்களின் அனுபவத்திலிருந்து, ஒரு கவியின் அனுபவங்கள் எவ்வாறு வேறுபடுகின்றன என்பதை விவரிக்கும் தளத்திற்குள் நகர்கின்றன;நகர்த்துகின்றன. அந்த நகர்வின் வழியாகவே கவிகள் அல்லது எழுத்தாளர்கள் தங்களை எழுதும் எழுத்திலும் கூட தங்களைக் காணாமல் / இல்லாமல் ஆக்கிக்கொண்டு சுற்றியிருப்பவர்களின் சமூகத்தின் உலகத்தின் பாடுகளை எழுதும் படைப்பாளிகளாக மாறுகின்றார்கள் என்பதை உணர முடிகின்றது. இருபது கவிதைகளில் இன்னொரு கவிதை; இரண்டாவது கவிதை:

சத்தம் கேட்டுத் திரும்பினால்/பக்கத்தில்
ஏதோ சொல்லிக் கொண்டிருந்தார் பெரியவர்.
பாதி புரிந்தும் பாதி புரியாததுமாக
தலையாட்டிக் கொண்டிருந்தான் அவன்.

அநேகமாக அது அவர் வீட்டுக்குச் செல்லும்
வழியாக இருக்கலாம்.
மறுநாள்/தன் வீட்டைப் பற்றிச் சொன்னான் அவன்.

ஏதோ புரிந்த மாதிரியும்
புரியாத மாதிரியுமாக தலையசைத்தார் அவர்.
எப்படியோ/
மூன்று நாட்களுக்கிடையில்
மிகப் பிரமாண்டமானதொரு உறவுப் பாலம்
நிர்மாணிக்கப்பட்டது.

தன் மகளொரு போராளி என்ற அவரை
உற்று நோக்கியவன்/மெல்லச் சிரித்தான்.
தன்னிடமிருந்த பழங்களிலிரண்டை
அவன் கையில் வைத்தார்.

"உங்களைப் போலத்தான்/எங்கள் அப்பாவும்
எப்போதும் வயலைப் பற்றியும்
மாடுகளைப் பற்றியுமே பேசுவார்
யாருக்கும் தன் கைப் பொருளெல்லாம் அருளுவார் என்றவன்,
தான் படையில் சேர்ந்ததை விரும்பவேயில்லை அவர்" என்றான்.

கண்கள் விரிய கட்டியணைத்தவரை
தாத்தே என்று தழுவியணைத்தான்.
வரவேணும் எங்க வீட்டுக்கு

வந்து நீங்க/சோறு திங்கணும்
வயலைப் பார்க்கணும் என்றான்.
வரலாம் என் அருமை மகனே
முதலில் உன் காலைக் குணமாக்கு
பிறகு வா என் வீட்டுக்கு என்றவர்
வழி வரைபடத்தைக் கொடுத்தார் அவனிடம்.

ஆஸ்பத்திரிக் கட்டிலில்/யாரும் யாருமில்லை
யாவரும் சிகிச்சைக் குழந்தைகளே!
என்று சிரித்தபடி தூங்கினேன்.

★★★

இவ்விரண்டு கவிதைகள் விரிக்கும் களங்கள் தொடர்ச்சியற்றவை; மனிதர்களும் வேறுபாடுகள் கொண்டவர்கள். விபத்து என்ற ஒற்றை நிகழ்வை விரித்துப் பரப்பியுள்ள மொத்தக் கவிதைகளையும் வரிசையாகவோ, வரிசையில்லாமலோ வாசிப்பவர்கள் அதன் களன்களும் தளங்களும் விரிவதை நுட்பமாக உணரலாம்.

விரித்தலின் வரலாறும் கருணாகரனின் வெளிப்பாடுகளும்

ஒன்றைப் பலவாக விரிப்பதற்குத் தமிழ்க் கவிதை மரபில் பல முன்னுதாரணங்களுண்டு. செவ்வியக் கவிதைகளில் ஐங்குறுநூறு அப்படியான ஒரு விரிப்புநிலைத் தொகைநூலே. ஒவ்வொரு திணைக்கும் ஒரு கவி என அன்பின் ஐந்திணைகளை நூறுநூறு பாடல்களாகப் பாடித் தொகுத்த தொகை நூல். ஒவ்வொரு திணையின் உரிப்பொருளையும் கருப்பொருளையும் விரிவாகத் தங்களின் அகம் மற்றும் புறக்கவிதைகளில் தந்துள்ள கபிலன் குறிஞ்சித்திணைக் கவிதைகளையும் ஓரம்போகி மருதத்திணைக் கவிதைகளையும், நெய்தல் திணைக்கவிதைகளை அம்மூவனும், முல்லைத் திணைக்கவிதைகளைப் பேயனும், பாலைத்திணைக் கவிதைகளை ஓதலாந்தையும் பாடித் தொகுத்துத் தந்துள்ளனர்.

திருக்குறள் தொடங்கி பெரும்பாலான அற நூல்கள் ஒரு அதிகாரத்தில் குறிப்பிட்ட ஒரு பொருண்மையைப் பல செய்யுள்களாக விரித்துரைப்பனவே. ஆண்டாளின் பாவைப்பாடல் அதியற்புதமான விரிப்பு அழகியல் கவிதை. வைணவப் பாவைப் பாடலைப்போலவே மாணிக்கவாசகரின் திருவெம்பாவையின் பாடல்களும் ஒன்றை விரிக்கும் பல பாடல்கள் தான்.

செவ்வியல் தொடங்கிப் பக்திக்கவிதை வரையிலான கவிதைகளை வாசித்திருக்காவிட்டாலும் கூடப் பாரதியின் - பாரதியாரின் கண்ணன் பாட்டை நிச்சயம் ஒவ்வொருவரும் வாசித்திருப்போம். பாரதக்கதையோடு தொடர்புடைய கண்ணன் என்னும் தொன்மப் பாத்திரத்தை ஆண்பாலாகவும், பெண்பாலாகவும் உருவகித்துக்கொண்டு வெவ்வேறு பாத்திரங்களாகத் தனது கவிதைக்குள் உலவச் செய்திருப்பார். ஆண் பாலில் தோழன், தாய், தந்தை, சேவகன், அரசன், சீடன், சற்குரு, விளையாட்டுப்பிள்ளை எனத் தனித்தனியாக எழுதிக்காட்டியதோடு காதலனாகக்கொண்டு ஐந்து கவிதைகளையும் தந்துள்ளார். அதனைத் தொடர்ந்து கண்ணம்மாவாக மாறிக் கண்ணம்மா - என் காதலி என விரிப்பார். இந்தத் தொடர்ச்சி விடுபட்டுப் போனது என்று நினைத்துக் கொண்டிருந்த நிலையில் கருணாகரன் அதனை மறு உயிர்ப்பு செய்து வருகிறார்.

அண்மையில் வெளிவந்த கடவுள் என்பது துரோகியாயிருத்தல் என்ற தொகுப்பில் அம்மரபின் தொடர்ச்சியை முழுமையாக்கித் தந்திருந்தார். பைபிளின் பாத்திரங்களில் ஒன்றான மத்தேயுவை நிகழ்காலப் புனைவுப் பாத்திரமாக்கி கவிதைக்குள் தன்மை, முன்னிலை, படர்க்கை என மூவிடங்களிலும் நிறுத்தி, ஈழத்துப் போர்க்காலத்தையும் போருக்குப் பின்னான மனநிலைகளையும் விரிவாக விசாரணைக்குட்படுத்தியிருந்தார். அதிலிருந்து முற்றிலும் விலகிய தன்னனுபவக்கவிதைகளாக 'மருத்துவமனை நாட்கள்' இருக்கின்றன. நோயின் பிடிக்குள் இருக்கும் நோயாளிகளின் மனவோட்டத்தையும், உயிர் வாழ்தலின் மீதான வேட்கையையும் அதற்குத் தடையேற்பட்டு விடுமோ என்ற அச்சத்தில் அதுவரையிலான மனப்போக்கில் ஏற்படும் மாற்றங்களையும் அந்தக் கவிதைகள் விரிவாகப் பேசுகின்றன. துயரத்தின் சாயல்களை அதிகம் வெளிப்படுத்தினாலும் மெல்லிதான நகையும் மருட்கையும் வெளிப்படும் இடங்களும் பதிவாகியுள்ளன.

அவரைக் கொண்டு வந்து /விடுதியில் சேர்த்தபோது
அறுபத்து மூவரானோம்.
அந்த நேரத்தில்/அருகிருந்த நாவுக்கரசர்
பதிகமொன்று பாடினார்.
அது வாழ்த்துப் பாவா/வரவேற்புப் பாவா
மீட்புப் பாவா/என்று தெரியவில்லை யாருக்கும்.
ஆஸ்பத்திரித் தோத்திரம்/என்று கண்ணயர்ந்தேன்.
சூலை நோயில் வெந்து/வாடியதில்லை நாவுக்கரசர்
விபத்தொன்று காலை உடைக்க/கதறியபடி
கட்டிலில் வீழ்ந்தவர்/ஊன்று கோலுடன்
தோத்திரம் பாடுகிறார்/முப்பொழுதும்.

நள்ளிரவில் கண்விழிக்க/'யாதும் ஊரே யாவரும் கேளிர்
யாவரும் இங்கே நோயினில் படுத்தவர்
யாவருமிங்கே மீளும் வழி காணத் துடிப்பவர்
யாவரும் யாவருமிங்கே

ஒன்றாகி நின்றோம்...

நாவுக்கரசர் பாடிக்கொண்டேயிருக்கிறார்.
இரண்டாம் யாமத்தில்
கண்ணயரப் பாடும் நாவுக்கரசருக்கு
நன்றி கோடி...

இதனை வாசிக்கும்போது மெல்லிய புன்னகையை உதிர்க்காமல் வாசிப்பவர்கள் நகரமுடியாது.

மத்தேயு என்ற பாத்திரத்தை விரித்தல், மருத்துவமனை நிகழ்வை விரித்தல் என்ற சோதனைக்குப் பின் ஒரு கருத்துநிலை விரிப்பாக 'தூக்கம் வராத இரவுகள்' என்று ஐம்பதுக்கும் மேற்பட்ட கவிதைகளை எழுதித் தந்துள்ளார். மொத்தத்தையும் முடிக்கும்போது,

தூங்காத இரவில்/எல்லாப்பாதையும் அடைக்கப்பட்ட
பொது முடக்கத்தில்/போக்க முடியாப் பசியோடு கிடந்தெரியும்
மனிதர்களைக் காணும்போதென்/
உடலும் ஆன்மாவும் உருகுகின்றன.

இந்தப் பூமியின்/உயிர் முளைகள்
நீரின்றி வாடி மடிகின்றன
உள்ளே பட்டினித் தீ/வெளியே
கொவிட் 19 நாகத்தின் படமெடுப்பு/திசையெட்டும்
ஆயிரமாயிரம் பேர் செத்தும் பிழைத்தும்
பிழைத்தும் செத்தும் போகிறார்.

அரசுண்டு/ஆணைகள் பலவுண்டு
அறம் பற்றிய விளக்கப் போதனைகள்
ஆயிரமுண்டு/நாமும் உண்டு, களித்துப் படம் போட்டு
மிகிழ்ந்திருக்கும் போதுதான்/இந்த மனிதர்கள்
காய்ந்த நிலமாக நீளக் கிடக்கிறார்கள்.

பாலை எங்கிருந்து நீள்கிறது/யாரிலிருந்து
எதனிலிருந்து கொதிக்கிறது.
இந்தப் பூமியின்/ஈரம் இத்தனை கெதியாக வற்றிப் போவதேன்?

உலக மனிதர்கள் அனைவரையும் தூங்கவிடாமல் செய்துகொண்டிருக்கும் கோவிட் 19 பெருந்தொற்றுக் காலத்துக் கவிதைகளாக அவற்றை வாசிக்கலாம் என்றாலும், அதன் ஒவ்வொரு முன்வைப்பும் மனித வாழ்வின் எல்லாக்களங்களுக்குள்ளும் சென்று திரும்புகின்றன.

கடந்த கால வாழ்க்கையையும் நிகழ்கால இருப்பையும் நேர்க்காட்சி வாதமாக எழுதுவதைத் தாண்டி, இலக்கியம், தத்துவம், குடும்பம், பண்பாட்டு நடவடிக்கைகள் எனக் கருத்தியல் அமைப்புகளையும், நட்பு, காதல், அன்பு எனப் பண்பு நிலைகளையும் தூக்கம் வராத இரவுகளின் அலைவுகளாக ஆக்கியிருக்கும் கவிதைகளாக விரிந்துள்ளன. தமிழ்மொழிக்குள் செயல்படும் நண்பர்களை நினைவுக்குக் கொண்டுவரும் ஒரு கவிதையை வாசிப்பதோடு அதனை முடிக்கலாம்:

தூக்கமற்ற இரவை/பேச்சுகளால் நிரப்புகிறார்கள்
ஜெமோவும் நண்பர்களும்
நிறங்களால் நிரப்புகிறான் றஸ்மி
கஜானி ஒளிப்படங்களால்

கவின் பாடல்களால்
இசை கவிதைகளால்
சுகு அன்பினால்
சிராஜ் புத்தகங்களினால்
எஸ்.ரா. கதைகளினால்
தேவகி அழுகையினால்
நிலா போதனைகளினால்
வாசு மதுவினால்
கோணங்கி பயணங்களால்
அம்ரிதா விதைகளால்
அரசு கண்காணிப்பினால்
ஞானச்செல்வம் சூதாட்டத்தினால்
ஜி.என் கலவியினால்
கரீம் காக்கா விருந்தினால்
வசந்தி முத்தங்களால்
மனோகரன் நீரினாலும் நெல் மணிகளாலும்
இளையராஜா பாடல்களால்
அன்ரன் அரசியல் பாடங்களால்
வோச்சர் சின்னத்துரை விழித்திருப்பதால்
ராகவன் விவாதங்களால்
கலை முடிவேயில்லாத கேள்விகளால்
யோசுவா பகிர்தலால்
சாரு புதிதளித்தலினால்
தயாளன் தன்னையே தருவதினால்
மகிழ் அலங்கரிப்பினால்
மௌனன் (யாத்திரிகா) வேட்டையினால்
ப்ரஸன்னா ஒத்திகைகளினாலும் அளிக்கையினாலும்
அ.ரா விமர்சனங்களால்
காடு தன்னுடைய பச்சைக் கனவுகளால்
வானம் விரிவினால்
கடல் ஓயாத அலைகளினால்
மலைகள் ஆழ்ந்த அமைதியினால்
இப்படியே இரவு நிரம்பிக் கொண்டிருக்கிறது.

- நவம்பர், 2020

5. மத்தேயு என்னும் தன்மை, முன்னிலை, படர்க்கை

தன்மை, முன்னிலை, படர்க்கை இந்தச் சொற்களை இலக்கணப் புலமையின் அடிப்படைச் சொற்களாக அறிமுகம் செய்துள்ளது நமது கல்வியுலகம். தான், யான், நான் என்பன தன்மைகள்-தன்மை ஒருமைகள். அவற்றின் பன்மைகளாக தாம், யாம், நாம், நாங்கள். முன்னிலையில் நீ என்பது ஒருமை; நீங்கள் என்பது பன்மை. அவன், அவள், அவர், அது என்பன படர்க்கை யொருமைகள்; அவர்கள், அவை பன்மைகள். இச்சொற்களை உச்சரிக்கும்போது நான் என்னும் தன்னிலையும் நீ என்னும் மாற்றுநிலையும் அவள்/அவன் /அவர்-கள், அவை என்னும் விலகல் அல்லது சுட்டுநிலையும் உருவாவதைப் பற்றி இலக்கணப்புலம் விரிவாகப் பேசுகின்றது. இந்த உருவாக்கமே மொழியின் அடிப்படை வினையாற்றுக்கூறு. இவற்றிலிருந்தே அறிவுத்தோற்றம் நிகழ்கிறது.

இதே மூன்று சொற்களை மனிதர்களின் இருப்பைக் குறித்த அடிப்படைச் சொற்களாக விரிக்கின்றது தத்துவம். ஒரு மனித உயிரி நானாக இருப்பதில் இருக்கக்கூடிய ரகசியங்களைத் தொடர்ந்து பேசுகிறது. தன்னிலை யுரைத்தலின் விரிவுகள் பலப்பலவாக வெளிப்பட்டுள்ளன. கனிவாக, காதலாக, காமமாக, கொஞ்சலாக, அழுகையாக, புலம்பலாக, எண்வகை மெய்ப்பாடுகளையும்

தன்னிலை உரைத்துப் பார்த்திருக்கிறது. அதன் நீட்சியாக, ஒவ்வொரு தானும், தன் முன்னிருக்கும் நீயை அறிந்துகொள்ள முயல்கிறது. அறிந்துகொள்ளுதலின் தொடர்ச்சியாக அடைய நினைக்கின்றது; அன்பு செலுத்துகின்றது; ஆதரவு காட்டுகின்றது; அடக்கவும் விளைகின்றது. ஒவ்வொரு நானும் தன் முன்னிலையோடு நெருங்கியும் விலகியும் வினையாற்றுகின்றன.

விலகலின் தூரம் கூடும் நிலையில் படர்க்கையைப் பற்றிய எண்ணவோட்டங்கள் உருவாகின்றன. அதனுள் விருப்பும் வெறுப்புமாக தெறித்து விழுகின்றன. இவற்றையெல்லாம் அறிவதற்காக மொழி உருவாக்கிக் கொண்ட சொற்களே எ, ஏ,யா என்ற முதலெழுத்துகள் வழி உருவாகும் வினாச்சொற்கள். என்ன? எது? எப்படி?எங்ஙனம்? ஏன்? யாது? யார்? யாவர்? என்னும் வினாச்சொற்கள் வழி கேட்கப்படும் காரணங்களும் காரியங்களும் உலகத்தை உலகத்தின் இருப்பை- உலகத்தில் மனிதர்கள், விலங்குகள்,தாவரங்கள் என உயிரினங்களின் இருப்பையும் அவற்றிற்கிடையேயான உறவுகளையும் விளக்கப்பார்க்கின்றன. உறவுகள் வழி உருவாகும் உணர்வுகளின் அளவுகளைக் கணக்கிடுகின்றன. உயிரினங்கள் இயற்கைப் பொருட்களோடும், இயற்கைப்பொருட்களை நிலைமாற்றி உருவாக்கும் செயற்கைப் பொருட்களோடும் கொள்ளும் உறவுகளுமாக வாழ்வியல் கட்டமைக்கப்பட்டு விரிகின்றது. கட்டமைக்கப்பட்ட வாழ்வியலை இலக்கியப்பனுவல்கள் எழுதிப்பார்க்கின்றன.

மத்தேயு அறியப்பட்ட பைபிள் கதாபாத்திரம். தொடக்க நிலையிலிருந்தே இயேசுவோடு இருந்த சீடர்களில் ஒருவரான மத்தேயு, வரி வசூலிக்கும் தண்டல் நாயகப்பணியில் இருந்ததாகவும், அவரோடு விருந்துண்டு, தனது பன்னிரு சீடர்களில் ஒருவராக ஆக்கிக் கொண்டார் இயேசு என்றும் அவரைப்பற்றிய குறிப்புகள் சொல்கின்றன. தான் நம்பிய கொள்கைகளை மக்களிடம் பரப்புவதில் விடாப்பிடியும் தளரா உறுதியும் கொண்ட இயேசுவின் கருணையும் இரக்கமும் மனிதகுலத்தின் தேவை. தன்னை நம்பியவர்களை ஈடேற்றம் செய்வதற்காக இயேசு கல்வாரி மலையில் சுமந்த சிலுவைப்பாடுகளைச் சொல்லும் ஒவ்வொரு மொழியும் இரங்கல் பாக்களை எழுதும் உன்னத மொழிக்கூறுகளைத் தன்வசப்படுத்திக் கொள்ளும். சிலுவை சுமந்த இயேசுவின் பாடுகளுக்கும் மறு உயிரிப்புக்கும் விண்ணேற்றத்திற்கும்

சாட்சியாக இருந்தவர் மத்தேயு. பைபிள் வழியாக உலகத்திற்கு அறிமுகமான மத்தேயு பாத்திரத்தைத் தனது ஈழத்தமிழ்ப்பரப்பிற்குள் திரிந்த/ திரியும் பாத்திரமாக்கியிருக்கிறார் கவி.கருணாகரன்.

கருணாகரனின் இந்த உருவாக்கம் நவீனத்தமிழ்க் கவிதைப்பரப்பிற்குப் புதியது என்றாலும் ஒருவித மரபுத்தொடர்ச்சி கொண்டது. சங்கச்செவ்வியல் கவிதைகளில் ஆதிமந்தியும் வெள்ளிவீதியும் மற்ற கவிகளின் கவிதைகளில் பாத்திரமாக வந்து போகின்றார்கள். அந்த வருகையில் காதலின்/ காமத்தின் ஒருவகை வெளிப்பாட்டைக் காட்டும் அடையாளமாக குறியீடாக ஆக்கப்பட்டுள்ளனர். நவீனக் கவிதைகளுக்குள் கலாப்ரியாவின் கவிதைகளுக்குள் சசியும் நகுலனின் கவிதைகளில் சுசிலாவும் புனைவுத் தன்மையுடன் வந்துபோகிறார்கள். இந்த வருகையெல்லாம் ஒற்றைப் பரிமாணமும் ஒற்றை உணர்வு வெளிப்பாடும் கொண்டவை. கருணாகரனின் மத்தேயு ஒற்றையை மறுதலித்த பல பரிமாண உருவாக்கம். அதுவே கருணாகரனின் தனிச்சிறப்பு.

தன்னைப் பற்றிச் சொல்லும் மத்தேயு, தனக்கு முன்னால் இருப்பவரைச் சொல்லும் மத்தேயு, நினைவுகளிலும் அலைவுகளிலும் திரியும் மத்தேயு எனக் கவி.கருணாகரனின் கவிதைகளுக்குள் உருமாற்றம் அடைந்திருக்கிறார். உருமாற்றம் செய்யப்பட்ட மத்தேயு திரிந்த வெளியும் காலமும் முக்கியமானவை. சிறியதேசமே என்றாலும் இலங்கை மொழி, சமயவாழ்வு, இன அடையாளம் போன்றவற்றில் முரண்பாடுகள் கொண்ட நிலப்பரப்பு. அந்நிலப்பரப்பு எனும் வெளிக்குள் வாழும் இலங்கைத் தமிழர்கள் தங்களின் இன அடையாளத்தைப் பேணவும், இனத்தின் அடையாளமாகக் கருதும் மொழியின் தனித்துவமான - செவ்வியல்- இருப்பைச் சிதையாமல் காக்கவுமான போராட்டத்தைத் தொடங்கிப் போர்க்களமாக மாற்றிக் கொண்ட காலமது. ஏறத்தாழ முப்பதாண்டு காலப் போர்க்கால வாழ்க்கையில் தனிமனிதவெளியும் பொதுச் சமூகவெளியும் சந்தேகங்களாலும் நம்பிக்கையின்மையாலும் நிரம்பி வழிந்தது. அதன் தொடர்ச்சியாகக் கொலைகளும் வன்முறையும் இயல்பு வாழ்க்கையாக ஏற்றுக் கொள்ளப்பட்டன. அவற்றிற்கெல்லாம் தீர்வாக வந்த பெருந்தோல்விக்கான காரணங்கள் எதனால்? யாரால்? எனக் கேள்விகள் நீண்டுகொண்டே இருக்கின்றன. தீராத கொந்தளிப்புகளோடு போர்க்கால, போர்க்களப் புலத்தில் திரிந்த

மத்தேயுக்களைக் கருணாகரன் இப்போது தனது கவிதைகளில் மறு உயிர்ப்புச் செய்து வாசிக்கத்தந்துள்ளார்.

யேசுவின் செயல்பாடுகளுக்குச் சாட்சியாக இருந்த மத்தேயுவைப் போலக் கருணாகரன் உருவாக்கும் மத்தேயுக்கள் பங்கெடுத்த நிகழ்வுகளும் - பங்கெடுக்கத்தவறிய நிகழ்வுகளும் - பங்கெடுக்க மறுத்த நிகழ்வுகளும் - கவிதை நிகழ்வுகளாக மாற்றம் பெற்றுள்ளன. நிகழ்வுகள் வழி அடுக்கப்படும் காட்சிகள் ஈழத்தமிழ் நிலத்தை அறிந்தவர்களுக்கு உருவாக்கக் கூடிய உணர்வுகள் ஒருவிதமாக இருக்கலாம். அதனைப் பனுவல்கள் வழி அறிந்தவர்களுக்குத் தரும் உணர்வுகள் வேறுவிதமாக இருக்கலாம். அவ்வுணர்வுகள் தமிழ்க் கவிதைப்பரப்பிற்குள் தனி ஈழத்திற்கான போரும் போரின் நிமித்தங்களும் உருவாக்கிய அணிச்சேர்க்கை, தலைமைத்துவம், கட்டுப்பப்படுதல், தியாகம், அர்ப்பணிப்பு, எதிரிகளை அடையாளப்படுத்துதல், அழித்தொழிப்பின் நியாயங்கள், மறுதலிப்புகள், துரோகம், ஒத்தோடி போன்ற சொல்லாடல்களால் உருவாகக்கூடியன என்பதையும் மறுப்பதற்கில்லை. இவற்றுக்கெல்லாம் சாட்சியமாக இருந்த கருணாகரனையே கவிதைகளுக்குள் அலையும் மத்தேயுவாகவும் வாசிக்கமுடியும். ஒவ்வொன்றையும் அதனதன் இருப்போடு அடையாளப்படுத்தி மத்தேயு கவிதைகளை வாசிக்கும்போது கவிதையெனும் இலக்கிய வடிவத்தின் சக்தியும் உள்ளடுக்குகளுக்குள் ஒழித்து வைக்கப்பட்டிருக்கும் அர்த்தங்களும் புரிபடும். அவற்றில் சிலவற்றை எடுத்துக்காட்டி இங்கே விளக்கிக் காட்டலாம்; ஆனால் நான் செய்யப் போவதில்லை. எனக்குத் தோன்றும் அர்த்தங்களும் உணர்த்தும் உணர்வுகளும் அனைவருக்கும் கிடைக்கும் என்பதற்கில்லை. எனது வாசிப்பில் பலவிதமாகத் தோற்றமளிக்கும் மத்தேயுவை ஒருவர் இன்மையாக/ அருபமாக உணரவும் வாய்ப்புண்டு. கவிதைக் கலையின் சாத்தியங்கள் அப்படியானவை. நீங்கள் எப்படி வாசிப்பீர்களோ, அப்படியே வாசித்துக் கொள்ளும்படி உங்களைக் கேட்டுக்கொள்கிறேன்.

★★★

கவி, கருணாகரன் முந்திய தொகுப்பான நினைவின் இறுதி நாட்கள் தொகுப்பை வாசித்தபோது அத்தொகுப்பில் இருந்த மத்தியூ, மத்தியூவின் சிரிப்பு, மத்தியூவின் வருகை, மத்தியூவின்

டயறி 01, மத்தியூவின் டயறி 02 என்ற தலைப்பிட்ட ஐந்து கவிதைகளும் தந்த செய்திகளும் உணர்வுகளும் புதுவிதமான கவிதையனுபவமாக இருந்தன.அப்போதே அதுகுறித்த அவரோடு உரையாடினேன்; முடிந்தால் இதுபோன்று இன்னும் பல கவிதைகளை எழுதித் தனித்தொகுப்பாக வெளியிட வேண்டும் எனக் கேட்டுக்கொண்டேன். எனது கோரிக்கை நிறைவேறியிருக்கிறது. அக்கோரிக்கையோடு இன்னுமொரு கோரிக்கையும் இருக்கிறது. இக்கவிதைகள் அனைத்தும் ஆங்கிலத்தில் மொழிபெயர்க்கப்பட்டு உலகக்கவிதை வாசகர்களுக்குக் கொண்டு போகப்படவேண்டும். சிங்களத்தில் மொழிபெயர்க்கப்பட்டு இலங்கையின் சிங்கள வாசகர்களுக்கும் கிடைக்கச்செய்ய வேண்டும் என்பதுதான் அந்தக் கோரிக்கை. அந்தக் கோரிக்கையின் ஒருபகுதியை நிறைவேற்றும் முயற்சியாகத் தமிழ்க் கவிதைகளை / இந்தியக் கவிதைகளை ஆங்கிலத்திலும், மறுதலையாக ஆங்கிலத்திலிருந்து தமிழிலும் மொழிபெயர்ப்பு செய்யும் மொழிபெயர்ப்பாளர் ஸ்ரீ என் ஸ்ரீவத்ஸா அவர்களுக்குக் கருணாகரனின் மத்தேயு கவிதைகளைப் பரிந்துரைசெய்து மொழிபெயர்ப்பு செய்யமுடியுமா? என்று கேட்டுக்கொண்டேன். அவரும் மனமகிழ்ச்சியோடு மத்தேயு கவிதைகளை மொழிமாற்றம் செய்திருக்கிறார். சிங்கள மொழிபெயர்ப்பும் நடக்கவேண்டும். ஒரே தொகுப்பில் தமிழ், ஆங்கிலம், சிங்களம் என மூன்று மொழியிலும் இக்கவிதைகள் வாசிக்கக் கிடைக்கவேண்டும். அது நடக்கும் என நம்புகிறேன்.

- பிப்ரவரி 26, 2021

6. தில்லையின் விடாய் : உடலரசியலின் வெளிப்பாடுகள்

அவன் / தூங்கிக் கொண்டிருக்கும் / ஒவ்வொரு நொடிக்கும்
என் நெஞ்சில் புடைத்து எழுகின்ற / வலியைப் பொத்திக்கொண்டு
நான் உயிர்க்கின்றேன்.

பெருமூச்சை அடக்கி / என்னைக் குடைகின்ற அவன் / என்னில்
அப்பி உருமும்
ஊத்தையைப் போல் / என் மனது முழுதும்
ஒட்டிப் புடைக்கிறான்.
என்ன செய்ய?
அவனை மொத்தி / தேனியாய் வானத்தை
என் அருகில் அமர்த்த / நான் பள்ளி கொண்டேன்
பின்/விடுபட்டுப் போன / நாட்களின் கால நீட்சியில்
புடைப்புகளிலிருந்து / தொண்ணூற்றி எட்டுச் சொச்சம்
வால்வெள்ளிகளை நான் / எண்ணிக்கொண்டிருக்கிறேன். (- 78)

மூடுண்டறை எனத் தலைப்பிட்டு எழுதப்பெற்றுள்ள இக்கவிதையின் பின்பகுதி ஓர் அறைக்குள் இருக்கும் பெண்ணின் இருப்பைச் சொல்கிறது. இருப்பின் சூழலைச் சொல்கிறது. அந்தச் சூழல் தனித்திருக்கும் சூழல் என்கிறது. தனித்திருக்கும் இந்தக் காலத்தின் தவிப்பின் வெளிப்பாடாக வால்வெள்ளிகளை

எண்ணிக்கொண்டிருக்கும் வினையைச் சொல்கிறது. எண்ணிக் கொண்டிருக்கும் இந்தக் காலம் ஒருநாள் இருநாள் அல்ல என்பதைக் காட்ட பல நாட்களின் நீட்சியில் தொண்ணூற்று எட்டுச் சொச்சம் வால்வெள்ளிகள் எனக் கணக்கிட்டுக் காட்டுகிறது. தனித்திருக்கும் இந்தக் காலத்தில் அந்தப் பெண்ணின் நினைவுகளுக்குள் ஓடும் காட்சிச்சித்திரங்களைக் கவிதையின் முன் பகுதி விவரிக்கிறது. அந்த விவரிப்பு கலவியின் காட்சிகள். பெண்ணும் ஆணும் தங்கள் உடல்களைப் பரிமாறிக்கொள்ளும் வேட்கையின் அசைவுகள். வேட்கையின்போதும் கலவியின்போதும் எழும்பித் தளும்பும் உணர்வுகளையும் அதன் முடிவில் தோன்றும் இருபால் உடல்களின் தளர்வையும் அதன் பின் தோன்றும் மனக் கூச்சங்களையும் விவரிக்கிறது.

பெண்நிலைவாதம் அல்லது பெண்ணியம் ஒரு கருத்தியல் திரட்சியாக உருமாறிய பிறகு தன்னுணர்வு பெற்ற பெண்ணெழுத்துகள் உலக மொழிகள் பலவற்றில் வாசிக்கக் கிடைத்தன. பெண்கள் தங்களின் இருப்பை இலக்கியப்பிரதிகளில் வெளிப்படுத்துவதற்கு முன்பே வேலைத்தளங்களில் வெளிப்படுத்தினார்கள். ஆண்கள் செய்யும் வேலைகளைப் பெண்களாலும் செய்ய முடியும் எனக் காட்டினார்கள். பின்னர் குடும்ப எல்லைக்குள் இருக்கும் வேலைப்பிரிவினைகளை ஆண்களுக்குப் பகிர்ந்தளிக்கும் பணிகளைத் தொடங்கினார்கள். பொதுத்தள அதிகாரத்துவ நிறுவனங்களில் தங்களின் வருகையை உறுதிசெய்து அதிகாரிகளாகவும் அமைச்சுகளாகவும் ஆனார்கள். இந்த வளர்ச்சிப்போக்கில் - பெண்களின் மாற்றத்தின் ஊடாட்டத்தில் - இலக்கியப்பனுவல்களும் இணைந்துகொண்டன. இணைந்துகொண்ட இலக்கியப்பனுவல்களில் ஆண்களின் பனுவல்களும் இருந்தன.

பெண்களை ஆண்களுக்குக் கீழானவர்களாகப் பார்க்கும் பார்வை மாறவேண்டும்; அவர்களை இன்னொரு பாலினமாகப் பார்ப்பதோடு, அவரவர்க்கான ஆசைகளும் தனித்துவ அடையாளங்களும் படைப்பாற்றலும் கொண்ட மனித உயிரியாகவும் ஏற்றுக்கொள்ள வேண்டும் என முன்மொழிந்த ஆண்கள் எழுதிய பெண்சார் பனுவல்கள் எல்லா மொழிகளிலும் கிடைக்கின்றன. வேலைத்தளங்கள் தொடங்கி அரசியல் உள்ளிட்ட

பொதுவெளிகளிலும் குடும்பம் என்னும் தனிநபர்சார்ந்த வெளிகளிலும் பெண்களுக்காகப் பரிந்து பேசிய ஆண் பனுவல்கள் நுழைய முடியாத இன்னொரு வெளியாக இருந்தது பெண்களின் உடல்கள். பெண்களின் உடல்மொழியையும் அதன் இருப்பையும் தேவைகளையும் வெளிப்படும் விதத்தையும் ஆண்கள் பெண் நோக்கில் எழுத முடியாதவர்களாகத் தோற்றுக்கொண்டிருந்தார்கள்; இருக்கிறார்கள்.

அதே நேரம் பெண்களின் உடல்களை ஆண் நோக்கில் எழுதிக் குவித்த கவிதைகளும் புனைவுகளும் ஏராளமாகக் கிடைக்கின்றன. ஆற்றுப்படை நூல்கள் கிடைக்கும் கேசாதிபாதம் அல்லது பாதாதிகேசம் எல்லாம் பெண்ணுடலை ஆண் நோக்கில் எழுதிக் காட்டிய பனுவல்களே. அதன் நீட்சிகளைச் சிற்றிலக்கியங்களின் பல வகைகள் விதம் விதமாக எழுதிக்காட்டின. பெண்ணுடலின் ரகசியங்களையும் திறன்களையும் பேசாமல் புறக் கட்டுமானங்களைப் புனைவு மொழியில் வைத்துக் காட்டிய அப்பனுவல்கள் அனைத்தும் ஆண்களின் வாசிப்பானவை. பெண் உடலை இயற்கை மற்றும் செயற்கைப் பொருள்களோடு உவமானமாகவும் உருவகமாகவும் காட்டி ஆண்களின் கற்பனைக்கு விருந்து வைத்த பனுவல்கள். இவ்வகையான பனுவல்கள் பல நேரங்களில் பெண்களைக் குற்றவுணர்வுக்குள்ளும் சில நேரங்களில் பெருமிதங்களுக்குள்ளும் நிறுத்தின.

இந்தப் போக்கை மறுதலித்து பெண்ணுடலைப் பெண்களே பேசுதல் என்ற போக்கை முன்மொழிந்து இலக்கியப்பனுவல்களை உருவாக்கியது பெண்நிலைவாதத்தின் மூன்றாம் அலை. தீவிரவாதப் பெண்ணியம் என்னும் மிரட்டும் சொற்களால் கல்விப்புலத்தில் சொல்லப்படும் அந்தப் போக்கு ஏற்ற இறக்கங்கள் கொண்ட ஒன்று. எல்லா நிலையிலும் சமநிலையை முன்வைத்துப் பேசியது. ஆனால் இலக்கியப்பனுவல்களில் உடலரசியலை முன்வைத்த ஒன்றாக அடையாளப்பட்டது.

ஆண்கள் நேர்ச்சொற்களாகச் சொல்லாமல் உவமைகளாகவும் உருவகங்களாகவும் படிமங்களாகவும் சொல்லப்பட்ட பெண் உடலின் அந்தரங்க உறுப்புகளைப் பனுவல்களில் எழுதினார்கள். கலவியில் ஆண் - பெண் சேர்க்கையில் முக்கிய வினையாற்றும் யோனி, முலை போன்ற சொற்களைப் பாவிப்பதோடு, அவற்றின்

இயக்கத்தையும் அதனால் உண்டாகும் திளைப்பையும் அதற்குப் பிந்திய வினைகளான கர்ப்பம் சுமத்தல், பிள்ளைப்பேறு, அதன் வலி அல்லது இன்பம் முதலானவற்றையும் பெண்கள் எழுதிய பனுவல்கள் முன்வைத்தன. அதன் வழியாக பெண்ணுடல் சார்ந்த புதிய அழகியலும் கவிதைப் போக்கும் நவீனக் கவிதைப்போக்குகளுள் ஒன்றாக மாறின. இந்தப் போக்கில் குறிப்பிடத்தக்க கவிதைகளைத் தமிழில் குட்டிரேவதி, லீனா மணிமேகலை, சுகிர்தராணி போன்றவர்கள் தந்திருக்கிறார்கள். முழுமையாக அவ்வகைக் கவிதைகளை எழுதிய கவிகள் என அடையாளப்படுத்த முடியவில்லை அப்படி எழுதப்பெற்ற கவிதைகளைத் தமிழ்க் கவிதை வாசகர்களும் திறனாய்வாளர்கள் கொஞ்சம் தயக்கத்தோடுதான் அணுகினார்கள். அவர்களுக்குப் பின் பெண்ணுடலை அரசியல் பனுவலாக வைத்து எழுதப்பெற்ற கவிதைத் தொகுப்பாக இந்தத் தொகுப்பு தில்லையின் விடாய் என்னும் கவிதைத் தொகுப்பு வாசிக்கக் கிடைத்துள்ளது.

எண்ணிக்கையில் 50 கவிதைகளுக்கும் குறைவாக இருக்கும் இத்தொகுப்பில் பாதிக்கும் மேலான கவிதைகள் பெண்களின் உடலை அதன் இருப்பை- அதன் பாலியல் தேவையை - வலியை, குற்றவுணர்வாக நினைக்கும் ஆண்களின் மனநிலையை உரிப்பொருளாகவும் விவாதிக்கும் சொல்லாடல்களாகவும் மாற்றியுள்ளது. சில கவிதைகளை வாசிப்புக்காக இங்கே தரலாம்.

என் உடலின் /ஒவ்வொரு அங்கங்களும்
செட்டை கட்டிப்பறக்கின்றன.
கடவுளின் சிருஷ்டிப்புக்களை/ மிகச்சிறிய பொம்மைகளின்
வடிவமைப்பிலிருந்து / பிய்த்துப் பிய்த்து எறிகின்றேன்.

பிரம்மா பிச்சைப் பாத்திரத்தை / என்னிடம் நீட்டி
என் கண்களையும் மூளையையும் / இரந்து கேட்டாள்.
பொம்மைகளைப் படைக்கத் /தெரியாத சிறு ஐந்தை
என் வீணையின் / மெல்லிசையில் வருடினேன்.
இசையை முகர்ந்த அவன் / வெண் தாமரையில் புணர்தலை
பேரோசையில் கக்கினான்.

எண்ணற்ற சிலிர்ப்புக்கள் / என்னில் தோன்றி
பொம்மையை உருவாக்க முடியாத / உன்னை

சிற்பியே எனப்போற்றும் / ஓர் அற்பப்பிறவியின்
புலம்பலை / ஒரு மரணத்தின்/விளிம்பிலிருந்து
நான் பார்க்கின்றேன்.
படைப்பு என்பதென்ன? / சதையும் பிண்டமுமா?
விந்தும் சுக்கிலமுமா?   – 14

கலட்டிக்காய்/புரிந்துகொள்ள/முடியாததின் மீது
உயிர் உறைவதும்/கரைவதுமாய்/ஒடுங்கி ஒடுங்கி
நீளமறுக்கிறது மனது/மிகமிக இரகசியமான
உணர்வுகளின் மீது/சுவாரசியமான நிறங்கள்
தோன்றுவதும்/மறைவதுமாய்
கழிகிறது பொழுது/சில வருடங்களுக்கு/முன்பான
காலங்களில் ஒரு நாள்/அவாவித் தழுவிய
இருளின்/கைகள்/முன்நகர்ந்து/முலைகளை அளைந்தும்
யோனியைப் பொருதியும்/நீ கன்னியா?

மீண்டும் மீண்டுமாய் / வருடங்கள் கடந்தும்
நற்பண்புள்ள உயர் கல்விகற்ற / உயர்பதவி வகிக்கும்
அழகிய சிவந்த படித்த மணமகன்
புதிய புதிய/மீண்டும் மீண்டுமாய்
எப்படியிருக்கிறாய்?
மழை பெய்து ஓய்ந்த / ஒரு நடு இரவில்
மீண்டும் புணர்ந்து / மெய்சிலிர்த்த
வாழ்வின் இருத்தலை/தெரு ஓரத்திலிருக்கும்
இலைகளற்ற மரம் / நினைவுகொள்ளச் செய்கிறது.   – 57,58

தப்பிலிக்கவிதை

எனக்கு முன்னே
என்னுடைய அம்மா
அவளின் அம்மா

எல்லாம் தோற்றுப்போன
தீயிலிருந்து

நான் எழுந்திருக்கின்றேன்
சாக்கடை நீராய் / உறைந்து கரைந்துபோன
தாயின் மகள் நான்.
"அடுப்படி இறவானங்களில்"/ சொருகி இருந்த
வரலாறுகளும், / சேலைத்தலைப்புகளில்
முடிந்திருந்த சரித்திரங்களும் / எனக்குச் சீருடை தந்தன
எனது தாயின் குரல்வளையை / அழுத்தி இறுக்கிய
கோபமும் துயரமும் / என்னிடத்திலுள்ளது
நான் ஒரு போராளி / கட்டுப்பெட்டி வாழ்வின்
கொடுங்கோலிலிருந்து / நான் விடுதலை பெறுவேன் -63

ஆண்களால் உருவாக்கப்பெற்ற அமைப்புகளின் விதிகள் குறிப்பாகச் சமயச் சொல்லாடல்களும் - அரசியல் சொல்லாடல்களும் பெண்களை இரண்டாம் தரக்குடிமக்களாகவும் ஆண்களுக்குச் சேவகம் செய்யவேண்டிய நிலையிலும் வைத்திருக்கிறது என்ற வாதங்களைத் தாண்டி, பெண்களின் உடலைப் பற்றிய புனைவுகளும் அவர்களைக் குற்றவுணர்வுக்குள் தள்ளி அடிமைப்படுத்துவதில் முதன்மையான வேலையைச் செய்கிறது என்ற நம்பிக்கையின் வெளிப்பாட்டை இக்கவிதைகள் கொண்டிருக்கின்றன. அவற்றின் உட்பொருளாகவும் இணை நிலை நோக்கமாகவும் உடலரசியலைப் பேசும் கவிதைகளைக் கொண்டிருக்கும் விடாய் தொகுப்பில் ஈழப்போராட்டம் பின்னணிக் களமாக இருக்கிறது என்பதும் கவனிக்க வேண்டிய ஒன்று.

போர்க்காலத்தின் பெண்களின் பாடுகளும் ஆண்களின் போர் ஈடுபட்டால் தனித்திருக்கும் பெண்களும் சில கவிதைகளுக்குள் உரிப்பொருள்களாக ஆகியிருக்கின்றன. அஃதல்லாமல் விடுதலையை விரும்பும் தனியொரு மனுசியின் மனத்தையும் சில கவிதைகளில் வாசிக்க முடிகிறது. தன்னிலையை முன்வைக்கும் இக்கவிதையை வாசித்துப் பார்க்கலாம்.

இடைவெளி / வெற்றிடத்தை / உலகம் விழுங்கிவிட்டது
தொடக்கமும் இல்லை/முடிவும் இல்லை
சொர்க்கம் இல்லை/பூமி இல்லை
மற்றும் நேரமும் இல்லை
இன்று அல்லது நாளை/மன அழுத்தமும் இல்லை

ஒரு வார்த்தை கூட/பேசப்படவில்லை
அதைவிட மேலானது/எதுவும் இல்லை
என்னை நானே வீழ்த்தினேன்/முடிவில்லாத வெற்றிடத்திற்குள்
என்னுடையது கரைகிறது

எதுவும் குறையவில்லை/ வெற்றிடம் குறைந்த போதும்,
என்னுடையது எதுவும் குறையவில்லை
நான் அகலத்திலும் / ஆழத்திலும் வளர்கிறேன்
என்றால்,
என்னுடையது எதுவும் /உணரப்படவில்லை.
கடவுள் வெறுமையாய்/ஒரு முகத்தை தருகிறார்
நான் அதை ஒன்றும் செய்யவில்லை. – (38)

ஈழப்போருக்குப் பின்னான அகதி வாழ்க்கையை புலப்பெயர்வைக் கறுப்புச் சரித்திரம் எனச் சித்திரிக்கும் ஒரு கவிதையில் தன்னையொத்த அகதிகளாக அலையும் பலஸ்தீனப் பெண்களின் கண்களிலும் புன்னகையிலும் என்னை அணிந்திருந்தனர் எனச் சொல்வதின் மூலம் ஒரு கவிதைக்குள் உலகத்தில் போர்களும், போர்களால் உண்டாகும் புலப்பெயர்வும் உலகந்தழுவிய ஒரு நிகழ்வாக மாறிவிட்டதை வாசிப்பவர்களுக்குக் கடத்துகிறது பின்வரும் கவிதை:

வாழ்தலின் மையம் தொலைத்த / இரு பலஸ்தீன/
யுவதிகளைக் கண்டேன்
என் கண்களைப்போன்று / அவர்கள் கண்களும் /
பூமிக்குள்ளே / தாழ்ந்திருந்தன.
ஒட்ட ஒட்ட வெட்டப்பட்ட அவர்களுடைய
புன்னகை போன்றே என்னுடைய
புன்னகையும் இருந்தது.
ஒரு தேசத்துக்காக கடலைத் தந்த / எனது கண்களைப் போன்று
அவர்கள் கண்களும் / பூமிக்கே தாழ்ந்திருந்தது.
என்னைப்போல் / அகதிகள் தேசத்தில்
மொழிதெரியாத இருமுகங்களும் / என்னை அணிந்திருந்தனர்.

வாழ்விலும் மரணத்திலும் / அவர்களைப் போலவே /
நானும் இருந்தேன்
இரு தேசங்களின் / கறுப்பு சரித்திரமாக...

தனது கவிதையியல் என்பது பாடுகளை முன்வைப்பது என்பதைத் தெரிவுசெய்து, முதன்மையாகப் பெண் உடலைப் பேசும் கவிதைகளை அதிகமாகவும் ஈழத்துப் போர்ப்பின்னணியை இரண்டாவதாகவும் கொண்டுள்ள கவிதைகளை எழுதித்தந்துள்ள தில்லையிடமிருந்து இவ்வுரிப்பொருளில் இன்னும் பலகவிதைகள் கிடைக்க வாய்ப்புள்ளதை இத்தொகுப்பு காட்டுகிறது.

- மே 29, 2021

7. தன்னை முன்வைக்கும் நவீனத்துவம் – கவிதா லட்சுமியின் சிகண்டி

கேட்கும் இடத்தில் இருந்து வாசிக்கும் கவிதை வாசகர்களுக்குத் தர்க்கம் சார்ந்த புரிதல்களையும் காரணகாரியங்கள் கொண்ட விளக்கங்களையும் முன் வைப்பதைத் தவிர்ப்பது கவிதையின் அழகியல் கூறுகளில் ஒன்றாக முன் வைக்கப்படுகிறது. நேரடி விளக்கங்களைத் தவிர்த்து முன்வைக்கப்படும் சொற்களின் வழி உருவாக்கப்படும் குறியீடுகள், படிமங்கள், உவமங்கள், உருவகங்கள் போன்றவற்றின் வழியாக வாசிப்புத்தளங்களைக் கவிதைகள் உருவாக்கவேண்டும் என எதிர்பார்க்கப்படுகிறது. இந்த எதிர்பார்ப்புகளை நிறைவேற்றும் நிலையில் தான் கவிதை எழுத்துக் கலைகளில் உச்சம் எனக் கருதப்படுகிறது. இப்படிக் கருதப்படுவதின் பின்னணிகள் முழுமையும் ஏற்கத்தக்கன அல்ல.

இலக்கியப்பிரதி காரணகாரியங்களற்ற மனநிலையின் வெளிப்பாடாக இருக்கவேண்டும் என்பதில் தொடக்கம் கொண்ட இந்தக் கருத்துநிலை, கவியையும் கவியின் சொற்களையும் கடவுளின் இடத்திற்கு உயர்த்தும் மனோபாவத்தின் வெளிப்பாடு.

எப்போதும் கவிகள், சூழலை மறந்து அல்லது மறுதலித்துத் தன்னைத் தன்னோடு பேசும் உயிரியாக நினைத்துக்கொள்ள வேண்டும் என்பதை வலியுறுத்தும் கவிதை அழகியலே இதன் தொடக்கம். நவீனத்துவத்தின் ஒரு வாய்ப்பாடாக விளங்கிய இந்த

மூலத்தை, அதே நவீனத்துவத்தின் வளர்ச்சியான அடையாள அரசியல் காலத்துக் கவிதைப் பார்வைகள் நிராகரித்து விட்டன.

நவீனத்துவக் கவிதைகளுக்குள் தனி அடையாளமாக வெளிப்பட்ட அரசியல் செயல்பாட்டு நோக்கம் கொண்ட கவிதைகள் - வர்க்கமுரண், காலனியாதிக்க விடுவிப்பு, இனவிடுதலை, பெண்நிலைவாதத்தை முன்வைத்தல், தலித்திய ஒடுக்குமுறையின் வலிகளை விவரித்தல், விளிம்பு நிலையில் காணாமல் ஆக்கப்பட்டதை முன்வைத்தல் போன்ற அரசியல் செயல்பாட்டுக் கவிதைகள், கவிகளை உணர்வு மயமானவர்கள் என்ற மாயச் சிறையிலிருந்து விடுவித்து அறிவு வயப்பட்டவர்கள் எனக் காட்டியுள்ளன. தனது மொழியின் வழியாகத் தன்னிலையையும் முன்னிலையையும் உருவாக்கிக் கொண்டு, தொடர்பாடலுக்கான செய்திகளையும் நிகழ்வுகளையும் உருவாக்குவதில் பல்வேறு அணுகுமுறைகள் உள்ளன.

அகவயமான சிக்கல்களைக் கவிதையாக்க நினைப்பவர்கள் கவிச்சொல்லியான தன்னிலை அடையாளங்களை உருவாக்காமல் விட்டுவிடுவதோடு முன்னிலையையும் அடையாளப் படுத்தாமல் தவிர்க்கின்றனர். ஆனால் அவர்களின் சிக்கல்களும் புழுக்கங்களும் மன அடுக்குகளாக விரிக்கப்படுகின்றன. இம்மன அடுக்குகள் முழுமையும் தனியொருவரின் அனுபவம் சார்ந்தவை என்பதால், வாசகர்களின் நுழைவுக்கான திறப்புகள் இல்லாமல் புரியாத கவிதைகள் என ஒதுக்கப்படும் வாய்ப்புகளைப் பெற்றுவிடுகின்றன. அதேபோன்ற மனச் சிக்கல்களும் புலம்பல்களும் கொண்டவர்களால் விதந்தோதப்படுகின்றன.

மேலே விவரித்த வகைப்பாட்டில் நான் வாசித்த கவிதா லட்சுமியின் சிகண்டி தொகுப்பில் ஒரு கவிதையும் இல்லை. அவர் தனது கவிதையின் தொடர்பாடல் வடிவத்தில் சொல்லியின் இடத்தையும் பரிமாணங்களையும் வலுவாகக் கட்டி எழுப்பும் சொற்களைக் கொண்டவராகப் பெரும்பாலான கவிதைகளில் வெளிப்படுகிறார். அந்த அளவுக்கு முன்னிலையில் இருப்பவருக்கான அடையாளத்தை உருவாக்க வேண்டிய தேவையை அவரது கவிதைகள் கொண்டிருக்கவில்லை. அந்த இடம் பெரும்பான்மைக்கான பலவகைப்பட்ட வாசகர்களுக்காக - திறப்பாக விடப்பட்டுள்ளன. அதனாலேயே அவர் முன்வைக்கும்

செய்திகளோடு, கருத்துநிலையோடு தன்னை அடையாளம் கண்டு கொள்ளும் எவரும் இணைந்துகொள்ளும் வாசித்து விவாதிக்கும் வாய்ப்புகளைத் தருகின்றன. இவ்வகைக் கவிதைகள் இந்தத்தொகுப்பில் பாதியளவுக்கு இருக்கின்றன. நீள நீளமாக உரத்துப் பேசவும் செய்கின்றன. நான் பெண்மையின் உச்சமாகிறேன் என்னும் தலைப்பிட்டு எழுதப்பெற்றுள்ள இந்தக் கவிதையை வாசித்துப் பாருங்கள்.

வெங்காயத்தைத் தோலுரித்து
பொடிபொடியாக வெட்டவெட்ட
பெண்மையின் உஷ்ணம்
கண்ணில் ஏறுகிறது

கத்திரிக்காயையோ வெண்டைக்காயையோ
துண்டாக்கி
எண்ணையில் போட்டு
அது பொன்னிறமாகையில்
என் பெண்மையும் மெல்லக்
கணகணப்பாகிறது

மாமிசத்துண்டங்களை மிருதுவாகச் சீவி
இஞ்சியும் பூண்டும் மிளகும்
பொடிமிளகாயும்
தூவிக்கலந்து நீரூற்ற
அது கொதித்துக் கொப்பளங்கள்
எழுந்துடைகையில்
என் பெண்மை பூரித்து
தன்னுணர்வுள் சூடேற்றுகிறது

ஒவ்வோர் தினமும்
நிதம்நிதம் இந்நடைமுறைக்குள்
போதேயேற ஒரு மார்க்கமாய்
மையல் ஊற்றெடுக்கிறது

இனியென்ன
உணவுமேசையில்
பெண்மையைப் பரிமாறி
தூசி தட்டிக் கூட்டியள்ளி
பொருட்களைக்
கவனமாக வைக்கும் கணங்கள்

அப்பப்பா...!

உடல் அணுக்களெல்லாம்
முருக்கேறி
பெண்ணுணர்வு பரிசுத்தமடைகிறது.
நான்
பெண்மையின் உச்சமாகிறேன்!

இப்படியாகவேதான்
சில வெங்காயங்களும்
வெண்டைக்காய்களும்
நம் பெண்ணுணர்வைக்
காத்தருள் புரிகின்றன
தோழி!

தனது நிலைப்பாட்டின் மீதும் கருத்தியல்மீதும் நம்பிக்கைகளின் மீதும் உறுதித் தொனியை ஏற்றிவிடும் சொற்களைக் கொண்டு எழுதப்படும் இவ்வகைக் கவிதைகள் வாசிப்பவர்களின் அன்றாட நடவடிக்கைகளை முன்வைத்தே விரிகின்றன. அப்படி விரியும்போது வாசிப்பவர்களிடம் இருவகை உணர்வுகளை அல்லது நிலைப்பாடுகளை உருவாக்கும். கவிதை சொல்லியின் நிலைப்பாட்டில் உடன்பாடுகொண்டவர்களைக் கவிதையோடு ஏற்புநிலை கொண்டு பாராட்டுபவர்களாக மாற்றும்; தனது மன விருப்பத்தை எழுதியிருக்கிறார் என்று இணைந்து கொள்வார்கள் அவர்கள். அறிவியக்கத்தின் துணையோடு நவீனத்துவத்தின் வரவிற்குள் நுழைந்தவர்களை அதன் விளிம்பில் நின்று இங்குமங்குமாக அலைபவர்களே கீழ்த்திசைப் பண்பாட்டில் அதிகம். எனவே இவர்கள் கவிதாலட்சுமி கவிதைக்குள்

இருக்கும் சொல்லியின் நிலைப்பாட்டோடு எதிர்நிலை எடுக்கும் வாய்ப்புகளே அதிகம். தனது கவிதை முன்மொழிவுகளால் அதிகமான எதிர்நிலைப்பாட்டாளர்களையே கவிதாலட்சுமி பெற்றிருக்கக் கூடும். அவர்கள் இவ்வகைக் கவிதைகளின் நேர்க்கூற்று நிலையைக் கவிதை நுட்பங்களற்ற பேச்சுகள் / உரைவீச்சுகள் எனச் சொல்வார்கள். அப்படிச் சொல்பவர்களின் இவ்வகைக் கவிதைகளில் இடம்பெறும் மறித்துவரல் உத்தியை முன்வைத்து நிராகரிக்கவும் செய்வார்கள். தங்களது நிலைப்பாட்டிலிலும் அறிதலிலும் இருக்கும் உறுதித்தன்மை காரணமாகத் திரும்பத் திரும்ப அடுக்க வேண்டும் என நினைக்கிறார்கள் இவ்வகைக் கவிகள். அந்த அடுக்கும் முறை, கவிதையை மன வாசிப்புக்குரிய நிலையிலிருந்து மேடை வாசிப்புக்குரியதாக ஆக்கிவிடும். இவ்விரண்டில் எது முக்கியம் என்பதைக் கவிகளே முடிவுசெய்யவேண்டும்.

இத்தொகுப்பில் இடம்பெற்றுள்ள தன்னைக் கடந்து, என்னை வரையும் நான், நான் பெண்மையும் உச்சம் ஆகிறேன், மகனுக்குஅப்படியே விடு, ஞானம் தேடிச்சென்றவர் கதை, என் மகனின் காதலிக்கு, இதயம் எனக்குச் சொந்தமில்லை,கடவுள்தான் காப்பாற்ற வேண்டும், வேதாளம் சொல்லும் கதை, உலகினை ஒரு பந்தாக்கி அவர்கள் விளையாடத் தொடங்கினர். அவள்கள் அப்படித்தான்,பெண்கள் தினம்,ஆண் என்பது எருமையைப் போன்றது, நோர்வே நாடும் அமேசோன் காடும்! என்ற தலைப்புகளில் உள்ள கவிதைகளில் இத்தன்மையைக் காண முடிகிறது.

கவிதைசொல்லியை யாரென்று நேரடியாகக் காட்டாமல் படர்க்கை நிலையில் வைத்துக் கொண்டு விவாதிக்கும் நிகழ்வு, சூழல், செய்தி, ஆளுமைகள், ஓர் உணர்வு, இயற்கையின் வெளிப்பாட்டு நிலை, கவனிக்கச் செய்த ஒரு காட்சி என்பனவற்றை முன்வைக்கும் கவிதைகள் இத்தொகுப்பில் எண்ணிக்கையில் அதிகமாக உள்ளன. அவ்வகைக்குரிய கவிதையில் ஒன்றாக ஊஞ்சல் என்ற தலைப்பிட்ட கவிதை இருக்கிறது. இந்தக் கவிதையின் முதல் இரண்டு பத்திகளும் ஊஞ்சலாடும் பெண்ணொருத்தியின் படிமத்தை உருவாக்கி முன் வைக்கின்றன.

தாம்புக்கயிறு கட்டி
துளைக்கும் வெயிலில்
அடர்மரங்களின் இசையோடு
கொஞ்சங்கொஞ்சமாய்க்
கால் உந்தி கால் உந்தி
வேகம் கூட்டிக்கூட்டி
மேலெழுந்த ஒரு உந்தலில்
மேலாக்கு காற்றோடு போக
காலிரண்டும் விறைத்து
வான் நீட்டி உன்னியெழ
இடைச்சட்டை காற்றுத் துழாவிக்
கலைந்தெழும்பும்.

மண்ணோக்கித் தலை சாயும்
கட்டறுந்த மயிரனைத்தும்
கீழே மண்ணனையும்.

சொற்களின் வழி உருவாக்கப்பட்டுள்ள இப்படிமம், வழக்கமாக நேர்க் காட்சியில் ஊஞ்சலாடும் பெண்ணின் நிலையிலிருந்து மாறுபட்டிருப்பதைக் கவிதை வரிகளை வாசிக்கும்போது உணரலாம். எப்போதும் பெண்களின் ஊஞ்சலாட்டம் இன்னொருவரின் உதவியோடு நடப்பதாகவே நமது மனம் பதிவுசெய்து வைத்திருக்கிறது. இன்னொருவரின் உதவியோடு ஊஞ்சலாடும்போதே தான் தலைகீழாக விழுந்துவிடும் சாத்தியங்கள் இருப்பதாக நினைத்துப் பதற்றமும் அச்சமும் கலந்த பெண் சித்திரமே பலருக்கும் மனக்கண்ணில் தோன்றும். ஆனால் கவிதாலட்சுமியின் கவிதைக்குள் படிமமாக்கப்படும் ஊஞ்சலில், 'ஒரு பெண் அவளே அமர்ந்து, அவளே பெருவிரலால் உந்தி உந்தி ஆட்டிக்கொண்டு வேகம் ஊட்டுகிறாள். அந்த வேகம் சாதாரணமான ஊஞ்சலாட்டத்தின் வேகம் அல்ல. மரண பயம் தரும் வேகம். உடலின் ஆடையும் தலையின் கூந்தலும் அலைந்து திரியும் சித்திரமாக படிமம் விரிக்கப்பட்டிருக்கிறது.'

ஊஞ்சலாட்டத்தின் உச்ச நிலையில் ஒரு பெண்ணின் எதிர்பார்ப்பு என்னவாக இருக்கும்? என்று நினைத்துப் பாருங்கள். தன்னை

நேசிக்கும் அல்லது அரவணைத்துக் கொள்ளும் ஆணொருவன் வந்து ஊஞ்சலின் கயிறுகளை இழுத்துப் பிடித்து நிலைப்படுத்திக் காப்பாற்ற மாட்டானா? என்று ஏங்கும். அந்த ஏக்கம் எப்போதும் தன்னைத் தாங்கிக் கொள்ள ஆணைச் சார்ந்திருக்கும் பெண்ணின் ஏக்கம். ஆனால் இந்தக் கவிதைக்குள் இருக்கும் பெண் அப்படிச் சார்ந்திருக்கும் மனநிலையை முற்றிலும் நிராகரிப்பவள். ஊஞ்சலின் வேகமும் பறத்தலின் கிறக்கமும் மனத்திற்குள் உண்டாக்கும் அதிர்வுகளை ரசிப்பவள். அவளுடைய இலக்கு பாதுகாப்பாக இருப்பதல்ல; பறத்தலின் உச்சநிலையை அவாவி நிற்பது. அப்படியான அவாவிதலின் விளைவாகவே பின் வரும் சொற்களை முன் வைப்புகளைச் சொல்கிறாள்.

> இனி
> விழுந்தால் என்ன? /மாண்டால் என்ன?
> உச்சந்தலையில் /எண்ணங்கள்
> சுர்ரென மண்டையேற
> காற்றைக் கிழித்து/விர்ரென உச்சம் தொட்டு
> வயிறுமுழுவதும் பட்டாம் பூச்சிகளோடு
> திரும்புகையில் /உயிரெல்லாம்
> அடுத்த பறத்தலைத் தன்னிலேற்றி
> அது 'இன்னும் இன்னும் மேலே'
> என அடுத்த உந்தலில்..
>
> வேறென்ன..?
> வேடிக்கை பாராமல்
> என் கண்களிலிருந்து
> கிளம்பிய பறவைகளையெல்லாம்
> கூட்டிவாருங்கள்
> போங்கள்!
> நான் ஆடவேண்டும்.!

நான் ஆடவேண்டும்; பறக்கவேண்டும்; பறவைகளோடு போட்டியிட்டுக் காற்றில் ஏகவேண்டும். இந்த மனநிலையைத் தன்னிலையாக்கும் கவிதையாக்கம் இந்தக் கவிதைக்குள் எங்கே இருக்கிறது என்று தேடினால், "நான் ஆடவேண்டும்" என்ற கடைசி வரியில் இருப்பதாகப் பலர் சொல்லக்கூடும். ஆனால் ஒரு நல்ல

கவிதையின் அடையாளம் ஓர் ஒற்றைச் சொற்றொடரில் மட்டுமே தங்கியிருப்பதில்லை. முழுமையான உருவாக்கத்தைத் தாங்கி நிற்கும் நிலையில் தான் அந்தக் கவிதை நல்ல கவிதையாகும். நான் ஆடவேண்டும் என்ற விருப்பத்தைச் சொல்வதற்கு முன்னால் எப்படி ஆடவேண்டும்? என ஒரு கேள்வியைக் கேட்டுக் கொண்டு, அந்தப் பெண் உடல் தனது விருப்பத்தை வெளிப்படுத்துவதற்காக அந்த ஊஞ்சலாட்டப் படிமத்தை உருவாக்கிக்கொண்டது.

ஊஞ்சல் கவிதையில் ஒற்றைப் படிமத்தை உருவாக்கியதின் மூலம் ஒரு பெண்ணின் தன்னிலையை வெளிப்படுத்துவதற்கு மாறாக, வீடு என்ற கவிதைப் பல படிமங்களை அடுக்கிச் செல்வதின் மூலம் நவீனத்துவ வாழ்வில் தனிமையைத் தான் மனிதர்கள் வாழ்ந்து கழிக்கிறார்கள் என்பதை அழுத்தமான சோக உணர்வின் திரட்சியாக முன்வைக்கிறது. எல்லாம் இருக்கிறது; ஆனால் எதுவுமில்லை என்ற ஒற்றை வரிச்சொல்லாகச் சொல்லியிருக்கக் கூடிய ஒரு செய்தியைப் படிம அடுக்குகளில் சொல்லும்போது இன்னொரு தளவிரிவை வாசகர்களுக்குத் தரவிரும்பும் கவிமனத்தை நாம் வாசிக்க முடியும். கவி மனம் அடையும் வாழ்க்கையின் பெரும் கருத்தியல் புரிதல் மட்டுமே கவிதையாவதில்லை. வாசிப்புத் திளைப்பும் கவிதையின் அழகியலின் பகுதியே. நீண்ட இந்தக் கவிதையை வாசிக்கும் ஒருவருக்குக் கிடைக்கும் திளைப்பென்பது சொற்கள் வழி விரியும் காட்சிச் சித்திரங்களை மறுக்கமுடியாது.

> பாதையோர மரங்களுக்கு /அருகில்
> நகரும் முகிற்கூட்டங்களின் /கீழ்
> சிறகுகளின் ஸ்பரிசங்களோடு
> இருக்கின்றது ஒரு வீடு
>
> வெளிச்சம் ஊடுருவும் /கண்ணாடி ஜன்னல்களில்
> வழிகிறது
> எப்போதாவது சில முகங்கள்.
>
> சிரிப்பதும் பார்ப்பதுமாய்/சுவரெங்கும் நிழற்படங்கள்
> எப்போதும்
> பொழுதுகளைப் போக்கித்தள்ள

பெரும் தொலைக்காட்சி /மேசையில் காலத்திற்கு உணவு
அனைவருக்கும் /தனிப்பெரும் அறை
ஆளுக்கொரு கைபேசி /வெளியே குட்டித் தோட்டம்
குழந்தைக்கு /கணினி விளையாட்டு
இணையத்தளச்செய்திகள்
எப்பொழுதும் பேசிச்சிரிக்கத்
தயாராய் முகப்புத்தக
நண்பர் கூட்டம்

நுழைவாயிலடியில் /அடைத்த மனதோடு
உணர்வுகளைச் சொல்லிமாய
தன்னோடு சில கவிதை /மன அலைகளைக் குட்டியமர்த்த
அமைதியான ஒருவேளை
இசை /மிருகத்தை விரட்டும்
தீப்பந்தங்களைப் போல
தனிமை விரட்ட

மெழுகுவர்த்திச் சுடர்கள்/முன்பைவிட அதிகமாய்
ஒவ்வொன்றுமெனினும் /முன்புபோல ஏதுமில்லை
இவை ஒவ்வொன்றோடும் /வீட்டின் பாகங்களின் தினசரிகள்
வீடெங்கும் /தரமிக்க பொருட்குவியல்

பொருட்களை /இடமாற்றி வைப்பதில்
அழகாய்த் தோன்றுகிறது /வீடு
அமைதியெனச்சொல்லி /அறைக்காற்றெங்கும்
மௌனத்தின் பிரவாகம்

ஆங்காங்கே /பருகிய
தேநீர்க் கோப்பை விளிம்புகளில்
வாழ்தலுக்கான அடையாளம்
விமோசனங்கள்
கைகளில் கிடக்குதெனினும்
சாபங்கள் பழகிவிட்டன
யாவருக்கும்.

தனித்தனியாகப் பிரித்து அடுக்கப்படும் காட்சிச் சித்திரங்கள் எல்லாம் சேர்ந்து கவிதை எழுப்ப நினைத்த வரங்கள் X சாபங்கள் என்ற எதிர்நிலையில் கொண்டுவந்து நிறுத்திவிட்டு விலகிப் போய் விடுகின்றன. தங்களுக்குக் கிடைத்திருக்கும் வீடும் வீடு சார்ந்த வாழ்க்கையும் வரமா? சாபமா? எனத் தீர்மானித்துக்கொள்ள வேண்டியது வாசிப்பவர்களின் வேலையாக மாறிவிடுகிறது. இதுபோன்ற படிம அடுக்குகளைக் கொண்ட பல கவிதைகளை இந்தத் தொகுப்பில் வாசிக்கலாம். ஒரு பறவையைக் கொல்வது எப்படி, கவிதை கனவுவிரிப்பு, சூர்ப்பனகை, அப்பம்மாவின் வீடு, முத்தங்கள், மழைப்பெண், நதியானவள், காலவெளி, ஒரு கவிதை, எனது பாட்டியின் கண்கள், பாம்புகள். காத்திருப்பு, தெளிவுகள், கனத்த மிடுக்கு, முத்தத்தின் இறகு, என் முகம், மழை சுமந்த மேகம், குளிர்காலத்து இரவு, உடல் மனம் நிறம் முதலானவை அவ்வகைப்பட்டவை.

மனித உயிரி ஒன்று தான் அறிவுசார்ந்து இயங்குபவராக நினைக்கும்போது தனது அறிவின் அடுக்குகளை ஒற்றைத் தளமாக வெளிப்படுத்தாமல், தன்னைப் பற்றிய அறிதலிலிருந்து தொடங்குகிறது. அத்தொடக்கத்தின் தொடர்ச்சியில் தனது சூழலை விளக்கப் பார்க்கிறது, சூழலில் வாழும் மனிதர்களின் எண்ணவோட்டங்களை முன்வைத்துக் கேள்விக்குள்ளாக்குகிறது அல்லது ஏற்கிறது. தனது இருப்பும் தனது சூழலின் இருப்பும் இவ்வாறு இருப்பதற்கான காரணங்களை முன்வைக்க நினைத்து, அவற்றின் விளைவுகள் எவ்வாறிருக்கும் என்று முன்மொழியும் நிலைக்குச் செல்கிறது. தனது இயக்கமும், தன்னைச் சூழவுள்ள சமூகத்தின் இயக்கமும் என்னென்ன திசைகளில் செல்கின்றன என விளக்கும்போது கவிதைக்குள் உரைநடைத் தன்மை கூடிவிடும் வாய்ப்புகள் இருப்பதால், கற்பனைக்கு வாய்ப்பளித்து அறிந்த குறியீடுகளையும் அறியாத படிமங்களையும் துணைக்கழைத்துக் கொள்கிறது. இந்த உத்திப் பயன்பாட்டில் அகநிலைக் கவிதைகளைப் போல முழுமையும் புதிரான அல்லது புதிதான குறியீடுகளையும் படிமங்களையும் தேடிக்கொண்டிராமல், அடையாளச் சிக்கலைப் பேசும் கவிதைகள், வாசிப்பவர்களின் அறிவு எல்லைக்குள் அடிக்கடி வந்து போகும் குறியீடுகளையும் படிமங்களையுமே முழுமையாக நம்பிச் செயல்படுகின்றன. அதனாலேயே இவை

கவிதையின் ஆழத்திற்குள் செல்லாமல் மேல் பரப்பிலேயே நிற்கின்றன என்ற விமரிசனக் குற்றச்சாட்டை எதிர்கொள்கின்றன.

ஈழத்திலிருந்து புலம்பெயர்ந்து ஐரோப்பிய வாழ்க்கைக்குள் கால் நூற்றாண்டைக் கடந்த பின்னும் நினைவுகளைத் தொலைக்காத கவிகளும் புனைகதைக்காரர்களுமே வாசிக்கக் கிடைக்கிறார்கள். ஆனால் கவிதாலட்சுமி அதிலிருந்து விலகியவராக ஏறத்தாழ ஐரோப்பிய மாதிரியாகக் கவிதைக்குள் இருக்கிறார். கவிதாலட்சுமியின் கவிதைகளில் மரபான இந்து புராண, இதிகாச, காவியக்குறியீடுகளைவிடவும் மேற்கத்திய அறிவியக்கமும் இலக்கியங்களும் தந்த குறியீடுகளும் படிமங்களும் அதிகமாக விரவிக்கிடக்கின்றன. குறிப்பாக ஐரோப்பிய நவீனத்துவ வாழ்க்கையை எழுதிய இப்சனும் அவரது பாத்திரங்களும் நார்வீஜிய தட்ப வெட்பங்களும் கவிதைச் சொற்களாகியிருப்பதைக் குறிப்பிட்டுச் சொல்ல வேண்டும். அப்படியானதொரு கவிதையாகவே என்முகம் இருக்கிறது:

பித்தகோரஸிடம் தந்திருந்தால்
அழகிய முக்கோணச் சில்லுகளாய்
ஓவிய அந்தஸ்துப் பெற்றிருக்கும்
என் முகமும்..
இப்சனிடம் தந்திருந்தால்
முன்மாதிரிப்பெயரொன்றைப்
பெற்றிருக்கும்

ஸ்டீவ் மெர்குறி கண்டிருந்தால்
உலகப் புகழ்பெற்ற புகைப்படமாய்
எங்கும் சட்டமிடப்பட்டிருக்கும்
இரவிவர்மா எடுத்திருந்தால்
கடவுளர்களோடு ஒரு கடவுளாய்
பூஜிக்கப்பட்டும் இருக்கக்கூடும்

பாரதியிடம் தந்திருந்தால்
காலங்கள் கடந்ததொரு அகப்பொருளாய்
கவிதையெனக் கலந்திருக்கும்

எனக்கான
உன் கலை என்றால்
என்ன சொல்வாய்?

அதே நேரத்தில் இந்தியப் புராணக் கதாபாத்திரமான சிகண்டியைத் தொகுப்பின் தலைப்பாக்கியிருப்பது சுவாரசியமான முரண். இத்தலைப்புக்குப் பின்னொரு துணைத் தலைப்பாக 'தன்னைக் கடந்தவள்' என்ற சொற்றொடரும் இருக்கிறது. இதனையும் சேர்த்துப் புரிந்து கொள்ள முயன்றால், பழைய தொன்மங்களை நினைவில் தாங்கிக் கொண்டு, அதனைத் தாண்டிச் செல்ல விரும்பும் ஒரு கீழ்த்திசைப் பெண்ணின் குரல்களே கவிதாலட்சுமியின் கவிதைகள் என்பது புரியவரலாம்.

– ஏப்ரல், 2020

8. கையறு நிலையின் கணங்கள்

இந்த ஆண்டு (2021) இல் வெளிவந்த கவிதைத் தொகுதிகள் இரண்டு அடுத்தடுத்து வாசிக்கக் கிடைத்தன. முதலில் வாசித்தது ரூபன் சிவராஜாவின் எழுதிக் கடக்கின்ற தூரம். இரண்டாவதாக வாசித்தது சுகன்யா ஞானசூரியின் நாடிலி. எழுதியவர்களைப் பற்றி எந்தத் தகவலும் இல்லாமலேயே கூட இந்தக் கவிதைத் தொகுதிகளின் தலைப்பை வைத்துக் கொண்டு கவிதைகள் எழுப்பப் போகும் சாராம்சத்தைப் பேசிவிடலாம்.

கவிதை வாசித்தலின் படிகள்

நாடிலி என்னும் ஞானசூரியின் தலைப்பு நேரடியாக நாடற்று இன்னொரு புலத்தில் அகதி வாழ்க்கைக்குள் இருக்கும் ஒருவரின்/ மனிதர்களின் இருப்பும் தவிப்பும் வெளிப்பாடுகளும் என்பதாக அர்த்தம் தரும் தலைப்பு. ஆனால் எழுதிக்கடக்கின்ற தூரம் என்பதைக் கொண்டு இதைத் தான் பேசப்போகிறது என்று நேரடியாகச் சொல்லிவிட முடியாது. மனிதர்கள் அகம் சார்ந்தும், புறம் சார்ந்தும் எழுதிக் கடக்க என்னென்னவோ இருக்கின்றன. அவற்றில் ஒன்றையோ சிலவற்றையோ எழுதிக்கடக்கும் முயற்சியை ரூபன் சிவராஜா முயன்றிருக்கிறார் என்பதைத் தலைப்பு சொல்கிறது. தலைப்பு தரும் இந்தப் புரிதலோடு, கவிதைகளை எழுதிய கவிகளின் பின்னணிகளைக் குறித்த அறிதல் கவிதைகள் முன்வைக்கும் பாடுகளையும் உணர்வுகளையும் கூடுதலாகப் புரிந்துகொள்ள உதவும்.

ரூபன் சிவராஜா, நார்வே நாட்டு ஆஸ்லோ நகரில் வசிக்கும் கவி. கவி மட்டுமல்ல; கலை இலக்கியம், தாண்டி அரசியல் கட்டுரைகளும் எழுதும் ஆளுமையாக இணையப் பக்கங்களின் வழி அறியமுடிகின்றது. சுகன்யா ஞானசூரியோ, இப்போது தமிழ்நாட்டுப் புதுக்கோட்டை மாவட்ட ஈழ அகதிகள் முகாமில் வசிப்பவர்; யாழ்ப்பாணம் அச்சுவேலி வடக்கில் பிறந்த அவர், 1995 இல் யாழ்ப்பாணத்திலிருந்து வன்னிக்கு இடம்பெயர்ந்து, 1996 இல் வன்னியிலிருந்து தமிழ்நாட்டுக்குப் புலம் பெயர்ந்தவர் என்கிறது தொகுப்பில் உள்ள அவரைப் பற்றிய குறிப்பு. இருவரும் ஈழத் தமிழர்கள்; புலம்பெயர்ந்து வாழ்பவர்கள் என்ற அறிதலின் வழி அவர்கள் கவிதைகள் உணர்த்த விரும்பும் சாராம்சமான உணர்வை இழப்பின் நினைவுகள் என்ற பொதுப் பொருண்மைக்குள் அடக்கிவிட முடிகிறது. ஆனால் இழப்பை இருவரும் ஒன்றுபோல் பார்க்கவில்லை என்பதைக் கவிதைகளின் வரிகளும், அதன் வழி உருவாக்கப்படும் உணர்வுகளும், உணர்வுகளை உருவாக்கும் வெளிகளும் முன்வைக்கின்றன.

சொந்த நாட்டைவிட்டு அகதி முகாம் என்ற வெளியில் இருக்கும் தன்னிலையின் உணர்வுகளும் இருப்பும் என்பதைச் சுகன்யா ஞான சூரியின் கவிதைகள் விரிவாகக் கவனப்படுத்தியுள்ளன. அகதிகள் முகாமில் என்ற தலைப்பில் எழுதப்பட்ட ஒரு கவிதையை இங்கே வாசிக்கலாம்:

கருக்கலில் / களிப்பிலிருந்த மனம் / சிறு கருமை கண்டு / பதறத் துவங்கியது
தலையைப் பற்றியபடி / கத்திக் கொண்டிருக்கிறேன்

அகதிக் கொட்டில்கள் / உருகி வழிவதாய் / அந்தியில் விளையாட மறந்து
அடிவானம் பார்க்கும் / அகதிச் சிறுமியிடத்தில்
அலைக்கழைப்பின் துயரக்கோடொன்றைக் காணும் / கணமொன்றில் மூப்பின் பெருவெளியில் கரைகிறாள்

அவலத்தின் பெருங்கதையாடல்களை / மறைத்திடும் முகமாக
வெளிறிய புன்சிரிப்பொன்றை / உதிர்த்துக் கடக்கிறாள்
பருவத்தின் பாசிகளில் வழுவாதிருக்க / கரம் நீட்டுமாறு

வல்லவர்களை வேண்டுகிறேன்
ஊஞ்சலாடும் சிறுவர்களின் மகிழ்வான / பொன்மாலைப்பொழுதுக்காக.

அகதி முகாமின் துயரச்சித்திரத்தின் பல நிலைகளையும் வடிவங்களையும் சொல்லும் விதமாகத் தலைப்பிலேயே முன்வைக்கின்றன பல கவிதைகள். அவல முகாம், அகதிகள் வீடடைதல், அகதி வாழ்வு, ஏன் என்னை அகதியாக்கினீங்கள்? நாம் அகதியாய் அடுக்கப்பட்டிருக்கிறோம், அகதி முகாமில் தீபாவளி, அகதிப்பிணம், அகதிகள் முகாமில், கடல்வழி வந்த அகதி நதி பார்த்தல், அகதி வாழ்வு, குடிகார அகதியின் சலம்பல் என விதம் விதமாக முன்வைக்கின்றன. அஞ்சலி பற்றிய அகதியின் பாடல் என்ற கவிதை அகதி முகாம் வாழ்வின் வேறொரு சித்திரத்தை அதே துயரத்தின் இழப்பின் விளைவாக விவரிக்கின்றது:

நினைவு தப்பும் தந்தையின் வார்த்தைகளில் / அலைந்துழலும் / விரக்தியின் வெம்மை
கையறு நிலையில் /கரையொதுக்கப்பட்டு/காலத்திற்கும் மாறா வடுவொன்றை
சுமந்தலைபவர்கள்/ நாம்.

இரசாயனத்தில் தேக்க விதிகளில்/புதிய சேர்மானமாய்/ வகைதொகையற்று
அழிக்கப்பட்டவர்களது / குருதியும் கண்ணீரும் / மூலக்கூற்றின் அலகில்
உப்பு மிகுந்திருக்கிறது / எம் உடலங்கள் / கடலின் கரையில் கூராய்வு செய்யப்பட்டு
ஆகிறது ஒரு தசாப்தம்

கரையொதுங்கும் அலையின்மீது / மஞ்சள் மலர்களைத் தூவி
அஞ்சலி செய்தோம்/ அடக்கமாகினோம்
தாயக முகாமிற்குள்.

இதுவரையிலான எனது வாசிப்பில் இந்திய அகதி முகாம்களில் வசிக்கும் ஈழத்தமிழ் அகதிகளின் பாடுகளைக் கட்டுரைகளாகவே வாசித்திருக்கிறேன். தொ.பத்திநாதன் போன்றவர்களின் அனுபவப் பகிர்வுகளும் வேறு சிலரின் சிறுகதைப் புனைகதைகளும் வாசிக்கக்கிடைத்துள்ளன. ஆனால் உணர்வுகளின் திரட்சியான கவிதை வடிவில் அகதி முகாம்களில் படும் வேதனைகளை ஞானசூரியின் அளவுக்கு முன்வைத்த கவிதைகளை வாசித்ததில்லை. இந்தப்பாடுகளுக்கான காரணங்களையோ, கோரிக்கைகளை முன்வைத்து விடுதலையையோ கோராமல், இருப்பை மட்டுமே தீவிரமாக முன்வைக்கிறார். அதன் மூலம் ஒட்டுமொத்தமான அகதி வாழ்வின் பாடுகளாக மாற்ற முனைந்துள்ளார் என்பது குறிப்பிட்டுச்சொல்ல வேண்டியதாக இருக்கிறது.

சொந்த நாட்டிலிருந்து இன்னொரு நாட்டில் இருக்கும் தனது வாழ்க்கையை எழுதிக் கடக்கக்கூடிய வாழ்க்கையாக முன்வைக்கும் ரூபன் சிவராஜாவின் கவிதைகள் அகதி வாழ்விலிருந்து வேறுபட்டது. குறிப்பாகப் புலப்பெயர்வில் உழைக்கத் தயாராக இருக்கும் மனிதர்களுக்கு வேலை வாய்ப்புகள் கிடைக்கின்றன. அதன் தொடர்ச்சியாகப் பொருளாதாரத் தேவைகள் நிறைவேறுகின்றன. அத்தோடு சமூக இருப்பில் அதிகமும் வேறுபாடுகள் காட்டாத சட்டங்களும், வாழிடங்களையும் உரிமைகளையும் தரும் அரசுகளும் இருக்கும் ஐரோப்பிய நாடுகளில் வாழ்தலில் பலநேரங்களில் தானொரு நாடிலி என்ற நினைவு தொலைந்துவிட வாய்ப்புண்டு. 'சொந்த நாட்டைவிட்டு வந்துவிட்டோம்' என்ற மனவோட்டம் ஆழ்மனதிற்குள் ஓடிக்கொண்டிருக்கும் ஒன்றாக மட்டுமே இருக்கக் கூடிய ஒன்றாக இருக்கும். அதன் காரணமாகவே புலம்பெயர் வாழ்க்கையை முடித்துக்கொண்டு நாடு திரும்ப வேண்டும் என்ற ஆசையும் ஆவலும் உண்டாகாமல் போய்விடும் சாத்தியங்கள் அதிகமாகின்றன. அதே நேரம் சொந்த நாட்டில் தனது மொழியைப் பேசிய பண்பாட்டு நடவடிக்கைகளில் தங்களோடு உறவுகொண்ட மனிதர்கள் இந்த வசதிகளையெல்லாம் பெற முடியாமல் தவிக்கின்றனர் என்ற உறுத்தல்களும் எழும்பிக் கொண்டே இருக்கும். அப்படி எழும்பும்போது நாடு திரும்ப வேண்டும் என்ற எண்ணமும் எழும். அந்த எண்ணங்கள் இழந்ததைத் திருப்பிக் கொண்டுவரும் அலைந்துழல்வு வாழ்வாக மாறிக் குற்றவுணர்வுக்குள் தள்ளும். அந்தக் குற்றவுணர்வை எப்படிக்

கடப்பது என்ற நிலை சாதாரண மனிதர்களுக்கு உளச்சிக்கலை உருவாக்கலாம். ஆனால் எழுதுவதைக் கருவியாகக் கொண்ட எழுத்தாளர்கள், எழுத்தைப் பற்றிக்கொண்டு கடந்துவிட முயல்வார்கள். அதிலும் உணர்ச்சியைத் திரட்டிக் கொட்டிவிடும் வாய்ப்பளிக்கும் கவிதை வடிவம் எழுதிக் கடக்க ஏற்ற ஒரு வடிவம். அதனை உணர்ந்தவராக ரூபன் சிவராஜா மொத்தத் தொகுதியிலும் வெளிப்பட்டுள்ளார். இந்த வெளிப்பாடுகளைச் சொல்லும் பல கவிதைகள் தொகுப்பில் உள்ளன. நேரடியாக இல்லாமல் நிசப்தம், மௌனம், கவிதை, சொற்கள், ஒளி, இருள், போன்ற படிமங்கள் பல கவிதைகளுக்குள் அலைகின்றன. தெருக்களும்... இடங்களும்....பொருட்களும்.. எனத்தலைப்பிட்டு எழுதப் பெற்ற கவிதை உருவாக்கும் மனவோட்டம் தொடர்ந்து வந்துகொண்டே இருக்கும் மனவோட்டம். அந்தக் கவிதையின் வரிகளை வாசிக்கலாம்:

> நடந்து திரிந்த தெருக்களிலும் /காத்திருந்த இடங்களிலும்
> பொருட்களின் இருப்பிலும்
> நிரந்தரமாய் தங்கியிருப்பவை/நினைவுகள் மட்டுமே/காற்றோடு போனவையென்றிருந்த
> சொற்களைக் கண்டெடுத்து/உயிர்ப்பித்துத்தரும்
> வல்லமையோடிருக்கின்றன
> தெருக்களும் / இடங்களும் / பொருட்களும்
> அவை / காலத்தை மீட்டெடுத்துக் / கைகளில் சொருகியும் விடுகின்றன.

தொடரும் இந்த மனவோட்டச் சிக்கலைக் கடக்கப்பயன்படக் கூடியன சொற்களே. சொற்களின் சாத்தியங்கள் குறித்து ரூபன் சிவராஜா உருவாக்கியுள்ள குறியீடுகளும் நினைவுகளும் நிதானமாக வாசிக்க வேண்டியன. சொற்களின் வேண்டுதல் என்ற இந்தக் கவிதையை மட்டும் வாசிக்கலாம்:

> பெருங்கனவின் மீதியைச் /சுமந்து திரிகிறது / பறவை /
> கனவின் மீதியையேனும்
> கனிவின் மிகுதியால் / ஏந்திக்கொள் / எனத் தவம் இயற்றியபடி
> பேரன்பை அடைகாக்கும் / பறவை/ வேண்டுதல் செய்கின்றது/ உன்னிடம்.

பறவையாகித் திரியும் மனநிலையைச் சொல்லும் இந்தக் கவிதையின் மேற்பரப்புக்கும் ஆழத்திற்குமான தவிப்பைக் கவிதைக்குள் இடம்பெறும் தவம், கனவு போன்ற சொற்கள் இன்னும் கூர்மையாக்குகின்றன. புலம்பெயர் வாழ்வில் அலையலையாக வந்துபோகும் போர்க்கால நினைவுகளையும் அவர் எழுதவே செய்துள்ளார்.

போதாமைகளின்/பாரத்தில் / தாழ்ந்து கிடக்கிறது / ஜனநாயகப்படகு
பொய்த்துவிட்ட பருவமழை / போலல்லாமல் / காலம் தப்பாது
வந்துபோகின்றன / தேர்தல் திருவிழாக்கள் / வாக்குறுதி
காற்றில் பறக்க / வார்த்தை ஜாலங்களால் / வனையப்பட்ட கோசங்களும்
முழக்கப்பாடல்களும் / கோலோச்ச / வீராவேசம் கொண்டுவிடுகின்றன பிரசார மேடைகள்!
நிராகரிக்கப்பட்ட கனவுகளால் / நிரப்பப்பட்ட / காலமற்ற பொழுதுகளில்
உத்தரித்துக் கிடக்கிறது / போர்தின்ற வாழ்வின் மீதி!

பொதுவாகப் புலம்பெயர்ந்தோரின் எழுத்துகள் அதிகமும் நினைவின் ஏக்கங்களாக வெளிப்பட்டு வாசிப்பவர்களின் கவனத்தைக் கோரக்கூடியன. ஆனால் இவரது நினைவுகள் இழப்பின் ஏக்கங்களாக இல்லாமல், நடப்புகளின் மீதான விமரிசனங்களாக இருப்பது கவனிக்க வேண்டிய ஒன்று. இந்த விமரிசனம் பெரும்பான்மையான புலம்பெயர்க் கவிதைகளின் போக்கிலிருந்து விலகியது. விமரிசனப் பார்வையிலிருந்து தெளிவை நோக்கி நகரும் வாய்ப்புகளைக் கொண்டது. அப்படியான பார்வையை முன்வைப்பதின் மூலம் சிவராஜாவின் இந்தத்தொகுப்பு புலம்பெயர் கவிதைத் தொகுப்புகளில் கவனிக்கப்பட வேண்டிய தொகுப்பாக மாறியிருக்கிறது.

இவ்விரு தொகுப்பையும் வாசித்த நிலையில் தமிழ்ச் செவ்வியல் கவிதைகளான சங்கப்பாடல்களில் இருக்கும் ஆகச்சிறந்த கையறுக் கவிதைகள் நினைவில் வருவதைத் தவிர்க்கமுடியவில்லை. முதலில் நினைவுக்கு வரும் ஆகச்சிறந்த கையறு நிலைப்பாடல் பாரிமகளிரின்,

அற்றைத் திங்கள் அவ் வெண் நிலவில்,
எந்தையும் உடையேம்; எம் குன்றும் பிறர் கொளார்;

இற்றைத் திங்கள் இவ் வெண் நிலவில்,
வென்று எறி முரசின் வேந்தர் எம்
குன்றும் கொண்டார்; யாம் எந்தையும் இலமே!

முழுமையும் இழப்பின் துயரத்தைச் சொல்லும் இக்கையறு நிலைப்பாடலுக்கிணையானதாகச் சொல்லத்தக்கது அதியமான் நெடுமானஞ்சியை ஔவை பாடிய பாடல். ஆனால் அதில் இழப்பையும் தாண்டிய கணங்களும் புரிதலும் வெளிப்படும் இடங்களும் உள்ளன.

சிறியகட் பெறினே, எமக்கீயும்; மன்னே!
பெரிய கட் பெறினே, யாம் பாடத், தான்மகிழ்ந்து உண்ணும்; மன்னே!

எனத்தொடங்கி, அதியனின் இன்மையைச் சொல்லும்,

ஆசாகு எந்தை யாண்டுஉளன் கொல்லோ?
இனிப், பாடுநரும் இல்லை; படுநர்க்குஒன்று ஈகுநரும் இல்லை

என வேதனையை வெளிப்படுத்துவார். தமிழ்ச் செவ்வியல் கவிதைகளின் கையறுநிலைப் பாடல்கள் தனிநபர்களின் இன்மையால் ஏற்பட்ட இழப்பைப் பேசுகின்றன.ஆனால் ஈழத்தமிழர்களின் துயரத்தைச் சொல்லும் கையறு நிலைப்பாடல்கள், தனிநபர்களின் துயரத்தைத் தாண்டிச் சமூகத்தின் இனத்தின் பெருந்துயரத்தையும் வலியையும் பேசுகின்றன. அப்பொதுப்பரப்பில் ரூபன் சிவராஜா புலம்பெயர் வாழ்வை எழுதிக் கடக்கப் பார்க்கிறார்; சுகன்யா ஞானசூரி கடக்கமுடியாத அவலத்தை முன்வைக்கிறார்.

★★★

சுகன்யா ஞானசூரி, நாடிலி, கடற்காகம் வெளியீடு, மதுரை - 2021

ரூபன் சிவராஜா, எழுதிக்கடக்கின்ற தூரம், டிஸ்கவரி புக்பேலஸ், சென்னை, 2021

- ஆகஸ்ட் 15, 2021

அடைவுகள்

அகதி முகாம் – 363
அகதி வாழ்வு – 259, 348
அகநிலை, புறநிலை –311
அகப்புறநிலை –322
அப்துல்கலாம் –171
அடிக்கருத்து –154
அடிப்படைவாதம் –120
அரசதிகாரம் –142
அரசியல் ஒவ்வாமை –250
அரசியல் கைதி –90
அரசியல் புனைகதைகள் –220
அலையும் மனிதர்கள் –257
அழித்தொழிப்பு –36 313
ஆ'ண்நோக்கு –243, 250
ஆண் தலைமைத்துவக்குடும்பம் –278
ஆயுதங்களின் நகைமுரண் –246
ஆவணத்தன்மை –179
ஆவணப்புனைவு –64
இசுலாமியப்பாத்திரங்கள் –282

இசைப்பிரியா - 143
இந்திய அமைதிப்படை - 37, 77
இந்தியத்தமிழர்கள் - 51
இலங்கைத்தமிழர்கள் - 50
இடப்பெயர்வு - 21
இப்சன் - 360
இமையம் - 152
இரக்கம் - 148
இலக்கியவியல் - 35
இலங்கைப்பயணங்கள் - 60
இழந்ததின் நினைவுகள் - 21
இனப்படுகொலைகள் -288
இனமுரண்பாடு - 90
இனவாத இலங்கை -310
ஈழநாடு - 86
ஈழப்போராட்டத்தின் சாட்சி - 304
உடல் அரசியல் - 242 - 244
உடல் சுதந்திரம் -272
உதிரப்போக்கு - 254
உதிரி - 257
உரையாடல் தொனி - 292
உளச்சிக்கல் -248
உயிர்கருகும் வேதனை - 88
உறுதிப்பொருள் - 267
எள்ளல் நாடகம் - 243
ஐரோப்பிய நவீனத்துவம் - 360
ஐரோப்பிய மையவாதம் - 110
ஐரோப்பிய மனநிலை -123, 258
ஒப்பீட்டுப்பார்வை -146
ஒற்றைப்படிமம் - 357

கறுப்பு ஜுலை - 59
கடைசிக்கட்டப் போர் - 37
கவிகளின் குரல் - 165
கவிதை வாசிப்பு - 328
கவிதை சொல்லி - 351, 354
காவியக்குறியீடுகள் - 360
காணாமல் போனவர்கள் -153
காட்சிச்சித்திரங்கள் - 357
காலக்குறிப்பு - 300
காலனியம் - 141
காலனிய அதிகாரம் - 22
காலம் இதழ் - 111
கி.ராஜநாராயணன் - 113
கிழக்கிலங்கை - 121
கிழக்கு ஐரோப்பா - 99
கீழ்த்திசை மனம் - 244
கீழ்த்திசைப்பெண் -361
கீழைத்தேய வாழ்க்கை -257 261
குற்றவுணர்வு - 148
கையறு நிலை - 367
சமூக உளவியல் - 245
சயனெடு - 246
சாட்சியத்தன்மை - 142
சொல்லாடல் - உள்ளடக்க - 265
சொல்லாடல் - வடிவ - 265
தமிழ் இலக்கியப்பரப்பு - 23
தமிழ்க்குடும்பங்கள் - 253
தமிழ் ஈழ விடுதலைப்புலிகள் - 316
தன்னிலை அடையாளம் - 351
தனி ஈழம் - 72, 77

தாராவி - 110
திலீபன் - 75
தீவிரவாதத்தேசியக்காய்ச்சல் - 97
துரோகிப்பட்டம் - 83
தூரமாக்கலை - 264
தொகைநூல்கள் -128
தொடர்பாடல்முறை -273
நந்திக்கடல் -184
நிறபேதம் - 122
நிறைவேறாத பாலியல் விருப்பம் - 247
நேர்கோட்டுக் கதைசொல்லல் - 204
நேர்நிலை வெளிப்பாடு - 312
பயங்கரவாதம் - 88
பண்பாட்டுச் சிக்கல்கள் - 21, 245
பண்பாட்டு நிலவியல் - 31, 57
பண்பாட்டுத்தனித்தன்மை - 137
பலவாக விரித்தல் -331
பழிகரப்பு அங்கதம் - 206
பாத்திரமாக்கல் - 169
பாரிமகளிர் - 367
பாலடையாளம் -118
பாலியல் வறுமை -279
பாலியல் வேட்கை -257
பிரபாகரன் - 83
பிரிந்துழல்தல் - 231
பகடி -238
பகுப்பாய்வு மனம் -295
புகைமூட்டம் -227
புலப்பெயர்வு - 20, 222, 348
புலம்பெயர்ந்த தமிழர்கள் - 50

புள்ளியியல் அடிப்படை - 186
புவிசார் கேந்திரம் - 37
புனர்வாழ்வு முகாம் -132
புனைவுப்பரப்பு -232
புனைவு வரலாறு -233
புனைவுவெளி -47
புறநானூறு -137, 293
போர்க்காலம் -229
போர்க்கால இலக்கியங்கள் -159
போர்ச்சத்தம் -247
பெர்ட்டோல்ட் பிரெக்ட் - 81
பெருந்திட்டம் - 28
பேரினவாதம் - 36
பேரினவாதக் கருத்தியல் - 105
பொதுமொழி,பேச்சுமொழி - 49
போராளி இயக்கங்கள் - 43
மரணத்துள் வாழ்வோம் - 25
மற்றமை -131, 136
மறைப்பதும் வெளிப்படுவதும் - 94
முள்ளிவாய்க்கால் - 37, 63, 106, 316
மேற்கத்திய மனநிலை - 244
மொழிச்சிறுபான்மை - 48
மொழிபெயர்ப்பு அனுபவம் - 103
மொழிதல் முறை - 39
மோலியர் -243
வகைமாதிரி -66
வரலாற்று ஆவணம் -71
வரலாற்று நாயகர்கள் -138
வாய்மொழிசார் வரலாறு -59
வார்சா பல்கலைக்கழகம் -93

விசா நடைமுறைகள் - 104
விடுதலை வேட்கை - 25
விவரண நடப்பியல் - 205
வெலிக்கடைச் சிறை -141
வெளிகள் - 56
ஜி.நாகராஜன் - 257

அ.ராமசாமி

இந்தியக் கல்வியில் மிக உயர்ந்த படிப்பான முனைவர் பட்டம் (Ph.D) வரை படித்துப் பேராசிரியராகப் பணியாற்றி ஓய்வுபெற்று மதுரை மாவட்டம் திருமங்கலத்தில் வசித்து வருகிறார். எழுத ஆரம்பத்த காலத்தில் தீர்க்கவாசகன் என்ற பெயரில் கவிதைகள் எழுதியதுண்டு. மதுரைமாவட்டம் உசிலம்பட்டியிலிருந்து 20 கிலோமீட்டர் தூரத்தில் உள்ள கிராமமான தச்சபட்டியில் அடைமழைக்காலமான கார்த்திகை மாதத்தில் பிறந்ததாகக் கேள்விப்பட்டாலும், பள்ளிச்சான்றிதழில் உள்ள 17.02.1959 என்பதைக் கொண்டே வயது கணிக்கப்படுகிறது.

பல்கலைக்கழகப் பணியின் பொருட்டு அவர் சென்ற முதல் அயலகப்பயணம் சௌதி அரேபியா. அதனைத் தொடர்ந்து 10 நாடுகளில் பயணங்கள் மேற்கொண்டுள்ளார். உலகப் பல்கலைக்கழகங்கள் பலவற்றில் தமிழ்க்கல்விக்கு வாய்ப்புகள் உள்ளன. இந்தியவியல் துறைகளின் பகுதியாக அமைக்கப்படும் தமிழ் இருக்கைகளில் தொடர்ச்சியாகச் செயல்பட்டுக் கொண்டிருப்பது போலந்து நாட்டு வார்சா பல்கலைக்கழகத் தமிழ் இருக்கை. இரண்டு கல்வி ஆண்டுகள் (2011-2013) அவ்விருக்கைக்கான பேராசிரியராகப் பணியாற்றியவர். ஒன்றிய அரசின் பண்பாட்டமைச்சகம் தெரிவுசெய்து அனுப்பியதின் அடிப்படையில் இப்பணி வாய்ப்பு கிடைத்தது. அப்பணிக்காக இரண்டு ஆண்டுகள் வார்சாவில் வசித்த காலத்தில் நார்வே, டென்மார்க், ஹாலந்து,

ஆஸ்திரியா முதலான ஐரோப்பிய நாடுகளில் பயணம் செய்ததுண்டு. தமிழர்களைக் குடிமக்களாகக் கொண்டிருப்பதால் தமிழியல் துறைகளோடு இயங்கும் பல்கலைக்கழகங்களின் கருத்தரங்குகளில் பங்கேற்பதற்காக, இலங்கை, சிங்கப்பூர், மலேசியா, கனடா, அமெரிக்கா போன்ற நாடுகளுக்கும் பயணம் செய்துள்ளார். இப்பயணங்களின் போது பல்கலைக்கழகங்களுக்கு வெளியே இயங்கும் கலை, இலக்கிய அமைப்புகளிலும் இலக்கியச் சொல்லாடல்களில் ஈடுபட்ட திறனாய்வாளர்.

நாடகங்கள் குறித்து கட்டுரைகளும் நூல்களும் எழுதத்தொடங்கிய பின் இலக்கியத் திறனாய்வுகள், வெகுமக்கள் பண்பாட்டு ஊடகங்களைக் குறித்த ஆய்வுகள், வரலாற்று நூல்கள் எனப் பல பொருண்மைகளிலும் எழுதிக்கொண்டிருக்கிறார். தமிழின் பரப்பு தமிழ்நாட்டோடு முடிந்துவிடவில்லை என்பதை உள்வாங்கி இலங்கை, மலேசியா, சிங்கப்பூர் எனத் தமிழர்கள் வாழும் பரப்புகளிலிருந்து வரும் எழுத்துகளையும் புலம்பெயர் தேசங்களின் எழுத்துகளையும் வாசித்து எழுதும் ஆளுமை. இதன் பின்னணியில் உலகத்தமிழ் இலக்கிய வரைபடம் என்னும் கருத்துருவை உருவாக்க முடியும் என்று நம்புகிறார். இதுவரையில் 25 நூல்களின் ஆசிரியர், கல்விப்புலப்பணி சார்ந்து 8 நூல்களின் பதிப்பாசிரியர் என்று அடையாளமும் உருவாகியுள்ளது. சாகித்ய அகாதெமிக்காகவும் நூலொன்றை எழுதியுள்ளார். அதன் பிற செயல்பாடுகளிலும் பங்கேற்றுள்ளார்.

வகுப்பறையில் பாகுபாடு காட்டாத ஆசிரியர்களுக்கு வழங்கப்படும் மணற்கேணி பதிப்பகத்தின் நிகரி விருதோடு, பல்கலைக்கழகத்தின் சிறந்த ஆசிரியர் விருதுகளோடு, எழுத்தியக்கத்திற்காக வழங்கப்படும் திருப்பூர் தமிழ்ச்சங்கவிருது, ஜெயந்தன் விருது, சுஜாதா விருது முதலான விருதுகளைப் பெற்றவர். மின்னஞ்சல் முகவரி: ramasamytamil@gmail.com